மகாத்மா அய்யன்காளி
கேரளத்தின் முதல் தலித் போராளி

மகாத்மா அய்யன்காளி
கேரளத்தின் முதல் தலித் போராளி

நிர்மால்யா (பி. 1963)

சிற்றிதழ்களின் மூலம் மொழியாக்கப் பணியைத் தொடங்கியவர். மலையாளத்திலிருந்து இருபத்தைந்துக்கும் மேற்பட்ட நூல்களைத் தமிழில் மொழிபெயர்த்துள்ளார். 2010இல் மொழிபெயர்ப்புக்கான சாகித்ய அகாதமி விருது பெற்றவர். ஊட்டியில் வசிக்கிறார்.

மின்னஞ்சல்: *nirmalyamani@gmail.com*

நிர்மால்யா

மகாத்மா அய்யன்காளி
கேரளத்தின் முதல் தலித் போராளி

காலச்சுவடு பதிப்பகம்

அன்பார்ந்த வாசகருக்கு,

வணக்கம்.

காலச்சுவடு நூலை வாங்கியமைக்கு நன்றி.

நூலின் உள்ளடக்கம், உருவாக்கம், அட்டைப்படம் இன்ன பிற அம்சங்கள் பற்றிய உங்கள் கருத்துகளையும் ஆலோசனைகளையும் காலச்சுவடு வரவேற்கிறது. தகவல், எழுத்து, வாக்கியப் பிழைகள் தென்பட்டால் அவசியம் தெரிவித்து உதவுங்கள். நூல் தயாரிப்பில் கடும் குறைபாடு இருப்பின் மாற்றுப் பிரதி உங்களுக்குக் கிடைக்கக் காலச்சுவடு ஏற்பாடு செய்யும்.

மின்னஞ்சல்: publisher@kalachuvadu.com

காலச்சுவடு நாகர்கோவில் அலுவலகத்திற்குக் கடிதம் அனுப்பலாம்.

தங்கள்
எஸ்.ஆர். சுந்தரம் (கண்ணன்)
பதிப்பாளர் – நிர்வாக இயக்குநர்

மகாத்மா அய்யன்காளி கேரளத்தின் முதல் தலித் போராளி ❖ வாழ்க்கை வரலாறு ❖ ஆசிரியர்: நிர்மால்யா ❖ © நிர்மால்யா ❖ முதல் பதிப்பு: ஜனவரி 2020, மூன்றாம் பதிப்பு: ஜூலை 2024 ❖ வெளியீடு: காலச்சுவடு பப்ளிகேஷன்ஸ் (பி) லிட்., 669, கே.பி. சாலை, நாகர்கோவில் 629001

mahaatamaa ayyankaaLi keeraLattin mutal talit pooraaLi ❖ Biography ❖ Author: Nirmalya ❖ © Nirmalya ❖ Language: Tamil ❖ First Edition: January 2020, Third Edition: July 2024 ❖ Size: Demy 1 x 8 ❖ Paper: 18.6 kg maplitho ❖ Pages: 304

Published by Kalachuvadu Publications Pvt. Ltd., 669 K.P. Road, Nagercoil 629001, India ❖ Phone: 91-4652-278525 ❖ e-mail: publications @kalachuvadu.com ❖ Printed at Real Impact Solutions, No. 12, 3rd Street, East Abiramapuram, Mylapore, Chennai 600 004

ISBN: 978-93-89820-18-8

07/2024/S.No. 953, kcp 5232, 18.6 (3) 1k

தன்னலம் கருதாது
தலித் விடுதலைக்காகப் பாடுபட்ட
தலித் அல்லாதோர் அனைவருக்கும்

உள்ளடக்கம்

	முன்னுரை: விடுதலையின் முழுமை அய்யன்காளி	11
	என்னுரை	23
1.	அய்யன்காளி : சுருக்கமான அறிமுகம்	31
2.	சாதியமைப்பின் தோற்றம்	35
3.	சங்ககாலக் கேரளமும் பிந்தைய நிலைமையும்	45
4.	கேரளமும் தாழ்த்தப்பட்ட மக்களும்	58
5.	தோள்சீலைப் போராட்டம்	64
6.	அய்யன்காளியின் பிறப்பும் இளமைக் காலமும்	74
7.	மத மாற்றத்தை எதிர்க்கும் அய்யன்காளி	90
8.	தாழ்த்தப்பட்ட மக்கள் அணி திரள்கிறார்கள்	102
9.	போராட்டப் பாதையில் விவசாயத் தொழிலாளர்கள்	109
10.	மக்கள் சபையில் அய்யன்காளி	116
11.	சுதேசாபிமானி இதழும் அய்யன்காளியும்	130
12.	சமுதாயக் களத்தில் அய்யன்காளி	140
13.	புலையர் கலகங்கள்	150
14.	எழுத்தறிவை நோக்கிப் புலையர்கள்	166
15.	முன்னேற்றப் பாதையில் சாதுஜன பரிபாலன சங்கம்	173
16.	கோயில் நுழைவு ஆணை; காந்தி - அய்யன்காளி சந்திப்பு	183
17.	அய்யன்காளியின் இறுதி நாட்கள்	194

பின்னிணைப்புகள்

1. 19ஆம் நூற்றாண்டில் புலையர்கள் –
   ஓர் சமூகவியல் அணுகுமுறை ... 211
2. கேரளத்தில் தாழ்த்தப்பட்டவர்களின்
   முன்னேற்றத்திற்காகப் பாடுபட்டவர்கள் ... 230
3. கிறிஸ்தவ மதத்தை ஏற்றுக்கொண்ட
   தாழ்த்தப்பட்டவர்கள் ... 257
4. சதானந்த சுவாமிகளிடம் சுதேசாபிமானி
   ராமகிருஷ்ண பிள்ளை கேட்ட நூறு கேள்விகள் ... 277
5. சுபாஷினி பத்திரிகை ஆசிரியர்
   திரு. பி.கே. கோவிந்தப்பிள்ளையும்,
   ஸ்ரீமூலம் மக்கள் சபையில் அவரது உரையும் ... 284
6. அய்யன்காளியின் சிலையைத் திறந்து வைத்து
   இந்தியப் பிரதமர் திருமதி இந்திராகாந்தி
   ஆற்றிய உரை ... 289

படங்கள் ... 293

முன்னுரை

விடுதலையின் முழுமை அய்யன்காளி

1

அய்யன்காளியின் பெயரை என்னிடம் முதலில் சொன்னவர் மலையாள நாவலாசிரியரும் வரலாற்று ஆய்வாளருமான பி.கே. பாலகிருஷ்ணன். 1988-89களில் அவரை அடிக்கடி சந்தித்துக் கொண்டிருந்தேன். ஒருமுறை அவர் வழக்கமாக அமரும் உதரசிரோமணி சாலையிலுள்ள சிறிய மதுக்கடையில் சந்தித்தேன். அப்போது அவர் மது அருந்துவதை நிறுத்திவிட்டிருந்தார். வழக்கம்போலக் கொதிப்பும் கொந்தளிப்பும் வசைபாடலுமாகப் பேசிக்கொண்டிருந்தார். அய்யன்காளியின் பெயர் அவர் நாவில் எழுந்தது. அதுவும் அப்பெயர் எனக்கு நன்கு பழக்கமிருக்கும் என்பதுபோல.

நான் அப்போது கேரள வரலாற்றை ஆர்வத்துடன் கற்றுக்கொண்டிருந்தேன். கேரள சமூகச் சித்திரமும் எனக்குத் தெரியும். ஆனால் அய்யன்காளியின் பெயர் எனக்கு நினைவில் இல்லை. "யார் அது?" எனக் கேட்டேன். பேச்சை நிறுத்தி மேஜையின் விளிம்பைக் கையால் பற்றி என்னைப் பார்த்தார். "தெரியாதா? கேள்விப்பட்டதில்லையா?" என்றார். "இல்லை" என்றேன். "உங்கள் ஊர்க்காரர்" என்றார். "தெரியாது" என்று மீண்டும் சொன்னேன். அவருடைய சிவந்த கண்கள் என்னை நிலைத்துப் பார்த்தன: "நாகர்கோவிலில் ஒரு சிலையோ

அடையாளச்சின்னமோ ஏதாவது இருக்கிறதா?" என்றார். "இல்லை" என்றேன்.

"மார்த்தாண்டத்தில், தக்கலையில்?" என்றார் பாலகிருஷ்ணன். "குமரி மாவட்டத்தில் எங்கும் அய்யன்காளிக்கு எந்த நினைவகமும் இருப்பது போல் எனக்குத் தெரியவில்லை" என்றேன். கைகளை மார்பில் கட்டிக்கொண்டு வேறெங்கோ நினைவுகள் அலைய என்னை வெறித்துப் பார்த்துக்கொண்டிருந்தார். பின்னர் நீள்மூச்சுடன் "உன்னைச்சொல்லிக் குற்றமில்லை. நமது பொதுமேடைகளில் அய்யன்காளி பேசப்படுவதே இல்லை" என்றார். "உன்னைப்போலத்தான் கேரளத்திலும் இருக்கும்." அங்கே வந்த இன்னொருவரிடம் "அய்யன்காளி யார் தெரியுமா?" என்றார். அவர் மங்கலாகச் சிரித்தார். "போ! போ" என்றார் பாலகிருஷ்ணன்.

"அய்யன்காளியையோ நாராயணகுருவையோ வகுத்துக் கொள்வதில் இங்குள்ள இடதுசாரிகளுக்கு மிகப்பெரிய சிக்கல் இருக்கிறது. வலதுசாரிகளுக்கு அதைவிடப் பெரிய சிக்கல் இருக்கிறது. ஆகவே அவர்களைப் பெரிய கோவிலில் ஓரமாக இருக்கும் சிறிய துணைச்சன்னிதிகளாக மாற்றிவிடுகிறார்கள். அங்கு யாரும் சென்று கும்பிடுவதில்லை. அங்கு செல்லும் பாதையே புல் மூடி மறைந்திருக்கும். சாமி கழுத்தில் மலர் மாலைகள் காய்ந்து சருகாகக் கிடக்கும். ஆண்டுக்கு ஒருமுறை மட்டும் அங்கே சென்று செண்டையும் மேளமும் கொட்டிப் படையலிட்டுப் பூசை செய்து திரும்பிவருவார்கள்" என்றார் பி.கே. பாலகிருஷ்ணன்.

"நாராயணகுரு பிறந்தநாளில் அவருக்கு அரசு சார்பிலேயே சிறப்பு செய்யப்படும். சிவகிரியில் பெரிய விழா நடைபெறும். அன்று சிந்தனையாளர்களையும் கலைஞர்களையும் அரசியல்வாதிகளையும் அங்கே அழைப்பார்கள். அவர்கள் வந்து வானளாவ நாராயணகுருவைப் பற்றிப் புகழ்ந்துவிட்டுச் செல்வார்கள். அங்கு வந்துகூடியிருக்கும் நாராயணகுருவை குலகுருவாக நினைக்கும் ஈழவ மக்கள் அதைக் கேட்டுப் புளகாங்கிதம் அடைவார்கள். அய்யன்காளிக்கு இன்னும் சிறிய வட்டம்தான். ஆகவே இன்னும் சிறிய கொடைக் கொண்டாட்டம்தான்" என்றார் பாலகிருஷ்ணன்.

'நாராயணகுரு தொகைநூல்' என்னும் புகழ்பெற்ற நூலில் பி.கே. பாலகிருஷ்ணன் நீண்ட கட்டுரை ஒன்றில் இக்கேள்வியை எழுப்பியிருக்கிறார். நாராயண குருவின் விழாவின்போது அங்கே வந்து மேடையில் ஏறி 'நாராயணகுருவிடமிருந்து பலவற்றைக் கற்றுக்கொண்டதாக, நாராயண குருவின்

சமூகசீர்திருத்தப் பங்களிப்பையும் ஆன்மீகப் பங்களிப்பையும் பெரிதும் மதிப்பதாகப் பேசும் அரசியல்வாதிகள் எவரேனும் வேறு ஏதேனும் மேடையில் நாராயணகுருவை மேற்கோள் காட்டியிருக்கிறார்களா? தங்கள் வாழ்க்கை வரலாறுகளில் நாராயணகுருவை எங்காவது சுட்டிக்காட்டியிருக்கிறார்களா? எங்கேனும் தங்களுடைய சிந்தனையில் நாராயணகுரு ஆற்றிய பங்களிப்பைப் பற்றிப் பொதுவாகக் குறிப்பிட்டிருக்கிறார்களா? எங்கும் இல்லை' என்று பாலகிருஷ்ணன் சொல்கிறார்.

"மலையாளிகளாகிய நாங்கள் இருபதாம் நூற்றாண்டைக் கற்றுக்கொண்டது பலவகையான இடக்கரடக்கல்களின் வழியாகத்தான். இருபதாம் நூற்றாண்டில் கடைப்பிடிக்க வேண்டிய நெறிகள் என்ன என்பதல்ல இருபதாம் நூற்றாண்டில் கடைப்பிடிக்க வேண்டிய பாவனைகள் என்ன என்று மட்டும் தான் மலையாளி புரிந்துகொண்டிருக்கிறார். பொது இடங்களில் எவரையும் சாதி அல்லது மதம் சார்ந்து குறைத்துக் குறிப்பிடக்கூடாது, தன்னுடைய மேட்டிமைத்தனத்தையோ பெருமிதத்தையோ பொது இடங்களில் சொல்லக்கூடாது, ஒரு பொதுப்பேச்சில் எவரையும் புண்படுத்தக்கூடாது, பிறர் என்று தாங்கள் உணரக்கூடிய எவரையும் சற்று தேவைக்கு மேலேயே புகழ்ந்துவைப்பதனால் பிழையொன்றுமில்லை இதெல்லாம்தான் இருபதாம் நூற்றாண்டில் மலையாளி அடைந்த புரிதல்கள்.

முற்போக்கான சில கருத்துகளைச் சொல்லுதல், சாதிமதம் கடந்த பாவனை, பழைய ஆசாரங்களுக்குக் கட்டுப்படாதது போல வெளிப்படுதல் போன்றவற்றைப் பொது இடங்களில் கடைபிடிக்க வேண்டும். அவ்வளவுதான் நம்முடைய முற்போக்கு. அதன் ஒரு பகுதியாகவே நாராயணகுருவுக்கு அளிக்கப்படும் பாராட்டுக்களைப் பார்க்க வேண்டும்" என்று பாலகிருஷ்ணன் சொன்னார்.

"நாராயணகுருவுக்கு அந்த பாராட்டு வருவதற்கு ஒரு காரணம் ஈழவ மக்கள் எண்ணிக்கையில் மிகுந்தவர்கள், அவர்கள் ஒரு அரசியல் சக்தி, அவர்களால் அரசைக் கட்டுப்படுத்த முடியும் என்பதுதான். ஈழவ மக்களில் பெரும்பாலானவர்கள் தங்கள் சாதியின் அடையாளமாக இன்றைக்கு நாராயணகுருவைக் கருதுகிறார்கள் என்பதும் சிவகிரிமடம் அந்த இடத்தை வகிப்பதும் இன்னொரு காரணம். ஆனால் அய்யன்காளி யின் சாதி கேரளத்தில் மிகக்குறைவானது. மொத்தமே இருபத்தைந்து லட்சம் பேர்தான். அவர்களில் கணிசமானவர்கள் மதம் மாறிவிட்டதனால் அய்யன்காளியை அவர்களால் புரிந்துகொள்ளவோ முன்வைக்கவோ இயலவில்லை. ஆக

அய்யன்காளியின் பெயர் என்பது இன்று அந்தச் சாதியினருக்கு அவ்வளவு முக்கியமில்லை. மிகச்சிலர் பிடிவாதமாக அங்குமிங்கும் சொல்லிக்கொண்டிருக்கும் பெயராகத்தான் அய்யன்காளி இருக்கிறார்.”

“அய்யன்காளி மீண்டெழக்கூடுமா என்றால், உண்மையாக அதற்கான வாய்ப்பில்லை. ஆனால் நம் மாபெரும் நடிப்பின் வழியாக அய்யன்காளி பேருருக் கொள்ளவும் கூடும். மலையாளத்திலேயே அய்யன்காளியைப்பற்றி எத்தனை புத்தகங்கள் இருக்கின்றன என்று பார். நானறிந்து அய்யன்காளி பற்றித் தெரிந்துகொள்வதற்கு ஒரேயொரு புத்தகம் தான் இருக்கிறது. அபிமன்யு எழுதிய அய்யன்காளியைப்பற்றிய புத்தகம்” என்று பி.கே பாலகிருஷ்ணன் சொன்னார்.

2

ஒட்டுமொத்தமாக அய்யன்காளி பற்றித் தெரிந்து கொள்வதற்கு மலையாளத்திலேயே ஒரு புத்தகம் இல்லை என்பது எனக்கு மிகுந்த திகைப்பை அளித்தது. நான் அதன்பிறகுதான் கேரளத்தில் அய்யன்காளி எங்கே பேசப்படுகிறார் என்று கூர்ந்து கவனிக்க ஆரம்பித்தேன். எந்த மேடையிலும் எந்த விவாதத்திலும் அய்யன்காளியின் பெயர் பெரிதாக அடிபடுவதே இல்லை என்பதை அறிந்தேன். பின்னர் கூர்ந்து பார்க்கையில் திருவனந்தபுரத்தில் நெய்யாற்றின்கரை முதல் நேமம் வரையிலான பகுதிகளில் ஆண்டுக்கு ஒருமுறையோ இருமுறையோ மிகச்சிறிய சுவரொட்டிகள் அய்யன்காளியின் படத்துடன் வந்துகொண்டிருந்தன; திருவனந்தபுரத்தில் அய்யன்காளிக்கு ஒரு சிலை வைக்கப்பட்டிருந்தது. அவ்வளவுதான்.

அய்யன்காளியைப் பற்றிய அந்த வரலாற்று நூலைத் தேடி வாங்க முயன்றேன். கேரள அரசுநூல்களை வெளியிடும் கேரளா பப்ளிகேஷன் டிவிஷனில் அந்தப் புத்தகம் இல்லை. அது விற்றுத் தீர்ந்துவிட்டது என்றார்கள். பல இடங்களில் விசாரித்தபோதும் அந்தப் புத்தகம் மறுபதிப்பு வெளியாகவில்லை என்றார்கள்.

பின்னர் திருச்சூர் கரண்ட் புக்ஸின் மாபெரும் புத்தகக் கிடங்கில் அந்தப் புத்தகம் புழுதிபடிந்து ஒரு பிரதி இருப்பதைக் கண்டுபிடித்தேன். தூக்கிப்போடப்பட்ட புத்தகங்களில் ஒன்று.ஒரு பகுதி நசுங்கி வளைந்திருந்தது. உடனடியாக அதை வாங்கிப் படித்தேன். அதன் பிறகு அபிமன்யுவைத் தொடர்புகொண்டேன். அந்தப் புத்தகத்தைப் படித்ததை அவரிடம் தெரிவித்தேன். அவரும் மிகுந்த மனநிறைவை வெளிப்படுத்தினார்.

அய்யன்காளி குறித்த முதல் வாழ்க்கைக் குறிப்பு அய்யன்காளியின் பேரன் வெங்ஙானூர் சுரேந்திரனால் எழுதப்பட்டது. அபிமன்யு அதையொட்டி நூலை விரிவாக்கினார். அந்நூலையொட்டி எழுதப்பட்ட சிறிய வழிநூல்கள் ஓரளவு கிடைக்கின்றன. அபிமன்யுவின் நூல் நீண்ட சட்டப்போராட்டங்களால் மொழியாக்க அனுமதிபெற முடியாமலிருந்தது. ஆகவே நூலை மொழியாக்க நூலாக அன்றி வழிநூலாக வெளியிடலாம் என அபிமன்யு சொன்னார். அவ்வாறுதான் அய்யன்காளி குறித்த நிர்மால்யாவின் நூல் தமிழில் 'தமிழினி' பதிப்பகம் மூலம் வெளியாகியது.

இன்று அய்யன்காளி குறித்து மலையாளத்திலும் பலநூல்கள் உள்ளன. ஆனாலும் தன் நூலின் முன்னுரையில் அபிமன்யு எதிர்பார்ப்புடன் குறிப்பிட்டதுபோல மலையாளத்தில் அய்யன்காளியைப்பற்றிய அதிகாரப்பூர்வமான தகவல்களுடன் முழுமையான பார்வையுடனும் எழுதப்பட்ட நூல்கள் அதன் பிறகும்கூட வரவில்லை. அப்படிப்பார்த்தால் இந்நூல் அந்த குறையைத் தீர்க்கக்கூடிய ஒரு முக்கியமான நூல் – விரிவான ஆய்வுக்குறிப்புகளுடன் சரிபார்க்கப்பட்ட தகவல்களுடன் வெளிவருகிறது.

3

அய்யன்காளியையும் நாராயணகுருவையும் கேரளச் சமூகம் ஏற்றுக்கொள்வதிலுள்ள சிக்கல்கள் என்ன? அதை இந்தியா முழுக்கவுள்ள கருத்துநிலைகளில் உள்ள ஒரு முரண்பாடாகத்தான் கருத வேண்டும். கேரளம் முழுக்க இருக்கும் வலதுசாரிகளுக்கு அய்யன்காளியையும் நாராயணகுருவையும் ஆன்மீகத் தலைவர்களாகவோ சமூகசீர்திருத்தவாதிகளாகவோ முன்னோடி அறிவாளிகளாக ஏற்றுக்கொள்வதில் பெரும் தயக்கம் இருக்கிறது.

நான் நாராயணகுருவைப் பற்றிப் பேசும்போதெல்லாம் வழக்கமாகச் சில கடிதங்கள் வரும். பெரும்பாலும் பிராமணர்கள் அல்லது உயர்சாதியினர். "நாராயணகுரு பெரியவர்தான், ஆனால் அவர் ஞானி இல்லைதானே?" இதை அவர்களிடம் யாராவது சொல்லியிருப்பார்கள். நான் அவர்களிடம் "சரி, ஞானி என நீங்கள் நினைப்பவர் யார்?" என்பேன். அவர்கள் சிலபெயர்களைச் சொல்வார்கள். அவர்கள் பிறந்த சாதியைவிடக் குறைவான சாதியைச் சேர்ந்த ஒருவரை ஞானி என்று சொல்லும் மரபான 'ஆன்மீகச் சாதகர்களை' நான் பார்த்ததே இல்லை.

பிராமணர்கள் என்றால் ராமகிருஷ்ண பரமஹம்சர், ரமணர், காஞ்சி சங்கராச்சாரியார் என வந்து கடைசியில் ஜே. கிருஷ்ணமூர்த்தி அவ்வளவுதான். விவேகானந்தரோ அரவிந்தரோகூட இல்லை. பிறசாதியினர் என்றால் வள்ளலாரைச் சேர்த்துக்கொள்வார்கள். பிறரைப்பற்றிக் கேட்டால் "நான் சாதியெல்லாம் பாக்கிறதில்லை, ஆனா ஆன்மீகமா பாத்தா..." என ஆரம்பிப்பார்கள். தன் சொந்தச் சாதியைச் சேர்ந்த ஆசாரமான ஒருவர்தான் ஞானியாக அமையமுடியும் என ஒருவர் உண்மையிலேயே நம்பினால், அப்படியே வளர்க்கப்பட்டிருந்தால் என்னதான் செய்யமுடியும்?

இந்தியச் சமூகத்தில் ஒருவர் ஆன்மீகமாக முன்னேறுவதற்கான வாய்ப்புகள் மிகுதி. ஆயிரம் அரசப்பாதைகள். இயல்பாகவே அமைந்த ஆழ்படிமத் தொகைகள். ஆனால் அதற்கான தடை அதைவிடப் பலமடங்கு பெரியது. ஆசாரமே ஆன்மீகம் என மயங்குவதும் சாதியிலிருந்து வெளியேற முடியாமையும் இரண்டு இரும்புத்தளைகள்.

நாராயணகுருவையும் அய்யன்காளியையும் ஏற்பதற்கான தடைகளில் அவர்கள் பிறந்த சாதி ஒரு காரணம் என்றால் இயல்பாக அவர்களுக்கு இருக்கும் தீவிரமான முற்போக்குத் தன்மை இன்னொரு காரணம். சமூக மாற்றத்துக்காகக் குரல் கொடுத்தவர்கள், ஏற்கனவே இருக்கும் அமைப்பை உடைத்து வார்ப்பதற்கான அறைகூவலை நிகழத்தியவர்கள். அவர்களுடைய இடதுசாரி முகம் வலதுசாரிகளை சங்கடப்படுத்துகிறது. ஆகவே அவர்களிடமிருந்து தாங்கள் விரும்பக்கூடிய ஒரு முகத்தை உருவாக்கிக்கொள்கிறார்கள். அய்யன்காளியையோ நாராயணகுருவையோ ஒரு சமூகசீர்திருத்தக் கருத்துகளைக் கூறியவர்கள், தங்கள் சொந்தச் சாதி மேம்பட வேண்டுமென்று உழைத்தவர்கள் என்ற எளிமையான வரையறைகளுடன் அவர்கள் கடந்துசெல்கிறார்கள்.

இடதுசாரிகளைப் பொறுத்தவரை அவர்கள் இடதுசாரி இயக்கத்தின் வழியாகவே கேரளம் மறுபிறப்படைந்தது என்பதை வரலாற்றில் நிலைநாட்ட விரும்புகிறார்கள். ஆகவே அதற்கு முன்னோடிகளாக அமைந்த எவரையுமே அவர்கள் பெரிதாக முக்கியப்படுத்துவதில்லை. நாராயணகுருவின் இயக்கத்தையே அவர்கள் சற்றுக் குறைத்துத்தான் பதிவு செய்கிறார்கள். அய்யன்காளியை அக்காலகட்டத்துப் பெயர்களில் ஒன்றாகக் கருதுகிறார்கள். அத்துடன் நாராயணகுருவிடமும் அய்யன்காளியிடமும் இருக்கக்கூடிய ஆன்மீகத்தளம், இந்து மறுமலர்ச்சி சார்ந்த முகம் அவர்களுக்கு ஒவ்வாமையை அளிக்கிறது.

அய்யன்காளியின் நூல் தமிழில் அவ்வளவு கடும் முயற்சிக்குப் பிறகு வெளிவந்தபோது அதற்கு மதிப்புரை எழுதிய *தலித் முரசு* இதழ் 'அய்யன்காளியை எந்த வகையிலும் ஏற்றுக்கொள்ள முடியாது, ஏனெனில் அவர் இந்து என்னும் அடையாளத்திலிருந்து வெளியே வரவில்லை' என்று நிராகரித்து எழுதியது. அந்நூலைப் பற்றி எழுதிய அ. மார்க்ஸ் அய்யன்காளியை ஒரு தலித் தலைவராக ஏற்றுக்கொள்ளமுடியாது, ஏனெனில் அவர் தன்னை இந்துவாக முன்வைத்து இந்து மதத்திற்குள்ளிருந்து சீர்திருத்தங் களை முன்வைத்தவர் என்றார்.

அதாவது இன்று தலித் தலைவராக இருப்பவர் மட்டும் அல்ல, நேற்று தலித்துகளுக்குத் தலைவராக இருந்தவர்கூட இந்துவாக இருக்கக்கூடாது. இருந்தால் அவர் வரலாற்றில் புதைக்கப்பட வேண்டும். இந்த 'வரலாற்று விதியை' உருவாக்கியவர் யார்? இதற்கு மிக எளிமையாக நண்பர் வே. அலெக்ஸ் பதில் சொன்னார். யாரை தலித் தலைவர் என்று ஏற்றுக்கொள்ள வேண்டும் என்று சொல்வதற்கு அ. மார்க்ஸ் யார்? அல்லது தலித் அரசியல் தலைமையிலேயே அதற்கு முழு அதிகாரம் கொண்டவர் யார்?

4

இவ்வாறு இங்கு உருவாக்கி வைக்கப்பட்டிருக்கும் ஒரு பொது முன்வரைவு அய்யன்காளியையும் நாராயணகுருவையும் ஏற்றுக்கொள்வதற்குத் தடையாக இருக்கிறது. அவர்கள் இருவருமே சமூக சீர்திருத்தவாதிகள், கூடவே ஆன்மீகத்தலைவர்கள். ஏறத்தாழ இதே சிக்கல் இங்கு ஐயா வைகுண்டரைப்பற்றியும் உள்ளது. வலதுசாரிகளும் இடதுசாரிகளும் ஒரே சமயம் கண்டு கொள்ளாமல் கடந்துபோகும் ஓர் ஆளுமையாக அவர் நீடிக்கிறார். மறுபக்கம் ஒருசாரார் அவரைத் தங்கள் சாதிக்குரிய அடையாளம் கொண்டவராக மட்டும் ஆக்கும்போது அந்த அடையாளத்திலிருந்து பிறகு ஒருபோதும் அவரால் வெளிவரமுடியாது.

நாராயணகுரு ஈழவ சாதியின் அடையாளம் என்னும் சிக்கலுக்குள் சிக்கித் தன்னுடைய மாண்பை இழக்கிறார். அதிலிருந்து அவரை வெளிக்கொணர்வதற்கு நடராஜகுருவும் நித்ய சைதன்ய யதியும் உருவாக்கிய நாராயண குருகுலம் என்னும் அமைப்பின் பங்களிப்பு மிகப்பெரியது. அத்தகைய ஒன்று அய்யன்காளிக்கு நிகழவில்லை. அவர் இன்றும் வெறும் ஒரு சாதித்தலைவராகவே அறியப்படுகிறார். அய்யா வைகுண்டருக்கு அவ்வாறு ஒன்று அமைவதற்கான வாய்ப்பே தெரியவில்லை.

அய்யன்காளி நூலின் முதற்பதிப்பு தமிழில் வெளிவந்தபோது பெரிதாகக் கவனிக்கப்படாமலேயே கடந்துசெல்வதற்கு இதெல்லாம்தான் காரணம். எதனால் மலையாளத்தில் அய்யன்காளி புறக்கணிக்கப்பட்டாரோ அதே காரணங்கள் தான் இங்கும்; இந்தியா முழுக்கவே அவ்வாறுதான் இருக்கும் என தோன்றுகிறது. ஒட்டுமொத்தமாக இந்து மதத்தின் மெய்ஞானத்தை நிராகரித்து வசைபாடியிருந்தால் இங்குள்ள இடதுசாரி அமைப்புகள், கிறிஸ்தவ, இஸ்லாமியப் பின்னணி கொண்ட அமைப்புகள் அவரை அடையாளமாகத் தூக்கிப் பிடித்துக்கொண்டாடியிருப்பார்கள். சீர்திருத்தத்திற்கான எரியும் விமர்சனங்கள் இன்றி வெறுமனே மரபைத் திரும்பச் சொல்பவர் களாக அமைந்திருந்தால் வலதுசாரிகள் கொண்டாடியிருப்பார்கள். இன்றும் இந்திய சமுதாயத்தில் பாவனைகளுக்கெதிரான முகங்களாக அவர்கள் நின்றுகொண்டிருக்கிறார்கள்.

எனது நண்பர் வே. அலெக்ஸ் (எழுத்து பிரசுரம்) இந்நூலை வெளியிடுவதற்குத் திட்டமிட்டிருந்தார். அவருடன் எனக்குத் தொடர்பு உருவானபோது இதைப்பற்றி ஒருமுறை பேசிக்கொண்டிருந்தோம். தமிழ்ச்சூழலில் தலித் தலைவர்கள் யார், அவர்கள் எவ்வகையாக இருக்கவேண்டும் என்பதை தலித் அல்லாதோர் வரையறுத்து அவர்கள் மேல் சுமத்தும் சூழல் இருப்பதை அவர் மனக்கசப்புடன் சொன்னார். அலெக்ஸ் ஒரு கிறிஸ்தவ நிறுவனத்தில் பணியாற்றியவர். நெடுங்காலம் அங்கே ஆழ்ந்த சமூகச் செயல்பாடுகளை இயற்றியிருக்கிறார். அங்கிருந்து அவர் வெளியேறுவதற்கான சூழல் ஏற்பட்டது இதனால்தான்.

தமிழகத்தில் தலித் கல்வியைத் தொடங்கியவர்கள், முன்னெடுத்தவர்கள் யார் என்ற வினாவுடன் அலெக்ஸ் ஆய்வில் முன்சென்றபோது பிரம்ம ஞான சங்கம் (தியாசஃபிகல் சொசைட்டி) அதில் பெரும்பங்கு வகிப்பதை உணர்ந்தார். தலித் கல்வி இயக்கம் என்பது பிரம்ம ஞானசங்கத்தின் கர்னல் ஆல்காட் அவர்களிடமிருந்து தொடங்குகிறது என்று அறிந்தார். அதைப்பற்றி அவர் ஒரு கட்டுரை எழுதியபோது அவர் சார்ந்த அமைப்புகளிலிருந்து மட்டுமல்ல தலித் செயல்தளங்களிலிருந்தும் அவருக்கு எதிர்ப்புகள் வந்தன.

பிரம்ம ஞான சங்கத்தின் பங்களிப்பு என்பது உண்மையல்ல, கட்டமைக்கப்பட்ட பொய் என்று அவருக்குச் சொல்லப்பட்டது. தியாசஃபிகல் சொசைட்டி தலித் விழிப்புணர்விலும் கல்வியிலும் ஆற்றிய பங்களிப்பை எவ்வகையிலும் அங்கீகரிக்க கூடாது, வரலாற்றில் அடையாளப்படுத்தக்கூடாது என்ற எண்ணம் தமிழ்

அறிவுச்சூழலில் இருப்பதை அலெக்ஸ் கண்டார். அந்த ஆர்வமே அவரை மதுரை பிரம்ம ஞான சங்க அலுவலகத்திலும், பின்னர் அவர்களின் சென்னை நூலகத்திலும் நெடுங்காலத்தைச் செலவிடச்செய்தது.

அலெக்ஸ் கர்னல் ஆல்காட் பற்றி மேலும் தகவல்களைத் திரட்டி அதிகாரப்பூர்வமான ஒரு சிறு நூலை தயாரித்தார். தலித் இயக்க முன்னோடியான அயோத்திதாசர் கர்னல் ஆல்காட்டிலிருந்து தன்னுடைய பணியைத் தொடங்கியவர். அயோத்திதாசரின் பௌத்தமே கர்னல் ஆல்காட்டிலிருந்து பெறப்பட்டதுதான். தமிழ்நாட்டில் தொடங்கிய முதல் அறிவியக்கமே ஒருவகையில் தலித் இயக்கம்தான். அதைத் தொடங்கி வைத்தது கர்னல் ஆல்காட் தலைமையிலான பிரம்ம ஞான சங்கம்.

தலித் இலக்கியச் சிந்தனை முன்னோடிகளுக்குப் பிறகே தமிழகத்தில் காங்கிரஸும் அதன் பிறகே திராவிட இயக்கமும் கம்யூனிஸ்ட் இயக்கமும் தொடங்கின. இந்த முன்னோடித் தன்மையை அங்கீகரிப்பதற்குத் திராவிட இயக்கமோ இடதுசாரிகளோ தயாராக இல்லை. அவர்கள் தங்களுடைய பங்களிப்பைத் திரும்பத்திரும்பக் கூற முற்பட்டன. காங்கிரஸின் பங்களிப்பு மறுக்கப்பட்டது. காந்தியின் ஹரிஜன இயக்கத்தின் பங்களிப்புக்கூட இடதுசாரிகளாலோ திராவிட இயக்கத்தாலோ ஏற்கப்படுவதில்லை. இன்று ஸ்டாலின் ராஜாங்கம் தலித் கல்வியில் காந்திய இயக்கத்தின் பங்களிப்பை அடையாளப்படுத்தும்போது அவர் வசைபாடப்படுகிறார்.

தலித் முன்னோடிகளைக் கிட்டத்தட்ட நூறாண்டுகாலம் பொது உரையாடலிலிருந்தே மறைத்துவைத்திருந்தார்கள். அயோத்திதாசரின் படைப்புகள் நூறாண்டுகளுக்குப் பிறகே மறுபதிப்பு கண்டன. இந்துமதத்தைத் துறந்த பௌத்தரான அயோத்தி தாசரையே ஏற்றுக்கொள்ளத் தயங்குபவர்களுக்கு ‘நான் ஒரு இந்து’ என்று அறிவித்துக்கொண்ட எம்.சி. ராஜா மேலும் தயக்கத்தை உருவாக்குவதில் ஆச்சரியமில்லை. எம்.சி. ராஜாவின் படைப்புகளை அலெக்ஸ் தொகுத்து நூலாக்கியபோது மேலும் எதிர்ப்புகள் எழுந்துவந்தன. நூல் வெளிவந்த பிறகும் கூட எந்தவிதக் கவனிப்பையும் பெறவில்லை. அதற்கு வந்த ஒரே விரிவான மதிப்புரை நான் எழுதியது. அவ்வாறுதான் அலெக்ஸ் என்னைத் தொடர்புகொண்டு என்னுடைய நண்பரானார். அவர் காலமாகும் வரை எங்கள் நட்பு இறுக்கமாக நீடித்தது.

தலித்துகள் செயல்படவேண்டிய களத்தைப் பிறர் வரைந்து அவர்கள் மேல் சுமத்தியிருக்கும் இச்சூழல் அலெக்ஸை

சலிப்புறச் செய்தது. அதற்கு எதிரான போராட்டமாகவே தன் வாழ்வை அமைத்துக்கொண்டார். அவர் வெளியிட்ட நூல்கள் எல்லாமே அந்த வரைபடத்திற்கு வெளியே சென்று வரலாற்றை மெய்யாக ஆவணப்படுத்துவது என்ற கனவைக் கொண்டிருந்தன. மதுரைப்பிள்ளை போன்ற தலித் முன்னோடி களை அவர் ஆவணப்படுத்தினார். அதன் பகுதியாகவே அய்யன்காளியைப்பற்றிய இந்நூலையும் மீண்டும் கொண்டுவர விரும்பினார்.

அய்யன்காளியைப் பற்றிய நிர்மால்யாவின் நூலை உரிய முறையில் திருத்தங்களுடன் கொண்டுவர வேண்டும் என்று அலெக்ஸ் எண்ணினார். அதற்குள் அபிமன்யு ஓய்வு பெற்று விட்டிருந்தார். ஆகவே அபிமன்யுவின் முறை யான அனுமதி பெற்று மொழிபெயர்ப்பு நூலாக அதைக் கொண்டுவரலாமென்று திட்டமிட்டார். அய்யன்காளிப் பற்றிய தகவல்கள் திரட்டப்பட்டன. ஆவணங்களும் வரைபடங்களும் புகைப்படங்களும் திரட்டப் பட்டன. அலெக்ஸ் ஒரு முழுமையான நூலாக அதைக் கொண்டுவருவதற்கான கடும் உழைப்பை மேற்கொண்டார். அதற்குள் சிறுநீரகப் பாதிப்பினால் நோயுற்று அவர் மறைய நேரிட்டது.

துரதிருஷ்டவசமாக அலெக்ஸின் ஆய்வும் தொகுப்பும் கிடைக்கவில்லை. அவற்றை அவர் சேமித்திருந்த கணிப்பொறிகள் எங்கே என்றே தெரியவில்லை. ஆகவே மொத்த ஆய்வுமே மீண்டும் ஆரம்பத்தில் இருந்தே செய்யப்பட்டது. நிர்மால்யா, அ.கா. பெருமாள், செறாயி ராமதாஸ் ஆகியோரின் உழைப்பால் இந்நூல் மீண்டும் புதுநூலாகவே உருவானது. ஆகவே அலெக்ஸ் மறைந்து இரண்டு ஆண்டுகள் கழித்து இந்நூல் வெளிவருகிறது.

இந்நூல் இப்போது ‘காலச்சுவடு’ வெளியீடாக வெளிவர இருக்கையில் அலெக்ஸின் நோக்கத்தைக் கனவுகளை எண்ணிக்கொள்கிறேன். நமது சமகால வரலாற்றில் எத்தனை உள்ளோட்டங்கள் உள்ளன, அவற்றை எவரெவர் எங்கெங்கிருந் தெல்லாம் இயக்குகிறார்கள் என்பது திகைப்பூட்டுகிறது. கருத்துகளை விடுங்கள், ஆவணப்படுத்தப்பட்ட தகவல்களைக் கூறுவதற்கே எத்தனை தடைகள், எத்தனை திரிபுகளைக் கடந்து வரவேண்டியிருக்கிறது. அய்யன்காளி வரலாற்றின் இந்த நூல் அந்த வரைபடங்கள் அனைத்திற்கும் வெளியே இருந்து வெளியாவது. இது கருத்துலகின் ஒரு வலுவான தனிநிலைபாட்டையும் முன்வைக்கிறது.

5

அய்யன்காளி குமரி மாவட்டமும் ஒரு பகுதியாக இருந்த பழைய திருவிதாங்கூரைச் சேர்ந்தவர். உண்மையில் எனது குடும்பத்திலேயே அய்யன்காளியைப்பற்றிய பேச்சுகள் இருந்திருக்கின்றன என்பதைப் பிறகுதான் அறிந்தேன். அவருடைய காலகட்டத்தில் குமரி மாவட்டத்திலுள்ள அனைத்துச் சாதியக் கட்டுமானங்களையும் நடுங்கவைத்தவராக அவர் இருந்திருக்கிறார். அய்யன்காளிப் படை என்று ஒன்று இருந்திருக் கிறது. எங்கெல்லாம் ஒடுக்கப்பட்ட மக்களுக்கு இழிவும் துன்பமும் நிகழ்கிறதோ அங்கெல்லாம் அய்யன்காளியின் படை வில்வண்டியில் கழிகளுடனும் வாள்களுடனும் வந்து வன்முறையைக் கையிலெடுத்து தாக்கியிருக்கிறது.

அய்யன்காளி தனது மானுட விடுதலைக்கான குரலை இந்திய மரபின் அத்வைத சிந்தனைகளிலிருந்து பெற்றார் என்பது வரலாறு. ஏறத்தாழ ஒரே காலகட்டத்தில் சட்டம்பி சுவாமிகள், நாராயண குரு, அய்யன்காளி ஆகியோர் உருவாயினர். அவர்களின் உருவாக்கத்தில் தைக்காடு அய்யாவு சுவாமிகள் என்னும் அத்வைதியின் இடம் முக்கியமானது. உண்மையில் இந்தக் கோணத்தில் இவர்களின் வரலாறு இன்னமும்கூட முழுமையாக ஆய்வுசெய்யப்படவில்லை.

அய்யன்காளியை ஓர் சமூகநீதிப் போராளியாக மட்டுமல்ல, மானுட விடுதலையின் ஆன்மீகத்தைத் தொட்டறிந்த மெய்யியலாளராகவும் அணுக வேண்டும். இறுதிவரை ஓர் அத்வைதியாகவும் சமூக சீர்திருத்தவாதியாகவுமே அய்யன்காளி நீடித்தார். காந்தியைச் சந்தித்தபின் அகிம்சை வழியில் நம்பிக்கை கொண்டார். ஜனநாயகப் பாதையைத் தெரிவுசெய்தார். தன் மக்களின் பிரதிநிதியாக திருவிதாங்கூர் சட்டசபையில் ஒலிக்கும் வாய்ப்பு அவருக்குக் கிடைத்தது. கேரள வரலாற்றின் தலைசிறந்த தலைவர்களில் ஒருவராகவும் இந்திய தலித் இயக்கத்தின் முன்னோடிகளில் ஒருவராகவும் ஆனார். இந்திய அளவில் அவருடைய இடம் இன்னும் நிறுவப்படாத ஒன்று.

அய்யன்காளியின் வாழ்க்கை பல செய்திகளை உள்ளடக்கியது. எதிர்ப்பு என்பது ஆக்கபூர்வமானதாக இருக்க முடியும் என்றும், மீட்பு என்பது தன்னை மேம்படுத்திக் கொள்வதனூடாகவேநிறைவடைய முடியும் என்பதும் அவருடைய செய்தி. மரபை நிராகரிப்பது அல்ல அதை உள்வாங்கிவென்று மேல்செல்வது, அதை உரிமைகொள்வதுதான் மெய்யான

விடுதலை என்றும் காட்டுவது. ஒரு காலகட்டத்திற்கான விடுதலையை மட்டும் பேசியவர் அல்லர் அய்யன்காளி. அரசியல்விடுதலையை, சமூக விடுதலையை மட்டும் முன்வைத்தவர் அல்லர். முழுமையான விடுதலையை நோக்கிப் பேசிய மெய்யியலாளரும்கூட. ஆகவே அவரை ஓர் அரசியல்வாதியாக, சமூக சீர்திருத்தவாதியாக மட்டுமல்ல, ஒரு மெய்யியலாளராகவும் கருத்தில் கொள்ளவேண்டும். இந்திய தலித் தலைவர்களில் அய்யன்காளியின் தனித்துவமும் அதுதான்.

ஒரு நூற்றாண்டுக்குப் பிறகு அய்யன்காளி கேரளத்தில் மறுபடியும் கண்டடையப்பட்டிருக்கிறார். இன்று அவர் பலகோணங்களில் மீண்டும்மீண்டும் பேசப்படுகிறார். அவருடைய ஆளுமை மேலும்மேலும் தெளிவடையும்; அவருடைய செய்தி மேலும் வளரும்.

சென்னை   ஜெயமோகன்
25.11.2019

என்னுரை

1999இல் ஜெயமோகனின் 'பின்தொடரும் நிழலின் குரல்' நாவல் வெளியாகியிருந்தது. நாவலின் 'மெல்லிய நூல்' என்னும் அத்தியாயத்தில் அய்யன்காளி மகாத்மா காந்தியைச் சந்திக்கும் நிகழ்வை அழகிய புனைவாகப் படைத்திருந்தார். அய்யன்காளி என்னும் பாத்திரத்தின் சித்திரிப்பு மனவெழுச்சியைத் தூண்டுவதாக இருந்தது. படைப்பாற்றலின் உச்சமென உணர வைத்த அந்த அத்தியாயத்தைச் சிலாகித்து ஜெயமோகனுடன் உரையாடியபோது அய்யன்காளியின் வாழ்க்கை வரலாற்றைத் தமிழுக்கு அறிமுகப்படுத்துவதற்கான அவசியத்தை அவர் விவரித்தார்.

கேரள அரசின் பண்பாட்டுத்துறையின் புத்தகப் பதிப்புப் பிரிவு 'கேரள மகான்கள்' வரிசையில் பத்தாவது புத்தகமாக 1990இல் அய்யன்காளியின் வாழ்க்கை வரலாற்றைப் பதிப்பித்திருந்தது. அப்புத்தகத்தை சி. அபிமன்யு எழுதி யிருந்தார்.

மொழியாக்கம் செய்யும் உத்தேசத்துடன் மூல ஆசிரியரான அபிமன்யுவை திருவனந்தபுரத்தி லிருந்த அவரது இல்லத்தில் சந்தித்து அனுமதி கேட்டேன். இப்புத்தகம் தொடர்பான வழக்கு ஒன்று நீதிமன்றத்தில் நடந்து வருவதாகவும் நூலாசிரியர் என்கிற முறையில் தன்னையும் அவ்வழக்கில் உட்படுத்தியிருப்பதாகவும் கூறினார் அபிமன்யு. வழக்கு முடியும்வரை மொழியாக்கத்திற்கு அனுமதி அளிக்க இயலாது என்றார். நீதிமன்றத் தீர்ப்புக்காக நீண்டகாலம் காத்திருக்க வேண்டிய நிலையில் அய்யன்காளியின் வாழ்க்கை வரலாற்றைத்

தமிழுக்குக் கொண்டுவருவதற்கான அவசியத்தை விளக்கினேன். அச்சமயத்தில் கேரளப் பல்கலைக்கழகத்தில் தமிழ்த்துறைத் தலைவராக இருந்த பேராசிரியர் கி. நாச்சிமுத்துவும் எனக்காக அபிமன்யுவைத் தொடர்புகொண்டு அனுமதி கேட்டு வலியுறுத்திவந்தார். இறுதியாக, மூல ஆசிரியரின் பெயரைக் குறிப்பிடாமல் தனது புத்தகத்தை அடியொற்றி அய்யன்காளியின் வாழ்க்கை வரலாற்றைத் தமிழில் அறிமுகப்படுத்துவதற்கு இசைவளித்து ஆசி வழங்கினார் அபிமன்யு. அய்யன்காளியைத் தமிழுக்கு அறிமுகப்படுத்துவதே அந்தப் பெரியவரின் உயரிய நோக்கமாக இருந்தது.

'தமிழினி' வெளியீடாக 2001இல் 'கேரளத்தின் முதல் தலித் போராளி அய்யன்காளி' என்னும் சுருக்கப்பட்ட நூல் எனது பெயரில் வெளிவந்தது. பரவலான கவனிப்பைப் பெற்ற இந்நூலின் விரிவான இரண்டாவது பதிப்பை தலித் செயல்பாட்டாளரும் பதிப்பாளருமான வே. அலெக்ஸ் வெளியிடுவதாக இருந்தது. அவரது எதிர்பாராத மறைவால் அத்திட்டம் கைவிடப்பட்டது.

மலையாளத்தில் இதுவரை பதிப்பிக்கப்பட்ட அய்யன்காளி வாழ்க்கை வரலாறுகளுக்கெல்லாம் முன்னோடியாகத் திகழ்பவர் வெங்ஙானூர் சுரேந்திரன் என்பது தெரியவந்தது. அய்யன்காளியின் வாழ்க்கை வரலாற்றை எழுதுவதற்கான அரிய தகவல்களைத் திரட்டி முதல்முறையாக வெளியிட்டவரும் அவர்தான். கவிஞராக விளங்கிய வெங்ஙானூர் சுரேந்திரன் அய்யன்காளியின் மூத்தமகன் பொன்னுவின் இளைய புதல்வன். காசநோயால் தாக்குண்டு முப்பத்தைந்து வயதிலேயே அகால மரணமடைந்தார். புத்தகமாகப் பதிப்பிக்கும் அவரது முயற்சி நிறைவடையாமல் போனது.

வெங்ஙானூர் சுரேந்திரன் சேகரித்த தரவுகள், அவரைத் தொகுப்பாசிரியராகக் கொண்டு அய்யன்காளியின் 111வது பிறந்தநாளைக் கொண்டாடும் நோக்கில் 30-08-1974இல் வெங்ஙானூரில் வெளியிடப்பட்ட அய்யன்காளி நினைவு மலரில் பிரசுரமாயின. அய்யன்காளி என்னும் மாமனிதனின் வாழ்வையும், அருந்தொண்டுகளையும் வெளிச்சத்திற்குக் கொண்டுவந்த பெருமை வெங்ஙானூர் சுரேந்திரனையே சாரும். 1982இல் திருவனந்தபுரம் வெள்ளயம்பலத்தில் அய்யன்காளியின் சிலை திறப்புவிழாவையொட்டி அய்யன்காளி நினைவு அறக்கட்டளையினர் வெளியிட்ட நினைவு மலரில் கூடுதலாகச் சில தகவல்களை இணைத்திருந்தார்கள்.

ட்டி.எச்.பி. செந்தாரச்சேரி, சி. அபிமன்யு, குன்னுக்குழி எஸ். மணி ஆகியோர் மலையாளத்தில் எழுதிய அய்யன்காளியின்

வாழ்க்கை வரலாறுகள் குறிப்பிடத்தக்கவை. ஆனால், இந்த மூவருமே சுரேந்திரனின் தகவல்களை ஆதாரமாக்கித் தத்தமது மொழிநடையில் எழுதி, அவ்வப்போது கிடைத்த சிறுசிறு குறிப்புகளை மட்டும் இணைத்திருந்தார்கள்.

ஆனால், தனது புத்தகத்தை ஆதாரமாக வைத்து அய்யன்காளியின் வாழ்க்கை வரலாற்றை சி. அபிமன்யு எழுதியிருப்பதாக செந்தாரச்சேரி நீதிமன்றத்தில் வழக்குத் தொடர்ந்தார். வழக்கைத் தொடுத்த செந்தாரச்சேரி உட்பட, அய்யன்காளியின் வாழ்க்கை வரலாற்றை எழுதிய அனைவருமே வெங்ஙானூர் சுரேந்திரன் தொகுத்து வெளியிட்ட நினைவு மலரை ஆதாரமாக்கி எழுதியிருப்பதாகக் கூறி நீண்டகாலத்திற்குப் பின் வழக்கைத் தள்ளுபடி செய்தது நீதிமன்றம்.

தமிழகத்தின் தலித் சூழலைக் கருத்தில்கொண்டு திருத்தி விரிவாக்கப்பட்ட இப்பதிப்புக்கு அய்யன்காளியின் சமகாலத்தைச் சேர்ந்த சமூக சீர்திருத்தவாதிகளைப் பற்றிய தரவுகள் தேவைப்பட்டன. ஓ.கே. சந்தோஷ் எழுதிய 'பொய்கையில் யோஹன்னானின் வாழ்க்கை வரலாறு', ட்டி.எச்.பி. செந்தாரச்சேரியின் 'பாம்பாடி ஜான் ஜோசப்பின் வாழ்க்கை வரலாறு', எம்.கே. ஸானுவின் 'டாக்டர் பல்புவின் வாழ்க்கை வரலாறு' ஆகிய நூல்கள் பேருதவியாக இருந்தன. ஞான ஜோஷ்வா, டாக்டர் பல்பு போன்ற மகான்கள் பற்றிய குறிப்புகள் முக்கியமானவை. இந்நூலாசிரியர்களுக்கு என் நன்றி.

'அய்யன்காளிக்குப் பணிவுடன்' (அய்யன்காளிக்கு ஆதரத்தோடெ) என்ற புத்தகத்தின் ஆசிரியர் செறாயி ராமதாஸ், அய்யன்காளி வாழ்க்கை வரலாற்றுடன் தொடர்புடைய அரிய தகவல்களையும், படங்களையும் தந்துதவினார். பத்திரிகையாளர், எழுத்தாளர், வரலாற்றாய்வாளர் என பன்முக ஆளுமையாகத் திகழும் செறாயி ராமதாஸுக்கு நன்றி.

அறிமுகவுரை எழுதி வழங்கிய எழுத்தாளர் ஜெயமோகனுக்கும், இந்நூலைச் செப்பனிட்டுத் தந்த பேராசிரியர் அ.கா. பெருமாளுக்கும் நன்றி சொல்ல வார்த்தைகள் இல்லை.

முகப்போவியத்தை வரைந்தளித்த ஓவியர் ஷண்முகவேலுக்கும், புத்தகத்தைக் கலை நேர்த்தியுடன் அழகாக வடிவமைத்துப் பதிப்பிக்கும் காலச்சுவடு பதிப்பகத்திற்கும் மனமார்ந்த நன்றி.

கேரள தாழ்த்தப்பட்ட மக்களின் விடுதலைக்காக ஊக்கமும் உரமும் ஊட்டியவர்கள் தமிழ்ப் பறையர் சமுதாயத்தைச் சேர்ந்த தைக்காடு அய்யா சுவாமிகள், ஞான ஜோஷ்வா போன்ற மகான்கள் என்கிற உண்மை ஆச்சரியம் தருகிறது. அவர்களைப்

பற்றிய பரந்துபட்ட ஆய்வு தமிழகத்தில் மேற்கொள்வது அவசியம்.

முந்தைய சுருக்கமான பதிப்பு வெளியாகிப் பதினைந்து ஆண்டுகள் கடந்த நிலையில் தமிழகத்தின் சமூக அரசியல் நிகழ்வுகளில் பெரும்மாற்றங்கள் நிகழ்ந்துள்ளன. சாதிச் சங்கங்களும் சாதிக்கட்சிகளும் பெருகிவிட்டன. சாதியக் கட்டமைப்பில் தலித்துகளின் அடுத்த படிநிலையிலிருக்கும் ஆதிக்கசாதிகள் தலித்துகள் மீது வன்கொடுமையைக் கட்டவிழ்ப்பது அன்றாட நிகழ்வுகளாகிவிட்டன. சாதி ஆணவக்கொலைகள் நிகழ்ந்தவண்ணம் இருக்கின்றன. அதிகாரத்திலிருக்கும் அரசும் ஆட்சியைக் கைப்பற்றத் துடிக்கும் கட்சிகளும் இவ்வமைப்புகளின் ஆதரவை இழக்கத் துணியாமல் தங்களைத் தற்காத்துக்கொள்கின்றன. தலித் மக்கள் நலனை முன்வைத்துத் தொடங்கப்பட்ட அமைப்புகள்கூடத் தமது குறிகோள்களைக் காற்றில் பறக்கவிட்டு நீர்த்துப்போன நிலையில் தமிழகத்தின் கடைவீதிகளும் தண்டவாளங்களும் தலித்துகளின் கொலைக்களமாக மாறிவிட்டன. பள்ளிக்கூடங்களில் சாதி அடையாளக்கயிறுகளுடன் மாணவர்கள் வலம் வருகிறார்கள்; சாதி மறுப்புக் கொள்கைகளையும் சீர்திருத்த திருமணங்களையும் பறைசாற்றிய இயக்கங்களின் சமூகநீதி கேள்விக்குள்ளாக்கப் பட்டிருக்கிறது.

அய்யன்காளியின் வாழ்க்கை வரலாற்றைக் கூர்ந்து நோக்கும்போது தாழ்த்தப்பட்ட மக்களுக்குத் தொடர்ந்து துன்பமிழைத்தவர்கள் அவர்களின் அடுத்த படிநிலையிலிருக்கும் இடைநிலைச் சாதியினர் என்பது புலனாகும். அய்யன்காளியின் வெற்றிக்குத் துணைநின்று தலித் மக்களின் விடுதலைக்கு ஊக்கமூட்டியவர்களும் தன்னலம் கருதாத தலித் அல்லாதோர்தாம். கட்சி அரசியலுக்கு அப்பால் நின்று தன்னலம் கருதாத, மனிதநேயம் மிக்க தலித் அல்லாத சிந்தனையாளர்கள், சமூகச் செயல்பாட்டாளர்களின் ஒத்துழைப்புடன் மட்டுமே முழுமையான தலித் விடுதலையையும் அவர்களின் சமூகநீதியை யும் வென்றெடுக்க முடியும் என்பது அய்யன்காளியின் வாழ்க்கை வரலாறு உணர்த்தும் படிப்பினை. அத்தகையதோர் எழுச்சிக்கான சிறுசலனத்தை உருவாக்க இந்நூல் துணை நிற்குமானால் அதுவே எனது பணிக்குக் கிடைத்த அங்கீகாரமாகக் கருதுவேன்.

ஊட்டி **நிர்மால்யா**
11–12–2019

MAP OF TRAVANCORE

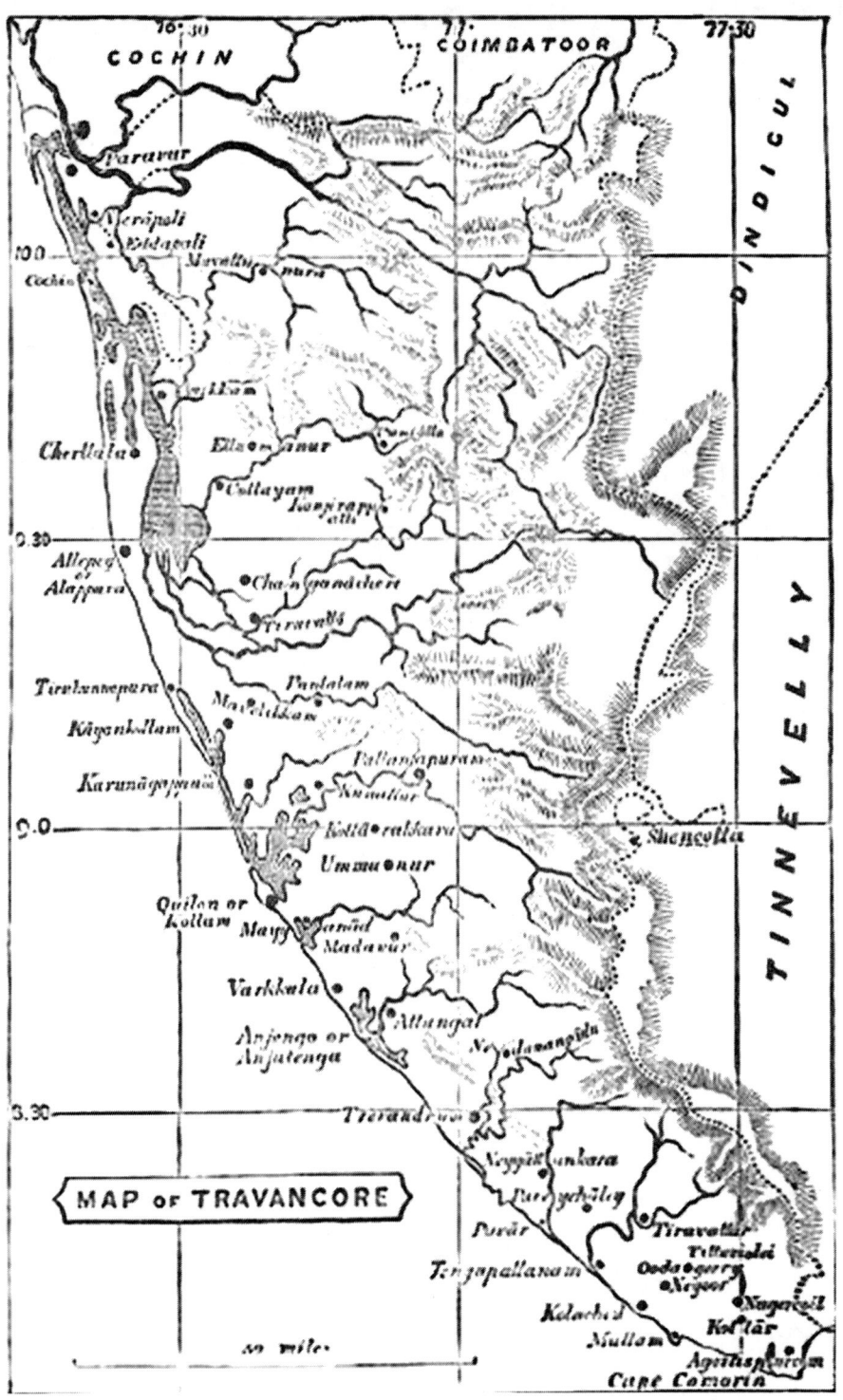

மகாத்மா அய்யன்காளி:
கேரளத்தின் முதல் தலித் போராளி

கோட்டோவியம்: E.V. அனில்

1

அய்யன்காளி: சுருக்கமான அறிமுகம்

நூற்றாண்டுகளாக மனித உரிமைகள் மறுக்கப்பட்டு, விலங்குகளைப் போல கேரளத்தின் தாழ்த்தப்பட்ட மக்கள் வாழ்ந்து வந்தார்கள். அவர்களின் விடுதலைக்காகவும், முன்னேற்றத்திற் காகவும் தீரமுடன் போராடியவர் அய்யன்காளி. கீழ்சாதிக்காரர்கள் என்னும் பெயரில் வேறுபடுத்தி, விலக்கி வைக்கப்பட்ட அந்த பெரும்பான்மையான மக்கள் அடிமைத்தனத்தால் அனுபவிக்க நேர்ந்த இன்னல்கள் மிகக் கொடூரமானவை. அடிமைத் தனத்திலும், அறியாமையிலும், மூட நம்பிக்கையிலும் மூழ்கிக்கிடந்த அவர்களுக்குத் தலைமையேற்று, முன்னேற்றப் பாதைக்கு அழைத்துச் சென்றவர் அய்யன்காளி. அவர் மேற்கொண்ட போராட்டங் களின் வரலாற்றைப் படிக்கும் புதிய தலைமுறையினர் வியப்படையக் கூடும். கேரளத்தின் ஒருநூற்றாண்டிற்கு முந்தைய தீண்டப்படாத சாதியினரின் சமூக நிலையை யாராலும் கற்பனைகூட செய்து பார்க்க முடியாது. அன்றைய சூழ்நிலை அந்த அளவுக்கு இரக்கமின்மையும், குரூரமும் கொண்டதாக இருந்தது.

மேல்சாதியினருக்கும் ஜன்மிகளுக்கும் அடிமை வேலை செய்வதற்கு மட்டுமே விதிக்கப்பட்ட ஒரு பிரிவினராக அவர்கள் கருதப்பட்டனர். அவர்களின்

வாழ்க்கை விவசாய நிலங்களைச் சார்ந்திருந்தது. ஆண்களும், பெண்களும், குழந்தைகளும் ஜன்மிகளின் நெற்களஞ்சியங்களை நிறைப்பதற்காக அல்லும் பகலும் வயல் வெளிகளில் உழைத்தார்கள். காற்றையும், மழையையும், வெயிலையும் பொருட்படுத்தாது வயல் சேற்றிலும், சகதியிலும் உழன்று ரத்தத்தை வியர்வையாக்கிப் பாடுபட அவர்கள் ஒருபோதும் தயங்கிய தில்லை. கடின உழைப்பில் ஈடுபட்டிருந்த அவர்கள் கருப்பு நிறத்தவர்கள்; அவர்களுக்கு எந்த சிந்தனையும் இல்லை. எந்தப் புகலிடமும் முறையீடுமில்லை. கூலியாகக் கிடைக்கும் ஓரிரண்டு படி நெல்லை வைத்து வயல்களின் அருகில் புல் வேயப்பட்ட சிறு குடிசைகளில் வாழ்ந்து வந்தார்கள். விளைநிலங்களில் வாழ்வைத் தியாகம் செய்த அவர்களைத் தீண்டத்தகாதவர்களாக மேல்சாதிக்காரர்கள் ஒதுக்கி வைத்திருந்தார்கள்.

தாழ்த்தப்பட்ட இனத்தினரின் உழைப்பைச் சுரண்டிய நிலவுடைமையாளர்கள் அவர்களை இகழ்ந்து துன்புறுத்தினார்கள். அவர்கள் அனுபவித்த வேதனைகளையும், துன்பங்களையும் பார்க்கும்போது உயர் சாதியினர் அவர்களை மனிதர்களாகக்கூடக் கருதவில்லை என்பது புலனாகும். அந்த அளவுக்குக் கொடியதாக வும், விசித்திரமாகவும் இருந்தன அன்றைய சமூக விதிமுறைகள். தீண்டத்தகாதவர்கள் பொதுவழிகளில் நடக்கக் கூடாது, கோயில் பகுதிகளில் நுழையக்கூடாது. அறியாமல் பொதுவழியில் கடந்து போனதைக் கண்டுபிடித்துவிட்டால் மிகக் கொடிய தண்டனையை அனுபவிக்க நேரிடும். சில வேளைகளில் உதைபட்டு இறுதி மூச்சைவிட வேண்டும்.

பொதுவழியில் நாயும், பூனையும், எருமையும் சுதந்திரமாக நடமாடலாம். ஆனால் தீண்டத்தகாத சாதியினர்கள் நடந்து விட்டால், அசுத்தமாகி விடும் என்பது, அன்றைய நம்பிக்கை. கல்வியறிவின் வெளிச்சம் அவர்களுக்கு முற்றிலுமாக மறுக்கப்பட்டிருந்தது. அவர்களின் பிள்ளைகள் பாடசாலைகளின் பக்கம்கூட ஒதுங்க முடியாது. ஆணும், பெண்ணும் முழங்கால்வரை மட்டுமே இறக்கமுள்ள ஆடைகளை உடுத்த வேண்டும். ஆடை நைந்து போனதாக இருக்க வேண்டும். பெண்கள் மார்பை மறைக்கக்கூடாது. ஆபரணங்களை அணிய உரிமையில்லை. சிறு குற்றங்களுக்குக்கூட கடும் தண்டனைகள் விதிக்கப்பட்டன. உயர் சாதியினரை வழியில் காண நேர்ந்தால் தூரமாக விலகிப் போய்விட வேண்டும். பக்கத்தில் முட்புதரோ, குளமோ, குப்பைக் குழியோ எது இருந்தாலும் குதித்துவிட வேண்டும். பார்வையில் பட்டாலே தீட்டாகிவிடும். விலகிப் போக வேண்டிய தூரம் எவ்வளவு என சாதிப் படிநிலையின் அளவுகள் நிர்ணயிக்கப்பட்டிருந்தன.

பிராமணர்களைக் காண நேர்ந்தால் நெடுந்தொலைவுக்கு விலகி நிற்க வேண்டும். இப்படி எத்தனை விதிகள்! நல்ல உடை, நல்ல உணவு, நல்ல பாதை, நல்ல இருப்பிடம் இவை தாழ்த்தப்பட்டவர்களுக்கு மறுக்கப்பட்டன.

தனது சமுதாயத்தினர் உட்பட அனைத்து தீண்டப்படாத சாதியினரின் முன்னேற்றமே அய்யன்காளியின் குறிக்கோள். அவர்கள் ஒன்றுபட்ட சக்தியாக எழுச்சி பெறவும், அவர்களிடையே மனித உரிமை வேட்கையை ஊட்டவும் அய்யன்காளி பாடுபட்டார். அதற்காக 'சாது ஜன பரிபாலன சங்கம்' என்ற அமைப்பை நிறுவினார். பொதுவழியில் நடமாடும் சுதந்திரத்தைப் பெறுவதற்காக வழக்கத்திலிருந்த சமுதாய விலக்குகளுக்குப் பகிரங்கமாக அறைகூவல் விடுத்தார். ஒரு வில்வண்டியில் ஏறிப் பொதுவழியினூடே ஓட்டிச் சென்றார். கடும் எதிர்ப்புகள் கிளம்பின. ஆனால் அவர் மனம் தளரவில்லை. மிரட்டல்களைப் பொருட்படுத்தவில்லை. அது ஒரு மாபெரும் வெற்றி.

'ஸ்ரீமூலம் மக்கள் சபை' உறுப்பினர் என்ற நிலையில் அவர் மகத்தான தொண்டுகளை ஆற்றினார். ஒடுக்கப்பட்ட மக்கள் இனத்தின் இரங்கத்தக்க நிலைமைகளை மிகத் திறமையோடும், ஆணித்தரமாகவும் சபையில் முன்வைத்தார். இது குறித்து சபை உறுப்பினர்களின் கவனத்தை ஈர்க்க அவரால் முடிந்தது. அதன் விளைவாக அரசாங்கம் பல சலுகைகளை அனுமதிக்க வேண்டியதாயிற்று. தீண்டத்தகாத சாதியினர் அனைவரும் அரசாங்கப்பள்ளிகளில் சேர்ந்து படிக்கும் உரிமையைப் பெற்றுத் தந்தார். படிப்படியாகக் கல்வி தொடர்பான பல அரசு சலுகை உத்தரவுகளைப் பிறப்பிக்க வைத்தார்.

கேரளத்தின் விவசாயத் தொழிலாளிகளை அணிதிரட்டி அவர்களைப் பிணைத்திருந்த அடிமைச் சங்கிலியை உடைத்தெறிந்த முதல் தொழிலாளர் தலைவராக அய்யன்காளி நினைவுகூரப்படு கிறார். உயிரைப் பணயம் வைத்து களத்தில் நின்று போராடி வெற்றி பெற்றார். ஜன்மிகளும், நிலவுடைமையாளர்களும், சிற்றரசர்களும் கொடி நாட்டிக் கொண்டிருந்த காலகட்டத்தில் தொழிலாளர் போராட்டத்தை நடத்தினார் என்பது தனிக் கவனத்தைப் பெறுகிறது. அய்யன்காளி தீண்டாமைக்கு எதிராக உறுதியாகப் போராடினார். போராட்டத்தில் பங்கேற்பதற்காகத் தனது இனத்தைச் சேர்ந்த உடல் உறுதி மிக்க இளைஞர்களை ஆயத்தப்படுத்தினார். உடல் பலத்தைப் பயன்படுத்த வேண்டிய இடத்தில் அதைப் பயன்படுத்த அவர் சற்றும் தயங்கவில்லை.

தீண்டத்தகாத சாதியினர் கிறிஸ்தவ மதத்தை ஏற்றுக் கொண்டால் தீண்டாமை அகன்றுவிடும் என்ற நம்பிக்கை

நிலவிய அக்காலத்தில், பொதுவழியில் சுதந்திரமாக நடமாடவும், பள்ளிக்கூடங்களில் அனுமதி பெறவும் தாழ்த்தப்பட்ட இனத்தவர்களில் கணிசமான பிரிவினர் கிறிஸ்தவ மதத்தில் சேர்ந்தார்கள். வெளிநாட்டு கிறிஸ்தவ மிஷனரிகளின் பரப்புரையும், ஊக்கமும், மனிதாபிமான நடவடிக்கைகளும் அவர்களை ஈர்த்த முக்கிய காரணிகள். அய்யன்காளியையும், அவரது தோழர்களையும், கிறிஸ்தவ மதத்தில் சேர்ப்பதற்கான முயற்சி மேற்கொள்ளப்பட்டது. கிறிஸ்தவ மதப்போதகர்களின் ஆசை வார்த்தைகளுக்கும், உறுதிமொழிகளுக்கும் அவர் பணிந்து விடவில்லை. மட்டுமல்ல; தாழ்த்தப்பட்ட சாதியினர் கிறிஸ்தவ மதத்தில் சேரக் கூடாது எனவும் வலியுறுத்தினார். இந்து மதத்திற்குள் இருந்தவாறே அதிலுள்ள களங்கங்களைத் துடைத்தெறிய அவர் விரும்பினார். கடைசிவரை ஓர் இந்துவாகவே வாழ்ந்தார்.

கோவில் நுழைவு ஆணை வெளியான பிறகு திருவிதாங்கூருக்கு வந்த மகாத்மா காந்தி, அய்யன்காளி பிறந்த ஊரான வெங்ஙானூரை அடைந்து அய்யன்காளியின் தொண்டுகளுக்கு வாழ்த்து தெரிவித்தார். அவர் காந்தியடிகளைக்கூட ஈர்க்க வைத்த சிறப்பியல்பைக் கொண்டவர்.

எழுத்தறிவற்ற அய்யன் காளியால் தாழ்த்தப்பட்ட மக்கள் சமூகத்தின் தலைமையை ஏற்கவும், அவர்களின் உயர்வுக்காகச் செயல் திட்டங்களை வகுக்கவும், தீரமுடன் போராட்டங்களை முன்னெடுத்து சென்று வெற்றி பெறவும் எப்படி முடிந்ததென்று சிலரேனும் வினவக்கூடும். வரலாற்றின் தூண்டுதலோ, காலகட்டத்தின் தேவையோ அத்தகைய அரிய சாதனைக்குக் காரணமாக இருந்தது என்ற பதிலை மட்டுமே அவர்களுக்குத் தர இயலும். கேரளத்தின் சமுதாய மறுமலர்ச்சிக்கு வழிகாட்டிய மகான்களின் வரிசையில் அய்யன்காளிக்கு மிக உயர்ந்த இடமுண்டு. அவர் மகத்தான போராட்டவாதி; தாழ்த்தப்பட்ட இனத்தவர்களின் தன்மானக் குறியீடு.

அய்யன்காளியை ஒத்த ஒரு சமுதாய மறுமலர்ச்சி நாயகனின் வாழ்க்கை வரலாற்றைத் தொகுக்க வேண்டுமானால் அவரது பிறப்பு முதலான வரலாற்றை மட்டுமே பதிவு செய்தால் போதாது. ஆகவே சாதிமுறையின் தோற்றம், நூற்றாண்டுகளாக நமது நாட்டில் நடைமுறையில் இருக்கும் சமுதாயப் பழக்க வழக்கங்கள், சாதி அடிப்படையிலான ஏற்றத்தாழ்வுகள், இவை தொடர்பான ஒரு சுருக்கமான விளக்கம் முதல் பகுதியில் இணைக்கப்பட்டுள்ளது. அய்யன்காளியின் தொண்டுகளைப் புறவயமாக மதிப்பிட இந்த அணுகுமுறை மேலும் துணை புரியும்.

2

சாதியமைப்பின் தோற்றம்

சாதியமைப்பு இந்தியாவில் மட்டும் நீடித்து நிற்கும் ஒரு சமூக நெறி. பல சாதிகளாகப் பகுக்கப் பட்ட ஒரு சமூகத்தை நமது நாட்டைத் தவிர உலகின் எந்தப் பகுதியிலும் காண முடியாது. மனித வாழ்க்கை நாகரிக நிலையை எய்திய காலத்தில் சில நிலப்பகுதிகளில் சாதியமைப்பின் கொடிய உருவம் தோன்றியதைக் காண்கிறோம். பண்டைய கிரேக்க நாட்டில் தொழிலை அடிப்படையாகக் கொண்டு சாதியமைப்பை உருவாக்கும் முயற்சி மேற்கொள்ளப்பட்டது. வேளாண்மைத் தொழிலிலும், கைத்தொழிலிலும் ஈடுபட்டிருந்தவர்கள், போர் வீரர்களிடமிருந்தும் அரசு ஆலோசகர்களிடமிருந்தும் முற்றிலும் வேறுபட்டவர்கள். இவர்களிடையே இருக்கும் ஏற்றத்தாழ்வை முழுமையாகப் பின்பற்ற வேண்டும் என்று அரிஸ்டாட்டில் தனது 'அரசியல்' என்ற நூலில் விவாதிக்கிறார். ஆனால் அப்பாகுபாடு சாதி போன்ற வகைப்படுத்தல்களாக மாறவோ, வேரூன்றவோ இல்லை. இந்திய மண்ணில் மட்டும் சாதியமைப்பு நடைமுறைப்படுத்தப்பட்டு, வளர்ந்து வலிமை பெற்றதற்கான காரணங்கள் எவை என்பதை ஆழ்ந்து சிந்திக்க வேண்டும்.

இந்தியாவில் குடியேறிய ஆரியர்கள் இங்கு சாதிமுறைக்கு வித்திட்டு, முளைக்க வைத்து நாடெங்கும் பரப்பினார்கள். மத்திய ஆசியாவி லிருந்து பல்வேறு நிலப்பகுதிகளில் குடியேறிய

ஆரியர்களின் ஒரு பிரிவினர் வட இந்தியாவை அடைந்தனர். இந்தியாவின் வடமேற்கு மூலையின் வழியாக இம்மண்ணை அடைந்து சிந்து நதிக்கரைகளில் தங்கள் உறைவிடத்தை அமைத்துக்கொண்டனர். வந்தேறிகளான அவர்கள் இங்கிருந்த பூர்வகுடிகளான திராவிடர்களுடன் போரிட்டார்கள். ஆரியர்களின் ஆக்கிரமிப்பால் புகழ்பெற்ற சிந்து சமவெளி நாகரிகம் அழிவுற்றதாகத் தற்போது கிட்டத்தட்ட உறுதி செய்யப்பட்டுவிட்டது.

உடல் வலிமை மட்டுமின்றி மதிநுட்பத்திலும், தந்திரமான அணுகுமுறையிலும் ஆரியர்கள் கைதேர்ந்தவர்கள். திராவிடர் களை அடிபணிய வைத்து இந்தியாவின் மேற்குப் பகுதியில் தமது ஆதிக்கத்தை நிலைநாட்டத் தொடர்ந்து போராடினார்கள். அறிவு மற்றும் பண்பாட்டுத் தளங்களில் ஆரிய, திராவிட மோதல்கள் தீவிரமடைந்தன. அது நெடுங்காலம் வரை தொடர்ந்தது. ஆரியர்கள் படிப்படியாக வட இந்தியாவில் பரவி தமது ஆதிக்கத்தை நிலை நாட்டினார்கள். தோல்வியுற்ற திராவிடர்களில் ஒரு குறிப்பிட்ட பிரிவினர் தென்னிந்தியாவை அடைந்து தமது மக்களுடன் சேர்ந்துகொண்டனர்.

இந்தியாவில் ஆரியர்களின் குடியேற்றம் கி.மு.2000இல் இருந்து தொடங்கியிருக்கக் கூடுமெனக் கருதப்படுகிறது. பஞ்சாப்பில் குடியமர்ந்த ஆரியர்கள் வேதங்களுக்கு வடிவம் தந்ததாக நம்பப்படுகிறது. வேதகால நூல்களில் இருந்துதான் ஆரிய நாகரிகத் தொடர்பையும், வாழ்க்கை முறைகளைப் பற்றிய உண்மைகளையும் அறிகிறோம். வேதங்கள், பிரமாணங்கள், உபநிடதங்கள், சூத்திரங்கள் என வேதநூல்கள் வகைப்படுத்தப் படுகின்றன. வேதகாலம் கி.மு. 2500–க்கும் 2000–க்கும் இடைப் பட்டது என *Report of the Calender Reforms Committee* கூறுகிறது. ஆரியர்களின் தொடக்ககால நாகரிகத்தைக் குறித்து ரிக்வேதத்தில் ஏராளமான குறிப்புகள் காணப்படுகின்றன. ரிக்வேத நாகரிகத்தின் உறைவிடம் யமுனை, சதத்ரு (சட்லஜ்) ஆகிய நதிகளை ஒட்டிய நிலப்பகுதியாகும்.

இடைவிடாத யுத்தங்களில் ஈடுபட்டிருந்த ஒரு சமுதாயத்தின் சித்திரத்தை ரிக்வேதம் வரைந்து காட்டுகிறது. அவர்கள் வலிமை வாய்ந்த எதிரிகளுடன் போர் புரிய வேண்டியதாயிற்று. எதிரிகளின் மத்தியில் வாழ நேர்ந்த ஆரியர்கள் அரசாட்சி முறையை அங்கீகரித்தார்கள். முறையான மன்னன் இன்றி விரோதிகளை எதிர்க்க நேர்ந்த மக்களின் அவலங்கள் விவரிக்கப்படுவதிலிருந்து முடியாட்சிக்குத் தரப்பட்ட உயர்ந்த இடம் புலனாகிறது. ராஜாபிஷேகம் பத்தாவது மண்டலம், பன்னிரெண்டாவது

வேதப்பிரிவில் இருபத்தி ஒன்றாவது (ஸூக்தம்) மந்திரம் இவ்வாறு விளக்குகிறது. "நான் உன்னை (அரசனாக) அபிஷேகம் செய்கிறேன். எமது மத்தியில் வருக. தைரியமாகவும் சஞ்சலமற்ற மனத்தோடும் அமர்க. உன் குடிமக்கள் அனைவரும் உன்னிடம் அன்பு செலுத்தட்டும். உன் நாடு உன் கையை விட்டு ஒருபோதும் போகாது இருப்பதாக." அடுத்த மந்திரத்தின் செய்தியும் இதுதான். புரோகிதனே அரசனின் முதன்மை ஆலோசகன்.

ரிக் வேதக் காலகட்டத்தில் இந்தியாவில் சாதியமைப்பு தோன்றியதற்கான சான்றுகள் எவையுமில்லை. ஆனால் வர்க்க வேறுபாட்டை வெளிப்படுத்தும் சில குறிப்புகள் காணப்படுகின்றன. அதைப் பிற்காலத்தில் யாரோ எழுதி இணைத்திருக்கக் கூடும் என்ற கருத்தும் பரிசீலிக்கத்தக்கது. பத்தாம் மண்டலம் தொண்ணூற்று ஆறாம் கீதம் 'புருஷ ஸூக்தம்' என்ற பெயரில் அறியப்படுகிறது. அந்தக் கீதத்தின்படி புருஷன் எனக் கூறுவது ஜகத் புருஷனை. அதாவது கடவுளையாகும். பிராமணனை முகத்தில் இருந்தும், சத்திரியனைக் கையிலிருந்தும் வைசியனைத் தொடையிலிருந்தும் ஜகத் புருஷன் படைத்ததாகக் கூறப்படுகிறது.

இழிந்த சாதிக்காரனான விருஷளனைப் பற்றிய குறிப்பு ரிக் வேதத்தில் காணப்படுகிறது. (X 34–11) பிருஹதாரண்ய உபநிஷத்தில் விருஷளனைத் தீண்டக்கூடாது என்ற விலக்கு கட்டளையாகக் கூறப்பட்டுள்ளது. *(VI 4–12)* இதைப் பிற்காலத்தில் எழுதி இணைத்ததாக நம்பப்பட்ட போதிலும் அதன் சூத்ரதாரிகள், ஆரியர்கள் என்பதில் ஐயமில்லை. வர்க்கப் பாகுபாட்டைப் பேணுவதில் அவர்களுக்கு இருந்த முனைப்பு இதிலிருந்து புலனாகும்.

ரிக் வேத காலத்திற்குப்பின் ஆரியர்களின் வாழ்க்கை முறையிலும், பொருளாதார அமைப்பிலும் பெரும் மாற்றங்கள் நிகழ்ந்தன. அவர்களின் அரசியல் பண்பாட்டுச் செயல்பாடுகள் கங்கைச் சமவெளி முழுவதும் பரவின. இந்தியாவின் மேற்குப் பகுதி முழுவதும் அவர்களின் அரசியல் ஆதிக்கத்தின் கீழ் கட்டுண்டது. அதன்விளைவாக அஸ்தினாபுரம், இந்திரப்பிரஸ்தம், கோசலம், மகதம், காசி, விதேஹம் முதலான பல புதிய நாடுகள் அவர்களின் ஆளுகையின் கீழ் வந்தன. ஆரியர்கள் ஆண்டபகுதி ஆரியவர்த்தம் என வழங்கப்பட்டது. இமயமலைக்கும் விந்தியமலைக்கும் இடைப்பட்ட பகுதி முழுவதும் ஆரியவர்த்தத்தில் அடங்கும்.

'ஆர்யன்' என்ற சமஸ்கிருதச் சொல்லுக்குத் தொலைவிலிருந்து வந்தவன், உத்தமன், மரியாதைக்குரியவன், பண்டிதன், ஆரிய இனத்தைச் சேர்ந்தவன், பாவச் செயல்களின் அருகில் செல்லாதவன், ஆரியவர்த்தத்தில் வசிப்பவன் என்னும்

விளக்கங்கள் காணப்படுகின்றன. இந்தியாவில் வேதங்களைப் பின்பற்றும் அனைத்து சாதியினருக்குமான பொதுப் பெயராக 'ஆரிய' பதத்தைப் புராண, இதிகாசங்களில் கையாண்டிருப்பதைக் காண்கிறோம்.

வெற்றி மூலம் ஆதிக்கத்தை நிறுவிய ஆரியர்கள், தோற்றவர்களை எப்படி வேண்டுமானாலும் கையாளலாம் என்ற நிலைமை ஏற்பட்டது. அதிகார உரிமையைக் கைப்பற்றிய ஆரியர்கள் எஜமானர்களாகவும், தோற்றவர்கள் 'தஸ்யூக்கள்' அதாவது 'தாசர்கள்' என்றும் அழைக்கப்பட்டார்கள். வென்றவர்களும், தோற்றவர்களும் ஒருமித்து வாழத் தொடங்கியபோது வருணப்பாகுபாடு தோன்றியது.

ஆரியர்கள் வெளுத்த நிறத்தினராகவும், தஸ்யூக்கள் அதாவது தாசர்கள் கரிய நிறத்தவர்களாகவும் இருந்தனர். நிறத்தை அதாவது வருணத்தை அடிப்படையாகக் கொண்டுதான் முதலில் வர்க்கப் பிரிவினை உருவானது என்கிறார் பேராசிரியர் டி.டி.கோசாம்பி[1]. நிறம் அதாவது வருணத்திலிருந்துதான் வர்க்கப் பிரிவினை உண்டானது என்ற கருத்தே வரலாற்றாசிரியர்களிடையேயும் ஏற்புடைய கருத்தாக நிலவுகிறது. சமூகவியல் அறிஞர்களும் இக்கருத்தையே உறுதியாக அங்கீகரிக்கிறார்கள். 'வருணம்' என்ற சொல்லுக்கு, பிற்பாடு பல அர்த்தப் பரிமாணங்கள் வந்து சேர்ந்தன.

ஆரிய திராவிட இனக்கலப்பு இயல்பான ஒன்றாகும். வட இந்தியா ஆரியவர்த்தமாக மாற்றமடைந்தபோது இந்தோ ஆரிய வம்சம் உருவானது எனலாம்.[2] இம்மாற்றம் நிகழ்வதற்கு நீண்டகாலம் பிடித்தது. அடிப்படையான பல சமூகவியல் மாற்றங்களுக்கு இது காரணமாயிற்று.

இம்மாற்றம், சமுதாயத்தை நால் வருண அமைப்பை நோக்கி இட்டுச் சென்றது. புரோகிதம், யாக கர்மங்கள் போன்ற வற்றில் தேர்ந்த ஒரு மக்கள் பிரிவினர் 'பிராமணர்கள்' என்று அழைக்கப்பட்டனர். ஆரியர்கள் இந்தியாவில் நுழைந்த காலத்தில் இங்கு புரோகிதம் நடத்திக்கொண்டிருந்தவர்களைப் 'பிராமணர்கள்' என்று அழைக்கவில்லை. 'அதர்வன்' அதாவது 'ஹோத்ரி' என்று அழைத்து வந்தார்கள்.

ஆயுதம் எடுத்துப் போர் செய்து வந்த இன்னொரு பிரிவினர் சத்திரியர்கள். வேளாண்மையிலும், வாணிபத்திலும் ஈடுபட்டிருந்தவர்கள் வைசியர்கள். 'தஸ்யூக்கள்' அதாவது 'தாசர்கள்' அடிமை வேலை செய்யும் சூத்திரர்களாக மாறினார்கள்.

இவ்வாறு மனிதர்களை நால்வருணமாகப் பிரித்தார்கள். இதில் உட்படாதவர்களான பஞ்சமர்கள், சண்டாளன், சவபசன், அந்தேவாசி, புக்கசன், கிராதன், சபரன், புளிந்தன், வியாதன், கௌலேகயன், சாரமேயன், குக்குரன், மிருகதம்சகன் போன்ற இனத்தவர்களும் பஞ்சமர்களில் அடங்குவர்.

பிராமண, சத்திரிய, வைசியப் பிரிவினரை ஒன்றிணைத்து 'மூவருணர்' என்று அழைத்தார்கள். மூவருணருடன் சூத்திரர்களும் இணைந்து 'நால்வருணர்' ஆயினர். தொடக்கக் காலத்தில் மூவருணர்களுக்கிடையே தொழிலைச் சார்ந்த வேற்றுமை மட்டுமே காணப்பட்டது. வேத, தியானங்கள் வழியாக சத்திரியன் பிராமணன் ஆவதும்; வேளாண்மைத் தொழிலிலும், வாணிபத்திலும் ஈடுபட்டிருந்த பிராமணன் வைசியன் ஆவதும் சாதாரணமாக நடந்து வந்தது. ஆனால் மூவருணருக்கும் சூத்திரனுக்குமிடையே கனத்த ஒரு சுவர் எழுப்பப்பட்டிருந்தது.

புராண, இதிகாசங்களின் தோற்றம் பிராமணர்களின் மேலாதிக்கத்திற்கு வலுவூட்டியது. நால்வருணத்தில் ஒவ்வொரு வருணத்திற்கும் ஒதுக்கப்பட்ட தர்மங்கள் எவை என்பது 'அக்னி புராணம்' 151 முதல் 154 வரையிலான அத்தியாயங்களில் விவரிக்கப்பட்டுள்ளன. அவை இங்கு சுருக்கித் தரப்பட்டுள்ளன.

'பிராமணர்களின் தர்மங்கள் யாகம் செய்தல் செய்வித்தல்; வேதம் கற்றல் கற்பித்தல்; தானம் கொடுத்தல் பெற்றுக்கொள்ளுதல் என்பவையாகும். உபநயனம் செய்தால்தான் பிராமணர்களுக்கு இரண்டாவது பிறப்பு கிடைக்கிறது. பெற்றோரின் சாதி எதுவோ அதுதான் குழந்தையின் சாதி. ஆனால், பிராமணன் அல்லாத சாதியிலிருந்து பிராமணப் பெண்ணுக்குப் பிறக்கும் குழந்தைக்குப் பிராமணத்துவம் கிடையாது. சூத்திரன் மூலமாகப் பிராமணப் பெண்ணுக்குப் பிறக்கும் புதல்வனே 'சண்டாளன்'. சத்திரியன் மூலம் பிராமணப் பெண்ணுக்குப் பிறக்கும் குழந்தை 'சூதன்'. வைசியன் மூலம் பிராமணப் பெண்ணுக்குப் பிறக்கும் குழந்தை 'வைதேகன்'. பிராமணன் பிற இனத்தவரின் தொழிலைச் செய்யக்கூடாது. த்வி ஜனனான (இரண்டு பிறவி உள்ளவன்) பிராமணனுக்குப் பசுவைப் பேணுதல், பணத்தை வட்டிக்குக் கொடுத்தல் என்பவை வரையறுக்கப்பட்டிருந்தன. உழவர்களாக இருந்தால் நிலத்தை உழுதல், மூலிகைகளைப் பறித்தல், பூச்சிகளைக் கொல்லுதல் போன்றவற்றைச் செய்யலாம். ஆனால் யாகம், இறை வழிபாடு இவற்றால் ஆத்மாவைத் தூய்மைப்படுத்த வேண்டும். எட்டுக்காளைகளை நுகத்தில் பூட்டி நிலத்தை உழ வேண்டும். பிராமணன் யாசித்துக் கிடைத்த பொருளை வைத்தோ, யாசிக்காமல் பெற்ற பொருளைக் கொண்டோ வாழலாம்.

பிராமணக் குழந்தைக்குப் பெயரின் இறுதியில் ‘சர்மா’ என்று வரும்படியாகப் பெயர் சூட்ட வேண்டும். எட்டுமாத கர்ப்பத்தின் போதோ அல்லது பிறந்து எட்டு ஆண்டுகள் கடந்த பிறகோ குழந்தைக்கு உபநயனம் செய்ய வேண்டும். உபநயனத்திற்குப் பின் அணியக்கூடிய பூணூல் புல்லில் இருந்தோ, மரப்பட்டையில் இருந்தோ பிரிக்கப்பட்டதாக இருக்க வேண்டும். பிராமணப் பிரமச்சாரி மான் தோலை உடுக்க வேண்டும். முருக்கம் மரத்தின் கோலைப் பயன்படுத்த வேண்டும். பருத்தியாலான பூணூலைத் தரிக்க வேண்டும். பிராமணப் பிரமச்சாரி பிச்சை யாசிக்கும் போது ‘பவதி’ என்ற சொல்லைச் சேர்க்க வேண்டும். ‘பவதி பிக்ஷாம் தேஹி’ என்பது அந்த வாசகம். ஒவ்வொரு வருணத்திலிருந்து ஒரு மனைவி வீதம் ஏற்றுக்கொள்ளலாம். தன் சாதியைச் சேர்ந்த மனைவியுடன் இணைந்து குலப்பணிகளை மட்டுமே கடைப்பிடிக்க வேண்டும்.

சத்திரியன் தானம் செய்தல், வேதம் படித்தல், யாகம் செய்தல் போன்ற தர்மங்களைப் பின்பற்ற வேண்டும். சத்திரியக் குழந்தைக்கு ‘வர்மா’ என்று இறுதியில் வரும்படியாகப் பெயர் சூட்ட வேண்டும். உபநயனத்திற்குப் பின் சத்திரியக் குழந்தை புலித்தோலை உடுக்க வேண்டும். அரசமரத்தின் கோலைப் பயன்படுத்த வேண்டும். பிரமச்சாரி சத்திரியன் பிச்சை யாசிக்கும் போது ‘பவதி’ என்ற சொல், வாக்கியத்தின் நடுவில் இருக்க வேண்டும். ‘பிக்ஷாம் பவதி தேஹி.’ பிராமணரைத் தவிர மூன்று வருணத்திலிருந்தும் சத்திரியன் ஒவ்வொரு மனைவி வீதம் ஏற்றுக்கொள்ளலாம். திருமணத்தின்போது சத்திரியப் பெண் கையில் அம்பைக் கட்ட வேண்டும்.

வேளாண்மை, பசுக்களைப் பேணுதல், வாணிபம் என்பவை வைசியனின் கடமைகளாகும். வைசியக் குழந்தைக்குப் பெயர் சூட்டும்போது பெயரின் இறுதியில் ‘குப்தன்’ என்று இருக்க வேண்டும். உபநயனத்திற்குப்பின் வைசிய பிரமச்சாரி ஆட்டுத் தோலை உடுக்க வேண்டும். வில்வ மரத்தின் கோலைப் பயன்படுத்த வேண்டும். வைசியன் தனது சாதியிலிருந்தும், சூத்திரனில் இருந்தும் ஒவ்வொரு மனைவி வீதம் ஏற்றுக் கொள்ளலாம். திருமணத்தின்போது வைசியப் பெண் பிரம்புக் குச்சியைக் கையில் கட்டியிருக்க வேண்டும்.

சூத்திரனின் கடமை பிராமணனுக்குப் பணிவிடை செய்வதும் சிற்ப வேலையுமாகும். சத்திரியப் பெண்ணுக்குச் சூத்திரன் மூலம் புதல்வன் பிறந்தால் அவனைப் ‘புல்க்கஸன்’ என்றும், வைசியப் பெண்ணுக்கு சூத்திரன் மூலமாகப் புதல்வன் பிறந்தால் அவனை ‘ஆயோகவான்’ என்றும் அழைக்க வேண்டும்.

புல்க்கஸன் வேட்டையாடியும், ஆயோகவான் சிற்ப வேலைகளைச் செய்தும் பிழைக்க வேண்டும். சூத்திரனுக்குப் பெயரிடும்போது 'தாசன்' என்ற பெயரை இறுதியில் சேர்க்க வேண்டும். சூத்திரன் தனது சாதியில் இருந்து மட்டுமே திருமணம் செய்துகொள்ள வேண்டும்.

பிராமணர்களின் மகத்துவத்தைப் புகழ்ந்துரைக்கும் பல நூல்கள் தோன்றின. பக்தியின் பெருமையைத் தூக்கிப் பிடிக்கும் 'பகவத் கீதை' மக்களால் அதிகமாகப் போற்றப்படும் நூல்களில் ஒன்றாக இருந்த போதிலும் அதில் 'சதுர்வர்ணம் மாயா ஸ்ருஷ்டம்' என்று நால்வருணத்திற்கு நியாயம் கற்பிக்கப்பட்டுள்ளது. இந்நூலின் பதினெட்டாம் அத்தியாயத்தில், பிராமண, சத்திரிய, வைசிய, சூத்திரருடைய பிறப்பு சார்ந்த தொழில்களை விவரித்து, ஆளுமை என்பது பிறப்பியல்புகளைச் சார்ந்திருப்பதாகவும் கூறப்பட்டுள்ளது. பதினேழாம் அத்தியாயத்தில் 'ஓம் தத் ஸத் ரூப'வான பிரம்மத்தால் பிராமணரும், வேதங்களும், யாகங்களும் படைக்கப்பட்டன என விளக்குவதன் மூலம் பிராணமர்களின் முக்கியத்துவத்தை உறுதியாக நிறுவுகிறது.

மனிதனின் ஆதி பிதாவென்று நம்பப்படும் 'மனு' அல்லது மானவாசார்யரால் சமூக வாழ்க்கைக்காக இயற்றப்பட்ட 'மனுஸ்மிருதி' என்ற நீதி நூல் பூமியிலுள்ள அனைத்துச் செல்வங்களுக்கும் அதிபதி பிராமணனே என்று கூறுகிறது. 'ப்ருகு ஸம்ஹிதை' என்ற இன்னொரு பெயரால் அழைக்கப்படும் இந்நூல் தோன்றிய காலம் கி.பி. இரண்டாம் நூற்றாண்டு என்று கருதப்படுகிறது. பிராமணர்களின் இயல்பைப் பற்றியும், குணங்களைப் பற்றியும் அது விரிவாக விளக்குகிறது. மூவருணத்தில் உட்பட்டவர்களை மட்டுமே அவர் மனிதராக அங்கீகரித்துள்ளார். சூத்திரன் மிகவும் தரம் தாழ்த்திக் கூறப்படுகிறான். அவர்கள் ஒருபோதும் அறிவைப் பெறக் கூடாது என்பதில் மனு மிகவும் கண்டிப்புடன் இருந்துள்ளார். பஞ்சமர்களின் விஷயத்தைச் சொல்லத் தேவையில்லை. பத்தாம் அத்தியாயத்தில் கலப்புச் சாதிகள் பற்றியும், சாதிக் கடமைகள் பற்றியும் விவாதிக்கப் பட்டுள்ளன.

சண்டாளர்களைப் பற்றிய குறிப்புகள் கீழே தரப்படுகின்றன. சண்டாளனும், சவபசனும் (செத்த நாயின் மாமிசத்தைத் தின்பவன்) கிராமத்திற்கு வெளியே வசிக்க வேண்டும். உலோகப் பாண்டங்களைப் பயன்படுத்த அவர்களுக்கு உரிமை இல்லை. நாயையும், கழுதையையும் மட்டுமே அவர்கள் வளர்க்கலாம். மிருகத் தோலை மட்டுமே ஆடையாக உடுத்த வேண்டும். சமைத்த உணவை மண்பாண்டங்களில் வைத்து உண்ண வேண்டும். இரும்பு,

பித்தளை போன்ற மலிவான உலோகங்களாலான ஆபரணங்களை அணிய வேண்டும். தொழிலுக்காக நாடோடியாகத் திரிய வேண்டும். மூவருணர் தர்ம காரியங்களைச் செய்யும் வேளையில் அவர்களைப் பார்க்கவும், பேசவும் கூடாது.

அவர்கள் தமது சாதியிலிருந்து மட்டுமே திருமணம் மற்றும் கொடுக்கல் வாங்கல்களை நடத்த வேண்டும். அவர்களுக்கு உணவை நேரடியாகப் பரிமாறக் கூடாது. வேலையாட்கள் மூலமாக உடைந்த பாத்திரங்களில் பரிமாற வேண்டும். அவர்கள் கிராமங்களிலும், நகரங்களிலும் இரவு வேளைகளில் நடமாடக் கூடாது. பகல் வேளைகளில் கிராமத்திலோ, நகரத்திலோ பொருட்களை விற்க, வாங்கச் செல்லும்போது அரசனால் வழங்கப்பட்ட அடையாளச் சின்னத்தை அணிந்து நடமாட வேண்டும். உறவினர்கள் இல்லாத அனாதைகள் இறந்தால் அவர்களின் பிணத்தை எடுக்க வேண்டும். இவையெல்லாம் அவர்கள் பின்பற்ற வேண்டிய கடமைகளின் சட்ட திட்டங்களாகும்[2].

அன்றைய நால்வருண முறை பொருளாதார, அரசியல் துறைகளில் பிராமணர்களுக்கு வலுவூட்டுவதாக இருந்தது. தமது செல்வாக்கு உறுதியானதும் மனுஸ்மிருதியை நாட்டின் சட்டத் தொகுப்பாக மாற்ற முயன்றார்கள். அதன் விளைவாக நால்வருணம் மேலும் உரம் பெற்று சாதியமைப்பாக உருமாறியது. குப்தப் பேரரசின் காலத்தில் பிராமண ஆதிக்கம் வேரூன்றி சாதிமுறை மீறக்கூடாத ஒரு சட்டமானது. ஒரு சாதியில் பிறந்தவன் அடுத்த சாதிக்கு மாறமுடியாது. இவ்வாறு சாதியமைப்பு இந்திய வாழ்க்கையின் ஓர் அங்கமாக இருந்தது.

பிராமண மதம் பரப்பிய தத்துவச் சிந்தனைத் திட்டம் சாதியை வளர்க்கவும், நிலைநிறுத்தவும் முக்கியப் பங்காற்றியது. சித்தாந்தங்களும் சாதிக்கடமைகளும், செயல்பாடுகளும் இணைந்த ஒரு தத்துவச் சிந்தனைத் திட்டத்தை அவர்கள் முன்வைத்தனர். வருணக் கடமைகள் எப்படி இருப்பினும் அதைப் பின்பற்றுவதே புண்ணியமாகும். அதிலிருந்து சற்று விலகினாலும் அது பாவமாகும். புண்ணிய பாவங்களே வினைப்பயன். அது மறுபிறவியிலும் பிரதிபலிக்கும். ஒருவன் அரசியின் வயிற்றிலிருந்தும், இன்னொருவன் நாயின் வயிற்றிலிருந்தும் பிறப்பதற்கு அதுவே காரணம். இந்த நம்பிக்கையை ஆதாரமாகக் கொண்ட சாதியமைப்பும், அதன்படி வரையறுக்கப்பட்ட வாழ்க்கை முறையும் பிராமணனின் கீழ் உருவான அடிமைத்தனமும்கூட தர்மமாகவும், பிறரை அங்கீகரிக்க வைக்கக் கூடியதாகவும் இருந்தன. இதைப் பிராமண மதம் சாதித்தது[3].

பிராமணனின் வலிமை என்பது அறிவுத்தள முற்றாதிக்கத்தின் மீது கட்டப்பட்டதாக இருந்தது. அனைத்து மரபுகளின் பாதுகாவலர்களாகவும், அவற்றை மறு ஆக்கம் செய்பவர்களாகவும் அவர்களே இருந்தனர். அவர்களே கல்வியை வழங்குபவர்களாகவும், இலக்கியப் படைப்பாளர்களாகவும், தொகுப்பாளர்களாகவும் விளங்கினர். மத நூல்களை ஓதுவதை ஒரு சூத்திரன் கேட்க நேர்ந்தால் பிராமணர்களின் நீதிநூல்படி சூத்திரனின் காதில் ஈயத்தைக் காய்ச்சி ஊற்ற வேண்டும். அவற்றைச் சூத்திரன் ஓதினால் அவனது நாக்கை அறுக்க வேண்டும். அவன் அதை மனப்பாடம் செய்தால் அவனது தலையைத் துண்டிக்க வேண்டும். இவ்வகை அச்சுறுத்தல்களை வைத்துத்தான் புரோகித வர்க்கம் தமது அறிவுத்தள முற்றாதிக்கத்தை நிலைநாட்டியது.

விருந்தோம்பும் பண்புடன் பிராமணனை உபசரிக்காவிட்டால் அக்குடும்பத்தினர் சேர்த்து வைத்த புண்ணியம் தொலைந்து விடும். பிராமணன் எத்தகைய கொடுங் குற்றத்தைச் செய்தாலும் மரண தண்டனை விதிக்கக்கூடாது. ஆனால் அரசனுக்குத் தேவைப்பட்டால் அப்பிராமணனின் சொத்து முழுவதையும் எடுத்துக்கொள்ளலாம் என்கிற விதிமுறையின் கீழ் நாடு கடத்தலாம். பிராமணனை அடிக்கக் கையை ஓங்கியவன் நூறு வருடமும், அடித்தவன் ஆயிரம் வருடமும் நரகத்தில் துன்புறுவான். ஒரு சூத்திரன் இன்னொரு சூத்திரனைக் கொன்றால் பிரதிபலனாகப் பத்துப் பசுக்களைப் பிராமணனுக்குத் தானமாகத் தர வேண்டும். வைசியனைக் கொன்றால் ஆயிரம் பசுக்களைத் தானமாகத் தர வேண்டும். இவ்வாறு அதிகார உரிமைகள் மேலோங்கி வரலாற்றில் நிலைபெற்ற பிரபு வர்க்கமாகப் பிராமணர்கள் உருவானார்கள்.[4]

> தெய்வாதீனம் ஜகத் ஸர்வம்
> மந்ராதீனம் து தைவதம்
> தத் மந்ரம் ப்ராஹ்மணாதீனம்
> ப்ராஹ்மணோ மமதைவதம்

உலகம் முழுவதும் இறைவனுக்குக் கட்டுப்பட்டது. இறைவன் மந்திரத்துக்கு கட்டுப்பட்டவன். அந்த மந்திரம் பிராமணனுக்கு கட்டுப்பட்டது. ஆகவே பிராமணனே நமது தெய்வம்.

எவ்வாறு பிராமணர்கள் பிறர்மீது ஆதிக்கம் செலுத்தவும் மகத்துவம் பெறவும் முடிந்தது என்பதை இச்சுலோகம் உணர்த்துகிறது.

தொழில் பாகுபாட்டிற்கு முக்கியத்துவம் பெருகியதும் ஒவ்வொரு தொழிலும் ஒவ்வொரு சாதிக்கு உரித்தானது. அதன்

விளைவாகப் புதிய சாதிகளும், உபசாதிகளும் தோன்றின. கொள்கை அளவில் நான்கு சாதிகளே இருந்த போதிலும், பல உள்சாதிகள் முளைவிட்டன. ஆசாரி, மூசாரி, கொல்லன், தட்டான், குயவன், நாவிதன், வண்ணான், கணிகன் முதலான பல சாதிகள் உருப்பெற்றன. இன்றும் வட இந்தியாவில் பிராமண, சத்திரிய, வைசிய, பஞ்சமர்களைத் தவிர மற்ற சாதியினரைச் சூத்திரர் என்றே அழைக்கிறார்கள். சாதி சார்ந்த படிநிலைகள் வரையறுக்கப்பட்டதும் ஸவர்ணர், அவர்ணர் என்ற வேற்றுமை மக்களிடையே ஏற்பட்டது. 'ஸவர்ணர்' மேல்சாதிக்காரர்கள் என்றும் 'அவர்ணர்' கீழ்சாதிக்காரர்கள் என்றும் பகுக்கப்பட்டார்கள். ஸவர்ணர்கள், அவர்ணர்கள் மீது தீண்டாமையைச் சுமத்தி அவர்களை ஒதுக்கி நிறுத்தினார்கள். சாதி சார்ந்த ஏற்றத் தாழ்வுகளுக்குத் தக்கவாறு 'தீண்டல்*', 'தொடீல்**' போன்ற மூடநம்பிக்கைகள் உருவாயின. இந்து மதத்தின் மிகப் பெரிய களங்கமாகப் பிற்காலத்தில் வரலாற்றாய்வாளர்களும் சிந்தனையாளர்களும் குறிப்பிட்ட சாதியப் பாகுபாடுகளும் தீண்டல், தொடீல் போன்ற மூடநம்பிக்கைகள் மேற்கூறியவாறு உருவாயின.

அடிக்குறிப்புக்கள்

1. *D.D. Kosambi; 'An introduction to the study of IndianHistory'*
2. மனுஸ்மிருதி
3. பி.கே. கோபாலகிருஷ்ணன் – 'கேரளத்தின் பண்பாட்டு வரலாறு.'
4. *Will Durant; 'The story of Civilization'*

* தீண்டல்: மேல்சாதிக்காரனுக்கும் கீழ்சாதிக்காரனுக்கும் இடையே நிர்ணயிக்கப்பட்ட தூரத்திற்குள் கீழ்சாதிக்காரன் பிரவேசித்து விட்டால் மேல்சாதிக்காரன் அசுத்தமாகி விடுவதாக நம்பப்பட்டது. இதனைத் 'தீண்டல்' என்றார்கள்.

** தொடீல்: கீழ்சாதிக்காரன் தொடுவதன் மூலம் மேல்சாதிக்காரன் அசுத்தமாகி விடுவான் என நம்பப்பட்டது. இதனைத் 'தொடீல்' என்றார்கள்.

3

சங்ககாலக் கேரளமும் பிந்தைய நிலைமையும்

வடஇந்தியாவில் அதாவது ஆரிய வர்த்தத்தில் நால்வருணமும், சாதிய ஏற்றத்தாழ்வுகளும், பிராமண ஆதிக்கமும் எல்லா இடங்களிலும் பரவியிருந்த காலகட்டத்தில் கேரளம் உட்பட்ட தென்னிந்தியாவின் நிலைமை எவ்வாறு இருந்ததெனப் பார்ப்போம். ஏறத்தாழ பத்தாம் நூற்றாண்டுகளுக்கு முன்புவரை கேரளம், தமிழகத்தின் ஒரு பகுதியாக இருந்தது. பண்டைய தமிழகத்தின் அரசியல் சமூக பண்பாட்டு நிலைமைகளின் பொது வரைபடம் கிடைக்க வேண்டுமென்றால் சங்ககாலப் படைப்புகளை நாடியே ஆகவேண்டும். நம்பகமான வரலாற்றுச் சான்றுகளாக அவற்றைக் கணக்கிலெடுத்துக் கொள்ளலாம்.

தமிழகம் பல்வேறு இயற்கையமைப்புகளைக் கொண்டிருந்தது. இயற்கை மற்றும் மனித வளங்கள், உணவு முறை, ஆடை அணிகலன்கள், கேளிக்கை அம்சங்கள், ஆடல்பாடல் வகைகள், குடும்ப – சமூக பழக்கவழக்கங்கள், முக்கியத் தொழில்கள், மத நம்பிக்கைகள், வழிபாட்டு முறைகள், போருக்கான ஆயத்தங்கள், போர்க்கருவிகள், போர் முறைகள், இறப்புக்குப் பிந்தைய சடங்குகள், இறையுணர்வு இப்படியாக அன்றைய மக்கள் மேற்கொண்டிருந்த

வாழ்க்கையை முழுமையாகப் பிரதிபலிக்கும் அழகுக் கண்ணாடி களாகச் சங்க இலக்கியங்கள் மிளிர்கின்றன.

நினைவில் கொள்ளத்தக்க ஒரு சிறப்பியல்பு என்னவெனில் பாடல்களைப் புனைவதில் ஆடவரைப் போல மகளிரும் திறமை வாய்ந்தவர்களாக விளங்கினார்கள். உதாரணமாகப் புறநானூற்றின் முப்பத்தி மூன்று பாடல்களைப் பெண்பாற் புலவர்கள் இயற்றி உள்ளனர். இன்னொரு சிறப்பு அப்பெண்களில் குறவர், குயவர், வேடர் இனத்தைச் சேர்ந்தவர்களும் இருந்தனர். நால்வருணம் சார்ந்த ஏற்றத்தாழ்வுப் பிரிவினைகள் இல்லாத காரணத்தால் வாழும் நிலப்பகுதியையும், செய்யும் தொழிலையும் சார்ந்து மட்டுமே சாதி நிர்ணயிக்கப்பட்டிருந்தது. அன்று தமிழகத்தில் வாழ்ந்திருந்த குறவர், இடையர், மறவர், வெள்ளாளர், பரதவர், அரசர், வணிகர், அந்தணர், புலவர், பாணர், பறையர் முதலான சாதிப் பிரிவினர், பண்பாட்டோடு இயைந்து வளர எந்தத் தடையுமிருக்க வில்லை. புலவர்களும், இசைக்கலைஞர்களும், நடனக்கலைஞர் களும் அறிஞர்களும் அனைத்துப் பிரிவினரிலும் இருந்தனர்.

தமிழகத்தின் ஐவகை நிலங்களைப் பற்றிய குறிப்பு சிறப்பு வாய்ந்தது. முல்லை நிலங்களில் ஆடு மாடுகளை மேய்க்கும் இடையரும், ஆயரும் வாழ்ந்து வந்தார்கள். இவர்கள் மென்மை யான இயல்பை உடையவர்கள். குன்றுகளும், மலைகளும் நிறைந்த குறிஞ்சி நிலத்தில் குறவரும், வில்லரும், வேட்டுவரும் வாழ்ந்து வந்தனர். தேனும், தினையும் சேகரித்தனர். இறைச்சி, காய்கனிகள், கிழங்கு வகைகள் இவர்களின் முக்கிய உணவுப் பொருட்களாகும். மிருகங்களை வேட்டையாடினார்கள். மழை பெய்யாமல் வறண்டு கிடக்கும் பாலை நிலத்தில் மறவர், வேடர் போன்றவர்கள் வாழ்ந்து வந்தனர். அவர்கள் அம்பு, வில் போன்றவற்றைக் கையாளுவதில் திறம் பெற்றிருந்தனர்.

ஆறுகள், ஓடைகள், வயல்கள், தோப்புகள் இவற்றால் வளம் கொழிக்கும் மருத நிலங்களில் உழவர், வேளாளர், வள்ளுவர் போன்றவர்கள் வாழ்ந்து வந்தனர். பூமாலையை அணிந்து நிலத்தை உழுத உழவர்களும், பூக்களை விற்கும் சிறுமிகளும் இந்நிலங்களில் காணப்பட்டனர். கூடை நிறைய மான் இறைச்சியு மாக வேட்டுவரும், பானை நிறைய தயிருமாக இடைச்சியரும் உழவர்களை அணுகினார்கள். கடல் சார்ந்த பகுதி நெய்தல் என்று அழைக்கப்பட்டது. பரதவர், உமணர் போன்ற இனத்தவர்கள் இங்கு வசித்து வந்தார்கள். மீன் பிடித்தல், உப்புக் காய்ச்சுதல், முத்துக்குளித்தல் என்பவை அவர்களின் தொழில்கள்.

பாணர்கள் அரசர்களைப் புகழ்ந்து பாடினார்கள். அவர்களுக்கு அரண்மனைகளிலிருந்து ஏராளமான பரிசுகள்

கிடைத்தன. பாணர்களும், பாடினிகளும் அரச சபைகளுக்கு விருப்பப்படி போய்வர உரிமை இருந்தது. புலவர்கள் அறிஞர்களாக விளங்கினார்கள். பறையடிப்பவர்கள் பறையர், அவர்களும் மதிக்கப்பட்டார்கள்.

புலவர்களுக்கும், கலைஞர்களுக்கும் அரச மாளிகையிலும், மக்கள் மத்தியிலும் உயரிய இடமிருந்தது. சிறப்பு நாட்களில் அரசர்கள் அவர்களை அழைத்து விருந்தளிப்பது வழக்கம். பாணர், குறவர், பறையர், வேடர் போன்ற இனத்தினரை அரசர்களும், செல்வந்தர்களும் மரியாதையோடு நடத்தினார்கள். சங்ககாலப் பெரும் புலவர்களாகக் கருதப்பட்ட பரணரும், கபிலரும் பாணர் இனத்தைச் சேர்ந்தவர்கள். ஔவையார் அக்காலத்தின் புகழ்பெற்ற பெண்பாற் புலவர்.

'மன்றம்' என்ற பெயரில் ஒரு சபை ஒவ்வொரு கிராமத்திலும் இயங்கி வந்தது. ஆலமரத்தடியில் கூடிய, முதியவர்களைக் கொண்ட இக்கிராமச் சபைகள் கிராம மக்களுக்குள் ஏற்படும் வழக்குகளைத் தீர்த்து வைத்தன. மக்கள் சுதந்திரமாகவும், சமத்துவமாகவும் வாழ்ந்து வந்தார்கள். சாதிப் பாகுபாடுகளோ, சாதிய ஏற்றத்தாழ்வுகளோ அன்று நடைமுறையில் இல்லை. எங்கும் உழைப்புக்கு மரியாதை இருந்தது. உயர்ந்தவர்கள், தாழ்ந்தவர்கள் என்ற வேறுபாடு இருக்கவில்லை. சுருங்கக் கூறின், சங்ககாலக் கேரளம் சமூக பொருளாதாரத் துறையில் உன்னத நிலையை எட்டியிருந்தது. நால்வருண அமைப்போ, தீண்டல், தொடீல் போன்ற மூடநம்பிக்கைகளோ கேரளச் சமுதாயத்தைத் தொடக்கூட இல்லை.

ஆரியர்கள் வட இந்தியாவிலிருந்து தென்னிந்தியாவிற்குக் குடிபெயர ஆரம்பித்தபோது இவ்விடத்தின் சமூக நிலைமைகளில் பெரிய மாறுதல்கள் ஏற்பட்டன. அவர்கள் தெற்குப் பகுதிகளில் குடியேற்றத்தை எப்போது தொடங்கினார்கள் என்று தெளிவாக அறிய வாய்ப்பு இல்லாவிடினும் சங்க காலத்திற்கு முன்பே துவங்கிவிட்டதை ஊகிக்க முடியும். கூட்டம் கூட்டமாக இங்கு நுழைந்த ஆரியர்கள் சங்க காலத்திற்குப் பிறகுதான் ஒரு வலிமை வாய்ந்த சக்தியாக உருவெடுத்தார்கள்.

சமண, பௌத்த மதத்தினரைப் பின்தொடர்ந்து கி.பி. மூன்றாம் நூற்றாண்டிலேயே ஆரியர்கள் கேரளத்திற்கு வருகை தந்ததாக நம்பப்படுகிறது. சர்தார் கே.எம். பணிக்கரின் கருத்துப்படி கேரளத்திற்கு வந்த ஆரியர்களிடம் நாடோடியாகத் திரிவதற்கு வாய்ப்பு இல்லாத, பரந்த அணுகுமுறையோடு கூடிய ஒரு திட்டம் இருந்தது. இக்கருத்தை அவர்களின் நிலவியல் சார்ந்த

முறைப்படுத்தலும் சமூகக் கட்டமைப்பும், தனித்தன்மை வாய்ந்த ஆசாரங்களும் உறுதிப்படுத்துகின்றன.

பல குழுக்கள் சங்க காலத்திற்குப் பின் கேரளத்திற்கு வந்திருக்க வேண்டும். கி.பி. எட்டாம் நூற்றாண்டில் பிராமணர்களின் ஒரு பெரும் கூட்டம் வெளியிலிருந்து கேரளத்திற்குக் குடிபெயர்ந்த போது, அது ஏற்கனவே இங்கிருந்த பிராமணர்களின் சக்திக்கு வலுவூட்டியது. இவ்வாறு கேரளத்தில் ஆரியக் குடியேற்றம் உச்சக்கட்டத்தை எய்தியது. ஒன்பதாம் நூற்றாண்டில் ஆரிய மதத்தின் செல்வாக்கு மிகவும் உயர்ந்தது. அதற்கான ஆதாரங்களே சங்கராச்சாரியார் உள்ளிட்டோர் எழுதிய இந்துமத வழிகாட்டிகளின் நூல்கள்.

தென்னிந்தியாவில் தமது வசிப்பிடத்தை நிலைநாட்டிய ஆரியர்கள் தமது கருத்துக்களை இங்கிருந்த மக்களிடம் பரப்ப மேற்கொண்ட சூழ்ச்சிகளைக் குறித்து பிஷப் கால்டுவெல் இவ்வாறு குறிப்பிடுகிறார். "தெற்குப் பகுதியில் ஆரியர்கள் குடியேறுவதற்கு முன்பு புரோகிதர்களாகவும், சத்திரியர்களே வேதம் பயிற்றுவிக்கும் குருக்களாகவும் இருந்தனர். திராவிட அரசர்களாக இருந்த பாண்டிய, சோழ, கலிங்க அரசர்களின் ஆசான்களாகவும், ஆன்மீக வழிகாட்டிகளாகவும் பிராமணர்கள் விளங்கினார்கள். அந்த அரசர்களுக்கு ஆரியப் பட்டங்களைச் சூட்டிப் பெருமைப்படுத்தினார்கள். சந்திர, சூரிய வம்சங்களில் புராண அரசர்களின் மகத்துவத்தையும், தர்ம நெறிமுறைகளையும், நகலெடுத்து, இவர்களையும் அவர்களுக்கு ஈடானவர்களாக ஆகும்படி ஆணையிட்டார்கள்"[3].

'நால்வருணத்தின் மீற முடியாத அடித்தளத்தைக் கொண்ட ஆரிய கொள்கைகளைப் பரப்புவதில் அசாதாரணமான முனைப்புடன் இயங்கிய இந்தப் பிராமணர்கள், சாதியற்ற கேரளச் சமுதாயத்தில் சாதி முறையைத் தந்திரமாகப் புகுத்தினார்கள். கூரிய மதிநுட்பத்தாலும், திறமையாலும் இங்கிருந்த அரசர்களின் நன்மதிப்பைப் பெற்றனர். அரசர்களின் துணையுடன் நீண்ட ஆயுளுக்காகவும், நற்பலனுக்காகவும் வேதம் சார்ந்த வேள்விகளை நடத்தினார்கள்.

அரசர்களின் நன்மதிப்பையும் தார்மீக உறுதுணையையும் பெற்ற பிராமணர்கள் தாங்களே சமூகத்தில் மிகவும் உயர்ந்தவர்கள் என்னும் கருத்தை உருவாக்கினார்கள். தம்மிடம் இருந்து மாறுபட்ட வாழ்வியல் முறைகளைக் கொண்டிருந்தவர்களைக் கீழ் சாதிக்காரர்களாகக் கருதினார்கள். பிராமணர்களைப் பேணுவது மன்னர்களின் கடமையாயிற்று. மற்ற அனைத்து இனத்தவர்களின் பணிவு கலந்த தொண்டுகளையும், கவனத்தையும் பிராமணர்கள்

எதிர்பார்க்கிறார்கள் என்ற சூழலை உருவாக்கினார்கள். சங்ககால மக்களிடையே நிலவிய சமத்துவ உணர்வு படிப்படியாக இல்லாது போனது. உழைக்கும் வர்க்கத்தைக் கீழ்சாதிக்காரர்களாகத் பிரித்து, அவர்களின் ஒற்றுமையைக் குலைத்தார்கள்.

கேரளத்தில் ஆரியமயமாதல் மந்தமாக நிகழ்ந்த போதிலும் ஒரு தொடர் செயல்பாடாகவே நடைபெற்றது. ஆரியர்களின் கூரிய அறிவுநுட்பத்திற்கும், நிர்வாகத் திறமைக்கும் முன்னால் இங்குள்ள திராவிட இனத்தவர்கள் முற்றிலும் சரணடையும் வரை அது நீடித்தது. சூழ்ச்சிகளாலும், தந்திரங்களாலும், இதைச் சாதித்தார்கள். உடல்வலிமையைப் பயன்படுத்துவதற்கான அவசியம் நேரவில்லை.

ஆரிய ஆதிக்கத்தின் விளைவாக சமுதாயத்தில் பல மாற்றங்கள் நிகழ்ந்தன. பாணர், பறையர், வேடர், குறவர் இனத்தவர்களை அடிபணிய வைத்து கீழ்சாதிக்காரர்களாக ஆக்கினார்கள். நான்காவது வருணத்தைச் சேர்ந்த சூத்திரர்களுக்குக் கல்வி பயிலும் உரிமை மறுக்கப்பட்டது. பெண்களின் நிலை மிகவும் மோசமடைந்தது. பெண் கல்வி அறவே புறக்கணிக்கப்பட்டது. உழைப்பின் மகத்துவம் அங்கீகரிக்கப்படவில்லை. உடல் உழைப்பு தொடர்பான வேலைகளில் ஈடுபட்டிருந்தவர்களை இழிந்த சாதிக்காரர்களாக்கி அகற்றி நிறுத்தினார்கள்.

மதம் மற்றும் பண்பாட்டுத் தளங்களிலும் ஆரிய மேலாண்மை யின் அழுத்தமான முத்திரைகள் பதிந்தன. ஆரியச் சிந்தனைகளை மக்களின் மத்தியில் பரப்பத் தடையாக இருந்த புத்த, சமண மதங்களை அவர்கள் கடுமையாக எதிர்த்தனர். அவர்களின் எதிர்ப்புக்கு முன்னால் இவ்விரு மதங்களும் தோல்வியைத் தழுவின. அக்காலத்தில் பிராமணர்கள் ஏராளமான புத்த விஹாரங்களையும், புத்தர் சிலைகளையும் அழித்தனர்.

இந்துமதப் பிரச்சாரத்திற்குப் பின் ஏராளமான கோயில்கள் எழுப்பப்பட்டன. அதனால் சாதிப் பாகுபாடு மேலும் வலுவடைந்து மனுஸ்மிருதியில் கூறப்பட்டுள்ள சாதியமைப்பு தீவிரமாகப் பின்பற்றப்பட்டது. அறுபத்தி நான்கு ஆசாரங்கள் என்ற பெயரில் பிராமணர்கள் தமது ஆசாரங்களைப் பரவலாக்கி, தீண்டல், தொடீல் போன்றவற்றை நடைமுறைப்படுத்தினார்கள். சுருங்கச் சொன்னால் கேரளத்தின் அரசியல், மதம் சார்ந்த விஷயங்களை கி.பி. 12ஆம் நூற்றாண்டு முதல் 19ஆம் நூற்றாண்டு வரை கட்டுப்பாட்டில் வைத்திருந்தவர்கள் சிறுபான்மையினரான பிராமணர்கள் ஆவர்.

கி.பி. 7, 8ஆம் நூற்றாண்டுகளிலிருந்துதான் ஆரியர்கள் கேரளத்தின் சமூக, பண்பாட்டுத் தளங்களில் வலுவான

ஆதிக்கத்தைச் செலுத்தினார்கள். அத்தோடு சமண, புத்த மதங்கள் தளர்வுற்று சைவ, வைணவ மதங்கள் தழைத்தோங்கத் தொடங்கின. ஆரிய திராவிடக் கலப்பின் விளைவாகப் புதிய பண்பாடு உருப்பெற்றது. தாய்வழிச் சொத்துரிமையும், நாயர்களின் தோற்றமும், ஜன்மி முறையும் இவற்றுடன் பின்னிப்பிணைந்து வளர்ந்தன[4]. அக்கால கட்டம்வரை கேரளம் முழுவதும் உருவாகிக் கொண்டிருந்த கோயில்கள் பொருளாதாரக் கட்டுமானத்தின் அடிக்கல்லாக அமைந்தன.

கி.பி. 9 முதல் 13ஆம் நூற்றாண்டுகளில் ஒவ்வொரு கோயிலிலும் செதுக்கி வைக்கப்பட்டிருந்த சான்றுகளை நுணுகி ஆராய்ந்தால் பெருவாரியான சொத்துகள் பிராமணர் அல்லாதவர்களிடம் இருந்தன என்பது புலனாகும். அரசர்களாகவும், கிராமவாசி களாகவும், விவசாயிகளாகவும் இருந்த குறவர், வேடர், புலையர், இடையர், வில்லவர் ஆகியோரின் நிலங்கள் முழுவதும் பிராமண நிலப்பிரபுக்களுக்கு எப்படிப் போய்ச்சேர்ந்தன என்பதைச் சிந்திக்க வேண்டும்.

இன்று காணப்படும் பெரும்பாலான நகரங்களும் கிராமங் களும் கோயில்களை ஒட்டியும், சார்ந்தும் வளர்ந்தவைகளாகும். இவ்வாறு கோயில்கள் சமுதாய வாழ்வின் இதயமாக விளங்கின. ஆரியர்களை மகிழ்வூட்டவும், அவர்களின் ஆசியைப் பெறவும் சத்திரியர்களான சிற்றரசர்கள் ஏராளமான கோயில்களைக் கட்டினார்கள். அவற்றையொட்டி கல்விச்சாலைகள், மருத்துவமனைகள், அக்ரஹாரங்கள் ஆகியவற்றை உருவாக்கி வேதநெறியைப் பரப்ப உதவினார்கள்.

ஒரு கோயில் உருவானதும் அன்றாட பூஜைக்கும், மாதாந்திர நிகழ்ச்சிகளுக்கும், கலைக்கூடங்களைப் பராமரிப்பதற்கும், பிராமண போஜனத்திற்கு தேவைப்படும் பண, பண்ட வகையறாக்களைத் திரட்டுவது வழக்கத்தில் இருந்தது. இப்பண, பண்ட வகையறாக்களின் நிர்வாகம் ஓர் ஊராளர் குழுவின் (ஊராளன் – ஊரை ஆள்பவர்கள்) பொறுப்பில் இருந்தது. பணம் மற்றும் பண்டங்கள் தவிர ஏராளமான பொன் ஆபரணங்களும் கோயில்களுக்குக் கிடைத்து வந்தன. தேர்ந்தெடுக்கப்பட்டவர்களே ஊராளர் குழுவின் உறுப்பினர்களாக இருந்தார்கள். இந்த உறுப்பினர்களில் பெரும்பகுதியினர் பிராமணர்கள். கோயில் சார்ந்த சொத்துக்களின் பாதுகாவலர்களாகப் பிராமணர்களே ஆதிக்கம் பெற்றிருந்தார்கள்.

பத்தாம், பதினொன்றாம் நூற்றாண்டுகளில் நடந்த சேர, சோழ யுத்தம் (நூற்றாண்டு யுத்தம்) கேரள வரலாற்றில் நீண்டகால விளைவுகளுக்கும் நிலப்பிரபுத்துவ முறைக்கும் உரமூட்டியது.

போரின் விளைவாகச் சேர நாடு சிதறுண்டது. வாணிபம், வேளாண்மை, கோயில் நிர்வாகம் ஆகியவற்றில் பதிந்திருந்த கேரள நாட்டினரின் கவனம் போர் நடவடிக்கைகளை நோக்கித் திரும்பியது. நிம்மதியும், அமைதியும் சீர்குலைந்தன. யுத்தக் குழப்பங்களால் கோயில் நிர்வாகம் முறையாகக் கவனிக்கப் படவில்லை. கல்விச்சாலைகளும், மருத்துவமனைகளும் செயலிழந்தன.

தொடக்கக் காலத்தில் ஊராளர்கள் நேர்மையானவர்களாக இருந்தனர். குறிப்பிட்ட காலவரம்புவரை அவர்களின் நிர்வாகம் செயல்பட்டு வந்தது. தேர்தல் நடந்தாலும், நடக்காவிட்டாலும் மீண்டும் மீண்டும் அவர்களே நியமிக்கப்பட்டார்கள். ஒருவர் வாழ்நாள் முழுவதும் இவ்வாறு ஊராளராகத் தொடர முடிந்தது. ஊராளர்களின் மேற்பார்வையிலிருந்த சொத்துக்களின் மீது அவர்களுக்கு பிறப்புரிமையும், வாழ்வுரிமையும் இருக்கிறது என்கிற அர்த்தத்தில் அவர்களின் உரிமை – வாழ்வுரிமை என்று கூறப்பட்டது. ஒருவரின் இறப்புக்குப் பின் அவரின் அடுத்த வாரிசை ஊராளனாக நியமிப்பது வழக்கமாயிற்று. அதைத் தொடர்ந்து ஊராளரின் உரிமை வாழையடி வாழையாகத் தொடர்ந்தது. பிறப்பு (ஜன்ம) உரிமையிலிருந்து தான் ஜன்மிகள் என்னும் நிலப்பிரபுக்கள் உருவானார்கள்[5].

கீழ்சாதிக்காரர்கள் எழுச்சி பெற்றிருந்த காலத்தில் எழுப்பப் பட்ட கோயில்களையும் கோயில் சொத்துக்களையும் இவர்கள் வசப்படுத்திக்கொண்டார்கள். கோயில் தொடர்புடைய அனைத்தும் பிராமணர்களின் தனிப்பட்ட சொத்தாக மாறின. ஒரு புதிய ஆட்சியமைப்புக்கே பிராமணர்கள் களம் வகுத்ததார்கள். அழகிய கிராமப் பெண்களை இறைப்பணிகளுக்காகக் கோயில்களுக்கு அனுப்பி வைக்க வேண்டுமென்று கட்டாயப் படுத்தினார்கள். தீண்டத்தகாத பெண்களும் மற்றவர்களும் பிராமணர்களின் போகப்பொருட்களானார்கள். அவர்களைத் தேவதாசிகளாக்கி கோயில்களில் நிலையாகத் தங்க வைத்தார்கள்.

பிராமணர்களின் கருத்துகளை எதிர்ப்பவர்களைப் படுகொலை செய்தார்கள். கொலைக் குற்றத்திற்குக்கூட பிராமணர் களைத் தண்டிக்கக் கூடாது என்பது சட்டமாக இருந்தது. திருக்கரை என்ற ஊரைத் தலைமையிடமாகக் கொண்டு கால்க்கர நாட்டை ஆட்சி செய்து வந்த பொறையன், சாத்தன் போன்ற புலையர் சிற்றரசர்களும் கோயில் பூசாரியான இடப்பள்ளி நம்பூதிரியும் பெண்கள் காரணமாகப் பிராமணர்களின் எதிர்ப்புக்கு ஆளானார்கள். கிராமத்துப் பெண்களைப் பிராமணர்களுக்குத் தாரைவார்க்காததே எதிர்ப்புக்கும் பகைமைக்கும் காரணமானது.

அத்துடன் புலையர் சிற்றரசர்களான கால்க்கரகுடும்பம் 13ஆம் நூற்றாண்டுக்குப் பிறகு வரலாரற்றிலிருந்து மறைந்து போனது.

பிராமணர்களுக்குப் பெண்களை தானமாக கொடுக்காதவர் கள் மீது இழிவையும் தீண்டாமையையும் சுமத்திச் சமுதாயத்தி லிருந்து ஒதுக்கி வைத்துத் தாழ்த்தப்பட்டவர்களாக தரம் தாழ்த்தினார்கள். ஆரியப் பிராமணர்களுக்கு ஏவல் பணி மற்றும் தாசி வேலைகளைச் செய்யத் தயங்கியவர்கள் தாழ்த்தப்பட்டவர் களாக முத்திரை குத்தப்பட்டதாகப் பாதிரியார் சாமுவேல் மட்டீர் (Rev.s. matter) தனது (Land of Charity) நூலில் குறிப்பிடுகிறார். 10ஆம் நூற்றாண்டில் திருக்காக்கரை கோயில் சாந்திக்காரனின் அதிகாரங்கள் கட்டுப்படுத்தப்பட்டன. 12ஆம் நூற்றாண்டில் கோயில் சாந்திக்காரனை அரசாக வணங்கினார்கள். பிராமணப் புரோகிதன் அரசர்களுக்குத் தண்டனை வழங்கியதாக வரலாறு கூறுகிறது. இங்கிருந்து தொடங்கியதுதான் கேரளத்தின் அடிமைமுறையும் ஜன்மிமுறையும்.

கேரளத்தில் கி.பி. 1700 முதல் 1800 வரை ஜன்மி–குடியானவன் முறை தீவிரமடைந்தது. புலையர் போன்ற தாழ்த்தப்பட்டவர்களே நாட்டின் அனைத்து வரிகளையும் செலுத்த வேண்டியதாயிற்று. அதைப் போலவே தாழ்த்தப்பட்டவர்களுக்கான தண்டனையையும் ஆதிக்கச் சாதிக்காரர்கள் வரன்முறைப்படுத்தினார்கள். எத்தகைய கொடிய குற்றம் இழைத்தபோதிலும் பிராமணர்களுக்குச் சலுகை காட்டப்பட்டது. ஆனால், தாழ்த்தப்பட்டவர்கள் செய்யும் சிறிய குற்றத்திற்குக் கூட மரண தண்டனை தரப்பட்டது. மிகவும் காட்டுமிராண்டித்தனமான வெறுக்கத்தக்க அடிமை ஜன்மி முறை இங்கு நடப்பில் இருந்தது. அடிமைகளைக் கொல்வதற்கான அதிகாரத்தைக் கூட ஜன்மிகள் பெற்றிருந்தார்கள். ஒரு பசுவைக் கொன்ற காரணத்திற்காக ஐந்து நபர்களை தூக்கிலேற்றியதைப் பார்த்ததாக பெர்த்தலோமியா குறிப்பிடுகிறார்.

கறவை மாடுகளை வளர்க்கவும் அதனுடைய பாலை அருந்தவும் கீழ்சாதிக்காரர்களுக்கு உரிமையில்லை. அவர்கள் தங்க ஆபரணங்களை அணிவதற்கும் வீட்டை ஓலையால் வேய்வதற்கும் ஆதிக்கச்சாதிக்காரர்கள் விலக்கு ஏற்படுத்தியிருந்தார்கள். மீசையை வைப்பதற்கும் குடையைப் பிடிப்பதற்கும் அவர்களுக்கு உரிமை மறுக்கப்பட்டிருந்தது. புலையன் திருமணம் செய்துகொள்ள வேண்டுமென்றால் சிற்றரசனுக்கு வரி செலுத்த வேண்டும். இந்த வரிக்கு 'அஜான் பணம்' என்று பெயர். புலையனைப் போன்ற கீழ்சாதிக்காரர்கள் மணம் முடித்து மணமகளை வீட்டுக்குள் அழைத்துப் போவதற்கு முன்பாக தனது ஜன்மியின் எதிரில் ஆஜர்படுத்த வேண்டுமென்கிற வழக்கம் 1960–கள் வரை நடைமுறையில் இருந்தது.

தாழ்த்தப்பட்ட மக்கள் செய்து வந்த எல்லாத் தொழில்கள் மீதும் வரிகள் சுமத்தப்பட்டன. நாட்டின் பெரும்பகுதி வருமானம் இது. குலசேகரப் பெருமாக்கன்மார்களின் காலந்தொட்டு இத்தகைய வரிகள் வசூலிக்கப்பட்டன. 'ஏணிக்காணம்', 'தளக்காணம்', 'மேனிப்பொன்னு' 'பொலிப்பொன்னு', 'முலைவிலை', 'தலைவிலை' என்கிற வரிகள் விதிக்கப்பட்டன. தென்னங்கள்ளும் பனங்கள்ளும் எடுப்பவர்களுக்கு ஏணிக்காணமும், கனக்காணமும் சுமத்தப்பட்டது. கீழ்சாதிப் பெண்களுக்கான திருமண வரியே பொலிப்பொன்னு. மேலும், தலயற, வலயற, கெட்டிலாக்கம், வேலப்பதிவு, மஞ்சக்குளியல் போன்ற வரிகளையும் அரசர்கள் உருவாக்கியிருந்தார்கள்.

'முலைவிலை' என்பது தாழ்த்தப்பட்ட பெண்களின் முலைகளுக்கான வரியாகும். முலையின் பருமனுக்கேற்ப முலைவரியை அலுவலர்கள் வசூலித்தார்கள். வரியை வசூலிப்பததற்கு ஆதிக்கச்சாதியைச் சேர்ந்த அலுவலர்கள் செல்லமாட்டார்கள். கீழ்சாதியைச் சேர்ந்த அலுவலர்களே செல்லவேண்டும் என்பது அரசாங்க உத்தரவு. இத்தகைய கீழ்சாதியினரிடம் வரி வசூலிப்பவர்களை தண்டான், பணியன், பட்டறக்காரன் என்றெல்லாம் அழைத்தார்கள். தலைவரி, முலைவரி, தலை குலுக்கிப்பணம் முலைகுலுக்கிப்பணம், கப்பணம், சாப்பணம் போன்ற வரிகளே திருவிதாங்கூர் அரசின் முக்கியமான பொருளாதார ஆதாரம்.

முலைவரிக்கு எதிர்ப்புத் தெரிவித்து சேர்த்தலா தாலுக்காவை சேர்ந்த முலச்சிப்பறம்பு நாணி என்னும் ஈழவப்பெண் தனது இரண்டு முலைகளையும் அறுத்தெடுத்து வரி வசூலிக்க வந்த அலுவலரின் எதிரில் வைத்து வரியிலிருந்து விலக்களிக்க வேண்டுமென்று கேட்டுக்கொண்டதாக வரலாறு கூறுகிறது. இப்படி எண்ணிக்கையற்ற வரிகளை அரசர்கள் கீழ்சாதிக்காரர்களிடமிருந்து வசூலித்தார்கள். இது போதாது என்று ஆள்பணமும், ஆள்ப்பாட்டமும் (மனிதனை மனிதன் குத்தகைக்கு விடும் முறை) மேற்குறிப்பிட்ட நூற்றாண்டுகளில் கேரளத்தில் நிகழ்ந்தது.

அரச குடும்பத்தினரின் செலவுக்காகச் 'சேரிக்கல்' என்ற பெயரில் ஒதுக்கப்பட்ட சொத்துகளும் மதக் காரியங்களுக் காக ஒதுக்கப்பட்ட தேவஸ்தான நிலமும் போக எஞ்சிய நிலபுலங்கள் முழுவதும் பிராமண நம்பூதிரிகளின் வசமாயின. நம்பூதிரி நிலக்கிழார் தோற்றத்தின் மூலம் ஆரியர்களின் புகழும் வலிமையும் பன்மடங்கு பெருகின.

நம்பூதிரி ஜன்மி முறை நடைமுறைக்கு வந்ததும் நிலங்களின் உரிமையை விவசாயிகள் இழந்தனர். புலையர், பறையர்,

குறவர், உழவர் முதலானவர்கள் விவசாய நிலங்களுடன் தொடர்புடையவர்களாகவும், சமுதாயத்தில் மதிப்புடனும் வாழ்ந்து வந்தார்கள். இவர்கள் அனைவரும் அடிமைகளாக்கப்பட்டார்கள். விவசாயிகளின் உழைப்பின் பயனை ஜன்மிகள் சுரண்டினார்கள். வேளாண்மைத் தொழிலில் ஈடுபட்டிருந்தவர்கள் சமூகத்தின் அடித்தட்டில் இருப்பவர்களாகத் தரம் பிரிக்கப்பட்டார்கள். சேற்றிலும் சகதியிலும் மண்ணிலும் உழைப்பது மிகவும் இழிந்த தொழிலாகக் கருதப்பட்டது.

மேல்சாதிக்காரர்களின் சுகபோகத்திற்காக உழைத்த பெரும்பான்மை மக்கள் கீழ்சாதிக்காரர்களானார்கள். ஜன்மிகள் இரக்கப்பட்டு கொடுப்பதை வைத்து திருப்தியடைந்து வாழவேண்டிய நிலைக்கு அவர்கள் தள்ளப்பட்டார்கள். சொந்த மண்ணில் அடிமைகளாகவும், சுதந்திரமின்றியும் வாழ கட்டாயப் படுத்தப்பட்ட கேரள விவசாயிகளின் நிலைமை மிகவும் பரிதாபத்திற்குரியது என்றே கூற வேண்டும். இந்நிலைமை பத்தொன்பதாம் நூற்றாண்டின் இறுதியில் முடிவுக்கு வந்தது. கேரளத்தின் அடிமைகளில் பெரும்பகுதியினர் புலையர்கள்.

கேரளத்தில் அடிமைகள் தொடர்பாக வரலாற்று ரீதியான முதல் குறிப்பு தெரிஸாப்பள்ளி (Tarisappally) சாசனங்களில் குறிப்பிடப்பட்டுள்ளன. கிறிஸ்தவர்கள் அடிமைகளை வாங்கும்போது அரசவரி நீக்கப்பட்டதற்கான உத்தரவு இதில் காணப்படுகிறது.

திருவிதாங்கூரில்[6] புலையர், பறையர், வேட்டுவர் போன்ற பல சாதியினர் அடிமைப் பிரிவில் அடங்குவர். ஆனால் எண்ணிக்கையில் அதிகமானவர் புலையர்களே. பிறப்பால் அடிமைகளாக உருவானவர்கள் நீங்கலாக சமூக, அரசியல் காரணங்களால் அடிமைகளாக்கப்பட்டவர்களும் இருந்தார்கள். போர்க் கைதிகளாகப் பிடிக்கப்பட்டவர்கள், கடும் பஞ்சம் மூலம் பெற்றோர்களால் விற்கப்பட்ட குழந்தைகள், கொடிய குற்றமிழைத்த பெண்கள், தாழ்ந்த சாதி ஆணுடன் உறவு கொண்ட உயர்சாதிப் பெண்கள், பிராமணர்களுடன் உறவு கொண்ட கீழ்சாதிப் பெண்கள், ராஜத்துரோகம் சுமத்தப் பட்டவர்கள், கடனாளியானவர்கள், ஆக்கிரமித்து அடிபணிய வைக்கப்பட்டவர்கள் ஆகியோர் அடிமைகளாகக் கருதப் பட்டார்கள்.

திருவிதாங்கூரில் இரண்டுவிதமான அடிமை வாணிபம் நடைமுறையில் இருந்தது. 1. அரசாங்கத்தின் அடிமைகள் 2. நிலப்பிரபுக்களின் அடிமைகள். துறைமுகங்கள், சாலைகள், குளங்கள் ஆகியவற்றை நிர்மாணிக்கவும் இதர பொதுப்

பணிகளுக்கும் அரசாங்கத்திற்குரிய அடிமைகள் பயன்படுத்தப் பட்டார்கள். வேளாண்மைத் தொழிலுக்கும் அடிமை வேலைக்கும் நிலப்பிரபுக்கள் தங்களின் கீழ் இருக்கும் அடிமைகளைப் பயன்படுத்தி வந்தார்கள். கோயில்களும், மடங்களும், அடிமைகளை விலைக்கு வாங்கின நிலக்கிழார்களும் வாங்கினர். அடிமைகளை விற்பவர்களிடமிருந்து அரசாங்கம் 'அடிமைப் பணம்' என்ற பெயரில் வரி வசூல் செய்தது. உடைமையாளர்கள் அடிமைகளை மிகக் கொடூரமாக நடத்தினார்கள். மனிதாபிமானம், கருணை இவற்றிற்கு அங்கு இடமில்லை. சட்டத்தின் முன்னால் அவர்கள் மனிதர்களாகவே கருதப்படவில்லை.

பண்பாடு சார்ந்த உறவுகள் எவையும் அடிமை களுக்குக் கிடையாது. எஜமானனின் கட்டளைக்குப் பணிந்து நடத்தல் என்பதற்கு அப்பால் எந்தவொரு சிந்தனைக்கும் விருப்பு வெறுப்புக்கும் மதிப்பளிக்கப்படவில்லை. அற்பக் காரணங்களுக்குக்கூட கடும் தண்டனைகள் விதிக்கப்பட்டன. சாட்டையால் அடித்தல், விரல்களைத் துண்டித்தல், பழுக்க வைத்த கம்பியால் உடம்பில் சூடு போடுதல் போன்ற கொடிய, காட்டுமிராண்டித்தனமான தண்டனைகளை அவர்கள் ஏற்க வேண்டியதாயிற்று. அடிமைகளை அடையாளம் காண்பதற்காகக் கழுத்தில் தோல்பட்டை கட்டப்பட்டிருந்தது. வயது வித்தியாசமின்றித் தண்டனை தரப்பட்டது.

அடிமைகளை வாங்கி விற்பதற்கான வாணிப முறைகளும், அடிமைச் சந்தைகளும் கேரளத்தில் நடைமுறையில் இருந்ததைச் சட்டென நம்மால் நம்பமுடியவில்லை. ஆனால் அவையெல்லாம் வரலாற்று உண்மைகள். அடிமை வாணிபத்தை நிறுத்துவதற்காகத் திருவிதாங்கூர் அரசாங்கம் வெளியிட்ட அறிக்கையைப் படிக்கும்போது அது விளங்கும்.

சந்தைக்குக் கூட்டிப்போகும் அடிமைகளின் கால்கள் சங்கிலி களால் பூட்டப்பட்டிருந்தன. விலங்குகளை ஓட்டிச் செல்வதைப் போல அடித்தும், உதைத்தும் சந்தைக்கும் துறைமுகத்திற்கும் அவர்கள் இழுத்துச் செல்லப்பட்டார்கள். அவர்களை ஓட்டிச் செல்ல ஆயுதமேந்திய தனி ஆட்கள் நியமிக்கப்பட்டிருந்தார்கள். பயண வேளையில் பலர் இறக்க நேரிட்டது.

சந்தைகளில் வியாபாரம் சட்டப்படி நடைபெற்றது. ஆரோக்கியம், வயது இவற்றின் அடிப்படையில் அடிமைகளின் விலையில் ஏற்ற இறக்கங்கள் காணப்பட்டன. பெண்களையும், குழந்தைகளையும் பரிசீலிப்பதில் வேறுபாடுகள் இருந்தன. அடிமைகளை ஏலம் விடும் வழக்கமும் இருந்தது. விற்பனைக்குப் பிறகு மனைவியும், கணவனும், குழந்தைகளும், சகோதரர்களும்

பிரிய நேரிட்டது. சொத்துகளை விற்கும்போது எழுதுவதைப் போன்ற பத்திரங்கள் அடிமைகளைக் கைமாற்றும்போதும் எழுதப்பட்டன.

ஓர் அடிமையின் அன்றைய சந்தை விலை ஒரு ரூபா முதல் பதினான்கு ரூபா வரை இருந்தது. அடிமைகளை இங்கிருந்து வெளிநாடுகளுக்கு ஏற்றுமதி செய்து அனுப்பினார்கள். கொச்சி, கோழிக்கோடு, பொன்னாணி, கொல்லம் போன்ற இடங்களிலிருந்து அடிமைகளை வெளிநாட்டுக் கப்பல்கள் விலைக்கு வாங்கி ஏற்றிச் சென்றன. மூன்று வகை அடிமை வாணிபம் இங்கு நடைமுறையில் இருந்தது. அவை 1. ஜன்மம் 2. காணம் 3. பாட்டம். முழு விலையைக் கொடுத்து அடிமையை விலைக்கு வாங்குவது 'ஜன்மம்'. இந்த விற்பனை முடிந்ததும் முன் உடமையாளன் அடிமையின் மீது எந்த உரிமையையும் கோர முடியாது.

ஒரு குறிப்பிட்ட தொகையைப் பெற்றுக்கொண்டு, ஒரு குறிப்பிட்ட கால அளவுவரை உடமையாளன் தனது அடிமையை வேறொருவனுக்குக் கைமாற்றுவது 'காணம்'. அடிமையின் மீது உடமையாளனுக்கு உரிமை உண்டு. அடிமையை வாடகைக்குக் கொடுப்பது 'பாட்டம்'. மலபாரில்[7] பத்தொன்பதாம் நூற்றாண்டில் ஒரு ஆணுக்கு எட்டுப் பணமும், ஒரு பெண்ணுக்கு நான்கு பணமும் பாட்டப் பணமாக வாங்கப்பட்டது.

திருவிதாங்கூரின் பல பகுதிகளில் அடிமைச் சந்தைகள் இருந்தன. திருவனந்தபுரம் மாவட்டத்தில் பேட்டை, கோவளம், கணியாபுரம், சிறயின்கீழ், ஆற்றிங்கல் என்ற இடங்களிலும் காயங்குளம், கொல்லம், ஆலப்புழா, கோட்டயம் ஆகிய இடங்களிலும் இத்தகைய சந்தைகள் இருந்தன. கொச்சியிலும்[8], மலபாரிலும் அடிமைகளை விற்பதற்கும், வாங்குவதற்குமான பொதுச்சந்தைகள் இருந்தன. பிறப்பிக்கப்பட்ட அரசாங்க ஆணை மூலம் அடிமை வாணிபம் நிறுத்தப்பட்டது. இருப்பினும் சிறிது காலம் வரை அடிமை வாணிபம் ரகசியமாக நடைபெற்றது.

தாழ்ந்த சாதியினரை பிரதிபலனின்றி வேலை வாங்கும் முறை 'ஊழியம்' எனப்பட்டது. அரசாங்கத்திற்காகவும், கோயில்களுக் காகவும், ஜன்மிகளுக்காகவும் அவர்கள் உழைக்க வேண்டும். அதிகாரிகளும், மேல் சாதிக்காரர்களும் முடிவுசெய்த நாட்களில் வேலைக்கு ஆஜராக வேண்டும் என்பது நிபந்தனை. ஈழவர்கள் அடங்கிய தாழ்ந்த சாதியினர் அக்காலத்தில் ஊழிய வேலைக்கு நியமிக்கப்பட்டார்கள். கூலியாக உணவு மட்டுமே தரப்பட்டது.

திருவிதாங்கூரின் சாலைகள், ஓடைகள், பாலங்கள் போன்றவை அக்காலத்தில் ஊழிய வேலை மூலமாக அமைக்கப்

பட்டன. இத்தகைய பணியாட்களைக் கூட்டமாக வேலை இடத்திற்கு கூட்டிச் சென்று மாலையில் கும்பலாக ஓரிடத்தில் அடைத்து வைத்தார்கள். வேலை முடிந்ததும் அவர்களை விட்டுவிடும் வழக்கமும் இருந்து வந்தது.

ஸ்ரீபத்மநாபசுவாமி கோயிலில் முறை வழிபாட்டின்போது ஆயிரக்கணக்கான ஊழியக்காரர்களை திருவனந்தபுரத்தில் அடைத்து வைத்தார்கள். 1815இல் அன்றைய ரெஸிடென்டாக இருந்த ஜான் மன்றோவின் தலையீட்டால் சிரியானி கிறிஸ்துவர்களை ஊழிய வேலையிலிருந்து விடுவித்தார்கள். ஆனால் இந்து மதத்திலிருந்து கிறிஸ்தவ மதத்தில் சேர்ந்த தாழ்த்தப்பட்டவர்களை இதிலிருந்து விடுவிக்கவில்லை. 1860இல் அரசாங்கம் பொதுப்பணித்துறையை அமைத்தபோது அரசாங்கத்தின் நேரடி ஊழிய வேலை நிறுத்தப்பட்டது. ஆனால் கோயில்களிலும், ஜன்மிகளிடமும் 'ஊழியம்' தொடர்ந்தது.

அடிக்குறிப்புக்கள்

1. என். கிருஷ்ண பிள்ளை – 'கேரளத்தின் கதை'
2. ஏ. ஸ்ரீதர மேனோன் – 'கேரள வரலாறு'
3. மேற்படி
4. இளம்குளம் பி.என். குஞ்ஞன் பிள்ளை – 'கேரளத்தில் சாதிமுறை'
5. மேற்படி
6. 16–6–1855ல்: இன்றைய திருவனந்தபுரம், கொல்லம், பத்தனம்திட்டா, இடுக்கி, கோட்டயம், ஆலப்புழா ஆகிய மாவட்டங்களும் தமிழ்நாட்டின் ஒரு பகுதியான கன்னியாகுமரி மாவட்டமும் திருவிதாங்கூரில் இருந்தன.
7. இன்றைய காசர்கோடு, கண்ணூர், கோழிக்கோடு, மலப்புரம், வயநாடு, பாலக்காடு மாவட்டத்தின் சில பகுதிகளும் மலபாரில் இருந்தன.
8. இன்றைய எர்ணாகுளம், கோட்டயம் மாவட்டத்தின் சில பகுதிகள் ஆலப்புழா மாவட்டத்தின் சில பகுதிகள். திருச்சூர் மாவட்டம் முழுவதும், பாலக்காடு மாவட்டத்தின் சில பகுதிகள் கொச்சியில் இருந்தன.

4

கேரளமும் தாழ்த்தப்பட்ட மக்களும்

இந்தியாவின் பிற பகுதிகளுடன் ஒப்பிடும் போது சாதியமைப்பும் அதனுடன் தொடர்புடைய மற்ற வழக்கங்களும் கேரளத்தில் மிகக் கடுமையாகப் பின்பற்றப்பட்டன என்று கூறலாம். பிராமண, சத்திரிய, வைசிய, சூத்திர சாதிகள் இணைந்ததுதான் நால்வருணம். முதல் மூன்று சாதிகள் சேர்ந்து 'மூவருணம்' எனப்பட்டது. அவர்களே ஸ்வர்ணர். சூத்திர வகுப்பினர் அவர்ணர் என்று அழைக்கப் பட்டனர். சூத்திரர்களுக்குக் கீழ் சண்டாளர், சவபசன் முதலிய பஞ்சமர்கள் இருந்தனர். ஆனால் கேரளத்தைப் பொருத்தவரை பிராமணர், சத்திரியர், சூத்திரர் (நாயர்) ஆகியோர் ஸவர்ண வகுப்பினராகக் கருதப்பட்டனர்.

பிராமணக் கலப்பின் காரணமாகக் கேரள சூத்திரர் (நாயர்)கள் ஸவர்ண தகுதியைப் பெற்றனர். கேரளத்தில் வைசிய சாதி இல்லை. 'ஸவர்ணர்' என்ற சொல்லுக்கு மேல்சாதியைச் சேர்ந்தவர் என்று பொருள். ஈழவர், அரையர், ஆசாரி, தட்டான், கொல்லன், பறையர், புலையர் வரையிலான சாதியினர் 'அவர்ணர்கள்' ஆனார்கள். சாதியப் படிநிலையில் மிக உயர்ந்தவர்கள் பிராமணர்கள், மிகவும் தாழ்ந்தவர்கள் பறையர், புலையர் போன்ற இனத்தவர்கள்.

ஸவர்ணர்களும் அவர்ணர்களும் இந்துக்களே. எனினும் ஒருவரை ஒருவர் தொடக்கூடாதவர்கள், நெருங்கக் கூடாதவர்கள், கண்ணில் படக்கூடாதவர்கள் இப்படியாக மனிதர்களைப் பல பிரிவுகளாகப் பிரித்து வைத்தார்கள். ஸவர்ண சாதியைச் சேர்ந்தவர்களும் ஒருவருக்கொருவர் தீண்டாமையைப் பின்பற்றினார்கள்.

சத்திரியனும், வைசியனும், பிராமணர்களிலிருந்து குறிப்பிட்ட தூரம் தள்ளி நிற்க வேண்டும். அப்படி விலகி நிற்காவிட்டால் பிராமணன் அசுத்தம் அடைந்துவிடுவான். ஸவர்ணர்களுக்கும், அவர்ணர்களுக்கும் இடையே மிகப்பெரிய இடைவெளி காணப்பட்டது. அவர்ண இனத்தவர்களும் சாதிப்படி நிலைக்குத் தக்கவாறு தீண்டாமையைப் பின்பற்றினார்கள். பிராமணனிலிருந்து நாயர் பதினாறு அடி தூரமும், ஈழவன் முப்பத்திரெண்டடி தூரமும், புலையன் அறுபத்தி நான்கு அடி தூரமும் விலகி நிற்கவேண்டும்.

நாயரிலிருந்து ஈழவன் பதினாறு அடி தூரமும் புலையன் முப்பத்தி இரண்டடி தூரமும் விலகி நிற்க வேண்டும். ஈழவனி லிருந்து புலையன் ஆறடியாவது விலகி நிற்க வேண்டும். 'உள்ளாடன்' என்று அழைக்கப்பட்ட மலைச் சாதியினர் பிராமணின் பார்வையில் பட்டாலே பிராமணன் அசுத்தமாகிவிடுவான்.

ஒருவருக்கொருவர் நெருங்கக் கூடாதவர்கள் என்று முடிவு செய்யப்பட்ட சாதியினர் ஒருவரையொருவர் நெருங்க நேர்ந்தால் அதை 'தீண்டல்' என்றும், ஒருவருக்கொருவர் தொடக்கூடாது என்று முடிவு செய்யப்பட்ட சாதியினர் ஒருவரையொருவர் தொட நேர்ந்தால் அதை 'தொடீல்' என்றும் கூறுவர். அசுத்தமாகாத தூரம் வரை விலகி நிற்பதும் நடமாடுவதைத் தவிர்ப்பதும் கீழ்சாதிக்காரர்களின் கடமையாகும். அசுத்தமாகிவிட்டவர் குளித்தால் மட்டுமே தூய்மை அடைவார். அதன் பின்னரே தனது வீட்டிற்குள் நுழைய முடியும்.

தீண்டலால் ஏற்பட்ட அசுத்தத்தைப் போக்குவதற்கான குளியலுக்குத் 'தீண்டிக்குளி' என்றும் தொடீலால் ஏற்பட்ட அசுத்தத்தைப் போக்குவதற்கான குளியலுக்கு 'தொட்டுக்குளி' என்றும் குறிப்பிட்டார்கள். அசுத்தம் என்ற சொல்லே தீண்டாமை என்று உருமாறியது. தீண்டாமை என்ற சொல் தீண்டல், தொடீல் என்னும் மூடப்பழக்க வழக்கங்களைக் குறிப்பிடுகிறது.

தீண்டப்பட்ட ஒருவர் தூய்மையடைவதற்கு முன்பு தனது சொந்த சாதிக்காரனைத் தொட்டு விட்டால் அவனும் தீண்டத்தகாதவனாகிவிடுவான். இவ்வாறு பாதிக்கும்

தீண்டாமைக்குக் 'கூட்டித் தொடல்' என்று பெயர். தீண்டாமை யால் பாதிக்கப்பட்டவன் குளித்து சுத்தமாகாமல் வீட்டிற்குள் நுழைந்துவிட்டால் அந்த வீடு அசுத்தமடையும். பின்னர் 'புண்ணிய யாகம்' செய்தால் மட்டுமே அந்த வீடு சுத்தமடையும்.

ஒரு ஸவர்ணன் குளத்தில் குளித்துக்கொண்டிருக்கும்போது அக்குளத்தின் அருகில் அவர்ணன் போகக்கூடாது. அரசாங்கத் திற்குச் சொந்தமான சவாரிப்படகுகளில் ஸவர்ணர் ஏறிப்போகும் போது அப்படகில் அவர்ணர்களுக்கு இடமில்லை. வழியோரமாக அமைந்துள்ள வீட்டுக்குப் பக்கத்தில் புலையர்களை வேலைக்காக நிறுத்தும்போது அங்கிருந்து 'தீண்டாபாடு' தூரம் நிர்ணயிக்கப் பட்ட இடத்தில் சிறிது பச்சிலையையும், மண்ணையும் குவித்து வைக்கவேண்டும். அதைப் பார்த்துவிட்டால் அவ்வழியாக வரும் ஸவர்ணன் அருகில் எங்கோ புலையன் இருக்கிறான் என்று புரிந்துகொள்வான். அப்போது ஸவர்ணன் 'தீண்டாடுவான்'. அதைக் கேட்ட புலையன் ஓடி மறைந்துகொள்வான். அச்சமயம் ஸவர்ணன் கடந்து போவான்.

'தீண்டாடுதல்' என்னும் முறைக்கு ஒரு நுட்பமான இயல்பு உண்டு. மேல்சாதிக்காரர்களின் வருகையை முன்கூட்டியே அறிவிப்பதற்கான ஒருவித சப்த சமிக்ஞை வெளிப்படுத்துவதையே 'தீண்டாடுதல்' என்றனர். நம்பூதிரி செல்லும்போது நாயர் முன்சென்று தீண்டாட வேண்டும். முன்னால் சென்று 'ஹோ' என்று உரத்த குரலில் கூவ வேண்டும். அதற்காக ஒருவித ராகத்தை அவர்கள் கையாண்டார்கள். அந்த ஒலியைக் கேட்டால் நம்பூதிரி வருகிறான் என்று ஊகித்துக் கொள்ளலாம். அப்போது ஈழவன் வெகு தூரத்திற்கு ஓடிப்போய் விடவேண்டும்.

நம்பூதிரியின் சாபத்திற்கும், சீற்றத்திற்கும் தானும் தனது சந்ததியினரும் ஆளாக நேரிடும் என்ற நம்பிக்கை அவனுக்கு இருந்தது. யாரும் அருகில் நெருங்காமல் இருப்பதற்காக நாயரும் 'ஹோ' என்று தீண்டாடுவதுண்டு. அவன் மெதுவாக ஒலி எழுப்பினால் போதும். நம்பூதிரி வருகிறான் என்பதை உணர்த்தும் தீண்டாடுவதைக் கேட்டதும் புலையனும், பறையனும் கண்காணாத தொலைவிற்கு ஓடிப்போய்விட வேண்டும்.

கேரளாவில் புலப்பேடி, பறப்பேடி, வண்ணாப்பேடி என்னும் பெயர்களில் சில மூடப்பழக்கங்கள் நடைமுறையில் இருந்தன. கி.பி. 1696இல் அரசரின் உத்தரவின் மூலம் மேற்குறிப்பிட்ட மூடப்பழக்கவழக்கங்கள் தடைசெய்யப்பட்ட போதிலும் கிராமப்புறங்களில் மேலும் சில காலம் இந்நம்பிக்கை தொடர்ந்தது. உயர்சாதிப் பெண்களுக்குப் புலையன், பறையன், வண்ணான் முதலிய இனத்தைச் சேர்ந்தவர்கள் மீது உண்டாகும் பயத்தை

இது குறிப்பிடுகிறது. தென் திருவிதாங்கூரில் வண்ணான் பயமும், வடபகுதிகளில் புலையப்பயமும், பறையப்பயமும் மேலோங்கி இருந்தன.

செவ்வாய் கிரகம் உச்சத்தில் நிற்கும் காலமான தை மாதம் 28ஆம் தேதி, மதியத்திலிருந்து தொடங்கி சித்திரை 10ஆம் தேதி வரை புலையப்பேடி (புலையர்பயம்) காலம் என்கிறார் இளம்குளம் பி.என். குஞ்ஞன் பிள்ளை. தைமாதம் 28ஆம் தேதி, மதியத்திலிருந்து மூன்று நாட்கள் பூமிதேவி மாதவிலக்கில் இருப்பதாக நம்பப்படுகிறது இந்நாட்களில் பூமியை தோண்டவோ கொத்தவோ கூடாது[1].

இப்புலைப்பேடி காலத்தில் மாலை வேளைக்குப் பின் ஆண்துணையின்றி ஸவர்ணப் பெண் வீட்டிற்கு வெளியே போகக்கூடாது. ஒரு வண்ணான் எங்காவது பதுங்கி இருந்து 'பார்த்தேன், பார்த்தேன்' என்று கூவிச்சொன்னால் அவளைச் சாதியிலிருந்து விலக்கிவிடுவார்கள். குச்சி, கல் ஏதேனும் ஒன்றை அவள் மீது எறிந்துவிட்டால் போதும், அந்தப் பெண் திரும்ப வீட்டிற்குள் நுழைய முடியாது.

இதன் பிறகு அவள் வண்ணானுடன் சென்றுவிட வேண்டும். வண்ணானுடன் தப்பிஓடாமல் அவளது உறவினரிடம் அகப்பட்டுக் கொண்டால் அவர்கள் உடனே அவளைக் கொன்று விடுவார்கள். வண்ணானின் மனைவியாக இருப்பது ஆட்சேபத்திற் குரியது என்பதால்தான் அவ்வாறு செய்கிறார்கள். ஆகவே, அப்பெண் உயிர் பிழைக்க வண்ணானுடனோ, புலையனுடனோ ஓடி ஒளிவதைத் தவிர வேறு வழியில்லை.

புலையப்பேடி காலத்தில் மூன்று வயது ஆண் குழந்தையுடன் பெண்கள் எந்த நள்ளிரவிலும், எங்கு வேண்டுமானாலும் போகலாம். புலையனோ, வண்ணானோ, அவர்களைக் காண நேர்ந்தால் திரும்பி விடுவார்கள். கர்ப்பிணிப்பெண் வண்ணான் பேடி காலத்தில் சிக்கிக்கொண்டால் பிரசவம் முடியும்வரை வண்ணான் அவளை மனைவியாக ஏற்றுக்கொள்ளமாட்டான். தனி வீட்டைக் கட்டி அவளை அங்கு குடியமர்த்துவார்கள். ஆண் குழந்தை பிறந்தால் அவள் திரும்பிப் போகலாம். கணவன் அவளை ஏற்றுக்கொள்வான்.

கர்ப்பத்தில் இருந்தது ஆண் குழந்தை என்பதால் தீட்டுப்பட வில்லை என்று அவன் நம்புகிறான். அவள் பெண் குழந்தையைப் பிரசவித்தால் வண்ணானின் மனைவியாகிவிடுவாள். தை மாத அறுவடை முடிந்த மாசி, பங்குனி மாதங்கள் திருவிழாக் காலங்கள். மக்கள் மகிழ்ச்சியில் திளைக்கும் காலத்தில்தான் புலையப்பேடி

உச்சத்தை எட்டுகிறது. திருவிழா விளையாட்டுகளைக் காணச் செல்லும் நாயர் பெண்களை முடிந்தால் பிடித்துக்கொண்டு போகும் உரிமை கீழ்சாதிக்காரர்களுக்கு இருந்தது.

கி.பி. 1696இல் தை மாதம் 25ஆம் தேதி வேணாட்டில்[2] வண்ணாப் பேடி, புலையப்பேடி ஆகியவை தடை செய்யப்பட்டதற் கான ஆணை வெளியானது. உண்ணி கேரளவர்மா என்ற வேணாடு அரசர் மேற்குறிப்பிட்ட ஆணையை வெளியிட்டார். அவருக்கு முந்தைய சிற்றரசர்கள் எவரும் அந்த மூடநம்பிக்கையை நிறுத்த ஏன் முன்வரவில்லை என்பது சிந்திக்கத்தக்கது.

அரசு ஆணையில் மிகக்கடுமையான தண்டனை முறை கூறப்பட்டிருந்தது. மறைமுகமாக அவ்வழக்கம் மீண்டும் தொடர்ந்ததாக அறியும்போது வியப்பு மேலிடுகிறது. அன்று கல்க்குளம் (பத்மநாபபுரம்) வேணாட்டின் இரண்டாவது தலைநகரமாக இருந்தது. மலையாளமும், தமிழும் கலந்த மொழியில் திருவிதாங்கோடு சாலையில் நடப்பட்டிருந்த கல்வெட்டு இப்போது பத்மநாபபுரம் அருங்காட்சியகத்தில் பாதுகாக்கப்படுகின்றது. இந்த இடங்கள் தற்போது கன்னியாகுமரி மாவட்டத்தில் உள்ளன. பத்மநாபபுரம் அரண்மனை (தற்போதைய அருங்காட்சியகம்) கேரள அரசாங்கத்தின் தொல்லியல் ஆய்வுத் துறையின் கீழ் உள்ளது. ஆங்கிலேயரின் ஆட்சி முடிவுறுவதற்குச் சற்று முன்கூட மலபாரில் புலையப்பேடி நடைமுறையில் இருந்தது.

திருவிதாங்கூரில் அடிமை வர்க்கத்தின் பெரும் பகுதியினர் புலையர்கள். 1906–ன் மக்கள் தொகை கணக்கெடுப்பின் படி புலையர்கள் 2,06,503 பேர். சேரமான் ஆட்சிக்காலத்தில் புலையர் களின் நிலைமை மிகவும் உயர்ந்திருந்தது. கோதை என்ற பெயரில் ஒரு புலையர் அரசி கொத்கோத மங்கலம் என்ற ஊரை ஆட்சி புரிந்ததாக நம்பப்படுகிறது. ஸ்ரீபத்மநாப சுவாமி கோவில் தோன்றியதையும், புலையர் சமுதாயத்தினரையும் தொடர்பு படுத்தியும் நிறையக் கதைகள் வழக்கில் உள்ளன.

ஆனால், பிற்காலத்தில் புலையர்கள் அடிமைகளாக விற்கப்பட்டார்கள். பொதுவழியினூடே நடமாடுவதற்கான சுதந்திரம் மறுக்கப்பட்டது. பிராமணனிலிருந்து அறுபத்தி நான்கு அடி தூரம் விலகி நிற்க வேண்டியதாயிற்று. பொது நிகழ்ச்சிகளி லிருந்து புறந்தள்ளப்பட்டு அவர்கள் மண்ணின் அடிமைகளாக நரகவேதனை அனுபவித்தார்கள்.

புலையர்களை அடிமைகளாக்கி விற்பதற்கு பிராமணர் களுடன் நாயர்களும், கிறிஸ்தவர்களும் பெரும்பங்கு வகித்தனர்.

அடிமைகளைக் கொடுமைப்படுத்திய உடமையாளர்கள் அவர்களைக் கடின வேலை செய்ய வைத்துத் துன்புறுத்தினார்கள். அடிமை வாணிபத்தைக் கட்டுப்படுத்தவும், தண்டிப்பதற்கும் பிரிட்டிஷார் 1792இல் ஓர் ஆணையைப் பிறப்பித்தனர். 1819இல் அடிமைகளை விற்றதற்காக வரிவசூல் செய்யும் வழக்கம் நிறுத்தப் பட்டது. 1853–54இல் உத்திரம் திருநாள் மார்த்தாண்டவர்மா அடிமை முறையை நிறுத்துவதற்கான உத்தரவை வெளியிட்டார். 1862ஆம் ஆண்டு, ஜனவரி 1ஆம் தேதி வெளியான அரசியல் சட்டத்தில் அடிமை வியாபாரிகளுக்குத் தண்டனை விதிப்பதற் கான உத்தரவு கொண்டுவரப்பட்டது. இதனால் பிரிட்டிஷ் இந்தியாவில் குறிப்பாக மலபாரில் அடிமை வியாபாரம் நிறுத்தப்பட்டது.

கொச்சியில் அடிமை வாணிபமும் அடிமைகளைக் கைமாற்றுவதற்கான முறையும் நீண்ட நாட்களாக இருந்து வந்தன. 1821இல் அடிமைகளைத் தண்டிப்பதைத் தடை செய்வதற் காக கொச்சி திவானாக இருந்த நஞ்சப்பா ஓர் உத்தரவைப் பிறப்பித்தார். திருவிதாங்கூர் உத்தரவைத் தொடர்ந்து 1853இல் திவான் சங்கரவாரியார் ஓர் உத்தரவைப் பிறப்பித்தார். இந்த உத்தரவுகள் அடிமைகளின் விடுதலைக்கு வழிகோலின. அடிமை களில் பெருவாரியானவர்கள் புலையர்கள். கொச்சியின் வடக்குப் பகுதிகளில் 'செறுமர்' என்ற பெயரில் அறியப்படுகிறார்கள்.

மலபாரிலும் அதே நிலைதான், தெற்கே செறுமர் அல்லது செறுமக்கள் என்றும், வடக்கே புலையர் என்றும் அழைக்கப்பட்ட இவர்களை நிலவுடைமையாளர்கள் அடிமைகளாக்கி வேலை வாங்கினார்கள். ஆங்கிலேயர்தான் அவர்களின் விடுதலைக்காக நேரடி நடவடிக்கைகளில் இறங்கினார்கள். 1843இல் அடிமைகள் தொடர்பாக இந்திய அரசாங்கம் அமுல்படுத்திய, ஐந்தாவது சட்டம் மலபாரிலும் நடைமுறைக்கு வந்தது. 1862இல் பிரிட்டிஷ் இந்திய அரசியல் சட்டத்தில் அடிமை வாணிபத்தில் ஈடுபட்டவர்கள் தண்டிக்கப்படுவார்கள் என்ற சட்டம் கொண்டு வரப்பட்டது. ஆனால், மறைமுகமாக அடிமை வாணிபம் தொடர்ந்தது.

அடிக்குறிப்புக்கள்

1. இளம்குளம் பி.என். குஞ்ஞுன் பிள்ளை – 'அன்றைய கேரளம்'
2. இன்றைய திருவனந்தபுரம் மாவட்டத்தையும், கொல்லம் மாவட்டத்தின் சில பகுதிகளையும் 'வேணாடு' என்று அழைக்கிறார்கள்.

5

தோள்சீலைப் போராட்டம்

கேரளத்தின் பல சமூக மாற்றங்களுக்குக் கிறிஸ்தவ மிஷனரிகளின் பணிகள் பேருதவி யாக இருந்துள்ளன. மதப்பிரச்சாரத்துடன் பிற்படுத்தப்பட்ட, தாழ்த்தப்பட்ட இனத்தவரின் பொருளாதார, சமூக, கல்வி வளர்ச்சியையும் அவர்கள் குறிக்கோளாகக் கொண்டிருந்தார்கள். பத்தொன்பதாம் நூற்றாண்டின் தொடக்கம் முதல் தென்திருவிதாங்கூரின் தோவாளை, அகஸ்தீஸ்வரம், கல்குளம், விளவங்கோடு, நெய்யாற்றின் கரை முதலிய தாலுக்காகளில் மிஷனரிகளின் பணிகள் பரவலாக நடந்தேறின. அதன் விளைவாக அப்பிரதேசங்களின் சாணார் (நாடார்) சமுதாயத்தைச் சேர்ந்த பெருவாரி யான மக்கள் கிறிஸ்தவ மதத்திற்கு மாறினார்கள்.

லண்டன் மிஷன் சொசைட்டியின் (L.M.S) சார்பில் பல தேவாலயங்களும் பள்ளிக்கூடங்களும் நிறுவப்பட்டன. கிறிஸ்தவ மதத்திற்கு மாறிய நாடார் பெண்கள் மிஷனரிகளின் அறிவுரைப்படி தங்கள் பழைய ஆடை அணியும் முறையைக் கைவிட்டு நாகரிக ஆடைகளை அணியத் தொடங்கினார்கள். நாடார் சமுதாயத்தில் கல்வியறிவு பெற்ற பெண்கள் மார்பை மறைக்க ஆரம்பித்தார்கள். திருநெல்வேலி பகுதியில் இருந்த நாடார் பெண்கள் மார்பை மறைக்கத் தொடங்கிய சம்பவம் அவர்களுக்கு உத்வேகத்தைத் தந்தது. அவர்களுக்காக மிஷனரியைச் சேர்ந்த

பெண்கள், தொய்வான மேல்சட்டையை வடிவமைத்துத் தந்து அதற்கு 'ஜாக்கெட்' என்று பெயரிட்டார்கள்.

பெண்கள் மார்பை மறைத்து நடமாடுவதற்கான உரிமை தொடர்பாக திருவிதாங்கூர் ரெஸிடென்டும் திவானுமான கர்னல் மன்றோ ஓர் உத்தரவைப் பிறப்பித்தார்[1]. திவானின் இவ்வுத்தரவைச் செயல்படுத்தவிடாமல் தடுக்க அதிகாரிகளும், ஸவர்ணர்களும் முயன்றார்கள். இந்துமத பழக்க வழக்கங்களுக்கும், மரபுகளுக்கும் எதிராகக் கிறிஸ்தவ திவான் நடந்துகொள்வதாக அவர்கள் குற்றம் சாட்டினார்கள். அதை அறிந்த திவான் 1813இல் இன்னொரு உத்தரவை வெளியிட்டார்.

பெண்கள் மார்பை மறைப்பதை மேலும் ஊக்கப்படுத்தும் விதத்தில் அவ்வுத்தரவு அமைந்தது. கிறிஸ்தவப் பெண்கள் மேல்சட்டை அணிந்து மார்பை மறைக்கலாம். அவர்களைத் தடுக்கக்கூடாது. ஆனால், இந்துப் பெண்களைப் போல குறிப்பாகச் சூத்திரப் (நாயர்) பெண்களைப் போல, அவர்களின் பாணியில் மார்பை மறைக்கக் கூடாது என்றும் அவ்வுத்தரவில் அறிவுறுத்தப்பட்டிருந்தது.

ராணிகௌரி பார்வதிபாய் திருவிதாங்கூரை ஆண்ட காலத்தில் 1822இல் கல்குளம் என்னுமிடத்தில் 'சாணார் கலகம்' உருவானது. கிறிஸ்தவ மதத்தில் சேர்ந்த சாணார் பெண்கள் ஜாக்கெட் அணிந்து சந்தைக்குப் போனபோது சில நாயர்கள் அவர்களைப் பலவந்தமாகத் தடுத்து நிறுத்தி ஜாக்கெட்டைக் கிழித்தெறிந்து அவமானப்படுத்தினார்கள்.

நேற்றுவரை மார்பை மறைக்காமல் திரிந்த சாணார் பெண்கள், கிறிஸ்தவ மதத்தில் சேர்ந்துவிட்ட ஒரே காரணத்திற்காக ஜன்மிகளான தங்கள் எதிரில் மார்பை மறைத்து அலட்சியமாகத் திரிகிறார்கள் என்பதை சூத்திரர்களால் சகித்துக்கொள்ள முடியவில்லை. கிறிஸ்தவ மதத்தைத் தழுவிய போதிலும் சாணார் பெண்கள், சாணார் பெண்கள்தான் என்று அவர்கள் தயங்காமல் சொன்னார்கள். மேல்சாதிக்காரகளுடன் அதிகாரிகளும் சேர்ந்துகொண்டு அவர்களைத் துன்புறுத்தினார்கள். அன்றைய திவான் வெங்கட்டராவ் என்பவரும் மேல்சாதிக்காரர்களின் இந்நடவடிக்கைகளுக்கு ஆதரவளித்தார்.

வேறு வழியின்றி சாணார் பெண்கள் கிறிஸ்தவ மிஷனரிகளிடம் முறையிட்டார்கள். ஸவர்ணர்களால் அனுபவிக்க நேர்ந்த கொடுமைகளை எடுத்துக் கூறினார்கள். மிஷனரிகளின் அன்றைய தலைவரான ரெவரென்ட் 'மீட்' என்பவர் அவர்களின் வழக்கைப் பத்மநாபபுரம் நீதிமன்றத்திற்குப் பரிந்துரைத்தார். நீதிமன்றம் மறுநாளே தீர்ப்பு வழங்கியது. தீர்ப்பு சாணார்களுக்கும்

கிறிஸ்தவர்களுக்கும் சாதகமாக இருந்தது. 'சாணார்கள் கிறிஸ்தவர்களான நாளிலிருந்து அவர்கள் சாணார்கள் அல்லர். எனவே, கிறிஸ்தவர்களுக்கு வழங்கப்படும் அனைத்து உரிமைகளும் அவர்களுக்கும் உண்டு. கிறிஸ்தவ மதத்தில் சேர்ந்த பெண்கள் ஜாக்கெட் அணிந்தார்கள் என்பது சட்டரீதியாகத் தவறு அல்ல' இதுதான் தீர்ப்பின் சுருக்கம்².

"A complaint was lodged against some Christians under their heathen names as Shannars for not paying the arrears of the toddy rent and for their women wearing upper cloth when it was decreed that they were to be finbed in consequence of their women wearing an upper cloth. An appeal being made to this as their was a proclama-tion allowing the Christians to wear an upper cloth the court wrote to the Rev. Charles Mead to enquire if these people were Christians and if their religion required them to wear the upper cloth. Rev. Mead replied that the Shannar and such other caste women as have embraced Christianity ought to wear an upper cloth for the sake of decency when they go to the church, the fairs, makets and similar places and that they instructed to do so and if that it ought to be so ordered agreeably to Christianity. It is accordingly decreed that 'Shannoo Neelankutty and others were not to be fined or allowing their women to wear upper cloth but only for other complaints against them".

C.M. Agur, The Church History of Travancore – P.780

அதைத் தொடர்ந்து சாணார் பெண்கள் மீண்டும் மார்பை மறைக்க ஆரம்பித்தார்கள். நீதிமன்றத்தில் வெற்றி அடைந்த உற்சாகத்தில் சில கிறிஸ்தவ சாணார் பெண்கள் மிக மெல்லிய துணியாலான ஜாக்கெட்டை அணிந்தார்கள். ஜாக்கெட் தடித்த துணியால் இருக்கவேண்டும் என்ற மரபிற்கு எதிராக இருந்தது அது. மேல்சாதிக்காரர்கள் அதை விரும்பவில்லை. அவர்கள் சாணார் பெண்களுக்குத் தொல்லை தரத் தீர்மானித்தார்கள். நீதிமன்றத் தீர்ப்பை மதிக்க மேல்சாதிக்காரர்கள் தயாரில்லை.

1828இல் மீண்டும் வன்முறை வெடித்தது. இயேசுவடியாள், நீதியடியாள் என்ற இரண்டு சாணார் பெண்களைக் கல்குளம் என்னுமிடத்தில் கூடிய சில மேல்சாதிக்காரர்கள் தடுத்து நிறுத்தி அவர்களின் ஜாக்கெட்டைக் கிழித்து அவமானப்படுத்தினார்கள். கிறிஸ்தவ மிஷனரிகள் நடத்தி வந்த பள்ளிக் கூடங்களில் நுழைந்து தொல்லை கொடுத்தார்கள். அங்கு படித்து வந்தவர்களில் பெரும்பாலானவர்கள் சாணார் குழந்தைகள். புத்தகங்களைக் கிழித்தல், ஜாக்கெட்டைக் கிழித்தெறிதல், மிரட்டுதல் போன்ற இழிசெயல்களில் அவர்கள் ஈடுபட்டனர்.

கலகம் நடந்த இன்னொரு முக்கிய இடம் ஆற்றூர். 1828, டிசம்பர் மாதம் 21 ஆம் தேதி ஞாயிற்றுக் கிழமை. அன்று ஜன்மிகள் கிறிஸ்தவ சாணார்களை ஊழிய வேலைக்குக் கூப்பிட்டார்கள். அவர்கள் தயங்கிய படி வேலைக்குப் போனார்கள். பத்மநாபபுரம் அரண்மனை யானைகளுக்கு ஓலை மடல்களைச் சுமந்து வருவதற்காக அவர்கள் வரவழைக்கப்பட்டிருந்தனர். ஆற்றூரிலிருந்து ஓலை மடல்களைச் சுமந்து வந்த சாணார் கிறிஸ்தவர்களை இன்னொரு சாணார் கூட்டத்தினர் வழிமறித்து வேலையிலிருந்து விடுவித்தனர். அது மட்டுமல்ல, மேல்சாதி இளைஞர்களை வைத்து அந்த ஓலை மடல்களைத் திரும்பவும் ஆற்றூருக்கே சுமக்க வைத்தார்கள்.

இவ்விஷயம் காட்டுத்தீ போல எங்கும் பரவியது. மேல்சாதிக் காரர்கள் கொதித்தெழுந்தார்கள். மறுநாள் ஆற்றூர், திருவட்டார் போன்ற இடங்களிலிருந்து சுமார் ஐநூறு பேர் ஆயுதங்களை ஏந்திப் பக்கத்து ஊர்களிலுள்ள எல்லா கிறிஸ்தவர்களையும் இரக்கமின்றித் தாக்கினார்கள். சாணார்களின் வீடுகள் தீ வைக்கப் பட்டன. பாதிரியார் 'மீட்' சம்பவ இடத்திற்கு விரைந்தார். மேல்சாதிக்காரர்கள் அவரைக் கொலை செய்ய முயன்றார்கள்.

1829, ஜனவரி மூன்றாம் தேதி இரவு மீட் தங்கியிருந்த மண்டைக்காடு பங்களாவை மேல்சாதிக்காரர்கள் சுற்றி வளைத்து அவரைக் கொல்ல முயன்றனர். விவரமறிந்த கிறிஸ்தவர்கள் சாயங்காலமே மீட்டுக்கு ரகசியத் தகவல் தந்தார்கள். மண்டைக்காட்டின் மேற்குப் பகுதியிலிருந்த மீனவர்கள் கூட்டமாகத் திரண்டு வந்து மீட்டின் பங்களாவிற்குக் காவல் நின்றார்கள்.

தூதன் ஒருவன் அவரது கடிதத்தை உதயகிரி கோட்டையில் இருந்த பிரிட்டிஷ் படைத் தளபதியிடம் சேர்த்தான். தனது உயிரைப் பணயம் வைத்து கடமையை நிறைவேற்றினான் தூதன். கடிதம் கிடைத்ததும் படைத்தளபதி மண்டைக்காட்டிற்கு விரைந்தார். படை போய்ச் சேர்ந்தபோது மேல்சாதிக்காரர்கள் பங்களாவை முற்றுகையிடுவதற்கு முன் ஏற்பாடாக, தேவி பூஜை நடத்திக்கொண்டிருந்தார்கள்.

தக்க நேரத்தில் பிரிட்டிஷ் பட்டாளம் தலையிட்டதால் பெரியதோர் ஆபத்து நீங்கியது. உடனே வேறு இடத்திற்குப் போய்த் தங்கும்படி பாதிரியார் 'மீட்' கேட்டுக் கொள்ளப்பட்டார். ஆனால் அவர் அதை ஏற்றுக் கொள்ளவில்லை. தலகுளம், அருமனை, கண்ணமங்கலம், கிள்ளியூர் போன்ற இடங்களைச்சேர்ந்த மேல்சாதித் தலைவர்கள்தான் கலகக்காரர்களைக் கூட்டி வந்திருந்தார்கள்.

கலகம் தொடர்பாக 1829இல் ராணி கௌரி பார்வதிபாய் ஓர் உத்தரவைப் பிறப்பித்தார். உத்தரவின் முக்கியப் பகுதிகள்: 'சாணார் பெண்கள் மேலாடை அணிவது எந்தவிதத்திலும் நியாயமில்லை. எனவே, அது நிறுத்தப்படுகிறது. இனிமேல் மேலாடை அணிந்து வரக்கூடாது. கிறிஸ்தவ மதத்தைச் சேர்ந்த சாணார் பெண்களும் மேலாடை அணியக்கூடாது. அதற்குப் பதிலாக ஜாக்கெட்டை அணிந்து கொள்ளலாம் என்று அறிவுறுத்தப்படுகிறார்கள்'. என்னும் உத்தரவு வந்தது.

சாணார் கிறிஸ்தவர்கள் தொடர்ந்து பல இன்னல்களை அனுபவிக்க வேண்டியதாயிற்று. ஒருவழியாகக் கலகம் அடங்கி விட்டது. சாணார் கலகத்தின் இரண்டாவது கட்டம் அதற்குப் பின்னர் முப்பத்தி ஆறு ஆண்டுகளுக்குப் பிறகு அதாவது 1859இல் தொடங்கியது. அன்று திருவிதாங்கூரை உத்தரம் திருநாள் மார்த்தாண்டவர்மா மகாராஜா ஆட்சி புரிந்து வந்தார். ஆரம்பகால எதிர்ப்பின் விளைவாக ஜாக்கெட் அணிந்து கொள்ள அனுமதிக்கப்பட்ட கிறிஸ்தவ சாணார் பெண்கள் ஜாக்கெட்டின் மீது ஒரு மேலாடையை அணியத் தொடங்கிய போது ஆரம்பித்ததுதான் இரண்டாவது சாணார் கலகம்[3].

இம்முறை நெய்யாற்றின்கரை சந்தையில் கலகம் மூண்டது. ஜாக்கெட்டும், மேல்துண்டும் அணிந்து சந்தைக்கு வந்த ஒரு கிறிஸ்தவ சாணார் பெண்ணை ஒரு மேல்சாதி இளைஞன் தடுத்து நிறுத்தி, அவளது மேலாடையையும் ஜாக்கெட்டையையும் கிழித்தெறிந்து அவமானப்படுத்தினான். முப்பத்தி ஆறு வருடங்களுக்குப் பிறகு சாணார் பெண்களுக்கு எதிரான மனப்பான்மை எப்படி இருந்தது என்பதை இச்சம்பவம் உறுதிப்படுத்துகிறது.

சாணார்கள் உடனடியாக எதிர்ப்பைக் காட்டவில்லை. நீதிமன்றத்தை நாடினார்கள். விசாரணைக்குப் பிறகு பெயரளவிற்கு ஓர் அபராதத்தை மட்டும் அந்த மேல்சாதி இளைஞனுக்கு நீதிமன்றம் விதித்தது. அபராதத்தைக் கட்டி நீதிமன்றத்தை விட்டு வெளியே வந்த அவன் மேலும் ஆத்திரமடைந்து வேறொரு சாணார் பெண்ணின் மேலாடையைக் கிழித்தெறிந்தான். உடனே கலவரம் வெடித்தது. முதலில் அருமானூர் போன்ற பக்கத்து ஊர்களிலும் படிப்படியாகத் தெற்குப் பகுதிகளிலும் கலகம் பரவியது. மேலாடை அணிந்த சாணார் பெண்களை எங்கு கண்டாலும் மேல்சாதிக்காரர்கள் தாக்க ஆரம்பித்தார்கள்.

1858இல் பிரிட்டிஷ் பேரரசி வெளியிட்ட ஓர் உத்தரவு இவ்வாறு கூறுகிறது. 'ஒரு சமுதாயத்தைச் சேர்ந்தவர்களோ, அரசாங்கமோ இதர சமுதாயத்தினரின் மதம் மற்றும் சமுதாயம் சார்ந்த பழக்க வழக்கங்களில் தலையிடக்கூடாது. சட்டத்தின்

முன்னால் மக்கள் அனைவரும் சமமானவர்கள். தனிப்பட்ட சலுகைகளுக்கு யாரும் தகுதி உடையவர்கள் அல்லர்'. ஆங்கிலேயரின் ஆளுகைக்கு உட்பட்ட திருவிதாங்கூரையும் ஆணை கட்டுப்படுத்தியது.

மேற்குறிப்பிட்ட ஆணையை ஸவர்ணரும், அவர்ணரும் தத்தமது நிலைபாடுகளுக்கேற்ப நியாயப்படுத்தும் விதமாக புரிந்துகொண்டனர். ரவிக்கையும், மேல்துண்டும் அணிவதை கிறிஸ்தவப் பெண்களின் ஆசாரமாக அவர்கள் கருதினார்கள். அதைத் தடை செய்ய மேல்சாதிக்காரர்களுக்கு அதிகாரமில்லை என்று அவர்கள் வாதிட்டார்கள். சூத்திரர்களுக்கு (நாயர்) கீழ் நிலையிலுள்ள எல்லாச் சாதியினரும் மார்பை மறைக்காமல் நடக்கவேண்டும் என்பது இந்து மத ஆசாரம் என்றும், அதை மீறிச் செயல்பட கீழ்சாதிக்காரர்களுக்கு உரிமையில்லை என்றும் மேல்சாதிக்காரர்கள் கூறினார்கள்.

கீழ்சாதிக்காரர்கள் கிறிஸ்தவ மதத்தைத் தழுவினாலும் அவர்கள் மேல்சாதிக்காரர்கள் ஆகமாட்டார்கள் என்ற கருத்து மேல்சாதிக்காரர்களிடையே நிலவியது. இந்து மத நெறிமுறை களைப் பாதுகாக்கும் பொறுப்பு தங்களுக்குரியது என்று மேல்சாதிக்காரர்கள் உறுதியாக நம்பியதோடு அதற்கேற்ப செயல்பட்டார்கள்.

அன்று திருவிதாங்கூர் திவானாக இருந்த சர்.டி. மாதவராயர் தெற்குத் தாலுக்காக்களில் கலவரம் பாதித்த பகுதிகளைப் பார்வையிட்டார். சாணார் கிறிஸ்தவத் தலைவர்கள் திவானைச் சந்தித்து தங்கள் பிரச்சினைகளை விரிவாக எழுதி ஒரு கோரிக்கை மனுவைச் சமர்ப்பித்தார்கள். மனுவைச் சமர்ப்பித்து வெளியே வந்த தலைவர்களை மேல்சாதிக்காரர்களும், அதிகாரிகளும் சேர்ந்து கடுமையாகத் தாக்கினார்கள். விவரமறிந்த கிறிஸ்தவ மிஷனரிகள் குற்றவாளிகளைத் தண்டிக்க வேண்டுமென்று திவானிடம் கேட்டுக்கொண்டார்கள். ஆனால், திவான் கீழே குறிப்பிடும் ஓர் உத்தரவை வெளியிட்டதோடு நின்றுவிட்டார்.

"1829–ன் உத்தரவு நடைமுறையில் இருக்கும்போது கிறிஸ்தவ, இந்து சாணார் பெண்கள் அதன் சட்டத் திட்டங்களுக்கு உட்பட்டு நடக்க வேண்டும் என்று தெளிவாகக் கூறப்பட்டுள்ளது. இனிமேல் எந்த வகுப்பினருக்காவது ஏதேனும் மாற்றம் வேண்டுமென்று விரும்பினால் அத்தகைய கருத்துக்களை அரசாங்கத்திற்கு விண்ணப்பித்து, உத்தரவு வரும் வரை காத்திருக்க வேண்டுமே. தவிர, பொது அமைதிக்குக் குந்தகம் விளைவிக்கக்கூடாது."

திவானின் இந்த உத்தரவு கிறிஸ்தவ மிஷனரிகளுக்கு விளங்க வில்லை. திவானின் நடவடிக்கை மேல்சாதி இந்துக்கள் மீதான

ஒருதலைபட்ச அக்கறையை வெளிப்படுத்துகிறது என்று அதிருப்தி தெரிவித்தார்கள். இவ்விவரங்கள் அடங்கிய மனுவை வைஸ்ராய் மற்றும் சென்னை கவர்னருக்கு அனுப்பினார்கள். அவர்களை நேரில் சந்தித்துப் புகார் மனுக்களைச் சமர்ப்பித்தார்கள்.

இச்சமயத்தில் பத்மநாபபுரத்திலிருந்து ஓர் அதிகாரி களியக்காவிளை என்ற ஊருக்கு வந்தான். தனக்குக் கிடைத்த சிறப்பு அதிகாரம் என்று கூறிக்கொண்டு சாணார் பெண்களின் ரவிக்கைகளைக் கிழித்தெறிந்தான். சாணார் பெண்கள் மேலாடையை அணிவதால் ரவிக்கையைப் பயன்படுத்துவதற்கான உரிமை அவர்களுக்கு தடை செய்யப்படுகிறது என்று சொல்லியபடி அவன் தகாதச் செயலில் ஈடுபட்டான். அவனது நடவடிக்கைகளுக்கு ஆதரவு தருவதாகச் சொல்லி மேல்சாதிக்காரர்கள் களத்தில் இறங்கினார்கள்.

சாணார்கள் எதிர்த்து நின்றார்கள். அவர்கள் ஒருமித்த சக்தியாக அணிதிரண்டு முன்னேறினார்கள். கலகம் மிகத் தீவிரமடைந்து களியக்காவிளையிலும் பக்கத்து ஊர்களிலும் பரவியது. பாறச்சாலை என்னுமிடத்தில் ஆறு கிறிஸ்தவ தேவாலயங்களையும், நெய்யூர் என்னுமிடத்தில் மூன்று தேவாலயங்களையும், ஒரு பள்ளிக்கூடத்தையும் மேல்சாதிக்காரர்கள் தீ வைத்துக் கொளுத்தினார்கள். கோட்டாறு என்னுமிடத்தில் மிக விரைவாகக் கலவரம் மூண்டது.

நாகர்கோவிலில் இருநூறுக்கும் மேற்பட்ட மேல்சாதி இளைஞர்கள் கலவரத்தில் ஈடுபட்டார்கள். 1859, ஜனவரி 4ஆம் தேதி நாகர்கோவிலில் கலவரம் நடந்தது. இரவிலும் பகலிலும் தேவாலயங்களுக்குக் கிறிஸ்தவர்கள் காவல் இருந்தனர். அதனால் அங்கிருந்த ஆலயங்கள் தீக்கிரையாகவில்லை. கலகத்தை ஒடுக்க அரசாங்கம் நாயர் பட்டாளத்தை அனுப்பியது. கோட்டாற்றிலும் சுற்றுப்பகுதிகளிலும் பட்டாளக்காரர்களின் கடுமையான நடவடிக்கையால் கலகம் கட்டுப்படுத்தப்பட்டது.

ஆரல்வாய்மொழி, செம்பொன்விளை, அருமநல்லூர், ஆண்டித்தோப்பு, திட்டுவிளை, மைலாடி, குழித்துறை ஆகிய இடங்களில் கலவரம் பரவியது. ஜனவரி பத்தாம் தேதி முதல் தென் திருவிதாங்கூர் முழுவதும் கலவரம் பரவியது. சாணார் கிறிஸ்தவர்களையும், தலைவர்களையும் போலீஸார் கைது செய்து சிறையில் அடைத்தார்கள். இவ்விஷயத்தில் தலையிட்ட கிறிஸ்தவ மிஷனரிகளைப் போலீஸாரும், அதிகாரிகளும் அவமதித்தார்கள்.

கலவரம் தொடர்பான உண்மை விவரங்களைச் சேகரித்து உடனே அறிக்கையைச் சமர்ப்பிக்குமாறு அன்றைய சென்னை

கவர்னர் லார்ட் ஹாரீஸ், திருவிதாங்கூர் ரெஸிடென்டான ஜெனரல் கல்லனுக்குக் கட்டளையிட்டார். அவர் விரிவான ஓர் அறிக்கையை சென்னை கவர்னருக்கு அளித்தார். அறிக்கையைப் பரிசீலித்த சென்னை கவர்னர் திருவிதாங்கூர் ரெஸிடென்டுக்குக் கீழ்கண்டவாறு எழுதினார்.

'திருவிதாங்கூர் ஆட்சியின் புகழும், அவமானமும் பிரிட்டிஷ் அரசாங்கத்தையே சேரும் என்பதால் மேலும் சகிப்புத் தன்மையோடு கூடிய ஒரு செயல்முறையைப் பின்பற்ற வேண்டும்'. இதற்கு திருவிதாங்கூர் அரசாங்கம் இவ்வாறு பதிலளித்தது:

'பேரரசியாரின் ஆளுகைக்கு உட்பட்ட பிற பகுதிகளில் இருந்து மாறுபட்ட சூழ்நிலை திருவிதாங்கூரில் நிலவுகிறது. குறிப்பாகச் சாதி, மதம் தொடர்பான விஷயத்தில் உரிய மாற்றங் களை முன்வைக்கும்போது உருவாகும் சிக்கல்களைக் குறித்து நினைவுபடுத்தத் தேவையில்லை.'

சென்னை கவர்னர் மீண்டும் ஜெனரல் கல்லனுக்குக் கடுமையான மொழியில் கடிதம் எழுதினார். 'உண்மையையும், நீதியையும் மட்டுமல்ல மனிதாபிமானத்தையும் இவ்விஷயத்தில் நாம் கடைப்பிடிக்க வேண்டும். இச்சந்தர்ப்பத்தில் நாம் கௌரவ மாக நடக்கவில்லை என்றால் நாகரிக உலகம் நம்மை எள்ளி நகையாடும்.

இந்திய மக்களுக்குச் சிந்தனை மற்றும் செயல் சுதந்திரம் அளிக்க வேண்டுமென்று 1858இல் பேரரசி உத்தரவிட்டுள்ளார். இவ்வுத்தரவிற்கு எதிராக மக்கள்மீது இதுபோன்ற வன்முறைகள் ஏவப்படுகின்றன. இது அசாதாரண நிகழ்ச்சியாகும். யோசித்துப் பார்க்கும்போது இவ்விஷயத்தில் நாம் தலையிடாமல் இருக்க முடியாது.

பெண்களுக்கு வழங்கப்பட்ட பாதுகாப்பு உறுதிமொழிக்குப் புறம்பான விஷயங்கள் நடக்கின்றன என்று பிரிட்டிஷ் பேரரசியாருக்குத் தெரிய வந்தால் என்ன கருதுவார் என்று நான் விவரிக்கப் போவதில்லை. ஆகவே 1829இல் திருவிதாங்கூர் அரசாங்க உத்தரவில் இடம் பெற்றுள்ள விதிமுறைகள், இக்காலத்திற்கோ நாகரிக அரசருக்கோ பொருத்தமானது அல்ல என்று மகாராஜாவிடம் தெரிவிப்பது உங்கள் கடமையாகும்'

இதன் அடிப்படையில் 1859, ஜூலை 26ஆம் தேதி உத்திரம் திருநாள் மார்த்தாண்டவர்மா மகாராஜா வெளியிட்ட உத்தரவு 'சாணார் பெண்கள் அவர்களின் குலவழக்கங்களுக்குத் தக்கவாறு எந்த பாணியில் வேண்டுமானாலும் ஆடையணிந்து

கொள்ளலாம் அதற்கான முழு சுதந்திரம் இவ்வுத்தரவின் மூலம் அனுமதிக்கப்படுகிறது என்று கூறியது.

ஆனால் அவர்கள் உயர்சாதிப் பெண்கள் ஆடை அணியும் முறையைப் பின்பற்றக்கூடாது. 'உயர்சாதியினரைப் பின்பற்றக் கூடாது' என்று சேர்க்கப்பட்ட நிபந்தனையை கவர்னர் விரும்ப வில்லை. பின்னர் மகாராஜா இந்த நிபந்தனையையும் விலக்கிக் கொள்ள வேண்டியதாயிற்று.

சாணார் கலகத்தின் காரணங்களைத் திருவிதாங்கூர் ஆட்சிக் குறிப்பேட்டின் *(State Manual)* இரண்டாம் பாகம் இவ்வாறு குறிப்பிடுகிறது. 'கிறிஸ்தவ மதப்பிரச்சாரகர்களின் பணிக்காகத் திருவிதாங்கூர் அரசாங்கம் செய்து கொடுத்த பாதுகாப்பு நடவடிக்கைகள் நாஞ்சில் நாட்டுப் பிரதேசங்களில் கிறிஸ்தவ மத வளர்ச்சிக்குக் காரணமாயிற்று. இதன் விளைவாக கிறிஸ்தவ மதத்தைத் தழுவிய சாணார்கள் அங்கிருந்த உயர்சாதி இந்துக்களுக்கு அச்சுறுத்தலானார்கள்.

கிறிஸ்தவ மதத்தைத் தழுவிய சாணார்கள் உடுத்தும் ஆடை தொடர்பான ஒரு விவாதம் தென்திருவிதாங்கூரில் எழுந்தது. பாரம்பரியமாக நீடித்துவந்த பழக்கவழக்கங்களைக் கடைப்பிடித்து மேல்சாதி இந்துக்கள் அணிவதைப் போன்ற மேலாடைகளை கீழ்சாதிக்காரர்கள் ஒருபோதும் அணியக்கூடாது. கர்னல் மன்றோவின் ஆட்சிக்காலத்தில் கீழ்சாதிப் பெண்கள் கிறிஸ்தவ, இஸ்லாமியப் பெண்களைப் போல ரவிக்கை அணிவதில் தவறில்லை என்ற ஓர் உத்தரவு பிறப்பிக்கப்பட்டிருந்தது.

'மதம்' மாறிய சாணார் பெண்கள் உயர்சாதிப் பெண்கள் அணியும் அதே ஆடைகள் வேண்டுமென்று வலியுறுத்தினார்கள். ஆகவே அவர்கள் முன்பு அணிந்திருந்த மேல்சட்டையோடு உயர்சாதிப் பெண்கள் அணிவதைப் போன்ற ஒரு மேலாடையைத் தோளில் போட்டு பகிரங்கமாக நடக்க ஆரம்பித்தார்கள். இது உயர் சாதிக்காரர்களுக்கு ஆத்திரமூட்டியது.

தோவாளை, அகஸ்தீஸ்வரம், இரணியல், கல்குளம், விளவங்கோடு ஆகிய தெற்குப் பகுதிகளில் பொது அமைதி சீர்குலைந்தது. 1829–ன் உத்தரவின்படி சாணார் பெண்களுக்கு மேல் சட்டை அணிவதற்கான அனுமதி இருந்தது. எனினும் தடைசெய்யப்பட்டதாகக் கருதப்பட்ட ஆடை பாணியையே அவர்கள் பின்பற்றினார்கள். மேலும் மதப் பிரச்சாரம் செய்பவர்களைத் திருவிதாங்கூர் அரசாங்கம் துன்புறுத்துகிறது என்ற தவறான பிரச்சாரத்தையும் பரப்பினார்கள். 1858, டிசம்பர் மாதம் இருதரப்பினருக்கும் இடையே நேரடி மோதல் ஏற்பட்டது.

மேல்சாதிக்காரர்கள் அணிவதைப் போன்ற மேலாடைகளை அணிந்து பகிரங்கமாக நடமாடிய சில சாணார் பெண்களை மேல்சாதி இந்துக்கள் தாக்கினார்கள். சாணார்களும் திருப்பித் தாக்கினார்கள்.

அடிக்குறிப்புக்கள்

1. *I have heard that the women of Ezhavas and such like castes who have embraced christianity have been prevented from covering their bosoms but as I have granted my permission to the women converted to Christianity to cover their bosoms as obtain among in other countries.* – சாணார் கலகம் – மலையாளப் புத்தகம், பக்–29.

2. 1823இல் பத்மநாபபுரம் நீதிமன்றம் வழங்கிய தீர்ப்பின் முக்கியப் பகுதி.

3. என்.கே. ஜோஸ் – 'சாணார் கலகம்'

4. மேற்படி

5. *T.K. Velu Pillai – The Travancore State Manual.*

6

அய்யன்காளியின் பிறப்பும் இளமைக் காலமும்

நெய்யாற்றின்கரை தாலுக்காவிலுள்ள கோட்டுக்கல் வட்டாரத்தின் வெங்ஙானூரில் அய்யன்காளி பிறந்தார். திருவனந்தபுரத்திலிருந்து சுமார் பதினைந்து கிலோ மீட்டர் தொலைவில், விழிஞ்ஞும் கடலோரத்தையொட்டி இவ்வூர் அமைந்துள்ளது. இங்கு பெருங்காற்றுவிளை என்ற குன்றுப் பகுதியில் ஒரு புலையர் குடும்பத்தில் அய்யன், மாலை தம்பதியரின் மகனாக 1863, ஆகஸ்டு மாதம் 28ஆம் தேதி பிறந்தார். அய்யன்காளி பிறந்த வீடு இன்று இல்லை. ஆவணி மாதத்தில் அவிட்ட நட்சத்திரத்தில் பிறந்த சுறுசுறுப்பான அக்குழந்தைக்குப் பெற்றோர்கள் ‘காளி’ என்ற பெயரைச் சூட்டினார்கள். காளி வளர்ந்து பெரியவனான போது தந்தையின் பெயரும் சேர்த்து அய்யன்காளி என்ற பெயர் நிலைத்துவிட்டது.

வெங்ஙானூரில் புத்தளத்து குடும்பம் என்னும் புகழ்பெற்ற நாயர் குடும்பம் வசித்து வந்தது. அக்குடும்பத் தலைவர் பரமேஸ்வரன் பிள்ளை. அவரது பண்ணையாளாகவும், அடிமையாகவும் அய்யன் வேலை பார்த்து வந்தார். அய்யன் புலையர்களின் ஊர்த் தலைவராகவும் இருந்தாராம். ஜன்மியிடம் நேர்மையும் அன்பும் காட்டிவந்த அய்யன் சிறந்த வேலைக்காரனாகவும் விளங்கினார்.

அய்யன்காளியின் பெற்றோர்கள் அய்யனும் மாலையும். அய்யனின் 118ஆம் வயதிலும் மாலையின் 111ஆம் வயதிலும் எடுக்கப்பட்ட படம் (மலையாள மனோரமா வாரப்பதிப்பு, 1937 ஆவணி மாதம் 27ஆம் தேதி)

எஜமானனின் காட்டைத் திருத்தி ஏராளமான விளை நிலங்களை உண்டாக்குதல், வயலில் தக்க பருவத்தில் பயிரிடுதல், விளைச்சலைப் பாதுகாத்தல், அறுவடை செய்தல் போன்ற வேலைகளை அய்யன் செய்து வந்தார். மற்ற புலையர்களைக் கூட்டி வந்து வேலை வாங்கும் திறமையும் அவருக்கு இருந்தது.

ஜன்மி/அடிமை உறவில் கட்டளை, கீழ்ப்படிதல் என்பதுடன் நின்றிருந்த காலகட்டம் அது. கூலியாகக் கிடைக்கும் நெல்லை மட்டும் வைத்து அவர்கள் வாழ்ந்து வந்தார்கள்.

ஜன்மி பரமேஸ்வரன் பிள்ளை மற்ற ஜன்மிகளிடமிருந்து வித்தியாசமான ஓர் அணுகுமுறையை அய்யனிடம் கொண்டிருந்தார். அடிமை என்பதற்கு மேல் அய்யனை ஒரு மனிதனாக மதித்தார். அன்றைய சமூக வரலாற்றை ஆராய்ந்து பார்க்கும்போது அது ஒரு சாதாரண விஷயமில்லை. காட்டைத் திருத்தி, நிலத்தைப் பெருக்கித் தந்த அய்யனின் பேரில் கிட்டத்தட்ட எட்டேகால் ஏக்கர் நிலத்தைப் பதிவு செய்து கொள்வதற்கான ஒத்தாசைகளைச் செய்தார்.

அடிமையாய் இருந்த அய்யன் எட்டேகால் ஏக்கர் நிலத்திற்கு உடமையாளரானார். இவ்வாறு கிடைத்ததுதான் பெருங்காற்றுவிளை என்னும் குன்றுப் பகுதி. அடிமை வேலைக்காரன் நிலவுடைமையாளர் ஆவதா? மற்ற ஜன்மிகளுக்கு பரமேஸ்வரன் பிள்ளையின் போக்கு சற்றும் பிடிக்கவில்லை. சில எதிர்ப்பு நடவடிக்கைகளை பரமேஸ்வரன் பிள்ளையின் மீது தொடுக்கவும் அவர்கள் தயங்கவில்லை. செல்வாக்கும், வலிமையும் கொண்ட பரமேஸ்வரன் பிள்ளை அதற்கெல்லாம் அஞ்சவில்லை. அய்யனுடனான அணுகு முறையில் எந்த பாரபட்சத்தையும் அவர் காட்டவில்லை.

அய்யன், மாலை தம்பதியருக்குப் பத்துக் குழந்தைகள் பிறந்தார்கள். அவர்களுள் இருவர் அகால மரண மடைந்தார்கள். எஞ்சிய எட்டுப் பேரில் ஐந்து ஆண்கள். மூன்று பெண்கள். மூத்தவர் காளி. ஆண் பிள்ளைகளின் பெயர்கள் காளி, சாத்தன், கோபாலன், வேலாயுதன், வேலுக்குட்டி. பெண்பிள்ளைகள் கண்ணா, சின்னா, குஞ்ஞி ஆகியோர்.

இளமைக் காலந்தொட்டே தோற்றத்திலும் இயல்பிலும் மற்ற குழந்தைகளிலிருந்து வித்தியாசமான ஏதோ சிறப்பம்சம் அய்யன்காளியிடம் தென்பட்டது. பந்தாட்டம், கிட்டிப்புள் போன்றவற்றில் திறமையும், ஈடுபாடும் அவசியமான விளையாட்டு களில் மிகுந்த ஆர்வமும் இருந்தது. அவர் அத்தகைய விளையாட்டு களில் மிகுந்த ஆற்றலைக் காட்டினார்.

சிலேட்டையும், புத்தகத்தையும் மார்பில் அணைத்து பள்ளிக்கூடங்களுக்குப் போகும் பிள்ளைகளை ஏக்கத்தோடு பார்த்து நிற்பார். அவர்களைப் போல தானும் பள்ளிக்குப் போக வேண்டுமென்று ஆசைப்பட்டு, தனது விருப்பத்தைப் பெற்றோர் களிடம் தெரிவித்தார். அப்போதுதான் தனது சாதிக்காரர்களைப்

பள்ளிக்கூடத்தில் அனுமதிக்க மாட்டார்கள் என்ற உண்மை தெரியவந்தது. அதுவே அப்பிஞ்சு மனதில் ஆறாத வடுவாக மாறியது.

சிறுவன் அய்யன்காளி ஒரு மேல்சாதிக்காரனின் வீட்டு வாசலைத் தெரியாமல் மிதிக்க நேர்ந்தபோது கடுமையான வசையை வாங்க வேண்டியதாயிற்று. அந்த வீட்டுக்காரர், அய்யன்காளியை அடிக்கவில்லை, அவ்வளவுதான். அய்யன்காளி ஓடிப்போய் ஒளிந்துகொண்டார்.

ஒரு கிணற்றைத் தொட்டதற்காக மேல்சாதிக்காரர்கள் சண்டைக்கு வந்துவிட்டார்கள். குறுகலான பாதையினூடே நடந்தபோது எதிரில் வந்த மேல்சாதிக்காரன் ஓடி ஒளிந்து கொள்ளும்படி கட்டளையிட்டான். அய்யன்காளி கீழ்ப்பணிய வேண்டியதாயிற்று. இப்படி எத்தனை எத்தனை அனுபவங்கள். கோயிலின் வெளிப்பகுதியில் கூட நுழையக்கூடாது. பொதுவழி களில் நடக்கக்கூடாது என்றெல்லாம் புரிந்துகொண்டார். இது தொடர்பான தகவல்களை உறவினர்களிடமிருந்து கேட்டுத் தெரிந்துகொண்டார். தனது சாதி மக்கள் எத்தனை வேதனைகளை அனுபவிக்கிறார்கள் என்பதை உணர்ந்தார்.

ஓணம் பண்டிகை காலங்களில் கேரளத்தின் தெற்குப் பகுதிகளில் பந்து விளையாட்டு மிக உற்சாகமாக நடைபெறும். அதுவொரு நாட்டுப்புற விளையாட்டு. அய்யன்காளி வீட்டின் அருகிலிருந்த மைதானத்தில் பந்தாடிக் கொண்டிருந்தார். விளையாட்டு உற்சாகத்தில் அவர் காலால் உதைத்த பந்து எம்பி பக்கத்திலிருந்த ஒரு மேல்சாதிக்காரனின் வீட்டுக் கூரையில் பட்டுக் கீழே விழுந்தது. பந்தை உதைத்தது யாரென வீட்டுக்காரன் விசாரித்தான்.

தீண்டத்தகாத சாதிக்காரன் ஒருவன் காலால் உதைத்த பந்து தனது வீட்டின்மீது விழுந்ததை அறிந்த வீட்டுக்காரனுக்குக் கோபத்தைக் கட்டுப்படுத்த முடியவில்லை. அந்த ஆள் காளியைக் கேவலமாகத் திட்டினான். அடியை விட வசைக்கு அதிக சக்தியுண்டு. காளி ஸவர்ணச் சிறுவர்களோடு சேர்ந்து விளையாடியதை அறிந்ததும் அந்த ஆள் கடும் எதிர்ப்பைத் தெரிவித்தான். 'இனிமேல் அவர்களுடன் சேரக்கூடாது' என்று எச்சரித்தான். தன்மானத்திற்கு இழுக்கு நேர்ந்ததை உணர்ந்த காளி தலைகுனிந்து நடந்தார். அவர் முகம் வெளிறியது. கண்கள் கலங்கின. இதயத்தில் கூரிய அம்பு தைத்ததைப் போன்றிருந்தது.

செய்தி காளியின் தந்தையின் காதுக்கு எட்டியது. மகனுக்குத் தக்க தண்டனை வழங்க அவர் காத்திருந்தார். மனவேதனையுடன்

வீட்டிற்குள் நுழைந்த காளியைத் தந்தை ஈவிரக்கமின்றி ஏசினார். உடைந்த உள்ளத்துடன் எல்லாவற்றையும் சகித்துக்கொண்டார் காளி. தந்தையின் பிரச்சினை என்பது அவரது வாழ்வாதாரம் சார்ந்தது. மரபாகக் கடைப்பிடித்து வரும் தீண்டாமையைப் பொருட்படுத்தாமல் மகன் அத்துமீறி நடந்திருக்கிறான் என்பது தந்தையின் வாதம்.

காளி சிறிது காலம் யாருடனும் பேசவில்லை. புரண்டு ஆர்ப்பரித்து முழங்கும் ஒரு பெருங்கடலாகக் காளியின் மனம் உருமாறியது. ஆள் நடமாட்டமற்ற ஏதாவது ஓரிடத்தில் போய் அமர்ந்து நெடுநேரம் சிந்தனையில் ஆழ்ந்திருப்பார். அதுவே வழக்கமானது. ஏதோ புலப்படாத ஒரு சக்தி அவரை மீண்டும் செயல் வீரனாக்கியது.

இனிமேல் மேல்சாதிப் பையன்களோடு தொடர்பு வைத்துக்கொள்வதில்லை என்று உறுதிபூண்டார். தனது சமுதாயத்தைச் சேர்ந்த பிள்ளைகளுடன் நெருங்கிப் பழகினார். தனது அனுபவங்களைப் பகிர்ந்துக் கொண்டார். அவர்களுக்கு விழிப்பூட்ட முயற்சித்தார். அம்முயற்சி பயனளித்தது. தாழ்ந்த சாதியில் பிறந்த காரணத்திற்காக அனுபவித்து வரும் இன்னல்களைக் குறித்து அவர்கள் கூட்டாகச் சேர்ந்து விவாதித்தார்கள்.

அவர்களுக்குள் சிதறிக் கிடந்த மன தைரியத்தை விழிப்படைய வைத்தன அவ்விவாதங்கள். பிற மனிதர்களைப் போல பொதுச்சாலைகளில் நடக்கவும், பள்ளிக்கூடங்களில் படித்து எழுத்தறிவைப் பெறவும் கோயில்களுக்குச் சென்று இறைவனை வழிபடவும் தங்களுக்கும் உரிமை கிடைக்காதா என்பன போன்ற கேள்விகளை எழுப்ப அவர்களை ஆயத்தப்படுத்தினார் அய்யன்காளி.

பெற்றோர்கள் காளியின்மீது அளவற்ற பாசத்தைப் பொழிந்தார்கள். விருப்பம் எதுவாக இருப்பினும் நடக்கக் கூடியதாக இருந்தால் செய்து கொடுக்க பெற்றோர்கள் தயாராக இருந்தார்கள். தங்கள் சமுதாயத்தைச் சேர்ந்த குழந்தைகள், இளைஞர்கள், முதியவர்களுடன் நெருங்கிப் பழகுவதற்கான எந்தக் கட்டுப்பாட்டையும் அவர்கள் விதிக்கவில்லை.

துடிப்பும், சுறுசுறுப்பும், நெஞ்சுரமும் காளியின் இயல்புகள். வாலிபப் பருவத்திற்கு அடியெடுத்து வைத்த அய்யன்காளி பக்குவமெய்திய தோற்றத்துடன் விளங்கினார். உடற்பயிற்சியால் உறுதிபெற்ற உடல்வாகு ஓர் வீரனின் தோற்றத்தைத் தந்தது. பிரகாசமான முகமும் நிமிர்ந்த நடையும் அனைவரின் கவனத்தைக் கவரக்கூடியதாக இருந்தன.

ஒவ்வொரு மாலைப் பொழுதிலும் அய்யன்காளியின் தலைமையில் அவரது இனத்தைச் சேர்ந்த இளைஞர்கள் கூட்டமாக ஓரிடத்தில் கூடுவது வழக்கம். அக்கூட்டத்தில் அய்யன்காளியின் சகோதரர்களான கோபாலன், சாத்தன் ஆகியோரும் கலந்துகொண்டார்கள். அவ்விடத்தில் அமர்ந்து தாங்கள் இயற்றிய பாடல்களைப் பாடுவதும், நாட்டுப்புறக் கலைகளை நிகழ்த்துவதுமாக இருந்தார்கள். ஏராளமான இளைஞர்கள் ஆர்வமாகப் பங்கேற்றார்கள். இளைஞர்களை ஒருங்கிணைக்க அத்தகைய கலை நிகழ்ச்சிகள் மிகவும் உதவிகரமாக இருந்தன.

கேள்வி ஞானத்தை அடிப்படையாகக் கொண்டு ஸ்ரீ அரிச்சந்திரா நாடகத்தை நடத்த அந்த இளைஞர்கள் தயாரானார்கள். அய்யன்காளி சுயமாக இயற்றிய வசனங்களையும், பாடல்களையும் நாடகத்திற்குப் பயன்படுத்தினார்கள். கல்வியறிவு இல்லாத அய்யன்காளியால் எப்படி இதையெல்லாம் செய்ய முடிந்தது?

தென்திருவிதாங்கூர் புலையர்கள் தமிழும் மலையாளமும் கலந்த ஒரு கலப்பு மொழியைப் பேசினார்கள். அவர்களுக்குப் புரிகிற மொழிநடையால் நாடக உரையாடலுக்கும், பாடல்களுக்கும் அய்யன்காளி வடிவம் தந்தார். பிற்காலத்தில் சமுதாயப் பணிக்காக நாடெங்கும் பயணித்தபோது அய்யன்காளி நாடகக் குழுவையும், பாடல் குழுவையும் உடன் அழைத்துச் சென்றார். சமுதாய எழுச்சிக்காகக் கலை என்னும் ஊடகத்தை தக்கவண்ணம் பயன்படுத்தினார்.

வெங்ஙானூரிலும் சுற்று வட்டாரங்களிலும் அய்யன்காளி என்ற பெயர் மெல்ல மெல்லப் பிரபலமடைந்தது. அய்யன்காளியின் பணிகளைக் கண்ணுற்ற மேல்சாதிக்காரர்கள் வெறுப்படைந்தார்கள். பாரம்பரியமாக நடைமுறையிலிருந்து வரும் ஆசாரங்களுக்கெதிராக அவர் செயல்படுவதாகக் குற்றம் சாட்டினார்கள். ஜன்மிகள் அவரைக் கர்வம் பிடித்தவன், அலட்சியக்காரன் என்று முத்திரை குத்திச் சினந்தெழுந்த போது, புலையர் சமுதாயத்தினர் ஊர்ப்பிள்ளை, மூத்தபிள்ளை என்று அங்கீகரித்து ஆதரித்தார்கள்.

ஜன்மிகளின் ஆத்திரமூட்டும் நடவடிக்கைகள் எவற்றையும் அய்யன்காளி பொருட்படுத்தவில்லை. தனது சமுதாய உயர்வுக்காகக் களத்தில் இறங்கிப் பணியாற்றத் தீர்மானித்தார். ஒரு நாள் இளைஞர்கள் சிலரை அழைத்துக்கொண்டு தனது ஊரைச் சுற்றி வந்தார். கடும் எதிர்ப்புகளும், மிரட்டல்களும் மேல்சாதிக்காரர்களிடமிருந்து எழுந்தன.

வலிமையும், தைரியமும் கொண்ட ஓர் இளைஞர் கூட்டத்தை அணி திரட்ட அப்பயணம் உத்வேகத்தைத் தந்தது. அடிதடி, குஸ்தி, வர்மம் போன்ற தற்காப்புக் கலைகளைக் கற்றுத்தர, ஆசான்கள் வரவழைக்கப்பட்டார்கள். அய்யன்காளியும், சக நண்பர்களும் இக்கலைகளில் நன்கு தேர்ச்சி பெற்றார்கள். இவ்வாறு பயிற்சி பெற்ற இளைஞர் கூட்டம் பிற்காலத்தில் 'அய்யன்காளிப் படை' என்று அழைக்கப்பட்டது.

கி.பி. 1888இல் சிவராத்திரி நாளன்று ஸ்ரீநாராயணகுரு அருவிப்புறம் என்னுமிடத்தில் நடத்திய சிவன் பிரதிஷ்டை கேரளத்தின் சமுதாய, மறுமலர்ச்சி வரலாற்றில் மிக முக்கிய நிகழ்வாகும். பிராமணர்களுக்கு மட்டுமே உரிமையாய் இருந்த ஒரு புனிதப் பணியை ஒடுக்கப்பட்ட இனத்தைச்சேர்ந்த குருதேவர் முன்னின்று செய்தார். பரம்பரை பரம்பரையாக நடைமுறையில் இருந்த பிராமண வழிபாட்டு நெறியை, புரோகிதத்தின் முற்றாதிக்கத்தை மௌனமாகத் தகர்த்தெறிந்தார்.

மேல்சாதி ஆதிக்கத்தையும், தீண்டாமையையும் நிலைநிறுத்த வேண்டும் என விரும்பிய இந்து அடிப்படைவாதிகளுக்கு விழுந்த பலத்த அடியாக இச்சம்பவம் அமைந்தது. குருதேவரின் நடவடிக்கையை மேல்சாதிக்காரர்கள் விசாரணைக்கு உட்படுத்தி னார்கள். 'ஈழவர்கள் சிவனைப் பிரதிஷ்டை செய்யலாமா?' என்ற ஒரு நம்பூதிரியின் கேள்விக்கு 'ஈழவச் சிவனைத்தான் பிரதிஷ்டை செய்தேன்' என்று அமைதியாகப் பதிலளித்தார் குருதேவர்.

குருதேவரின் இச்செயலை ஸ்ரீமன்னத்து பத்மநாபன் இவ்வாறு மதிப்பிடுகிறார், 'மதத்தின் பெயரால் கொடுமைகளும், ஏற்றத்தாழ்வுகளும், மனிதர்களுக்கிடையிலான சாதி பேதங்களும், தீண்டாமைகளும் ஸ்ரீ புத்த பகவானைச் சிந்தனையாளராகவும், தத்துவஞானியாகவும் ஆக்கியது. அதைப் போலவே 'பைத்தியக்கார விடுதி' என்று அழைக்கப்பட்ட கேரளத்தின் மூடநம்பிக்கைகளும், தீண்டல், தொடீல் போன்றவற்றால் மனிதனை இழிவுபடுத்தும் மிருகத்தனமான செய்கைகளும் ஸ்ரீநாராயண குருவைச் சிந்தனையாளராக மாற்றியிருக்கக் கூடும்.

அவர் ஒரு தாழ்த்தப்பட்ட சமுதாயத்தில் பிறந்த காரணத்தால் புதிதாக எதையும் பார்த்து, கேட்டு, படித்து உள்வாங்க வேண்டிய அவசியம் நேரவில்லை. அனுபவ அறிவாலேயே இந்தக் கொடிய நரகத்தை எதிர்கொள்ள அவரால் முடிந்தது. வியப்பூட்டும் மகத்தான பணிகள் பலவற்றை நாராயணகுரு செய்திருந்த போதிலும், கேரளத்தின் தாழ்த்தப்பட்ட சமுதாயத்தினரை முன்னேற்றியது அவரது ஒப்பற்ற பணிகளுக்கெல்லாம் மகுடம்

சூட்டியது. கனிவும், அமைதியும் கொண்ட அவர் மென்மையான மனமுடையவராகக் காட்சியளித்த போதிலும் புரட்சிகரமான சமூக மாற்றங்களை ஏற்படுத்திய அவரது மனத்துணிவு வைரம் பாய்ந்த நெஞ்சிற்கு உரியது.

அன்றைய கேரளம் குறிப்பாக திருவிதாங்கூர், கொச்சி போன்ற இடங்கள் வருணாசிரமத்தின் முன்மாதிரி இடங்களாக இருந்தன. பிராமணர், சத்திரியர், வைசியர், சூத்திரர் என ஒன்றின்மீது ஒன்றாக அடுக்கி வைக்கப்பட்ட நால்வருண நம்பிக்கை வலுப்பெற்றது. அதில் இடம் பெறாத அனைவரும் பஞ்சமர்களாகவும், மிலேச்சர்களாகவும் புறந்தள்ளப்பட்டார்கள். இவையெல்லாம் தெய்வீகம் சார்ந்த பாகுபாடுகள் என்றும் அதில் மாற்றம் ஏற்படுத்துவதைப் பற்றி சிந்திக்கக் கூட யாருக்கும் உரிமையில்லை என்றும் நம்பிக்கொண்டிருந்த காலமது.

தாழ்த்தப்பட்ட சமுதாயத்தினருக்கு நேரடியாக இறை வழிபாடு செய்வதற்கான உரிமையும், சுதந்திரமும் உண்டென்று உணர்த்துவதே தனது சமுதாயச் சீர்திருத்தத்தின் முதல் பணியென்று நாராயணகுரு நம்பினார். இறைவனை முன்வைத்து சமூக சீர்திருத்தத்தை ஆரம்பித்தார். இறைவனை நிறுவுவது மட்டுமல்ல, நேரடியாக இறைவனுக்குப் பூஜை செய்வதும் பாவமாகும் எனக் கருதப்பட்ட அக்காலத்தில் தாழ்த்தப்பட்ட சமுதாயத்தைச் சேர்ந்த ஒருவர் பூஜையும், பிரதிஷ்டையும் செய்யத் துணிந்தது அத்துமீறிய செயலாகக் கருதப்பட்டது.

நாராயணகுருவின் ஆன்மீக உபதேசமும், யோகம் சார்ந்த பிரச்சாரப் பணிகளும் ஈழவச் சமுதாயத்தில் ஏற்படுத்திய வெளிச்சம் அவர்களை முன்னேற்றப் பாதைக்கு இட்டுச் சென்றது. கேரளத்தின் மற்ற சமுதாயத்தினரும் இவ்வரிய வாய்ப்பை வீணாக்கவில்லை. ஒவ்வொரு வகுப்பினரும் தத்தமது இனத்தினரை ஒருங்கிணைக்கவும், சீர்திருத்தவும், அமைப்புகளை ஏற்படுத்தி செயல்படவும் தொடங்கினார்கள்.

மிகவும் அடித்தட்டில் உழன்ற புலையர்களும், பறையர்களும் கூட அமைப்புகளை ஏற்படுத்தி சமூகச் சீர்திருத்த முயற்சிகளில் ஈடுபட்டார்கள். எழுத்தறிவு இல்லாத போதும் கேள்வி ஞானத்தை உடைய அய்யன்காளி புலையர்களின் தலைவராக முன்வந்து ‘சாது ஜன பரிபாலன சங்கம்’ என்ற அமைப்பை நிறுவினார். இறுதி நாட்கள் வரை அவரே அதன் தலைவராகவும் விளங்கினார். கண்டன்குமாரன் என்பவர் பறையர் சமுதாயத்தினருக்குத் தலைமை ஏற்றார்.

வருணாசிரம நம்பிக்கையின் மூலம் ஈழவர் போன்றவர்கள் இன்னல்களை அனுபவித்தார்கள். பழைய மரபுகளை நாயர்கள்

பாதுகாத்து வந்தார்கள் என்றால் அது மிகையல்ல. 'சூத்திரர்களான தாங்களே நால்வருணத்தின் இறுதி வகுப்பைச் சேர்ந்தவர்களென்று நாயர்கள் ஒப்புக்கொண்டார்கள். மூடநம்பிக்கை எனும் உண்டியலின் சாவியை வைத்திருந்தவர்களும், அதன் பாதுகாவலர் களும் அவர்களே, மட்டுமின்றி சகோதரச் சமுதாயங்களின் முன்னேற்றத்திற்கு முட்டுக்கட்டையாகவும் அவர்கள் இருந்து வந்தார்கள்.[1]

ஸ்ரீநாராயண குரு அருவிப்புறத்தில் சிவன் பிரதிஷ்டை நடத்திய காலத்தில் அய்யன்காளிக்கு வயது இருபத்தி ஐந்து. நாராயணகுரு தாழ்த்தப்பட்ட இனத்தவர்களை மேம்படுத்த செயல் திட்டங்களைத் தீட்டி வருகிறார் என்ற செய்தி அய்யன் காளியின் செவியை எட்டியது. அவர் நாராயண குருவைச் சந்திக்க வேண்டுமென்று தீர்மானித்தார்.

இந்தக் காலகட்டத்தில் ஸ்ரீநாராயணகுரு வாழமுட்டம் என்னுமிடத்தின் அருகிலுள்ள குன்னும்பாற ஆசிரமத்திற்கு வந்திருக்கும் செய்தி கிடைத்தது. வெங்ஙானூரிலிருந்து அய்யன்காளியும் அவரது குழுவினரும் குன்னும்பாற ஆசிரமத்தை அடைந்தார்கள். நுழைவாயிலில் நின்றிருந்த குருவின் சீடர்களிடம், தங்கள் வருகைக்கான நோக்கத்தை தெரிவித்தார்கள். ஆனால், ஸ்ரீநாராயணகுருவைச் சந்திக்கப் புலையர்களை அனுமதிக்க மாட்டோம் என்று சில ஈழவச் சீடர்கள் மறுத்துவிட்டார்கள். அய்யன்காளியும் அவரது குழுவினரும் ஏமாற்றத்துடன் திரும்பினார்கள்.

புலையர்களின் தலைவரான அய்யன்காளி தன்னைச் சந்திக்க வந்த விவரத்தைக் கேள்விப்பட்ட நாராயணகுரு மறுநாளே ஆளை அனுப்பி அய்யன்காளியைக் குன்னும்பாற கோயிலிலுள்ள ஆசிரமத்திற்கு அழைத்தார். இறுதியாக, நாராயணகுருவும் அய்யன்காளியும் சந்தித்து நீண்ட நேரம் உரையாடினார்கள். தனது சீடர்களின் நடவடிக்கைக்கு மன்னிப்புக் கோரினார் நாராயணகுரு.

அய்யன்காளிக்கும் நாராயணகுருவுக்கும் இடையிலான உரையாடலின் சாராம்சம் என்னவென்பதை யாரும் வெளியில் கூறவில்லை. இதைப் பிற்கால வரலாற்றாய்வாளர்கள் தத்தமது அனுமானத்திற்கேற்ப எழுதினார்கள். சில ஈழவ வரலாற்றாளர்கள் ஊகத்தைக் கடந்து முன்னோக்கிச் சென்றார்கள். நாராயணகுருவின் உபதேசத்தின் பேரிலேயே அய்யன்காளி சாதுஜன பரிபாலன சங்கத்தை உருவாக்கியதாக எழுதியிருக்கிறார்கள். ஆனால், சாதுஜன பரிபாலன சங்கத்தின் உருவாக்கத்தில் நாராயணகுருவுக்கு எந்தப் பங்கும் இல்லை.

1904இல் மகாகவி குமாரன் ஆசானும் நாராயணகுருவும் சேர்ந்து எஸ்.என்.டி.பி. அமைப்பை நிறுவினார்கள். அதனுடைய செயல்பாடுகள் திருவிதாங்கூரில் பரவத் தொடங்கிய வேளையில் ஒரு சமுதாய அமைப்பின் முக்கியத்துவத்தைக் குறித்து அய்யன்காளி சிந்தித்தார். இந்த விஷயத்தை தனது நண்பர் வட்டத்தைச் சேர்ந்த தாமஸ்வாரியார், தைவிளாகத்து காளி மற்றும் ஹரிஸ் வாத்தியார் ஆகியோருடன் கலந்தாலோசித்தார். இப்படி உருவானதுதான் 'சாது ஜன பரிபாலன சங்கம்'.

வாலிபப் பருவத்தை நெருங்கிய அய்யன்காளிக்குத் திருமணம் செய்துவைக்க பெற்றோர்கள் விரும்பினார்கள். அய்யன்காளியும் இசைவைத் தெரிவித்தார். மனைவி அமைந்துவிட்டால் வாழ்க்கையில் ஒழுங்கும் கட்டுப்பாடும் உண்டாகுமென நம்பினார். பல திருமண ஆலோசனைகள் வந்தன. பக்கத்து ஊரான கோட்டுக்கல் மஞ்ஞாம்குழி வீட்டைச் சேர்ந்த செல்லம்மா என்ற பெண்ணை மணம் முடிக்க தீர்மானித்தார்கள். 1888ஆம் ஆண்டு மார்ச் மாதம், அழகும் பணிவும் கொண்ட செல்லம்மாவைத் திருமணம் செய்துகொண்டார் அய்யன்காளி.

திருமணத்திற்குப் பின்பு பெருங்காற்றுவிளையின் மேற்குப் பக்கத்திலுள்ள குன்றில், தெக்கேவிளையில் என்னுமிடத்தில் ஒரு வீட்டைக் கட்டிகொண்டு மனைவியுடன் வசித்து வந்தார். 'பிலாவறத்தலா' என்பது அவ்வீட்டின் பெயர். காளிக்கு ஆறு ஆண்களும், ஒரு பெண்ணும் சேர்த்து ஏழு பிள்ளைகள். ஐவர் மட்டுமே நீண்ட ஆயுளுடன் வாழ்ந்தார்கள். பொன்னு, செல்லப்பன், கொச்சுகுஞ்ஞு, சிவதாணு ஆகியோர் ஆண் பிள்ளைகள். ஒரே மகள் தங்கம்மா.

எல்லா விஷயங்களிலும் கணவனுக்கு உறுதுணையாக நின்று ஒரு சிறந்த குடும்பத் தலைவியாகச் செல்லம்மா விளங்கினார். வெங்ஙானூரிலுள்ள தனது சமுதாய இளைஞர்களை ஒன்று திரட்டிய அய்யன் காளிக்கு மனவலிமை அதிகரித்தது. மனிதனுக்கு மனிதன் வெகுதூரம் விலகியிருக்க வேண்டிய நிலைமையைப் பற்றி ஆழ்ந்து சிந்தித்தார். அனுபவங்கள் நிறைந்த அவரது மனதில் பல நினைவுகள் கடந்துபோயின.

மனிதராகப் பிறந்த புலையரும் பறையரும் பொது வழியில் நடந்து செல்ல முடியாத சமூகநீதி! நாயும் பூனையும் பொது வழியில் நடக்கலாம்! மேல்சாதிக்காரனைக் காண நேர்ந்தால் கீழ்சாதிக்காரன் வெகுதூரம் ஓடி மறைந்து கொள்ள வேண்டும். ஒருவேளை எதேச்சையாக எதிர்ப்பட்டுவிட்டால் அடிவாங்க வேண்டும். அடித்துக் கொன்று போட்டாலும் கேட்பாரில்லை.

மேல்சாதிக்காரர்களுக்கு மட்டுமே நீதியும், நியாயமும் இருந்தன. ஆடு மாடுகளைப் போல மனிதர்களை விற்கலாம். வாங்கலாம். அவர்களின் உழைப்பை முழுவதுமாகச் சுரண்டும் உயர்சாதிக்காரர்கள் பார்க்க நேர்ந்ததும் தீட்டுப்பட்டு விடும். தானும் தன் இனத்தவர்களும் அனுபவித்த கொடுமைகளுக்கெதிரே விரல் சுட்டவும், போராடவும் அய்யன்காளியின் குண இயல்பு தூண்டியது. காலத்தின் கட்டாயம் ஒரு வேதிமாற்றத்தைப் போல அதற்கு உரமூட்டியது.

பொதுப்பாதை வழியாக கீழ்சாதிக்காரர்களும் மற்றவர்களும் நடமாடுவதற்குரிய சமுதாயத் தடைகளைப் பகிரங்கமாக மீறுவதே அய்யன்காளியின் குறிக்கோள். அதற்காகக் கலைவேலைப்பாடுகள் நிறைந்த ஒரு வில்வண்டியை 1893இல் நாகர்கோவிலிலிருந்து அய்யன்காளி விலைக்கு வாங்கினார். அக்காலத்தில் இத்தகைய வில்வண்டிகளை செல்வந்தர்களான பிராமணர்களும் நாயர்களும் வேளாளர்களும் மட்டுமே பயன்படுத்தி வந்தார்கள்.

காளை மாட்டுவண்டிகளிலிருந்து மேம்படுத்தப்பட்டவையாக வில்வண்டிகள் விளங்கின. இந்த வில்வண்டிகள் மேல்சாதிக்காரர் களுக்கு மட்டுமே உரிமையானவையாக இருந்தபோதிலும் கீழ்சாதிக்காரர்கள் மனம் வைத்தால் வில்வண்டியை வாங்கி ஓட்ட முடியும் என்பதை அய்யன்காளி நிரூபித்தார். வரலாற்றுச் சிறப்புமிக்க இந்த வில்வண்டிப் புரட்சியை அய்யன்காளி தனது 28ஆம் வயதில் நிகழ்த்தினார்.

ஒருநாள், இரண்டு முரட்டு வெள்ளைக்காளைகள் பூட்டப் பட்ட வில்வண்டியை ஓட்டியபடி வெங்ஙானூரின் பொதுவழியை அடைந்தார் அய்யன்காளி. அவருக்குப் பின்னால் அவரது தொண்டர்படையும் சென்றது. வெள்ளை அரைக்கை பனியனும் வேட்டியும் தலைப்பாகையும் அணிந்த தோற்றத்தில் அய்யன்காளி இருந்தார். கையில் சாட்டைக்குச்சியும் இருந்தது.

கீழ்சாதிக்காரர்கள் நடமாட அனுமதி மறுக்கப்பட்டிருந்த பொதுவழியில் மேல்சாதிக்காரர்களின் ஆணவம் என்னும் விரிந்த மார்பின் மீது ஒரு ‘வேள்விக்குதிரை’யைப் போல அந்த வில்வண்டி பாய்வதைக் கண்ட நாயர்களும் ஆதிக்கச்சாதியினரும் திகைத்துப் போனார்கள்.

கல்லியூர் சந்திப்பை எட்டிய போது சம்பவத்தைக் கேள்விப்பட்ட ஒரு நாயர் கூட்டம் வில்வண்டியைத் தடுத்து அய்யன்காளியைத் தாக்கத்தொடங்கியது. அய்யன்காளியின் சாட்டையின் வலியை நாயர்கள் கூட்டம் நன்கு உணர்ந்தது. வில்வண்டியைப் பின்தொடர்ந்து வந்த ‘அய்யன்காளிப்

படை'யும் எதிர்த் தாக்குதலைத் தொடங்கியது. ஆனால், குறைவான எண்ணிக்கையில் இருந்த அய்யன்காளியும் அவரது தொண்டர்களும் நாயர்களிடம் அடிவாங்க நேர்ந்தது.

நாயர் கூட்டத்தை எதிர்த்து நிற்க முடியாமல் பின்வாங்கினார்கள். அங்கிருந்த நாயர் கூட்டத்தை நோக்கி அய்யன்காளி சூளுரைத்தார், "இதற்கான பதிலடியை இவ்விடத்திற்கே வந்து தருவேன்" என்றார். அதற்கு நாயர் கூட்டம் "நீயும் உன் கூட்டாளிகளும் இங்கு வந்தால் உங்கள் வம்சத்தையே நாங்கள் அழிப்போம்" என்று மிரட்டினார்கள். அய்யன்காளி அமைதி காக்கவில்லை. அவர் உரக்கச் சொன்னார், "இங்கு வந்து பதிலடி கொடுத்து, காது குத்தி, கடுக்கன் அணிந்து, உங்கள் எதிரிலேயே வந்து நிற்பேன்."

அய்யன்காளி காதுகுத்தி சிவப்புக்கல் பதித்த கடுக்கன் அணியத் தொடங்கியதற்கான ரகசியம் ஆதிக்கச்சாதிக்காரர்களை நோக்கி அவர் விடுத்த அறைகூவலில் இருந்து உருவானதாகும். வெள்ளயாணி முக்கூர் மூவர் என்னுமிடத்தை எட்டியதும் நாயர் கூட்டத்தினர் அய்யன்காளியின் வில்வண்டியை மீண்டும் தடுத்து, காளைகளை அவிழ்த்து விரட்டியடித்தார்கள். பதிலுக்கு அய்யன்காளி ஒரு நாயரின் தொழுவத்தில் நுழைந்து ஒரு காளையைப் பிடித்து வந்து வழியெங்கும் அடித்தபடி வன்மம் தீர்த்தார்.

வில்வண்டிப் பயணம் தொடர்ந்தபோது புன்னமூடு சந்திப்பில் ஒன்றுதிரண்ட நாயர்கள் அய்யன்காளியின் வில்வண்டியைத் தடுத்தார்கள். மின்னலாகப் பாய்ந்திறங்கிய அய்யன்காளி சாட்டையால் சுழன்றடித்தார். நாயர்கள் வன்முறைத் தாக்குதலுடன் முன்னேறினார்கள். அய்யன்காளிப்படை களத்தில் புகுந்ததும் கடும் மோதல் நிகழ்ந்தது. பலர் அடிபட்டு விழுந்தார்கள்.

நாயர் கூட்டம் உயிர் பிழைத்தால் போதுமென்று தப்பியோடியது. அய்யன்காளி உரக்கக் கத்தினார். "என் ஜனங்களைப் பகல் வெளிச்சத்தில் நடமாட அனுமதிக்க வேண்டும். மீறித் தடுத்தால் யாராக இருந்தாலும் நாங்கள் எதிர்ப்போம்." நிலைமை மோசமாவதை உணர்ந்த மேல்சாதிக்காரர்கள் அங்கிருந்து கலைந்தார்கள். முதல் வெற்றியை ஈட்டிய அந்த வில்வண்டி மணியோசை முழங்க பல வழிகளில் சஞ்சரித்து வெங்ஙானூரை அடைந்தது.

வெங்ஙானூர் சாவடிநடை புதுவல் விளாகம் வீட்டின் கொச்சப்பியை வில்வண்டி ஓட்டுவதற்கு அய்யன்காளி

தேர்ந்தெடுத்தார். யார் பேச்சையும் மதிக்காத இயல்பைக் கொண்டவர் அவர். ஆகவே, ஊரார் அவரை சாண்டிகொச்சப்பி என்றே அழைத்தார்கள். வெங்ஙானூரைச் சேர்ந்த ஒரு நாயர் பிரமுகர் செக்கில் ஆட்டிய எண்ணெயை எடுத்து வரும்போது சாண்டி கொச்சப்பியுடன் தகராறு செய்தார். வாக்குவாதம் முற்றியபோது எண்ணெய் சருவத்தைப் பிடித்திழுத்து முகத்தில் அறைந்தார் கொச்சப்பி. அவரது அடியின் வேகத்தில் அந்த நாயரின் கண்கள் வெளியில் பிதுங்கிவிட்டன.

கொம்புமீசையும் நெடிய உடலமைப்பும் தேர்ந்த உடற்பயிற்சியும் கொண்டவர் கொச்சப்பி. அய்யன்காளியைத் தவிர வேறுயாரையும் பொருட்படுத்த மாட்டார். அய்யன்காளியின் வில்வண்டிப் போராட்ட வரலாற்றில் குறிப்பிடத்தக்க இடம் கொச்சப்பிக்கு உண்டு. கொச்சப்பியைத் தவிர ஹென்றி ஆசான், சார்லி, கேடி பானு ஆகியோர் அய்யன்காளியின் மெய்க்காப்பாளர்களாக எப்போதும் வில்வண்டியில் பயணிப்பார்கள். (கொச்சப்பியின் மகன் பிரபாகரன் எஸ்.பி. விஜயனின் உரையாடலிலிருந்து)

தாழ்த்தப்பட்டவர்கள் பொதுவழியில் நடப்பதற்கான சுதந்திரத்தைப் பெறுவதற்காக அய்யன்காளி அன்றைய சமூக அநீதிகளை நோக்கிப் பகிரங்கமாக சூளுரைத்து, பொதுவழியினூடாக ஓட்டிச் சென்ற அழகிய வேலைப்பாடுகள் நிறைந்த வில்வண்டி பல சிறப்பம்சங்களைக் கொண்டிருந்தது. அக்காலத்தில் அதைக் கண்ட அய்யன்காளியின் மைத்துனன் சுடுகண்டம்விளை வெளுத்த மேனேஜருடைய மகன் பாலகிருஷ்ணன் கூறினார்:

வில்வண்டி வரும்போது ஒரு கிலோ மீட்டர் தூரத்திலிருந்தே அதனுடைய மணியோசைகள் ஒலிக்கும். இரண்டு காளைகளையும் பூட்டும் முனையில் ஓவிய வேலைப்பாடுகளைக் கொண்ட தங்க நிறத்தாலான ஒரு தகடு. அதனுடைய நடுப்பகுதியில் மூன்று சலங்கைகள் தொங்க விடப்பட்டிருந்தன. வண்டிச்சக்கரங்களின் இருபக்க அச்சாணிகளில் செருகப்பட்ட பித்தளைக்கம்பிகளின் விளிம்பில் மூன்று சலங்கைகள் வீதம் கோர்க்கப்பட்டிருந்தன. இருபுறமும் அழகிய வேலைப்பாடுகளால் அலங்கரிக்கப்பட்டிருந்தன. வில்வண்டியின் மேற்கூரை ஆரஞ்சு பொன்நிறமும் கலந்து காட்சியளித்தது. இரண்டு வெள்ளைக்காளைகளின் கொம்புகளிலும் வேலைப்பாடுகள் செய்யப்பட்டிருந்தன.

காளைகளின் கழுத்துகளில் தனித்தன்மை வாய்ந்த ஒவ்வொரு மணியும், மணியின் இருபக்கங்களிலும் மும்மூன்று சலங்கைகளும் கோர்த்துக் கட்டப்பட்டிருந்தன. வில் வண்டி ஓடும்போது மணிகளும் சலங்கைகளும் எழுப்பிய விசித்திர மணியோசை சிறப்பானது. இரவுவேளைகளில் பயணிப்பதற்காக

வில்வண்டியில் ஒரு பாரீஸ் லாந்தர் விளக்கும் பொருத்தப் பட்டிருந்தது.

அய்யன்காளியின் வில்வண்டிப் பயணம் பக்கத்து ஊர்களிலெல்லாம் முக்கியச் செய்தியானது. இச்சம்பவத்தின் பேரில் மேல்சாதிக்காரர்கள் கீழ்சாதிக்காரர்களைத் தாக்கினார்கள். வன்முறைக்கு இலக்கானவர்கள் அய்யன்காளியிடம் முறையிட வெங்ஙானூருக்கு வந்தார்கள். அவர்கள் அனைவரையும் அவர் ஆறுதல்படுத்தினார்.

அய்யன்காளி தன் குழுவினருடன் ஊர்கள்தோறும் சுற்றுப்பயணம் மேற்கொண்டார். அங்குள்ள தாழ்த்தப்பட்டவர் களை அழைத்து பல கூட்டங்களை நடத்தினார். மனித உரிமைக்காகப் போராட அவர்கள் உறுதி எடுத்துக்கொண்டார்கள். அவர்களுக்குத் தைரியமூட்ட அய்யன்காளியால் முடிந்தது. அவரது தமிழும் மலையாளமும் கலந்த சொற்பொழிவு அவர்களை எழுச்சியுற வைத்தது. அய்யன்காளி புரிகிற மொழியில் பேசும் பிரியமான தலைவர்.

தீண்டப்படாதவர்கள் பொதுவழிகளில் நடப்பதற்கான உரிமையை மேல்சாதிக்காரர்கள் அனுமதிக்கப் போவதில்லை, மீறி நடப்பதால் மட்டுமே தீண்டப்படாதவர்கள் அதைச் சாத்தியமாக்க முடியும் என்று அய்யன்காளி உணர்ந்திருந்தார். இது தொடர்பாக ஒரு பொதுக்கூட்டத்தைத் கூட்டி சில தீர்மானங்களை இயற்றினார்.

கூட்டத்தில் எடுக்கப்பட்ட தீர்மானத்தின் படி அய்யன்காளி யும் அவரது தோழர்களும் ‘ஆராலும்மூடு’ என்ற சந்தையை நோக்கிப் பாதயாத்திரையாகப் போனார்கள். அக்குழுவினர் பாலராமபுரம் என்னும் ஊரிலுள்ள சாலியத்தெருவை அடைந்தார்கள். சட்டென நிலைமை மாறியது. அவர்களை முன்னேறவிடாமல் சில ஆட்கள் வழிமறித்தார்கள். வழி மறித்த அந்தக் கும்பலில் மேல்சாதிக்காரர்கள் மட்டுமல்ல, புலையர்களைவிட சற்று உயர்ந்தவர்கள் எனக் கருதப்பட்ட தாழ்த்தப்பட்டவர்களும் இருந்தனர்.

அங்கு ஒரு கடும் மோதல் நடந்தது. அய்யன்காளியும் குழுவினரும் ஆயுதங்களை வைத்திருந்தார்கள். இரு தரப்பினருக்கும் பலத்த காயம் ஏற்பட்டது. மேல்சாதிக்காரர்களும், அவர்களோடு இருந்தவர்களும் எண்ணிக்கையில் கூடுதலாக இருந்தமையால் அய்யன்காளியும் அவரது தோழர்களும் முன்னேற முடியாமல் திரும்ப வேண்டியதாயிற்று. நடமாடும் சுதந்திரத்திற்காக மேற்கொள்ளப்பட்ட முதல்முயற்சி இவ்வாறு மோதலில் முடிந்தது.

சாலியத்தெரு தொடர்பான செய்தி நாடெங்கும் பரவியது. தாழ்த்தப்பட்டவர்களின் மனங்களில் அது அனலாகப் பரவியது. நடமாடும் உரிமைக்கான எழுச்சிகள் பலவிடங்களில் தீவிரமடைந்தன. பாறச்சாலை, பரசுவாக்கல், அமரவிளை, நெய்யாற்றின்கரை, பெரும் பழூதூர், ஆராலும்மூடு, நேமம், கழக்கூட்டம், கணியாபுரம் போன்ற இடங்களின் தாழ்த்தப்பட்ட இளைஞர்கள் போராட முன்வந்தார்கள்.

அதன் விளைவாகப் பயங்கர வன்முறைகள் நடந்தன. பல இழப்புகள் ஏற்பட்டன. தாழ்த்தப்பட்ட இனத்தவர்களே கடும்பாதிப்புக்கு ஆளானார்கள். ஏனெனில் அன்றைய நீதித்துறையைச் சார்ந்தவர்கள் அனைவரும் மேல்சாதிக்காரர் களுக்கு ஆதரவாக நின்றார்கள். இருப்பினும் மிகத் தீவிரமான, திடநம்பிக்கையுடன் அவர்கள் போராட்டத்தைத் தொடர்ந்தார்கள். அய்யன்காளியின் வலுவான தலைமை அவர்களுக்கு மேலும் ஊக்கத்தைத் தந்தது.

பொதுவழியில் நடமாடும் உரிமைக்கான போராட்டம் நடந்துகொண்டிருக்கும் போதே வேறு சில உரிமை முயற்சிகளும் மேற்கொள்ளப்பட்டன. தேநீர்க்கடைகளுக்கு வெளியே வைக்கப் பட்ட கொட்டாங்கச்சிகளில் தேநீரோ, காப்பியோ ஊற்றித் தரும் வழக்கத்தை முடிவுக்கு கொண்டுவர அய்யன்காளி விரும்பினார். அந்தச் கொட்டாங்கச்சிகளை உடைத்தெறியும்படி தொண்டர்களுக்கு ஆலோசனை வழங்கினார். இயன்றவரை தத்தமது குடில்களிலேயே காப்பி தயாரித்துக் குடிக்க வேண்டுமென்று அவர்களை அறிவுறுத்தினார்.

தீண்டத்தகாத இனத்தவர்களின் குழந்தைகளுக்கு அரசாங்கப் பள்ளிகளில் படிக்க அனுமதி பெற்றுத்தருவது தான் அய்யன்காளி யின் அடுத்த இலக்கு. அதற்காகத் தீவிர முயற்சிகளை மேற்கொண்டார். ஆனால், அந்தச் செயல் திட்டங்களுடன் அவரால் முன்னோக்கிச் செல்ல முடியவில்லை. ஏனெனில் அரசாங்கம் கூட அத்திட்டத்திற்கு எதிராகச் செயல்பட்டது.

மேல்சாதி ஆதிக்கம் கொடிகட்டிப் பறந்த அக்காலத்தில் அரசாங்க அதிகாரிகளும், அலுவலர்களும் தாழ்த்தப்பட்ட இனத்தவர்களின் மீது எவ்விதப் பரிவும், இரக்கமும் காட்டவில்லை. இருப்பினும் அய்யன்காளி சோர்ந்துவிடவில்லை. தங்களுக்காகத் தரையில் எழுதும் ஒரு பள்ளிக்கூடத்தை உருவாக்கி அதில் தங்களது குழந்தைகளைச் சேர்த்து, எழுதவும் கற்பிக்கவும் தீர்மானித்தார். தரையில் எழுதச்சொல்லி பயிற்சி கொடுத்து சில குழந்தைகளுக்கேனும் எழுத்தறிவைத் தந்துவிட வேண்டும் என்ற முனைப்பில் ஈடுபட்டார்.

அவர்களின் கண்களைத் திறக்க அந்த ஒரு வழியே அன்று அவரெதிரில் இருந்தது. 1905இல் வெங்ஙானூரில் சொந்தமாக ஒரு தரையில் எழுதும் பள்ளிக்கூடத்தைக் கட்டினார். தாழ்த்தப்பட்ட இனத்தவர்களின் சார்பாக கேரளத்தில் உருவான முதல் பள்ளிக்கூடம் அது. ஓலைகளாலும் மூங்கில்களாலும் உருவான அந்தப் பள்ளிக்கூடத்தைக் கண்டு பொறுத்துக்கொள்ள முடியாத மேல்சாதிக்காரர்கள் அன்றிரவே தீ வைத்துக் கொளுத்தினார்கள்.

அய்யன்காளியும். அவரது தோழர்களும் வன்முறையைக் கண்டு சலிப்புற்று பின்வாங்கிவிடவில்லை. துக்கத்தையும், வேதனையையும் வெளிக்காட்டாமல் தீவைக்கப்பட்ட அதே இடத்தில் மீண்டும் பள்ளிக்கூடத்தைக் கட்டினார்கள். மறுபடியும் அழித்துவிடாதவாறு எச்சரிக்கையோடு பாதுகாத்தார்கள். அய்யன்காளியின் குழுவைச் சேர்ந்த, எழுதத் தெரிந்த இருவர் பள்ளிக்கூட ஆசிரியர்களாக இருந்து குழந்தைகளுக்குத் தரையில் எழுதக் கற்றுக்கொடுத்தார்கள்.

அடிக்குறிப்புக்கள்

1. பி.கே. பாலகிருஷ்ணன் – 'நாராயண குரு'

7

மத மாற்றத்தை எதிர்க்கும் அய்யன்காளி

பத்தொன்பதாம் நூற்றாண்டிலும், இருபதாம் நூற்றாண்டின் முதல் பத்தாண்டுகளிலும் கிறிஸ்தவ மதபோதகர்களின் பணிகள் சமூக, பண்பாட்டு, கல்வித்துறைகளில் பெரிய மாற்றங்களை ஏற்படுத்தின. அவர்களுக்கு முன்பே அயல்நாட்டு மதபோதகர்கள் இங்கு வந்திருந்தபோதிலும் மேற்சொன்ன காலத்தில் வந்தவர்கள்தான் இங்குள்ள மக்களின் வாழ்வுடன் இணைந்து ஆழ்ந்த முனைப்புடன் தொண்டாற்றினார்கள். தாழ்த்தப் பட்ட மக்களின் முன்னேற்றத்திற்காக அவர்கள் அரும் தொண்டுகளை ஆற்றியுள்ளார்கள். ஆங்கிலேயரின் ஆதிக்கம் அவர்களது பணிகளைத் துரிதப்படுத்தவும், பரவலாக்கவும் உதவியது. நாட்டின் நாற்புறங்களிலும் தேவாலயங்களும், பள்ளிக்கூடங்களும் உருவாயின. நாட்டை ஆண்ட சிற்றரசர்களின் உதவிகளும் அவர்களுக்குக் கிடைத்தன.

மேற்கத்தியக் கல்வி முறையையும், சுதந்திரச் சிந்தனைப் போக்கையும் உருவாக்க கிறிஸ்தவ மதபோதகர்கள் செய்த முயற்சிகள் முக்கியமானவை. கேரளத்தின் சமூக நிலைமை முந்தைய காலங் களைப் போலவே அதன் முழுவீச்சுடன் தொடர்ந்து கொண்டிருந்தது. இந்தியாவின் மற்ற பகுதிகளைக் காட்டிலும் சாதியமைப்பும், அத்துடன்

தொடர்புடைய மற்ற பழக்க வழக்கங்களும் மிகக் கடுமையாக நடைமுறையில் இருந்தன. மக்கள் மத்தியில் சென்று பணியாற்றிய மதபோதகர்களுக்கு அடிமைகளடங்கிய தாழ்த்தப்பட்ட மக்களின் இழிநிலையை நேரில் பார்த்துப் புரிந்துகொள்ளும் வாய்ப்பு கிடைத்தது.

விலங்குகளைப் போல வாழ்ந்துவந்த அவர்களை விடுவித்து மனிதர்களாக்க முனைந்தனர். உடமையாளர்களிடமிருந்து அடிமைகளை விலைக்கு வாங்கி விடுவிக்கவும் அவர்கள் தயாராக இருந்தனர். இவ்வுண்மையை ஆராய்ந்து பார்க்கும்போது அவர்களின் கருணையையும், அனுதாபத்தையும் ஊகிக்க முடியும். சமுதாயத்தின் மிகவும் அடித்தட்டில் இருந்தவர்களை ஈர்க்கும் விதமாக அவர்களின் நடவடிக்கைகள் அமைந்திருந்தன. சாதிப்பாகுபாடின்றி அனைத்து மாணவர்களையும் தங்கள் பள்ளிகளில் அனுமதித்தார்கள். இவ்வாறு சாதியின் பெயரால் மறுக்கப்பட்டு வந்த அறிவொளி தீண்டப்படாதவர்களின் குழந்தைகளையும் தொட ஆரம்பித்தது.

தீண்டத்தகாத சாதியைச் சேர்ந்தவன் கிறிஸ்தவ மதத்திற்கு மாறிவிட்டால் அத்துடன் சாதியின் பெயரால் அவன் அனுபவிக்க நேர்ந்த எல்லாக் கொடுமைகளும் நீங்கிவிடும். அவன் பொதுவழி யில் நடக்கலாம். கோயில் சுற்றுப்புறங்களில் திரியலாம். மேல்சாதி இந்துக்களின் அருகில் நின்று பேசலாம். அதுவரை அவனிடமிருந்த அசுத்தம் அகன்று விட்டதாக நம்பப்பட்டது. ஜெப மாலையும், வேதாகமமும் கையிலிருந்தால் எல்லாம் பாதுகாப்பாகிவிடும். அவனுக்கும் அவனது குடும்பத்திற்கும் ஒரு சமூக அந்தஸ்து கிடைத்துவிடும். அவர்களின் பாதுகாப்பிற்காக மிஷனரிகளும் களத்தில் இருந்தன. தீண்டத்தகாத சாதியைச் சேர்ந்த இரு சகோதரர்களில் ஒருவன் கிறிஸ்தவ மதத்திற்கு மாறியபின் அடுத்தவன் இந்து மதத்திலேயே நீடிக்கும் நிலைமை பரிதாபகரமானது.

மிஷனரி தொண்டுகளின் விளைவாகத் தாழ்த்தப்பட்ட மக்கள் கிறிஸ்தவ மதத்தில் இணைந்தார்கள். ஈழவர், நாடார், ஆசாரி, புலையர், பறையர், குறவர் முதலிய சாதியினர் கூட்டம் கூட்டமாக மதம் மாறினார்கள். சுதந்திரத்தின் தூய காற்றைச் சுவாசித்து ஒரு புது வாழ்க்கையைத் தொடங்கினார்கள். தங்களுக்கொன்றும் பாதகமில்லை என்று உயர்சாதி இந்துக்கள் வேடிக்கை பார்த்துக்கொண்டிருந்தார்கள்.

சதானந்த சுவாமிகளைப் போன்ற அரிய சில சீர்திருத்த வாதிகள் இந்து மதத்தில் நிலைபெற்றிருந்த 'தீண்டல், தொடீல்' போன்ற மூடநம்பிக்கைகளின் அர்த்தமின்மையைப் பற்றி

சுட்டிக்காட்ட முயன்றார்கள். ஆனால், அதிலெதுவும் உயர்சாதி இந்துக்களின் மத்தியில் எந்தச் சலனத்தையும் உண்டாக்கவில்லை.

மதமாற்ற நடவடிக்கைகளைத் தடுப்பதற்கான எந்த முயற்சியும் உயர்சாதி இந்துக்களிடம் ஆரம்ப நாட்களில் ஏற்படவில்லை. ஈழவர் போன்ற தாழ்த்தப்பட்ட இனத்தவர்கள் ஒட்டுமொத்தமாக இந்து மதத்தைக் கைவிட்டால் இந்துக்கள் சிறுபான்மையராகி விடுவார்கள் என்ற உண்மை விளங்கியபோது தான் உயர்சாதி இந்துக்கள் விழிப்படைந்தார்கள்.

அயல்நாட்டு மதபோதகர்கள் இங்கு வந்து கிறிஸ்தவ மதப் பரப்புரையைப் பரவலாக்குவதற்கு முன்பே கேரளத்தில் கிறிஸ்தவர்கள் இருந்தார்கள். நஸ்ரானிகள், மார்த்தோமாக்கள், சிரியானிகள் போன்ற பெயர்களில் அவர்கள் அழைக்கப்பட்டார்கள். ஒடுக்கப்பட்ட மற்றும் தீண்டத்தகாத இனத்தவர்களிடம் அவர்களின் அணுகுமுறை உயர்சாதி இந்துக்கள் செய்ததைப் போலவே இருந்தது. உயர்சாதி இந்துக்கள் உருவாக்கி வைத்திருந்த 'தீண்டல், தொடீல்' போன்ற நம்பிக்கைகளை மேற்சொன்ன கிறிஸ்தவர்களும் பின்பற்றினார்கள் என்று கேள்விப்படும்போது வியப்பு மேலிடுகிறது.

அவர்கள் தங்கள் வீட்டு வராந்தாவிலோ, சமையலறையிலோ தாழ்த்தப்பட்டவர்களை அனுமதிக்கவில்லை. ஒரு தீண்டப் படாதவன், தற்செயலாக அங்கு செல்ல நேர்ந்தால் அசுத்தமாகி விட்டதாகக் கருதினார்கள். அவ்விடத்தைத் தூய்மைப்படுத்து வதற்காக உயர்சாதி இந்துக்கள் மேற்கொண்ட சடங்குகளை அவர்களும் கடைப்பிடித்தார்கள். தங்களை மதம் மாறிய உயர்சாதி இந்துக்களின் அடுத்த தலைமுறையினராக உறுதியாக நம்பினார்கள். அந்த நம்பிக்கையைப் பறைசாற்றவும் அவர்கள் தயங்கவில்லை. மேல்சாதி மனப்பான்மையைச் சுமந்து திரிந்த அவர்கள் தாழ்த்தப்பட்ட சமுதாயத்தினரிடையே கிறிஸ்தவ மதத்தைப் பரப்பவோ, தாழ்த்தப்பட்ட சாதியைச் சேர்ந்த கிறிஸ்தவர்களைக் கிறிஸ்தவர்களாக அங்கீகரிக்கவோ தயாராக இல்லை.

1806இல் 'ரிங்கிள் தோபே' என்ற கிறிஸ்தவ மதபோதகர் தென் திருவிதாங்கூரில் மயிலாடி கிராமத்திற்கு வந்த போதுதான் மிஷன் நடவடிக்கைக்குப் பலமான ஓர் அடித்தளம் உருவானது. அவர் தென் திருவிதாங்கூரிலுள்ள மைலாடி (கன்னியாகுமரி மாவட்டம்) என்ற இடத்தை லண்டன் மிஷன் சொசைட்டியின் (L.M.S.) தலைமையகமாக்கிப் பணியாற்ற ஆரம்பித்தார். (L.M.S.)

மதபோதகர்களில் பாதிரியார் 'மீட்' புகழ்பெற்றவர். 1817 முதல் 1873 வரை அவர் தனது அனைத்துத் திறமைகளையும் பயன்படுத்தி மிஷனரி பணிகளில் ஈடுபட்டார். 1818இல்

நாகர்கோவிலில் ஓர் இறையியல் பள்ளியை ஆரம்பித்தார். பெண் கல்வி, தொழிற்கல்வி போன்றவற்றை அவர்தான் தொடங்கி வைத்தார். பாதிரியார் மீட்டின் காலத்தில் பல தேவாலயங் களும், கல்விக் கூடங்களும் உருவாயின. அவரது காலத்தில் ஏராளமானோர் கிறிஸ்தவ மதத்தில் இணைந்தனர்.

1890இல் நாகர்கோவிலை மையமாகக் கொண்டு ‘இரட்சண்ய சேனை’ (Salvation Army) என்ற ஒரு மிஷனரி குழுவும் ஊழியத்தை ஆரம்பித்தது. இதன் தலைமையகம் மும்பையில் இருந்தது. ‘பிரெடரிக் டக்கர்’ (Frederick Tucker) என்பவர் கமாண்டராகச் செயல்பட்டார். மும்பையில் பயிற்சி பெற்ற கர்னல் யேசுதாஸன் கேரளத்தில் முதல் செயல் இரட்சண்ய சேனையின் வீரர். அவர் தென் திருவிதாங்கூருக்குச் சால்வேஷன் ஆர்மியுடன் சென்று பலவிடங்களில் மிஷன் ஊழியத்தை மேற்கொண்டார். இதன் சார்பில் பல தேவாலயங்களும் பள்ளிகளும் கட்டப்பட்டன.

சர்ச் மிஷன் சொசைட்டி (C.M.S.) கொல்லம் ஜில்லாவின் வடக்குப் பிரதேசங்களில் தனது பணிகளை விரிவாக்கியது. திருவிதாங்கூர் திவானாக இருந்த கர்னல் மன்றோவின் வலியுறுத்தலின் பேரில் சி.எம்.எஸ். ஊழியர்கள் திருவிதாங்கூருக்கு வந்தார்கள். அவர்கள் தாழ்த்தப்பட்ட மக்களின் குழந்தைகளுக்குக் கல்வி புகட்டுவதில் முதல் கவனத்தைச் செலுத்தினார்கள்.

சி.எம்.எஸ். ஊழியர்கள் ஏராளமான அடிமைகளை மீட்டு கிறிஸ்தவ மதத்தில் சேர்த்தார்கள். தீண்டப்படாத சமுதாயத்தினரின் மேம்பாட்டுக்காக அரும் பணியாற்றினார்கள். தென் திருவிதாங்கூரில் லண்டன் மிஷன் சொசைட்டியும், மத்திய திருவிதாங்கூரில் ‘சர்ச் மிஷன் சொசைட்டியும்’ தத்தமது பணிகளை விரிவுபடுத்திக் கொண்டிருந்தபோது மலபாரில் ‘பாஸல் மிஷன் சொசைட்டி’ (B.M.S.) மத ஊழியத்தில் ஈடுபட முன்வந்தது.

‘பாஸல் மிஷன் சொசைட்டி’யின் முதல் குழுவைச் சேர்ந்த ஊழியர்கள் கோழிக்கோட்டை அடைந்தார்கள். திருநெல்வேலி மாவட்டத்தில் ‘பாஸல் மிஸன் சொசைட்டி’யின் ஊழியத்தில் ஈடுபட்டிருந்த பாதிரியார் ஹெர்மன் குண்டார்ட்[1] மலபாருக்கு வந்தார். ஒரு கிறிஸ்தவ மதபோதகராக இருந்த அவர் மலையாள மொழிக்கும், இலக்கியத்திற்கும் அருங்கொடைகளை அளித்துள்ளார்.

மலையாளமொழியின் முதல் அகராதியை அவர்தான் தயாரித்தார். பி.எம்.எஸ். ஊழியர்கள் மலபார் பகுதியில் ஏராள மான பள்ளிகளைக் கட்டினார்கள். தாழ்த்தப்பட்ட சமுதாயத்தின் முன்னேற்றத்திற்காக அர்ப்பணிப்புடன் பாடுபட்டார்கள். 1814இல் ஹபீக் என்னும் வெளிநாட்டு பாதிரியார் கண்ணனூருக்கு வந்து

வர்ணச்சேரி என்னுமிடத்தில் ஓர் ஆங்கிலப் பள்ளிக்கூடத்தைக் கட்டினார். இதுவே மலபாரின் முதல் ஆங்கிலப் பள்ளி.

அடிமைகளின் விடுதலைக்காகவும், அவர்களின் வாழ்க்கைத் தரத்தை மேம்படுத்தக் கோரியும் 1847, மார்ச் 19இல் எட்டு அயல்நாட்டு கிறிஸ்தவ மத போதகர்கள் கையெழுத்திட்டு ஒரு கோரிக்கை மனுவைத் தயாரித்தார்கள். அந்த மனுவை அன்றைய திருவிதாங்கூர் மகாராஜாவான உத்தரம் திருநாள் மார்த்தாண்டவர்மாவிடம் சமர்ப்பித்தார்கள்.

சுவாமி விவேகானந்தர் கேரளத்தைப் ‘பைத்தியக்கார விடுதி’ எனக் குறிப்பிட்டார். 1897, பிப்ரவரியில் சென்னையில் நடந்த சொற்பொழிவில் இக்கருத்தைத் தெரிவித்தார். ‘மலபாரில் தான் காண நேர்ந்ததைக் காட்டிலும் மோசமான முட்டாள்தனம் உலகில் வேறெங்கேனும் இருந்ததுண்டா? மேல்சாதிக்காரர்கள் நடக்கும் தெருவில் ஏழை பறையன் நடக்கக் கூடாது. ஆனால், ஒரு ஆங்கிலக் கலப்பு பெயர் அல்லது இஸ்லாமியப் பெயரை ஏற்றுக்கொண்டால் முழுவதும் பாதுகாப்பாகிவிடும். இந்த மலபார்க்காரர்கள் பைத்தியக்காரர்கள். இவர்களின் வீடுகள் அனைத்தும் பைத்தியக்கார விடுதிகள்’.

கி.பி. 1905இல் சதானந்த சுவாமிகள் எனும் சன்னியாசி திருவனந்தபுரத்திற்கு வந்தார். இந்தியாவின் பலவிடங்களில் சுற்றுப்பயணத்தை முடித்துவிட்டு அங்கு வந்துசேர்ந்தார். மேல்சாதிக்காரரான அவர் இந்து மதத்தில் காணப்பட்ட மூடநம்பிக்கைகளை எதிர்த்தார். தீண்டத் தகாதவர்களாக விலக்கி வைக்கப்பட்டவர்களை மனிதர்களாக மதித்து அவர்களிடம் பழக வேண்டுமென்றார். தீண்டல், தொடீல் போன்ற மூடப் பழக்கவழக்கங்களைக் கைவிடுமாறு உயர்சாதியினரிடம் உபதேசித்தார். சாதியின் பெயரால் அல்லல்படும் இந்துக்களில் பெரும்பகுதியினர் கிறிஸ்தவ மதத்தில் சேர்ந்து விட்டதை அறிந்து அதைத் தடுக்க முழு மனதுடன் ஈடுபட்டார்.

சுவாமிகள் திருவனந்தபுரத்தின் கிழக்குக் கோட்டை அரண்மனை வாயிலில் நின்றபடி வழிப்போக்கர்களை நோக்கி உரக்கச் சொற்பொழிவாற்றினார். கிறிஸ்தவ போதகர்கள் கிறிஸ்தவ மதத்தைப் பரப்புவதற்காகச் சாலைச் சந்திப்புகளில் நின்று பிரசங்கம் செய்யும் முறையை அவரும் கையாண்டார். தாழ்த்தப்பட்டவர்களைச் சொந்த சகோதரர்களாகக் கருத வேண்டும். சாதியமைப்பு மனிதன் உருவாக்கியது. அதைப் பின்பற்ற வேண்டியதில்லை என்று விளக்கினார். தீண்டல், தொடீல் என்பவை மூடநம்பிக்கைகள். ஆகவே, தீண்டாமையைக்

கடைப்பிடிக்கக் கூடாது. எல்லா இந்துக்களையும் ஆலயங்களில் நுழைய அனுமதிக்க வேண்டும் என்று பிரச்சாரம் செய்தார்.

தாழ்த்தப்பட்டவர்களுக்கு மனித உரிமைகளையும், பிற சுதந்திரங்களையும் தடுத்து வைத்தால் எதிர்விளைவை இந்து இனம் சந்திக்க நேரிடும் என்றார். சுவாமிகளின் அத்தகைய விளக்கங்கள் எதையும் மேல்சாதி இந்துக்கள் காதில் வாங்கிக் கொள்ளவில்லை. சில மேல்சாதிக்காரர்கள் அவருக்குத் தொல்லை கொடுக்க முயன்றார்கள். ஆனால் அம்முயற்சி ஈடேறவில்லை.

திருவனந்தபுரத்தைச் சேர்ந்த சில நாயர் பிரமுகர்கள் மிகவும் சிரமப்பட்டு சதானந்த சுவாமிகள் நாயர் இனத்தைச் சேர்ந்தவர் என்று கண்டுபிடித்தார்கள். பொய்க் குற்றச்சாட்டுகளைச் சுமத்தி அவர் முகத்தில் கரி பூசித் துரத்த முயன்றதாக ஸ்ரீமன்னத்து பத்மநாபன் தனது நினைவுக் குறிப்புகளில் குறிப்பிடுகிறார். பத்திரிகை அறிக்கைகளாலும், கேள்விக்கணைகளாலும் அவரைத் திக்குமுக்காடச் செய்தார்கள். அவர்களில் சுதேசாபிமானி ராமகிருருஷ்ண பிள்ளை முக்கியமானவர்.[2]

தீண்டப்படாத சாதியைச் சேர்ந்த இந்துக்களின் விடுதலைக் காகச் சதானந்த சுவாமிகள் மேல்சாதிக்காரர்களை நோக்கிக் குரல் கொடுத்தார். அது திருவனந்தபுரம் பகுதிகளில் சிறு சலனங்களை ஏற்படுத்தியது. மேல்சாதிக்காரர்களின் மத்தியிலும் இச்செய்தி பரவியது. அன்று பொது வழிகளில் நடமாடுவதற்கான சுதந்திரம் தாழ்த்தப்பட்டவர்களுக்கு மறுக்கப்பட்டிருந்த போதிலும் அவர்களில் சிலர் சுவாமிகளின் சொற்பொழிவைக் கேட்க முடிவு செய்தனர். மேல்சாதிக்காரர்களின் பார்வையில் படாமல் மறைந்து நின்று அவரது சொற்பொழிவைக் கேட்டனர்.

அய்யன்காளியின் சிற்றன்னைக் குடும்பத்தினர் தாழ்த்தப் பட்டவர்களாக இருந்து அனுபவிக்க நேர்ந்த கொடுமைகளைச் சகிக்க முடியாமல் கிறிஸ்தவ மதத்தில் சேர்ந்தார்கள். அக் குடும்பத்தைச் சேர்ந்த தாமஸ் வாத்தியார் என்பவர் 'சால்வேஷன் ஆர்மி'யின் சிவப்புக்கோட்டை அணிந்து சுவாமிகளின் சொற்பொழிவைக் கேட்கப் போனார். சுவாமிகளின் சொற்பொழிவில் பொதிந்திருந்த ஆத்மார்த்தமான உண்மையை தாமஸ் வாத்தியார் உணர்ந்தார். விவரத்தை ஒன்றுவிடாமல் அய்யன்காளியிடம் எடுத்துரைத்தார்.

அய்யன்காளியும் அவரது தோழர்களும் சுவாமியைக் காண ஆர்வம் காட்டினார்கள். திருவனந்தபுரம் கிழக்குக் கோட்டையின் எதிர்ப்புறத்தில் இன்று காணப்படும் விசாலமான மைதானம் முழுவதும் அன்று வயல்வெளியாக இருந்தது. வயல் வெளியின் ஊடாக சென்ற ஒரு வரப்பு, கோட்டை வாயில்

வரை நீண்டிருந்தது. அய்யன்காளியும் குழுவினரும் அந்த வயல் வரப்பில் மறைந்து நின்று சுவாமியின் சொற்பொழிவைக் கேட்டு மனநிறைவுடன் திரும்பினார்கள்.

திருவனந்தபுரத்திலுள்ள கவடியார் என்ற இடத்தில் மாபெரும் இந்து மதக் கூட்டம் நடைபெற்றது. ஒரு வாரம் நீண்டு நின்ற அந்நிகழ்ச்சியில் 'சதானந்த சுவாமிகள்' சிறப்பு சொற்பொழிவாளராகப் பங்கேற்றார். தாமஸ் வாத்தியார் சீருடையணிந்து ஏழு நாட்களும் நிகழ்ச்சியில் கலந்துகொண்டார். இறுதி நாளில் தாமஸ் வாத்தியார் தனது சமுதாயத்தைச் சேர்ந்த இந்துக்களும், கிறிஸ்தவர்களும் அனுபவிக்கும் வேதனைகளையும், கொடுமைகளையும் ஒரு மனுவில் விரிவாக எழுதி சுவாமிகளிடம் கொடுத்தார். அவர் அந்த மனுவை அக்கறையோடு படித்தார். சுவாமிகளை வாரியார் வெங்ஙானூருக்கு அழைத்தார். அவர் அந்த அழைப்பை மகிழ்வுடன் ஏற்றுக்கொண்டார்.

சுவாமிகள் தாமதிக்காமல் வெங்ஙானூருக்குச் சென்றார். அய்யன்காளியும், அவரது தோழர்களும் மட்டற்ற மகிழ்ச்சி அடைந்தனர். சுவாமிகள் அவர்களிடம் நெருங்கிப் பழகி நலம் விசாரித்தார். தீண்டப்படாத சாதியினரை நேரில் சந்தித்து அவர் களின் துன்பங்களை அறிந்துகொள்ள ஓர் உயர்சாதி சன்னியாசி அவர்களிடையே வந்துள்ளார் என்ற விஷயம் ஊரெங்கும் பரவியது.

புலையர்களின் ஒரு கூட்டத்திற்கு ஏற்பாடு செய்யும்படி சுவாமிகள் ஆலோசனை கூறினார். அவர் அழைப்பை ஏற்று ஏராளமானவர்கள் அங்கு கூடினார்கள். அக்கூட்டத்தில் பெண்கள், குழந்தைகள். முதியவர்கள், இளைஞர்கள் எல்லோரும் இருந்தனர். சுவாமிகள் அவர்களைப் பார்த்து அவர்களுக்குப் புரியும் மொழியில் பேசினார். சில அறிவுரைகளைக் கூறினார். தீண்டப்படாதவர்களின் உயர்வுக்கும் முன்னேற்றத்திற்கும் அவர்களே சுயமாக முயல வேண்டும், எழுதப்படிக்கத் தெரிந்த ஒருவரைத் தலைவராகத் தேர்ந்தெடுத்து உறுதியாக முன்னோக்கிச் செல்ல வேண்டும் எனவும் அறிவுறுத்தினார்.

எழுத்தறிவில்லாத அய்யன்காளி அதைக் கேட்டு செய்வதறியாமல் நின்றார். அங்கு குழுமியிருந்தவர்களில் 'தைவிளாகத்து காளி' என்பவர் மட்டுமே சிறிதளவு கல்வியறிவைப் பெற்றிருந்தார். யாரோ மறைமுகமாக உதவிய காரணத்தால் எழுத்தறிவைப் பெற்றிருந்தார். அய்யன்காளியின் சமூகப் பணிக்களத்தில் எதிர் தரப்பில் இருந்தவர் அவர். 'மூலயில்காளி' என்பவர் அய்யன்காளியின் இன்னொரு தரப்பைச் சேர்ந்தவர்.

எழுத்தறிவைப் பெற்றிருந்த 'தைவிளாகத்து காளி'யைச் சுவாமிகள் அவர்களின் தலைவராகப் பரிந்துரைத்தார். அதை

அய்யன்காளி மகிழ்வுடன் ஏற்றுக்கொண்டார். ஏராளமான மக்கள் திரண்டிருந்த அந்நிகழ்ச்சிக்கு ஒரு பொதுக்கூட்டத்தின் அந்தஸ்து இருக்கவில்லை. ஏனெனில் குழுமி இருந்தவர்களுக்குச் சபை மரியாதைகள் தெரிந்திருக்கவில்லை. அவர்கள் ஆங்காங்கே கும்பல் கும்பலாக நின்றிருந்தார்கள். 'தைவிளாகத்துகாளி' நின்றிருந்தவர்களை அமர வைக்கப் பெரும் பிரயத்தனம் செய்து கொண்டிருந்தார். பயனில்லை.

அவர்களின் ஒத்துழையாமைக்குச் காரணம் என்னவென்று சுவாமிகள் வினவினார். 'ஊர்ப்பிள்ளை அய்யன்காளி நினைத்தால் சில சமயம் நடக்கும்.' கூட்டத்தில் யாரோ கூப்பிட்டுச் சொன்னார்கள். அய்யன்காளி ஒரு நீளமான தடியைக் கையில் பிடித்தபடி எல்லோரையும் ஒருமுறை உற்றுப்பார்த்தார். சட்டென்று அனைவரும் அந்தந்த இடங்களில் அமர்ந்தார்கள். அய்யன்காளியின் பணிய வைக்கும் சக்தியை சுவாமிகள் நேரில் கண்டறிந்தார். உடனே 'தைவிளாகத்துகாளி'யைப் 'பெரிய காளி'யாகவும் அய்யன் காளியைச் 'சின்னக்காளி'யாகவும் தலைமைப் பொறுப்புகளில் நியமித்தார்.

தாழ்த்தப்பட்ட இந்துக்கள் கூட்டம் கூட்டமாகக் கிறிஸ்தவ மதத்தைத் தழுவுவதைக் கண்ட அய்யன்காளி அதிர்ச்சி அடைந்தார். திருவிதாங்கூரில் 'லண்டன் மிஷன் சொசைட்டி' 'சால்வேஷன் ஆர்மி' போன்ற கிறிஸ்தவச் சபைகள் மிக மும்முரமாக மதப் பரப்புரை செய்து வந்தன. அவர்களின் உதவிகள் கட்டாய மதமாற்றத்திற்கு வழிகோலின. அய்யன்காளியின் பல உறவினர்கள் கிறிஸ்தவ மதத்திற்கு மாறினர்.

புதிதாகக் கிறிஸ்தவ மதத்தில் சேர்ந்தவர்களைப் 'புதுக் கிறிஸ்தவர்கள்' என்று அழைத்தார்கள். அவர்கள் இந்துக்களை அறிவற்றவர்கள், விசுவாசமற்றவர்கள், புறச்சாதிக்காரர்கள் என்றெல்லாம் கேலி செய்வது வழக்கம். மிக நெருக்கமான உறவினர்களிடமிருந்து கூட விலகியும், முடிந்தவரை தொடர்பு வைத்துக்கொள்ளாமலும் இருக்க முயன்றார்கள். இப்போக்கை அய்யன்காளியால் பொறுத்துக்கொள்ள முடியவில்லை. இப்போக்கு சமுதாயத்தின் உறுதிப்பாட்டைக் குலைக்கும் என்று உணர்ந்தார். ஒன்றுபட்டு நின்றால் பெறக்கூடிய வலிமையைக் குறித்து எண்ணிப் பார்த்தார். மதத்தின் பெயரால் சமுதாயம் துண்டாடப்படுவது பெரிய ஆபத்தை விளைவிக்கும் எனக் கருதினார். எனவே மதமாற்றத்தைக் கடுமையாக எதிர்க்கத் தீர்மானித்தார்.

அய்யன்காளியின் இந்த நிலைப்பாட்டைப் புரிந்துகொண்ட சால்வேஷன் ஆர்மியைச் சேர்ந்த கர்னல் கிளாரா கேஸ் *(Colonal*

Clara Case) என்ற ஆங்கிலேயப் பெண்மணி ஒரு பிரார்த்தனைக் கூட்டத்தை கவடியார் என்னுமிடத்தில் ஏற்பாடு செய்தார். 1905–1917 வரை சால்வேஷன் ஆர்மியின் திருவிதாங்கூர் கிளையின் கமாண்டராக இருந்தவர்.

அய்யன்காளியை, அக்கூட்டத்தில் கலந்துகொள்ளும்படி அழைத்தார். கூட்டத்தில் கலந்துகொண்ட அய்யன்காளி தனது சமுதாயத்தின் நிலைமைகளை விளக்கிப் பேசினார். பேராசை களைக் காட்டி அய்யன்காளியைக் கிறிஸ்தவராக்க முயன்றார்கள். ‘யோசித்து ஆவன செய்வேன்’ என்று பதிலளித்தார் காளி.

பிரார்த்தனை மண்டபத்தின் ஓர் ஓரத்தில் அமர்ந்து யோசித்தார். உடனே முடிவு எடுக்க வேண்டும். வசீகரத்திற்கு மயங்கி கிறிஸ்தவ மதத்தை ஏற்பதா? இந்துவாக நிலைத்து நின்று உரிமைகளுக்காகப் போராடுவதா? எது சிறந்த வழி? அய்யன்காளி தனது மனசாட்சியிடம் கேட்டார். இந்துவாக நிலைத்து நின்று உரிமைகளைப் பெறுவதற்கு மனசாட்சி அழைப்பு விடுப்பதாக அவருக்குத் தோன்றியது. இந்துவாக நிலைத்து நிற்பேன் என உறுதி பூண்டார். வெள்ளைக்காரப் பெண்மணியிடம் விஷயத்தைத் தெரிவித்துவிட்டு அங்கிருந்து வெளியேறினார். அக்கணம் முதல் மிகுந்த துடிப்புடன் செயல்பட்டார்.

இந்நிகழ்ச்சி நடந்த மறுநாளே அய்யன்காளி ஒரு மனுவை ஸ்ரீமூலம் திருநாள் மகாராஜாவுக்குச் சமர்ப்பித்தார். ‘தன்னைக் கிறிஸ்தவ மதத்தில் சேர்க்க கடும் முயற்சிகள் மேற்கொள்ளப் படுகின்றன. மதமாற்றம் மூலம் தனது சமுதாயத்தைச் சேர்ந்த இந்துக்களின் எண்ணிக்கை குறைந்து வருகிறது. யாரையும் கட்டாயப்படுத்தி மதமாற்றம் நடத்தக்கூடாது என்று விக்டோரியா மகாராணி ஆணை பிறப்பித்துள்ளார்’. இவ்வாறு அம்மனுவில் கூறப்பட்டிருந்தது. அதைத் தொடர்ந்து ஓர் அரசாங்க ஆணை வெளியானது. மிஷனரிகள் மதம் மாறும் படி யாரையும் கட்டாயப்படுத்தக் கூடாது. தன்னிச்சையான மதமாற்றத்தை யாரும் தடுக்கக் கூடாது.

இந்த வாய்ப்பைச் சதானந்த சுவாமிகள் முறையாகப் பயன்படுத்திக் கொண்டார். அய்யன்காளியையும் அவரது தோழர்களையும் அழைத்தார். பாச்சலூரை (வெங்ஙானூருக்கு மேற்குப் பக்கமாக அமைந்துள்ள ஓரிடம்) மையமாக்கி அய்யன்காளியின் தலைமையில் பிரம்மநிஷ்டா மடத்தின் ஒரு கிளையை ஆரம்பித்தார். ‘சித் சபை’ என்ற பெயரில் அது செயல்படத் தொடங்கியது.

மதமாற்றத்தின் தீவிரத்தை நேரில் பார்த்துப் புரிந்துகொள் வதற்காக அய்யன்காளியும், சதானந்த சுவாமிகளும் தென்

திருவிதாங்கூரின் பல இடங்களுக்குச் சுற்றுப்பயணம் செய்தார்கள். இந்த அவல நிலையை நாட்டை ஆண்ட ஸ்ரீமூலம் திருநாள் மகாராஜாவிற்கு உணர்த்துவதற்கான திட்டங்களையும் சுவாமிகள் ஆயுத்தப்படுத்திக் கொண்டிருந்தார்.

அரச சேவகர்களையும், பிரமுகர்களையும், அரண்மனையின் உயர்அதிகாரிகளையும் ஒருங்கிணைத்து சுவாமிகள் தனது பிரம்ம நிஷ்டா மடத்தைப் பதிவு செய்தார்.

நாட்டை ஆட்சி புரிந்த மகாராஜா அன்று நடமாடும் தெய்வமாக விளங்கினார். அவரைப் பார்க்கும் உரிமை தீண்டப் படாதவர்களுக்கு மறுக்கப்பட்டிருந்தது. துன்பத்தில் உழலும் ஆதரவற்றவர்களான கருப்பு நிறத்தவர்களை மகாராஜாவின் திருக்கண்கள் பார்க்கக்கூடாது என்பது மேல்சாதியினரின் தீர்ப்பு. மகாராஜா உலா வரும் பாதைகள் பரிசுத்தமாக இருக்க வேண்டும் என்று சேவகர்களுக்கு ஆணையிட்டிருந்தார்கள்.

தீண்டப்படாதவர்களை மகாராஜாவுக்கு எப்படி அறிமுகப் படுத்துவது என்று சதானந்த சுவாமிகள் யோசித்தார். விஜயதசமி விழாவில் பங்கேற்க திருவிதாங்கூர் அரசர் ஸ்ரீபத்மநாப சுவாமி கோயிலிருந்து பூஜப்புர என்னும் இடத்திற்கு வருவது வழக்கம். இதுவே தக்கத் தருணமென சுவாமிகள் தீர்மானித்தார். ஸ்ரீமூலம் திருநாள் மகாராஜாவின் காலத்தில் விஜயதசமி விழா கோலாகலமாகக் கொண்டாடப்பட்டு வந்தது.

விஜயதசமி நாளை விமரிசையாகக் கொண்டாட வேண்டுமென்று சுவாமிகள் அய்யன்காளியிடமும் அவரது தோழர்களிடமும் கேட்டுக்கொண்டார். அன்றைய தினம் ஸ்ரீமூலம் திருநாள் மகாராஜாவின் ஓர் உருவப்படத்துடன் பேரணியை நடத்த வேண்டுமென்று அறிவுறுத்தினார். பேரணி திருவனந்தபுரத்திற்கு வரவேண்டும். மகாராஜாவின் உருவப்படத்தைப் பயன்படுத்தி நடமாடும் உரிமையைப் பெறுதல், மகாராஜாவைச் சந்திப்பதற்கான வாய்ப்பை உருவாக்குதல் இவையே சுவாமிகளின் திட்டம்.

முடிவு செய்யப்பட்டதைப் போல விஜயதசமி விழா நாளில் அய்யன்காளியின் தலைமையில் பேரணி வெங்ஙானூரிலிருந்து புறப்பட்டது. மகாராஜாவின் ஒரு பெரிய உருவப்படமும் பேரணி யின் முகப்பில் பவனி வந்தது. சதானந்த சுவாமிகளின் குழுவைச் சேர்ந்த சிலரும் பேரணியில் கலந்துகொண்டார்கள். வழியில் ஒரு சில இடங்களில் பேரணியை நோக்கிக் கற்கள் வீசப்பட்டன.

அசம்பாவிதங்களுக்கு இடம் தராமல் பேரணியினர் பொறுமையைக் கடைப்பிடித்து திருவனந்தபுரத்தை

அடைந்தார்கள். அவர்கள் புத்தரிகண்டத்தின் (இன்றைய கிழக்குக் கோட்டை மைதானம்) ஓர் ஓரமாக ஒதுங்கி நின்றார்கள். அங்கும் சில மேல்சாதிக்காரர்களின் எதிர்ப்புகள் கிளம்பின. சுவாமிகளின் குழுவினரின் தலையீட்டால் பிரச்சினை பெரிதாகவில்லை.

அனைத்து ராஜமரியாதைகளுடன் அரண்மனைக்கு வெளியே எழுந்தருளிய ஸ்ரீமூலம் திருநாள் மகாராஜாவைத் தீண்டப்படாத சாதியினர் கண்டார்கள். மகாராஜாவின் பார்வையிலும் அந்தக் கருப்பு இனத்தவர்கள் பட்டார்கள். அவர்களும் தனது குடிமக்கள் என்பதை அவர் புரிந்துகொண்டார்.

வயல்வரப்பை விட்டுக் கரையேறிய அய்யன்காளியும் அவரது ஆதரவாளர்களும் கோட்டை வாசல் அருகில் வந்து சேர்ந்தார்கள். அப்போது தாடியை நீளமாக வளர்த்த கருப்புநிறமும் மகத்துவமும் நிறைந்த ஒரு சுவாமியைச் சந்தித்தார்கள். அவர்தான் சட்டம்பி சுவாமிகளுக்கும் ஸ்ரீநாராயணகுருவுக்கும் சன்னியாசம் வழங்கிய அய்யாகுரு என்றழைக்கப்பட்ட தைக்காடு அய்யா சுவாமி. தமிழ்ப் பறையர் சமுதாயத்தைச் சேர்ந்த அவர், அய்யன்காளியிடம் தமிழில் உரையாடுகிறார்.

சுவாமி: காளி சௌக்கியம் தானா அய்யா?

அய்யன்காளி: ஆமாம் சுவாமி.

சுவாமி: உன்னுடைய போட்டோவை ராஜாக்கள்மார் வைக்கப் போறா. நீ, பிரஜா சபைக்குப் போகலாமே?

அய்யன்காளிக்கும் தைக்காடு அய்யாசுவாமிக்கும் இடையிலான நட்புறவு சுவாமிகளின் வாழ்நாள் வரை தொடர்ந்தது. தைக்காடு (திருவனந்தபுரம்) என்னும் இடத்தில் அய்யாசுவாமி நடத்திய சமபந்தி போஜனம் நிகழ்ச்சிகளில் அய்யன்காளியும் பங்கேற்றார். சுவாமியின் தீர்க்கதரிசனங்கள் அய்யன்காளியின் வாழ்க்கையில் நிறைவேறியதைக் காண்கிறோம். அய்யன்காளி ஸ்ரீமூலம் மக்கள்சபையில் உறுப்பினர் ஆனார்.

அவரது மரணத்திற்குப் பிறகு சித்திரைத் திருநாள் பாலராம வர்மா மகாராஜா வெங்ஙானூரில் அய்யன்காளியின் நினைவிடத்தின்மீது எழுப்பப்பட்டுள்ள ஓவியக் கூடத்தில் அய்யன்காளியின் நினைவுப் பொருட்களையும் புகைப்படத்தையும் திறந்து வைத்துப் பேசினார். 'இந்த நினைவிடம் நமது எதிர்காலச் செயல்பாடுகளுக்கு உந்துசக்தியை நல்கட்டும்' என்று வாழ்த்தினார். ஆனால், அய்யன்காளியின் சிலை வெள்ளயம்பலம் சதுக்கத்தில் நிறுவப்பட்ட பிறகு, இதே சித்திரைத் திருநாள் பாலராம வர்மா மகாராஜா தனது மரணம் வரை அந்த வழியாகச் செல்வதைத் தவிர்த்தார். இவ்விஷயம் பல சர்ச்சைகளுக்குக் காரணமானது.

அய்யன்காளியின் குழுவினர் வெங்ஙானூருக்குத் திரும்புவதற் கான பயணத்தைத் தொடங்கினார்கள். மணக்காடு என்னும் இடத்தில் அவர்கள் நடந்து போய்க்கொண்டிருந்தார்கள். திடீரென்று கும்பல் ஒன்று அவர்களை வழிமறித்து உக்கிரமாகத் தாக்கியது. அய்யன்காளியும், அவரது தோழர்களும் கடுமையாக எதிர்த்துத் தாக்கினார்கள். கடும் மோதல் நடந்தது. இரு தரப்பினருக்கும் காயம் ஏற்பட்டது.

மணக்காடுப் பயணம் விரும்பத்தகாத சம்பவங்களுக்குக் காரணமாவதை உணர்ந்த அய்யன்காளி குழுவினர் வலியதுறை என்னும் கடற்கரையை நோக்கி திரும்பினார்கள். வலியதுறை மீனவர்களின் உதவி அவர்களுக்கு கிடைத்தது. அவர்கள் அய்யன்காளி குழுவினரைக் கட்டுமரங்களில் ஏற்றி கடல்வழியாக விழிஞ்ஞும் வரை கொண்டுபோய்ச் சேர்த்தார்கள். அய்யன்காளி குழுவினர் அங்கிருந்து நடந்து வெங்ஙானூரரை அடைந்தார்கள்.

சதானந்த சுவாமிகளின் பணிகளையும் அவர் நிறுவிய பிரம்ம நிஷ்டா மடத்தையும் கடுமையாக விமர்சித்தவர் சுதேசாபிமானி ராமகிருஷ்ண பிள்ளை. 'கேரளன்' என்ற இதழில் ஆசிரியராக இருந்த ராமகிருஷ்ணபிள்ளை அவ்விதழில் சுவாமி களைக் கடுமையாகக் கண்டித்து நூறு கேள்விகளைத் தந்து, சுவாமிகளிடம் பதிலைக் கோரினார். அனுபவமும், அறிவும் கொண்ட ஒரு தூதன் மூலம் கேள்விகளை அனுப்பியிருந்தார். அவர்களிடையே உரையாடல் நடந்தது. ஒரு வாரத்திற்குள் பதில் தருவதாகக் கூறித் தூதனை சுவாமிகள் திருப்பி அனுப்பினார். குறிப்பிட்ட நாளில் தூதன் பதிலுக்காக சுவாமியை அணுகினான். தீய நோக்கத்துடன் ஒரு பத்திரிகையாசிரியர் சாதுர்யமாகக் கேட்ட கேள்விகளுக்குப் பதிலளிக்க வேண்டியதில்லையென்று சொல்லி, கேள்விகளைத் திருப்பி அளித்துவிட்டார் சுவாமிகள்.

அடிக்குறிப்புக்கள்

1. ஹெர்மன் குண்டர்ட் *(1814–1893)* மதப்பிரச்சாரத்திற்காக ஜெர்மனியிலிருந்து கேரளத்திற்கு வந்தவர். மலையாள மொழிக்குத் தொண்டாற்றிய வெளிநாட்டு அறிஞர்களில் முதலிடத்தை வகிக்கிறார். ஐம்பதிற்கும் மேற்பட்ட நூல்களை மலையாளத்திலும், ஜெர்மனியிலும் எழுதியுள்ளார். மலையாள இலக்கணம், மலையாள–ஆங்கில அகராதி இவரது குறிப்பிடத்தக்க நூல்கள்.
2. மன்னத்து பத்மநாபன் –'என் வாழ்க்கை நினைவுகள்'

8

தாழ்த்தப்பட்ட மக்கள் அணி திரள்கிறார்கள்

சதானந்த சுவாமிகளின் பிரம்ம நிஷ்டா மடத்தில் இணைந்து பணியாற்றிய அய்யன்காளிக்கும் அவரது தோழர்களுக்கும் அதிலேயே நீடித்து நிற்க முடியவில்லை. சுவாமிகளின் ஊக்கம் மட்டுமே அவர்களுக்குக் கிடைத்தது. பிரம்ம நிஷ்டா மடத்தால் ஆன்மீகத்தைத் தாண்டி வெளியே வரமுடியவில்லை. தாழ்த்தப்பட்ட பிரிவினர் ஏகோபித்த சக்தியாக நின்று உரிமைக்காகப் போராடினால் மட்டுமே முன்னேற முடியுமென்று அய்யன்காளியும் அவரது தோழர்களும் உணர்ந்தார்கள்.

'புதுக் கிறிஸ்தவர்கள்' இவர்களைக் கேலி செய்யத் தொடங்கினார்கள். அதற்குக் காரணமும் இருந்தது. கிறிஸ்தவ மதத்தைத் தழுவியதால் அவர்கள் பல சலுகைகளைப் பெற்றார்கள். கிறிஸ்துவின் பாதையில் செல்லாதவர்கள் அறியாமையும், மூடநம்பிக்கையும் கொண்டவர்களாகக் கருதப்பட்டார்கள். படிக்கத் தெரியாத போதிலும் கிறிஸ்தவப் பாதிரியார்கள் இலவசமாகத் தந்த பைபிளைக் கையில் வைத்திருந்த அவர்களுக்கு, தமது உடன்பிறப்புகள் கூடக் கேவலமாகத் தெரிந்தார்கள். வாய்ப்புக் கிடைக்கும் போதெல்லாம் 'மட' என்ற வார்த்தையைச் இணைத்து 'மடப்புலையன்', 'மடப்புலையி' என்று கேலி செய்தார்கள்.

கிறிஸ்தவ மதத்தில் சேர்ந்தவர்களையும் உள்ளடக்கி பரந்த கண்ணோட்டத்தில் ஓர் அமைப்பிற்கு வடிவம் தர வேண்டுமென்று அய்யன்காளி தீர்மானித்தார். சதானந்த சுவாமிகளின் அனுமதியுடன் அய்யன்காளியும், அவரது தோழர்களும் மடத்திலிருந்து வெளியேறினார்கள். இப்புதிய தொடக்கத்திற்கு ஸ்ரீநாராயண குருவின் அறிவுரையும் ஆசியும் கிடைத்தன. சி.வி. குஞ்ஞிராமன், டாக்டர் பல்பு, மகாகவி குமாரன் ஆசான், நீதிபதி கோவிந்தன் போன்றவர்களை அய்யன்காளி தொடர்பு கொண்டார். ஸ்ரீநாராயண தர்ம பரிபாலன யோகம் (S.N.D.P.) அமைக்கப்பட்டு நான்கு ஆண்டுகள் சென்ற பின் அய்யன்காளி தனது புதிய அமைப்பிற்கு வடிவம் தந்தார்.

1907, பிப்ரவரியில் தீண்டத்தகாத சாதியினரின் சமுதாய, பொருளாதார, கல்வித் துறைகளின் மேம்பாட்டிற்காகச் 'சாது ஜனபரிபாலன சங்கம்' வெங்ஙானூரில் அமைக்கப்பட்டது. தாழ்த்தப்பட்ட இனத்தவர்களின் விடுதலைக்காகவும், பாதுகாப்பிற்காகவும், வாழ்க்கையை அர்ப்பணித்த அய்யன் காளிக்குக் கீழ்சாதிக்காரர்கள் என்று முத்திரை குத்தப்பட்ட எல்லா சமுதாயத்தினரும் ஆதரவு தந்தார்கள். பறையர், குறவர், புலையர் போன்ற இனத்தவர்களும் உரிமைகளைப் பெறுவதற்காக ஒன்றிணைந்தார்கள்.

சாது ஜன பரிபாலன சங்கத்தின் தலைவராக அய்யன்காளி ஒரு மனதாகத் தேர்ந்தெடுக்கப்பட்டார். அப்பதவியை மகிழ்வுடன் ஏற்றுக்கொண்டார். அனைவரும் ஏற்றுக்கொள்ளக்கூடிய ஒரு நபர் அன்று அவர்களுக்கிடையில் இல்லை என்பதையும் நினைவில் கொள்ளவேண்டும். அய்யன்காளியின் பணிய வைக்கும் சக்தி, அர்ப்பணிப்பு, மன உறுதி, செயலாற்றும் திறமை இவற்றில் தாழ்த்தப்பட்ட இனத்தவர்களுக்கு மிகுந்த மதிப்பிருந்தது.

அமைப்பு ரீதியான பணிகளுக்குப் பல நிபுணர்களிடமிருந்து அறிவுரையைப் பெற்றார். நிபுணத்துவ அறிவுரைகளை வழங்கி அய்யன்காளியின் பணிகளுக்குத் தொடர் ஊக்கம் தந்தவர் நீதிபதி கோவிந்தன். வெகுவிரைவில் சில மேல்சாதி அறிஞர்களின் நட்பையும் பெற்றுவிட்டார்.

இருபத்தி நான்கு ஷரத்துகளைக் கொண்ட ஒரு விதிமுறைப் பட்டியல் சாது ஜன பரிபாலன சங்கத்திற்காகத் தயாரிக்கப்பட்டது. தூய்மை, ஒழுக்கம் முதலிய பண்புகளுக்கு முன்னுரிமை தரப்பட்டது. சமுதாய, பொருளாதார, கல்வித்துறை முன்னேற்றத்திற்குத் தேவையான திட்டங்களையும் விதிமுறையில் இணைத்தார்கள். அமைப்பு ரீதியான எழுத்துப் பணிகள் தாமஸ் வாரியாரிடம் ஒப்படைக்கப்பட்டன.

விவசாயத் தொழிலாளர்களை வாரத்தில் ஏழு நாட்கள் வேலை வாங்கும் முறையை ஒழித்து ஆறு நாட்களாக்க வேண்டும். ஞாயிற்றுக் கிழமையை ஓய்வு நாளாக அனுமதிக்க வேண்டும் என்றும் கூட்டத்தில் தீர்மானிக்கப்பட்டது. சமுதாயப் பிரச்சினைகளை விவாதிக்க ஞாயிற்றுக் கிழமைகளில் கூட்டம் போடவேண்டும். சங்கத்தின் மாத சந்தாவாக ஆண் அரைச் சக்கரமும்[2] பெண் கால் சக்கரமும் தரவேண்டுமென்று முடிவு செய்யப்பட்டது.

மூன்று வருட உழைப்பின் பயனாகச் 'சாது ஜனபரிபாலன சங்கம்' வெங்கானூரில் ஓரிடத்தை விலைக்கு வாங்கியது. இன்று காணப்படும் அய்யன்காளி நினைவு புதுவல் விளாகம் யு.பி. பள்ளிக்கூடத்தைச் சேர்ந்த இடம் அவ்வாறு வாங்கப்பட்டது. வெங்கானூரைத் தலைமையிடமாகக் கொண்டு திருவிதாங்கூர் சாது ஜனபரிபாலன சங்கம் பதிவு செய்யப்பட்டது. சங்கத்தின் வலிமை மெல்ல மெல்லப் பெருகியது.

கல்வி தொடர்பாகப் பத்தொன்பதாம் நூற்றாண்டின் முதற் பகுதியில் வெளியிடப்பட்ட இரண்டு அரசாணைகள் மிகவும் முக்கியத்துவம் வாய்ந்தவை என்பதால் கீழே தரப்படுகின்றன. கி.பி. 1816இல் ராணி கௌரிபார்வதி பாயி பிறப்பித்த முதல் அரசாங்க ஆணை:

'கொல்லத்திற்கு வடக்கிலுள்ள குழந்தைகளுக்கு எழுத்தறிவைப் புகட்டும் ஆசிரியர்களுக்குச் சம்பளம் கொடுக்க ஜனங்களுக்கு வசதி இல்லாததாலும், பள்ளிக்கூடங்களை அமைத்து ஆசிரியர்களைத் தங்கவைக்க இயலாததாலும் அந்தப் பகுதியைச் சேர்ந்த மக்களுக்கு எண்ணும் எழுத்தும் தொடர்பான அறிவு குறைவாக உள்ளது. அரசாங்கம் மூலமாகச் சம்பளம் கொடுத்து ஆசிரியர்களை நியமித்து குழந்தைகளுக்கு எழுத்தும் கணக்கும் கற்பித்துத் தகுதிப்படுத்தினால் அந்தந்த உத்தியோகங்களின் கணக்கெழுத்திற்குப் பயனுள்ளதாக இருக்கும். ராஜ்ஜியத்தின் புகழும் கீர்த்தியும் தர்மமும் பெருகும்.

அதற்காக மலையாள எழுத்தறிவும் ஜோதிடமும் வசமுள்ள ஒருவரையும், இதன்படி ஒவ்வொரு இடத்திற்கும் இரண்டு ஆசிரியர்கள் வீதம் நியமித்து அவர்களுக்கு மாதம் ஒன்றிற்கு ஐம்பது வீதம் சம்பளமாகக் கொடுத்தால் படிப்பறிவை வழங்க முடியும். ஆகவே, இப்போது மாவேலிக்கர தாலுக்காவுக்கு ராமவாத்தியாரையும் சங்கரலிங்கம் வாத்தியாரையும், கார்த்திகப்பள்ளி தாலுக்காவுக்கு ஹரிப்பாடு கொச்சுப்பிள்ளை வாத்தியாரையும், சுசீந்தரம் தாலுக்காவுக்கு வள்ளிநாயகம்

வாத்தியாரையும், கொட்டாரக்கரை தாலுக்காவுக்கு பேரூர் குறுப்பையும் சிவஞானப்பிள்ளை வாத்தியாரையும் நியமித்து அவர்களுக்கு ஐம்பது பணம் வீதம் சம்பளம் கொடுக்க வேண்டுமென்று தீர்மானிக்கப்பட்டது.

இம்முடிவு உசிதமாக இருப்பதால் எழுதப்பட்டதற்கேற்ப ஒவ்வொரு இடத்திற்கும் இரண்டு ஆசிரியர்கள் வீதம் நியமிக்கப்படுகிறார்கள். அத்துடன் சம்பளமாக ஐம்பது பணம் வீதம் கொடுக்கப்படுவதால் பெற்றோர்கள் தங்களுடைய பிள்ளைகளை பள்ளிக்கூடத்திற்கு அனுப்பினால் அவர்கள் அனைவருக்கும் எழுத்தும் கணக்கும் நல்லவிதமாக கற்றுக் கொடுக்க இயலும். எனவே, அந்தந்த தாலுக்காக்களைச் சேர்ந்த தாசில்தார் அலுவலர்களும் பள்ளிக்கூடத்திற்குச் சென்று எத்தனை பிள்ளைகளுக்கு எழுத்தறிவு கற்பிக்கப் படுகிறது அவர்களுக்கு என்னென்ன கற்பிக்கப்படுகின்றன என்கிற விவரப்பட்டியலை எழுதி வருவாய் அலுவலத்தில் தர வேண்டும் என்றும் அறிவுறுத்தப்படுகிறார்கள்.

ஒவ்வொரு மாதத்தின் இறுதியிலும் அது தொடர்பான விவரப்பட்டியலை எழுதிவைக்க வேண்டும். நாம் தெரிந்து கொள்ளும் விதமாகவும் கொடுத்தனுப்பத்தக்க வண்ணமும் இருக்க வேண்டுமென்றும் உறுதிப்படுத்திக் கொள்ளவேண்டும். இது விஷயமாக கி.பி. 1816ஆம் ஆண்டு ஜூன் மாதம் இரண்டாம் தேதி திவான் வெங்கிடராயர் அவர்களுக்கு எழுதி அனுப்பப்பட்ட அரசாங்க அறிவிப்பு:

இந்தப் பெரிய முறையீட்டு மனு தொடர்பாக அரசாங்கத்திடமிருந்து வந்த பதில் இதுதான்: ‘மனு தொடர்பாக அரசாங்கம் தீவிரமாகப் பரிசீலித்தது. அதில் மாறுபட்ட இரண்டு கோரிக்கைகள் அடங்கியுள்ளன. அவை 1. எல்லா அரசாங்கப் பள்ளிகளிலும் சேர அனுமதிக்க வேண்டும். 2. அரசாங்கப் பணிகளில் சேர அனுமதிக்க வேண்டும்.

இந்தக் கோரிக்கைகளிலிருந்து மனுதாரர்களின் சாதி சம்பந்த மாக மட்டுமல்ல, அவர்களைப் போன்ற பிற சாதியினரையும் தொடர்புபடுத்தும் ஒரு விவாதமும் எழுகிறது. சாதிப் பாகுபாடு இந்து மதத்திலுள்ள பல்வேறு இனத்தவர்களுக்கிடையே நிலவிவரும் ஒன்றாகும். ஆகவே, அவர்களின் பரஸ்பர உரிமைகள் பறிக்கப்படுகிறது என்ற உண்மையை மறைத்துவிட முடியாது. முதல் கோரிக்கையைப் பரிசீலித்து தேவைப்படும் இடங்களில் எல்லாம் ஒவ்வொரு சாதிக்கும் தனித்தனி பள்ளிக்கூடங்களை உருவாக்குவதே பொருத்தமான திட்டமாகப்படுகிறது[3].

அரசாங்கத்திடமிருந்து கிடைக்கப் பெற்ற இந்த பதிலைத் தொடர்ந்து ஈழவ மாணவர்களின் பள்ளிச் சேர்க்கை பிரச்சினையை டாக்டர் பல்பு இந்திய மக்கள் மத்தியிலும் பிரிட்டிஷ் பாராளுமன்றத்திலும் கொண்டு செல்வதற்கான முயற்சியில் ஈடுபட்டார். இதைக் குறித்து இந்தியாவின் பல ஆங்கிலச் செய்தி ஏடுகளில் கட்டுரைகள் எழுதினார். பாரிஸ்டர் ஜி.பி. பிள்ளையின் உதவியுடன் பிரிட்டிஷ் பாராளுமன்றம் வரை இப்பிரச்சினையைக் கொண்டுபோகவும், இவ்வாறு நாகரிக உலகின் கவனத்தை ஈர்க்கவும் அவரால் முடிந்தது.

இதற்கிடையே வி.பி. மாதவராயர் திருவிதாங்கூர் திவானாக நியமிக்கப்பட்டார். 1905இல் அவர் ஈழவர்களுக்காகப் பல பள்ளி களைத் திறந்தார். ஆனால், திவானின் அந்த நடவடிக்கை மேல்சாதி இந்துக்களுக்குச் சற்றும் பிடிக்கவில்லை. ஈழவர்களின் பள்ளிக்கூட அனுமதியை வன்முறை மூலம் தடுக்க ஆரம்பித்தார்கள். அதைத் தொடர்ந்து மத்திய திருவிதாங்கூர் முழுவதும் நாயர்-ஈழவர் கலகம் பரவியது. புகழ்பெற்ற நாவலாசிரியர் சி.வி. ராமன் பிள்ளை, காவாலம் நீலகண்டபிள்ளை போன்றவர்களின் தலைமையில் நாயர்-ஈழவர் நல்லிணக்கத்திற்காகத் தீவிர முயற்சிகள் நடைபெற்றன.

கல்வி உரிமை கோரி அய்யன்காளி மோதலில் ஈடுபட்ட வெங்ஙானூர் சாவடிநடை அரசாங்கப் பள்ளி

ஈழவ மாணவர்களின் பள்ளி அனுமதிக்கு உதவக்கூடிய நிலைப்பாட்டை திவான் மாதவராயர் எடுத்தார். அமைதி குலையாமல் இருப்பதற்கான முயற்சிகளை மேற்கொண்டார். அரசாங்க உத்தரவிற்குத் தடையாக இருப்பவர்கள் யாராக இருந்தாலும் அவர்கள் தயவு தாட்சண்யமின்றித் தண்டிக்கப் படுவார்கள் என்று எச்சரித்தார். டாக்டர் மிச்சேலின் தலைமையில் அவரது வழிகாட்டுதலுடன் கல்வி விதிமுறை புதுப்பிக்கப்பட்டது. சாதியின் பெயரால் யாருக்கும் எந்தப் பள்ளியிலும் சேர்க்கை அனுமதி மறுக்கப்படக் கூடாது என்ற விதிமுறை கொண்டுவரப்பட்டது.

கோயில் அருகில் இருத்தல், அரண்மனை அருகில் இருத்தல், கலவரம் ஏற்படுவதற்கான வாய்ப்பு ஆகிய காரணங்களின் அடிப்படையில் மட்டும் அனுமதி மறுப்பதற்கான உரிமை தலைமையாசிரியர்களுக்குத் தரப்பட்டது. பள்ளிச்சேர்க்கை அனுமதி தொடர்பான அந்த உத்தரவு 1907இல் பிறப்பிக்கப்பட்டது. தலைமையாசிரியர்களுக்கு உரிமை தரப்பட்டிருந்த பள்ளிக்கூடங்களில் ஈழவர்களை அவர்கள் அனுமதிக்கவில்லை. மறுபடியும் சிறிது காலம் கடந்த பிறகே அவர்கள் ஈழவ மாணவர்களைப் பள்ளிகளில் அனுமதித்தார்கள்.

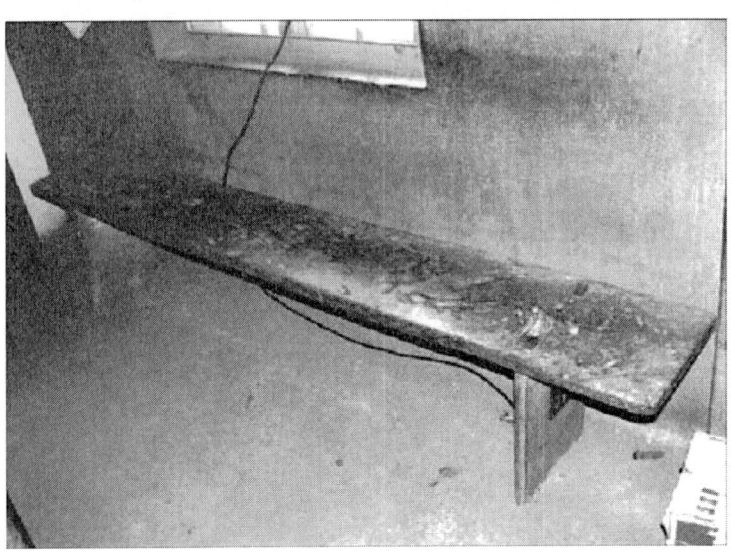

பள்ளிக்கூடத்தில் குழந்தைகளை அனுமதிக்க வேண்டும் என்கிற கோரிக்கையை முன்வைத்து அய்யன்காளி நடத்திய போராட்டத்திற்கு எதிராக ஆதிக்கச் சாதியினர் ஊருட்டம்பலம் அரசு பெண்கள் பள்ளிக்கூடத்தில் தீக்கிரையாக்கிய பெஞ்ச்.

அரசு பெண்கள் பள்ளிகளில் ஈழவ மாணவிகளை 1907இல் தான் அனுமதித்தார்கள். இத்தகைய அனுமதி முப்பத்தைந்து பள்ளிகளுக்கு மட்டுமே தரப்பட்டது.

அடிக்குறிப்புக்கள்

1. டாக்டர் பல்பு, குமாரன் ஆசான் போன்றவர்களின் தலைமையில் 1903 மே மாதம் 15ஆம் தேதி (S.N.D.P.) உருவானது. ஸ்ரீநாராயண குருவின் தத்துவங்களைப் பரப்புதல். ஈழவர்கள் உட்பட மற்ற பிற்படுத்தப்பட்டோரின் முன்னேற்றமும், அவர்களின் சமுதாய, கலாச்சார வளர்ச்சியை மேம்படுத்துவதும் இவ்வமைப்பின் முக்கியக் குறிக்கோள்.

2. சக்கரம் : பழைய திருவிதாங்கூர் நாணயம் (பதினாறு காசு).

3. பி.கே. பாலகிருஷ்ணன் – 'நாராயணகுரு'.

9

போராட்டப் பாதையில் விவசாயத் தொழிலாளர்கள்

சாது ஜன பரிபாலன சங்கம் தமது குழந்தைகளுக்குப் பள்ளிக் கூடங்களில் சேர்க்கை அனுமதி பெற்றுத் தருவதை உடனடிப் பணியாகக் கருதிச் செயல்பட்டது. சங்கம் அதற்காகப் பல கோரிக்கை மனுக்களைத் திருவிதாங்கூர் அரசாங்கத்திற்குச் சமர்ப்பித்து, சாதகமான உத்தரவை எதிர் பார்த்துக் காத்திருந்தது. வெளியூர் பிராமணரான பி.ராஜகோபாலாச்சாரி திவானாக நியமிக்கப்பட்டார். 1909 முதல் 1914 வரை திருவிதாங்கூர் திவானாக இருந்த அவர் தாழ்த்தப்பட்ட இனத்தவர்களிடம் கருணை காட்டிய அரிய திவான்களில் ஒருவர். அய்யன்காளியும் அவரது தோழர்களும் திவானை நேரில் சந்தித்து மனு கொடுத்தார்கள். பள்ளிக்கூட சேர்க்கை விஷயத்தில் தாழ்த்தப்பட்ட இனத்தவர்களுக்குச் சாதகமாக 1907லேயே அரசாங்கம் உத்தரவு பிறப்பித்துள்ளதாக திவான் அவர்களிடம் தெரிவித்தார்.

பள்ளிச்சேர்க்கை விஷயத்தில் தங்களுக்குச் சாதகமாக, அரசாங்கம் உத்தரவு பிறப்பித்துள்ளதைத் தெரிந்துகொண்ட அய்யன்காளி அதைக் குறித்து விசாரிக்க ஆரம்பித்தார். மேல்சாதிக்காரர்களான அரசாங்க அதிகாரிகள் அவ்வுத்தரவை மறைத்து வைத்திருப்பதை அறிந்துகொண்டார். புலையர், பறையர், குறவர் இன மக்களின் குழந்தைகள்

பள்ளிக்கூடங்களில் சேர்ந்து படிக்கக்கூடாது என்ற மேல்சாதிக்காரர்கள் விரும்பினார்கள். அய்யன்காளியும், அவரது தோழர்களும் பள்ளி அதிகாரிகளை அணுகி தங்கள் குழந்தைகளையும் பள்ளிக்கூடங்களில் சேர்க்குமாறு கோரினார்கள். அன்றைய ஆசிரியர்களும், தலைமையாசிரியர்களும் அனைத்துப் பள்ளி அதிகாரிகளும் மேல்சாதிக்காரர்கள்.

தாழ்த்தப்பட்டவர்களின் குழந்தைகளை மேல்சாதிக் குழந்தைகளுடன் சரிசமமாக உட்கார வைத்துப் பாடம் சொல்லித்தரும் நிலைமையை நினைத்துப் பார்க்கக் கூட அவர்களால் முடியவில்லை. விவசாயத் தொழிலாளிகளான தீண்டத்தகாதவர்களின் பிள்ளைகள் பள்ளியில் படித்து முன்னேறிவிட்டால் எதிர்காலத்தில் விவசாய வேலைகளுக்கு ஆட்கள் கிடைக்கமாட்டார்கள் என்று கருதினார்கள். அரசாங்க உத்தரவு எதுவும் தங்களுக்குப் பொருட்டில்லை என்ற தொனியில் அய்யன்காளியிடமும் அவரது தோழர்களிடமும் கூறினார்கள்.

பள்ளி அதிகாரிகளின் இந்த அணுகுமுறை அய்யன்காளிக்குச் சினத்தையும், வேதனையையும் ஊட்டியது. ரத்தத்தை வியர்வையாக்கி தனது இனத்தவர்கள் விளைவித்த நெல்லை ஜன்மி உண்ணலாம்; எந்த ருசிக் குறைவுமில்லை. ஆனால் தங்கள் பிள்ளைகளைப் பள்ளிக்கூடங்களில் அனுமதித்தால் அசுத்தமாகி விடும் என்ற மேல்சாதிக்காரர்களின் மனநிலைக்கு கடும் எதிர்ப்பைக் காட்டத் தீர்மானித்தார். 'எங்கள் பிள்ளைகளைப் பள்ளிக் கூடங்களில் அனுமதிக்கவில்லை என்றால் நாங்கள் வயற்காட்டில் இறங்கி வேலை செய்யமாட்டோம்' என்று அய்யன்காளி பகிரங்கமாக சூளுரைத்தார். அந்தப் போராட்ட அறிவிப்பு மேல்சாதிக்காரர்களுக்கு ஆத்திரமூட்டியது.

விவசாயத் தொழிலாளர்கள் அய்யன் காளியின் பின்னால் அணி திரண்டார்கள். விவசாய வேலைகளுக்குச் செல்வதில்லை என்று கூட்டத்தைக் கூட்டித் தீர்மானித்தார்கள். ஜன்மி–விவசாயி உறவில் உரசல் உருவானது. ஜன்மிகள் போராட்டத்தை எதிர்கொள்ள உறுதி பூண்டார்கள். அவர்களைப் பொருத்தமட்டில் மிகச் சாதாரண சம்பவம் அது. பல இடங்களில் விவசாயத் தொழிலாளர்களைத் தண்டித்தார்கள். தொழிலாளர்களை வீழ்த்த வேண்டும் என்ற நோக்கத்துடன் பல வழிகளில் அவர்களுக்குத் தொல்லை கொடுத்தார்கள்.

அதிகாரிகள் ஜன்மிகளுடன் கைகோர்த்து நின்றார்கள். அவர்களின் எதிர்ப்பு முறைகள் அய்யன்காளி ஆதரவாளர்களின் போராட்ட வலிமைக்கு மேலும் வீரியமூட்டியது. அவர்கள் சில புதிய கோரிக்கைகளை ஜன்மிகளின் முன் வைத்தார்கள்.

தீண்டத்தகாதவர்களை அற்பக் குற்றங்களுக்காக மிகக் கொடூரமாகத் தண்டிக்கும் முறையை நிறுத்தவேண்டும்; விவசாயத் தொழிலாளிகளை வெறும் அடிமைகளாகக் கருதும் வழக்கத்தைக் கைவிட வேண்டும்; பொது வழிகளில் நடமாடும் சுதந்திரத்தை வழங்க வேண்டும் என்பன அவர்கள் முன்வைத்த புதிய கோரிக்கைகள்.

தாங்கள் வலியுறுத்திய எல்லாக் கோரிக்கைகளையும் நிறைவேற்றித் தரும் வரை ஜன்மிகளுடன் ஒத்துழைக்க மாட்டோம் என்ற நிலைப்பாட்டில் உறுதியாக நின்றார்கள். ஜன்மிகளுக்குப் பிடிவாதமும் வைராக்கியமும் மேலும் அதிகரித்தன. பிரச்சினை மோசமான நிலைமையை நோக்கிப் போய்க்கொண்டிருந்தது.

அய்யன்காளி ஒவ்வொரு இடமாக நடந்துபோய் கூட்டத்தைக் கூட்டி தீர்மானங்கள் எடுப்பது வழக்கம். அய்யன் காளியைப் பார்ப்பதற்கும் அவரது சொற்பொழிவுகளைக் கேட்பதற்கும் விவசாயத் தொழிலாளர்கள் மிகுந்த ஆர்வம் காட்டினார்கள். பெண்களும், ஆண்களும் முதியவர்களும் கூட்டத்தில் கலந்து கொண்டார்கள். அவர்களின் மொழியில் விளக்கிக் கூறியபோது அனைவரும் கவனமாகக் கேட்டார்கள்.

ஒன்றுபட்டு நின்றால், மனம் தளராமல் கைகோர்த்து நின்றால் அனைத்து உரிமைகளையும் பெறமுடியுமென்று அவர்களுக்கு நம்பிக்கையூட்டினார். தொழிலாளர் அமைப்புகளோ, அணிதிரட்ட வேண்டுமென்ற சிந்தனைப் போக்கோ இல்லாதிருந்த காலகட்டத்தில் அய்யன்காளி போராட்டங்களை முறைப்படுத்தினார். ஒடுக்கப்பட்ட மக்கள் அய்யன்காளியின் தலைமையில் நடத்திய போராட்டமே கேரள விவசாயத் தொழிலாளர்களின் வரலாற்றில் முதல் போராட்டமாகும்.

அய்யன்காளி ஆதரவாளர்களின் கோரிக்கைகளுக்கு ஜன்மிகள் அடிபணியத் தயாரில்லை. அவர்களும் ஒரே அணியாக நின்றார்கள். விவசாய வேலை செய்யாமல் புலையர்களும், பறையர்களும் எத்தனை நாட்கள் காலம் கடத்துவார்கள் என்ற பிடிவாதத்தில் உறுதியாக இருந்தார்கள். தாக்குதல்களும், மிரட்டல்களும் தொடர்ந்த வண்ணம் இருந்தன.

அடிமைகளுக்கு ஆசை காட்டி வயலில் இறக்குவதற்கான முயற்சியில் ஜன்மிகள் ஈடுபட்டார்கள். வயலில் இறங்கி வேலை செய்ய சிலர் தயாரானார்கள். 'அய்யன்காளிப் படை' அதைக் கடுமையாக எதிர்த்தது. ஜன்மிகளின் முயற்சி பயனளிக்காமல் போனது. நெல் வயல்களில் களை நிரம்பியது. வீட்டுத் தோட்டங் களில் காடு மண்டியது. சாகுபடி நிலங்களில் மண்வெட்டி

பட்டு நாட்களாயின. சில ஜன்மிகள் விவசாய வேலை செய்யத் துணிந்தார்கள். சேற்றிலும், சகதியிலும் இறங்கிப் பழக்கமில்லாத அவர்கள் பின்வாங்க நேரிட்டது. இருப்பினும் அவர்கள் அடிமைகளைக் கூப்பிடவில்லை.

போராட்டம் நீண்டபோது அடிமைகள் கவலையுற்றார்கள். தொழில் இல்லாமல் எத்தனை நாள் தாக்குப்பிடிக்க முடியும்? பட்டினியால் தொழிலாளர்கள் வாடினர். சில தொழிலாளர்கள் ஒத்துழைக்க மறுத்தனர். அய்யன்காளி அவர்களைச் சந்தித்து ஆறுதல் படுத்தினார். ஆதரவாளர்களுக்குத் தொழில் தேடித்தரும் பொறுப்பை ஏற்றார். விழிஞ்ஞும் கடலோர மீனவர்களுடன் தொடர்புகொண்டார். அவர்களுடன் பேசி ஒரு முடிவுக்கு வந்தார். விவசாயத் தொழிலாளர்களைத் தங்களுடன் வேலைக்குச் சேர்க்க அவர்கள் தயாரானார்கள். இவ்வாறு தொழில் இல்லாத நிலைமையை சில பகுதிகளில் ஈடு கட்ட அவரால் முடிந்தது.

திவான் பி. ராஜகோபாலாச்சாரி விவசாயத் தொழிலாளி களின் அப்போராட்டத்தை ஒடுக்க முயலவில்லை. வேளாண்மைத் துறையின் தேக்க நிலையை மாற்ற வேண்டும் என்றும் தாழ்த்தப்பட்ட இனத்தவர்கள் முன்வைத்த கோரிக்கைகளைக் கருணையோடு பரிசீலித்து, சாதகமான உத்தரவைப் பிறப்பிக்க வேண்டும் என்றும் சாதுஜன பரிபாலன சங்கம் மனு ஒன்றை அரசாங்கத்திற்கு அளித்தது. ஜன்மிகளின் பிடிவாதமும் தளர ஆரம்பித்தது. அவர்கள் பக்கமிருந்தும் சமரச முயற்சிகள் மேற்கொள்ளப்பட்டன.

அன்று திருவனந்தபுரம் நீதிபதியாக இருந்த கண்டள நாகம் பிள்ளையை நடுவராக திவான் நியமித்தார். அவர் இரு தரப்பினரையும் அழைத்து சமரசம் செய்து வைத்தார். ஒரு வருடம் நீண்டு நின்ற அப்போராட்டம் முடிவுக்கு வந்தது. நடமாடும் சுதந்திரம், பள்ளிக்கூட சேர்க்கை அனுமதி, தொழிலாளர்களின் கூலி உயர்வு என்பனவற்றில் சாதகமான நிலைப்பாட்டை அங்கீகரிக்க வேண்டும் என்ற நடுவரின் ஆலோசனையை ஜன்மிகள் ஒப்புக்கொண்டார்கள்.

ஏழு வருடங்களுக்குப் பின் கொல்லத்தில் நடைபெற்ற இன்னொரு நல்லிணக்கக் கூட்டத்தில் இச்சம்பவத்தை நினைவு கூர்ந்து அய்யன் காளி நிகழ்த்திய உரை 1916, ‘மிதவாதி’ செய்தித்தாளில் பிரசுரமானது. அச்செய்தி வருமாறு:

தென் திருவிதாங்கூரிலுள்ள வெங்ஙானூரில் நடந்த ஒரு நிகழ்ச்சியைக் குறித்து அய்யன்காளி பேசினார்: ‘புலையர்களை பள்ளிகளில் அனுமதிக்க வேண்டாமென்று அங்குள்ள நாயர்கள்

எதிர்த்தபோது, நாயர்களின் விவசாயப் பணிகளுக்குப் புலையர்களும் போகக்கூடாது என்று வேலை நிறுத்தத்தில் ஈடுபட்டோம். அச்சமயத்தில் ஒரு புலையர் பெண் ஒரு நாளில் செய்து முடிக்கும் வேலையை ஆறு நாயர்கள் சேர்ந்து ஒரு நாள் முழுவதும் மிகவும் சிரமப்பட்டு செய்து முடித்தார்கள். சேற்றிலும், தண்ணீரிலும் நின்றதால் அவர்கள் நோய்வாய்ப்பட்டார்கள்.'

விவசாயத் தொழிலாளர்களின் போராட்டம் உடன்பாட்டை எட்டிய போதிலும் தீண்டப்படாதவர்களைப் பழிவாங்கும் நோக்கத்துடன் சில ஜன்மிகள் மீண்டும் வன்முறையை ஏவினார்கள். நெய்யாற்றின்கரையிலும், சுற்றுப் பகுதிகளிலும் வன்முறை தலைதூக்கியது. விவசாயத் தொழிலாளர்களும் எதிர்த் தாக்குதலில் இறங்கினார்கள். அவர்களில் சிலரை ஜன்மிகள் போலீசை வைத்துக் கைது பண்ணினார்கள். அய்யன்காளி தலையிட்டு அவர்களை விடுவித்தார்.

பள்ளிச் சேர்க்கை தொடர்பாகத் தங்களுக்குச் சாதகமான உத்தரவைப் பிறப்பிக்குமாறு திருவிதாங்கூர் கல்வி இயக்குனராக இருந்த டாக்டர் மிச்சேலிடம் அய்யன்காளி மனு கொடுத்தார். ஆங்கிலேயரான டாக்டர் மிச்சேல் தாழ்த்தப்பட்ட மக்களின் துயரங்களை நன்கு அறிந்த ஓர் அதிகாரி. அவர் திவான் பி. ராஜகோபாலாச்சாரியாரோடு கலந்தாலோசித்து 1910, மார்ச் 1இல் பள்ளிச் சேர்க்கை அனுமதி உத்தரவைப் பிறப்பித்தார். 1907இல் வெளியிடப்பட்ட உத்தரவில் சில மாற்றங்கள் செய்து இவ்வுத்தரவு பிறப்பிக்கப்பட்டது. ஈழவர்களை அனுமதித்த பள்ளிகள் அனைத்திலும் புலையர்களையும் அனுமதிக்க வேண்டுமென்று அதில் அறிவுறுத்தப்பட்டிருந்தது. ஆனால் தலைமையாசிரியர்களுக்குத் தரப்பட்டிருந்த முடிவு செய்யும் அதிகாரம் நீக்கப்படவில்லை.

1910, மார்ச் 2இல் அவ்வுத்தரவைக் கடுமையாக விமர்சித்து சுதேசாபிமானி இதழில் ஒரு தலையங்கம் பிரசுரமானது. முற்போக்குவாதி என்று முத்திரை குத்தப்பட்ட சுதேசாபிமானி ஆசிரியர் கே. ராமகிருஷ்ண பிள்ளை இதை எழுதினார். அரண்மனை ஊழியர்கள் மற்றும் அதிகாரிகளுக்குச் சிம்மசொப்பனமாக இருந்தவர். ஊழல் எங்கு நடந்தாலும் அதைப் பாரபட்சமின்றி விமர்சித்து வந்தார்.

சுதேசாபிமானி செய்தித்தாளில் அக்காலத்திய பிரதிகளைப் புரட்டிப் பார்த்தால் திருவிதாங்கூரில் நடமாடிய அதிகார, அராஜக, ஓரவஞ்சனையின் பல கதைகளை அறிந்துகொள்ள முடியும். பொதுவுடைமையைப் பற்றியும், சோசலிசக் கருத்துக்கள் தொடர்பாகவும் பல கட்டுரைகளை அவர் எழுதியுள்ளார்.

காரல் மார்க்ஸின் வாழ்க்கையை மலையாளத்தில் முதன்முதலாக எழுதிப் பதிப்பித்தவர் கே. ராமகிருஷ்ண பிள்ளை. அவரது எழுதுகோலில் இருந்து உதிர்ந்த அத்தலையங்கம் முழுவதுமாக இங்கு தரப்படுகிறது:

'தாழ்ந்த சாதியினரென்றும், தீண்டத்தகாதவர்களென்றும், தொடக்கூடாதவர்களென்றும் பலவிதமாக அழைக்கப்படும் மக்களுடன் சரிசமமாக அமர்ந்து கல்வி கற்பதைக் குறித்து இரு தரப்பினரும் வாதிடுகிறார்கள். இந்நிலையில் தனித்தனியாக வைத்து ஆராய வேண்டிய இரு விஷயங்களை ஒன்றிணைத்துக் குழப்புவதாகத் தெரிகிறது. இவற்றில் ஒன்று நடைமுறை வழக்கம் சார்ந்ததும், இன்னொன்று கல்வியாற்றலைச் சார்ந்ததுமாகும்.

புலையர் குழந்தைகளையும், பறையர் குழந்தைகளையும் இதர சாதியினரோடு ஒன்றாக அமரவைத்து பாடம் சொல்லித்தர மறுப்பது சமுதாயத்தின் உயர்வுக்கு ஊறுவிளைவிப்பதாகும் என வாதிடுபவர்களை ஆபத்தானவர்கள் என்று எதிர்ப்பவர்களும் இருக்கிறார்கள். இந்த எதிர்ப்பை பரிசீலிக்கத் தகுதியற்ற ஒன்றாகவே நாங்கள் கருதுகிறோம். ஆனால் நடைமுறை வழக்கத்தை மீறி பொதுப்படையான சமத்துவத்தை அனுமதிக்க வேண்டும் என சிலர் வாதிடுகிறார்கள். அவர்கள் அந்த ஒரு கருத்தை ஆதாரம் காட்டி பள்ளிக்கூடங்களில் குழந்தைகளைச் சாதி அடிப்படையில் வகைப்படுத்தாமல், பாரபட்சமின்றி ஒன்றாக அமரவைத்துக் கற்றத்தர வேண்டும் என்று பிடிவாதம் செய்கிறார்கள்.

இக்கருத்துக்கு உடன்பட நாங்கள் தயாரில்லை. பொது விஷயங்களில் ஒரு சாதியினருக்கு, ஒரு மதத்தினருக்கு, ஒரு இனத்தவருக்கு சாதகமாகவோ, பாதகமாகவோ நாங்கள் நிற்பதில்லை. எனினும் இக்கல்வி விஷயத்தில் அரசாங்கத்தின் தற்போதைய நிலைப்பாட்டை ஏற்றுக்கொள்வதற்கில்லை.

வழக்கத்திற்கு மாறாக, இந்தச் சிந்தனை தெளிவற்று இருக்கிறது என்றுதான் வாதிடுகிறோம். அரசாங்கத்தின் தற்போதைய கொள்கையைச் சமுதாய உளவியலுக்கும், ஒழுக்கவியலுக்கும் எதிரானதாகவே கருதுகிறோம். இக்கொள்கை புலையர் குழந்தைகளுக்கும், பறையர் குழந்தைகளுக்கும், பின்தங்கிய மற்ற குழந்தைகளுக்கும் சிறிதளவு நன்மையைத் தரக்கூடும். ஆனால், அதைவிட அதிகத் தீமையையே ஏற்படுத்தும். மேலும், மற்ற சாதியைச் சேர்ந்த குழந்தைகளுக்குத் தீமையை மட்டுமே ஏற்படுத்தும் என்று குறிப்பிடுகிறோம்.

மனித இனத்தில் ஒருவருக்கொருவர் உடல் ரீதியான வித்தியாசம் எதுவுமில்லை. ஆனால், பல நூற்றாண்டுகளாக மரபு ரீதியாகப் பெற்று வரும் அறிவார்ந்த வேற்றுமையை மறுக்க முடியாது.

பல தலைமுறையாக அறிவை விளைய வைத்து வரும் சாதியினரையும், பல தலைமுறையாக பயிரை விளைய வைத்து வரும் சாதியினரையும் ஒன்றாக இணைப்பது குதிரையையும் எருமையையும் ஒரே நுகத்தில் பூட்டுவதைப் போன்றதாகும்[1].

அடிக்குறிப்புக்கள்

1. 'மாத்ரு பூமி' – வார இதழ்

10

மக்கள் சபையில் அய்யன்காளி

ஸ்ரீமூலம் திருநாள் மகாராஜாவின் ஆட்சி சீரமைப்புகளில் 1888இல் அவர் உருவாக்கிய சட்டசபை (Legislative Council) முக்கியத்துவம் வாய்ந்ததாகும். அரசுப்பணி சாராத மூன்று உறுப்பினர்களைச் சேர்த்து மொத்தம் எட்டு உறுப்பினர்கள் சபையின் ஆரம்பகாலத்தில் இருந்தார்கள். திவான் தலைவராக இருந்தார். இந்திய சிற்றரசுகளிலேயே திருவிதாங்கூரில் மட்டுமே இத்தகைய ஒரு சட்டசபை முதலில் உருவானது. 1898இல் இச்சபையின் உறுப்பினர்கள் எண்ணிக்கை அதிகரித்தது. குறைந்தபட்ச உறுப்பினர்களின் எண்ணிக்கை எட்டு எனவும், அதிகபட்ச உறுப்பினர்களின் எண்ணிக்கை பதினைந்து எனவும் மாற்றப்பட்டது.

ஸ்ரீமூலம் மக்கள் சபை (Srimoolam Popular Assembly) 1904இல் செயல்பட ஆரம்பித்தது. அரசாட்சி தொடர்பான பொதுமக்களின் கருத்துக்களை ஆராய்வதற்காகவே ஜனநாயகத் தன்மையைக் கொண்ட மக்கள் சபை தொடங்கப்பட்டது. மக்கள் சபைக்கு உறுப்பினர்களை அரசாங்கம் தேர்ந்தெடுத்தது. சட்டசபைக்காக ஒரு குறிப்பிட்ட விழுக்காடு உறுப்பினர்களைத் தேர்ந்தெடுக்கும் உரிமை மக்கள் சபை உறுப்பினர்களுக்கு வழங்கப் பட்டது.

1920இல் அமலுக்கு வந்த ஒரு சட்டத்தின்படி சட்டசபை (Legislative Council) உறுப்பினர்களின் எண்ணிக்கை இருபத்து ஐந்தானது. 1922–ன் சட்டத்தின் படி சபை உறுப்பினர்களின் எண்ணிக்கை இருபத்து ஐந்திலிருந்து ஐம்பதாக உயர்த்தப்பட்டது. அரசுப்பணி சாராத உறுப்பினர்களின் எண்ணிக்கை முப்பத்தைந்து. அவர்களில் இருபத்தெட்டுப் பேரைப் பொது வாக்காளர் தொகுதிகளிலிருந்தும், தனி வாக்காளர் தொகுதிகளிலிருந்தும் தேர்ந்தெடுப்பதற்கான முறை உருவாக்கப்பட்டது. ஐந்து ரூபாய் வரி செலுத்துபவர்களுக்கு ஓட்டுரிமை தரப்பட்டது. பெண்களுக்கும் ஓட்டுரிமை இருந்தது.

அரசாங்கப் பணிகளிலும் ஆட்சி சார்ந்த விஷயங்களிலும் ஈழவர்களுக்குக் கூட அனுமதி மறுக்கப்பட்டிருந்த அக்காலத்தில் புலையர், பறையர், குறவர் போன்ற சாதியினரின் நிலைமையைப் பற்றிச் சொல்லத் தேவையில்லை. உயர்சாதியினரின் தேவைகளுக் காகவும், உரிமைகளுக்காகவும் வாதிட அந்தந்தப் பிரிவைச் சேர்ந்த உறுப்பினர்களை அரசாங்கம் 'ஸ்ரீமூலம் மக்கள் சபை'க்கு நியமித்தது. தாழ்த்தப்பட்ட இனத்தவர்களின் உறுப்பினர்களை நியமிப்பதற்கும் அரசாங்கம் தயாராக இருந்தது.

அந்தக்காலத்தில் சாது ஜன பரிபாலன சங்கத்திற்கு ஐந்து லட்சத்திற்கு மேற்பட்ட உறுப்பினர்கள் இருந்தார்கள். 1911இல் சாது ஜன பரிபாலன சங்கத்தின் பிரதிநிதியாக சுபாஷிணி பத்திரிகையாசிரியர் பி.கே.கோவிந்தப்பிள்ளை என்பவரை முதன்முதலாக அரசாங்கம் ஸ்ரீ மூலம் மக்கள் சபைக்குத் தேர்ந்தெடுத்தது. அவர் தீண்டத்தகாதவர்களின் அவலங்களை நன்கு புரிந்து வைத்திருந்த பத்திரிகையாசிரியரும் தேசபக்தரும் ஆவார். புலையர்களின் அன்றைய நிலை பற்றிய விவரங்களை அவர் சேகரித்தார். அவர்களின் இழிநிலைமைகளை ஸ்ரீமூலம் மக்கள் சபையில் ஆத்மார்த்தமாக முன் வைத்தார்.

1911, பிப்ரவரி 13ஆம் தேதி திங்கட்கிழமை திருவனந்தபுரத்தி லுள்ள விக்டோரியா ஜூபிலி டவுன் ஹாலில் கூடிய ஸ்ரீமூலம் மக்கள் சபையின் ஏழாவது கூட்டத்தில் பி.கே. கோவிந்தப் பிள்ளை புலையர்களின் பிரச்சினைகளை இவ்வாறு வெளியிட்டார்.

'சமஸ்தானத்திலுள்ள புலையர்களின் எண்ணிக்கை ஐந்து லட்சத்தைக் காட்டிலும் அதிகம். அதில் மூன்றில் ஒரு பகுதியினர் வடக்கு திருவிதாங்கூரில் வசிக்கிறார்கள். அவர்கள் எதிர்கொள்ளும் முக்கிய பிரச்சினைகளில் ஒன்று இருப்பிடம். வேளாண்மை செய்வதற்கும், குடிசைகளைக் கட்டி வசிப்பதற்கும் சிறிது நிலத்தை அவர்களின் பெயரில் பட்டா செய்து கொடுக்க வேண்டும். இந்தப் புலையர்களின் உதவியின்றி அங்குள்ள

திருவிதாங்கூர் கோயில் நுழைவு நினைவு அமைப்பின் செயற்குழு உறுப்பினர்கள்.
நடுவரிசையில் இடது பக்கத்திலிருந்து நான்காவது நபர் அய்யன்காளி.

செல்வந்தர்களாகிய ஜன்மிகள் விவசாயம் செய்ய முடியாது. விண்ணப்பிக்கும் புலையர்களுக்குப் புறம்போக்கு நிலங்களைப் பட்டா செய்து கொடுக்க வேண்டும்.

தற்போது வருவாய் அதிகாரிகள் புலையர்களின் கோரிக்கைகளுக்கு எந்த முக்கியத்துவத்தையும் தருவதில்லை. அவர்கள் பட்டா கேட்டு விண்ணப்பிக்கும் நிலங்கள் அனைத்தும் ஆதிக்கச் சாதியினருக்குத்தான் போகின்றன.

பட்டாவுக்காக விண்ணப்பிக்கும் புலையர்களுக்கு சிறப்புச் சலுகை வழங்கப்பட வேண்டும். தனது எஜமானனுக்காக விவசாயம் செய்யும் நிலத்தின் அருகிலுள்ள புறம்போக்கு நிலத்தை புலையர்களுக்குப் பட்டா செய்து கொடுக்க வேண்டும். தங்களிடம் வேலை பார்க்கும் புலையர்களுக்கு நிலம் கிடைப்பதில் எந்த ஆட்சேபனையும் இல்லை என்பதைப் பல விவசாயிகளிடமும், நிலவுடைமையாளர்களிடம் விசாரித்துத் தெரிந்துகொண்டேன்'.

இந்த விவாதத்திற்குப் பதிலளித்துப் பேசிய திவான் பி. ராஜகோபாலாச்சாரி, புலையர்களுக்குப் பட்டா செய்து கொடுக்க உத்தேசிக்கும் நிலத்தின் ஒரு பட்டியலை உறுப்பினரே (கோவிந்தப் பிள்ளை) தயாரித்து அரசாங்கத்திற்கு அளிக்கும்படி கேட்டுக்கொண்டார். பிப்ரவரி 17ஆம் தேதி புலையர்களுக்காக ஸ்ரீமூலம் மக்கள் சபையில் வாதிட்ட பி.கே. கோவிந்தப் பிள்ளை தொடர்ந்து பேசினார்.

அரசாங்கம் உத்தரவு பிறப்பித்த போதிலும், பள்ளிக்கூடங்களில் புலையர்களுக்கு அனுமதி மறுக்கப்படுவதை விமர்சித்து, புலையர்களுககுத தனிப பள்ளிக்கூடங்களை நிறுவ வேண்டிய அவசியத்தை வலியுறுத்தினார். இரவுப் பள்ளிக்கூடங்களை ஏற்படுத்தியும், சிறப்பு உதவித் தொகைகளை வழங்கியும் புலையர்களுக்கிடையே கல்வியை வளர்க்க வேண்டும் என்றும் வாதிட்டார்.

சுங்கத் துறைகளில் பணியாற்ற புலையர்களுக்கு உரிமை தரப்பட்டிருந்தபோதிலும் அது பெயரளவில் மட்டுமே உள்ளது. மேலதிகாரிகளின் கொடுமைகளை அனுபவிக்க நேர்கிறது. புலையர்களுக்குக் கூடுதல் தொழில் வாய்ப்புகள் தர வேண்டுமென வாதிட்டார். மருத்துவ மனைகளிலுள்ள புலையர் வார்டுகளில் புலையர்களை ஊழியர்களாக நியமிக்க வேண்டுமென்றும் குறிப்பிட்டார்.

பி.கே. கோவிந்தப் பிள்ளை தன்னிடம் ஒப்படைக்கப்பட்ட பொறுப்பைச் சிரத்தையோடு நிறைவேற்றினார். புலையர்களின் இன்னல்கள் தொடர்பாக அவர் சபையில் வெளிப்படுத்திய

விஷயங்கள் அனைவரின் கவனத்தையும் கவர்ந்தன. திவான் ராஜகோபாலாச்சாரி மிகுந்த அக்கறையுடன் அவரது உரையைக் கேட்டுக்கொண்டிருந்தார். புலையர்களின் பிரச்சினைகளை அவர் சபையில் வெளிப்படுத்திய போதிலும் அவை பறையர், குறவர் போன்ற தீண்டத்தகாத சாதியினருக்கும் பொருந்தக்கூடியதாக இருந்தன. மேல்சாதிக்காரரான பி.கே. கோவிந்தப்பிள்ளையின் அச்சொற்பொழிவு புலையர்களின் முன்னேற்றத்திற்கு வழிகாட்டிய மிக முக்கிய நிகழ்ச்சிகளில் ஒன்றாகக் கருதப்பட்டது.

கோவிந்தப் பிள்ளையின் பிரசங்கத்திற்கு பதிலளிக்கும் விதமாக திவான் சபையில் இவ்வாறு பேசினார்: "உறுப்பினர் உணர்த்திய முறையீடுகள் பதிவு செய்யப்பட்டுள்ளது. அரசாங்க மருத்துவமனைகளில் புலையர்களுக்கான வார்டுகளின் எண்ணிக்கையை உயர்த்த வேண்டும் என்கிற கருத்தை அரசாங்கம் பரிசீலிக்கும். தேர்வுகளில் வெற்றி பெற்ற புலையர்களின் பட்டியலை தலைமைச் செயலாளருக்கு அனுப்புங்கள். அவர்களின் மேம்பாட்டுக்காக என்ன செய்யமுடியுமென்று கவனிக்கப்படும்" என்றார்.

பி.கே. கோவிந்தப் பிள்ளை புலையர்களுக்காக மிக முக்கிய மான இன்னொரு கருத்தை முன்வைத்தார் "சபைக்கூட்டத்தில் முதன் முறையாகப் புலையர்களின் பிரச்சினைகளைப் பற்றி விவாதிக்க அனுமதி தந்தமைக்காக அரசாங்கத்திற்கு நன்றியைத் தெரிவித்துக்கொள்கிறேன். அரசாங்கம் இசைவு தெரிவித்தால், அடுத்த கூட்டத்தில் புலையர்களில் ஒருவரை ஆஜராக்கி அவர்களின் தேவைகளை சபையில் உணர்த்த முடியும். எனவே அதற்கு அனுமதிக்குமாறு விண்ணப்பிக்கிறேன்"

பின்னர் கோவிந்தப் பிள்ளையின் வேண்டுகோளுக்குச் சபை உறுப்பினர்களின் அபிப்பிராயம் என்னவென்று திவான் ஆராய்ந்தார். திவானுக்கு இவ்விஷயத்தில் சாதகமான அபிப்பிராயம் இருப்பதாக உறுப்பினர்கள் கருதினார்கள். யாரும் எதிர்ப்பைத் தெரிவிக்கவில்லை. சபை ஒருமனதாகக் கோவிந்தப் பிள்ளையின் யோசனையை ஏற்றுக்கொண்டது. ஸ்ரீமூலம் மக்கள் சபையின் அடுத்த கூட்டத்தில் புலையர்களின் துன்பங்களை நேரில் உணர்த்த ஒரு புலையர் உறுப்பினரை அரசாங்கம் நியமனம் செய்வதாக திவான் அறிவித்தார். ஒரு புலையன் ஸ்ரீமூலம் மக்கள் சபையில் பிரவேசிப்பதா? வழக்கம் போல மேல்சாதி உறுப்பினர்கள் கொதித்தெழுந்தார்கள்.

ஸ்ரீமூலம் மக்கள் சபைக்குப் புலையர்களின் பிரதிநிதியாக அவர்களில் ஒருவரை அரசாங்கம் நியமனம் செய்யும் என்ற திவானின் அறிவிப்பைப் புலையர்களும் மற்ற தீண்டப்படாத

சாதியினரும் பெரும் உற்சாகத்துடன் வரவேற்றார்கள். அவர்களைப் பொருத்தவரை அந்த அறிவிப்பு ஒரு வரலாற்றுத் திருப்புமுனை. அன்று புலையர்களின் மத்தியில் மக்கள் ஆதரவைப் பெற்ற ஒரே தலைவர் அய்யன்காளி. தீண்டப்படாத சாதியினரை ஒன்று திரட்டி சாது ஜன பரிபாலன சங்கத்தை உருவாக்கிய அவருக்கு மட்டுமே புலையர்களின் இன்னல்களை முழுவதுமாக அரசாங்கத்தின் கவனத்திற்கு கொண்டு செல்லும் துணிவு இருந்தது.

எழுத்தறிவில்லாத அய்யன்காளி வெளியேற்றப்பட்டு விடுவாரோ என்ற ஐயம் பலருக்கு எழுந்தது. திவானை நேரில் பார்த்துப் பேசும்படி அவர்களில் சிலர் ஆலோசனை சொன்னார்கள். அய்யன்காளி அவர்களின் அறிவுரைக்குச் செவி சாய்த்தார். ஒரு நாள் காலையில் அய்யன்காளி திவானின் இருப்பிடத்திற்குச் சென்றார். தன்னைக் காவலாளிகளிடம் அறிமுகப்படுத்திவிட்டு, திவானைச் சந்திப்பதற்காக அனுமதி கேட்டார். தீண்டாமையைச் சொல்லி அவரை உள்ளே அனுமதிக்க மறுத்தார்கள். சாதியைக் குறிப்பிட்டு அவமானப்படுத்தினார்கள். அய்யன்காளி எவ்வித வெறுப்பையும் காட்டாமல் அங்கிருந்து திரும்பினார்.

அய்யன்காளி நேராக தந்தி அலுவலகத்திற்குப் போனார். அங்கிருந்த ஓர் ஊழியரின் உதவியோடு தனது அப்போதைய நிலைமையையும், அனுபவத்தையும் தெரிவித்து திவானுக்கு தந்தி அனுப்பினார். திவான் தந்தியை வாசித்தார். உடனே அய்யன்காளியை அழைத்துவரும்படி அதிகாரிகளுக்கு ஆணையிட்டார். அதிகாரிகள் அவரைக் கண்டுபிடித்து திவானிடம் அழைத்துவந்தார்கள். திவான் மிகுந்த மகிழ்ச்சியுடன் அய்யன்காளியை வரவேற்றார். அவரை அவமதித்த காவலர்கள் அங்கு ஆஜர்படுத்தப்பட்டார்கள்.

அவர்களைப் பார்த்து திவான் சொன்னார்: "செய்த குற்றத்திற்காக முதலில் மன்னிப்புக் கேளுங்கள்." காவலர் 'எங்களை மன்னியுங்கள், தெரியாமல் நடந்துவிட்டது' என்று அய்யன்காளியிடம் பணிவாக வேண்டினார்கள். 'எனக்கு உங்கள்மீது எந்தப் பகையுமில்லை, எனது மக்களுக்கு நீதி கிடைக்க வேண்டும்...' என்ற அய்யன்காளியின் பதில் திவானுக்குப் பிடித்து விட்டது. பரந்த மனப்பான்மை கொண்ட பக்குவமெய்திய மனிதரை திவான் அய்யன்காளியிடம் கண்டார். "இதுபோன்ற நடவடிக்கையை இனி ஒருபோதும் மேற்கொள்ளக் கூடாது" என்று எச்சரித்துவிட்டு காவலாளிகளைப் போகச் சொன்னார் திவான்.

அய்யன்காளிக்கும் திவானுக்குமிடையே பேச்சு வார்த்தை தொடங்கியது. தாழ்த்தப்பட்ட மக்களின் இன்னல்களைப் பற்றியும், ஸ்ரீமூலம் மக்கள் சபைக்குப் புலையர்களின் பிரதிநிதியை நியமிப்பதைக் குறித்தும் அய்யன்காளி திவானிடம் விரிவாக எடுத்துரைத்தார். திவான் பொறுமையாகக் கேட்டார். தன்னால் இயன்ற உதவிகளைச் செய்வதாக உறுதி அளித்தார். திவானின் வார்த்தைகளைக் கேட்டு அய்யன்காளி மனநிறைவுடன் திரும்பினார்.

இதற்கிடையே அய்யன்காளி பல அரசு அதிகாரிகளின் நட்பைச் சம்பாதித்துக்கொண்டார். தாசில்தார் பிராக்குளம் பத்மநாபபிள்ளை என்ற அதிகாரி அய்யன் காளியின் சமுதாயப் பணிகளில் மிகுந்த அக்கறை காட்டினார். ஸ்ரீமூலம் மக்கள் சபைக்கு அய்யன்காளி நியமனம் செய்யப்பட வேண்டுமென விரும்பினார்.

திவானிடம் செல்வாக்குப் பெற்றிருந்த பத்மநாபபிள்ளை, அய்யன்காளியை நியமனம் செய்ய உத்தரவிடவேண்டுமென்று கோரினார். அய்யன் காளியின் தகுதியை உறுதிப்படுத்தும் சில கருத்துக்களை முன் வைத்தார். பத்மநாபபிள்ளையின் பரிந்துரையை திவான் ஏற்றுக்கொண்டார். திவான், மகாராஜாவை சந்தித்து விவரத்தைத் தெரிவித்தார். மகாராஜா ஒப்புக்கொண்டார்.

1911, டிசம்பர் 5ஆம் தேதி அரசாங்க கெஜட்டில் அய்யன்காளியை ஸ்ரீமூலம் மக்கள் சபைக்கு நியமனம் செய்வதற்கான உத்தரவு பிறப்பிக்கப்பட்டது. அவ்வுத்தரவில் இவ்வாறு குறிப்பிடப்பட்டிருந்தது. 'சாது ஜன பரிபாலன சங்கத்தைச் சேர்ந்த மதிப்பிற்குரிய அய்யன்காளி அவர்கள் ஸ்ரீமூலம் மக்கள் சபை உறுப்பினராக நியமிக்கப்பட்டுள்ளார்.'

உத்தரவு வெளியானதும் இவ்விஷயத்தைப் பிராக்குளம் பத்மநாப பிள்ளை முதலில் அய்யன்காளியிடம் தெரிவித்தார். அவர்கள் இருவரும் சேர்ந்து திவானைச் சந்திப்பதற்காக அவரது இருப்பிடத்திற்குச் சென்றார்கள். அய்யன்காளி நீளமான கருப்புக் கோட்டும் தலைப்பாகையும் அணிந்திருந்தார். திவான் அய்யன்காளியைக் கைகுலுக்கி வரவேற்றார். திவானிடம் அய்யன்காளி தனது மனப்பூர்வமான நன்றியைத் தெரிவித்தார்.

ஸ்ரீமூலம் மக்கள் சபையின் எட்டாவது கூட்டம் 1912, பிப்ரவரியில் விக்டோரியா ஜூபிலி ஹாலில் நடைபெற்றது. இச்சபையில் பிப்ரவரி 27ஆம் தேதி அய்யன்காளி முதன்முதலாகப் பேசினார். 'புலையர்களின் பிரதிநிதியாக என்னை நியமனம்

செய்த அரசாங்கத்திற்கும், இம்முறை புலையரின் பிரதிநிதியாக ஒரு புலையரையே நியமிக்க வேண்டுமென்ற கோரிக்கையை ஒருமனதாக ஏற்றுக்கொண்ட, கடந்த சபைக் கூட்ட உறுப்பினர்களுக்கும் முதற்கண் எனது நன்றியைத் தெரிவித்துக் கொள்கிறேன்'.

'புதிய சாகுபடி நிலங்களைப் புலையர்களின் பேரில் பட்டா போட்டுத் தருவது சம்பந்தமாக முந்தைய கூட்டத்தில் விடுத்த அறிவிப்பின்படி நெய்யாற்றின்கரை, விளவங்கோடு (தற்போது கன்னியாகுமரி மாவட்டத்தில் உள்ளது) திருவனந்தபுரம், நெடுமங்காடு ஆகிய தாலுக்காகளில் சில புதிய சாகுபடி நிலங்களை எங்கள் பெயரில் பட்டா செய்து தர வேண்டுமென்று நிறைய விண்ணப்பங்களைக் கொடுத்திருந்தோம். ஆனால் எந்தப் பயனுமில்லை. இப்பிரதேசங்களில் வசிப்பவர்கள் எங்கள் முயற்சிகளுக்குப் பல தடைகளை ஏற்படுத்துகிறார்கள். அவர் களுக்குத் துணையாக வருவாய்த் துறை அதிகாரிகளும் நிற்கிறார்கள்.

இதன் விளைவாக இதற்கு முன்பு மற்றவர்களுக்குத் தெரிந்திராததும், ஆனால் புலையர்கள் விசாரித்து வைத்திருந்தது மான புதிய சாகுபடி நிலங்களைச் செல்வந்தர்களான உயர்சாதியினர் கையகப்படுத்திக் கொண்டார்கள். புலையர் களைத் துன்புறுத்தி வசிப்பிடங்களிலிருந்து வெளியேற்றி விட்டார்கள். அது மட்டுமல்ல, ஏற்கனவே எங்கள் வசமிருந்த நிலங்கள்கூட தற்போது எங்கள் வசமில்லை. பெற்றோருக்கு நிகரான அரசாங்கத்திடம் முறையிடுவதைத் தவிர எங்களுக்கு வேறு வழியில்லை.

எனது சாதியினருக்குச் சிறிய அளவிலேனும் புதிய சாகுபடி நிலங்களைப் பட்டா செய்து தர வேண்டும். பெயரளவில் பதிவு செய்யப்பட்ட தரிசு நிலங்களில் பயனின்றிக் கிடக்கும் சிலவற்றை பரீட்சார்த்தமாக எங்கள் நலனுக்காகவும், வசதிக்காகவும் தர வேண்டுமென்று கேட்டுக்கொள்கிறேன்.

பணக்கார ஜன்மிகளிடமிருந்து நாங்கள் தொல்லைகளை அனுபவித்து வருகிறோம். எங்களுக்கு உரிமையானது என்று வாக்களிக்கப்பட்டதும், எங்கள் சுய உழைப்பால் வசிப்பிடமாக்கப்பட்டதும், விளை நிலங்களாக்கப்பட்டதுமான நிலங்களிலிலிருந்து எங்களை வெளியேற்றிவிட்டார்கள். அதுமட்டுமல்ல சில வனத்துறை அதிகாரிகள் செல்வந்தர்களோடு இணைந்து, தடைசெய்யப்பட்ட காடுகள் என்று சொல்லி வனப்பகுதியிலுள்ள எங்கள் குடிசைகளைக் காலி செய்யும்படி கட்டாயப்படுத்துகிறார்கள்.

அதே சமயத்தில் மற்றவர்கள் அப்பகுதிகளைக் கையகப் படுத்த அனுமதிக்கிறார்கள். இதுபோன்ற அட்டூழியங்கள் செங்ஙனூர் தாலுக்காவிலுள்ள வலியகாவுங்கல், சங்ஙனாச்சேரி தாலுக்காவிலுள்ள ஆலப்ராமுறி, திருவல்லா தாலுக்காவிலுள்ள பெரும்பாத்துமுறி ஆகியவிடங்களில் நடந்து வருகின்றன. இத்தகைய அநீதிகளைக் களைய வேண்டுமென்று கேட்டுக்கொள்கிறேன்.' இவ்வாறு எழுத்தறிவில்லாத அய்யன்காளி முறையாக, கம்பீரமான குரலில் புலையர்களின் இன்னல்களைச் சபையில் வெளிப்படுத்துவதை திவானும் ஏனைய சபை உறுப்பினர்களும் கவனமாகக் கேட்டார்கள்.

அன்றைய நாட்களில் திவான் மட்டுமே வாகனங்களில் ஸ்ரீமூலம் மக்கள் சபைக்கு வருவது வழக்கம். தனது சமுதாயத்தின் நிலையை உயர்த்திக் காட்டுவதற்காக அலங்கரிக்கப்பட்ட வில்வண்டியில் மக்கள் சபைக்கு வந்தார் அய்யன்காளி. மேல்சாதி பிராமணர்களைப் போல நீளமான கருப்புக்கோட்டும், தலைப்பாகையும், சந்தனப்பொட்டும், மேல்துண்டும், சிவப்புக்கல் கடுக்கனும் அணிந்து ஸ்ரீமூலம் மக்கள் சபைக்கு வருகை தந்தார். எத்தகைய உயர்குடியில் பிறந்தவனையும் தோற்கடிக்கக் கூடிய உடல்வாகும் நெடிய உயரமும் அவரது கண்ணியத் தோற்றத்தை உயர்த்தின.

திருவிதாங்கூருக்கு வந்திருந்த ஜான் ஹென்றி என்கிற ஐரோப்பியர் பரிசளித்த கருப்புக்கோட்டை அணிந்து தனது ஸ்ரீமூலம் மக்கள்சபை கூட்டத்திற்கு வந்தார் அய்யன்காளி. பொது வழியில் நடமாடும் உரிமைக்காக அய்யன்காளி நடத்திய வில்வண்டிப் போராட்டத்தை அறிந்த அந்த வெளிநாட்டவர் மகிழ்வுடன் இந்தப் பரிசை அளித்திருந்தார்.

மக்கள்சபையின் அடுத்த கூட்டம் மார்ச் முதல் வாரத்தில் நடைபெறவிருந்த வேளையில் அதற்கு முன்னோட்டமாக சில ஆயத்தங்களை அய்யன்காளி செய்தார். தனது செயலாளரான தாமஸ் வாத்தியாரிடமும் தனது தொண்டர்களிடமும் ஆலோசித்து தகுந்த முன்னேற்பாடுகளைச் செய்தார். மக்கள் சபைக்குச் செல்லும்போது அணிய கோட் போதாது என்பதால் மேலும் இரண்டு கோட்டுகளைத் தைத்தார். அன்று கோட் தைக்கும் தையல்கடைகள் திருவனந்தபுரத்தில் இல்லை. ஆகவே, கோட்டயம் தையல் கடையில் கோட் தைக்க ஏற்பாடு செய்யப்பட்டது.

வாகனவசதிகள் இல்லாத அந்தக்காலத்தில் கோட்டுகளையும் தலைப்பாகையையும் காளைவண்டியில் திருவனந்தபுரத்திற்கு எடுத்து வந்தார்கள். மேல்சாதிக்காரர்களின் தாக்குதலுக்கு அஞ்சி

காளைவண்டி பகலில் மட்டுமே பயணித்தது. 1913 மார்ச் மாதம் 4ஆம் தேதி கூட்டத்தில் பங்கேற்பதற்காக அய்யன்காளியும் அவரது தொண்டர்களும் திருவனந்தபுரத்தை அடைந்தார்கள்.

ஊற்றுக்குழி என்னுமிடத்திலுள்ள ஒரு தாழ்த்தப்பட்டவரின் வீட்டில் குளித்துவிட்டு கருப்புக் கோட்டும் வேட்டியும் தலைப்பாகையும் அணிந்து அய்யன்காளி தனது தொண்டர்களுடன் கண்டோன்மெண்ட், புன்னன் ரோடு வழியாக வி.ஜே.பி. ஹாலை அடைந்தார். மக்கள் சபையில் பங்கேற்க வரும் வழியில் முக்கிய இடங்களில் இரண்டு பேர் வீதம் பாதுகாவலர்களை நிறுத்தி வைத்திருந்தார்கள். அய்யன்காளி கோட் அணிந்து வருவதால் மேல்சாதிக்காரர்கள் அழுகிய முட்டைகளை வீசித் தாக்க முற்படக்கூடும் என்பதற்காக அத்தகைய ஏற்பாடுகள் செய்யப்பட்டிருந்தன.

அக்கூட்டத்தில் திவான் இவ்வாறு பதிலளித்தார்: 'அரசாங்கம் இயன்ற உதவிகளைப் புலையர்களுக்குச் செய்து வருகிறது. புதிய சாகுபடி நிலங்களை தங்கள் பெயரில் பட்டா செய்து தரும்படி புலையர்கள் தந்த 779 மனுக்களில் 769 மனுக்கள் பட்டா செய்து தருவதற்குத் தகுதியற்ற நிலங்கள் சம்பந்தப்பட்டவையாகும். விளப்பில் (திருவனந்தபுரம் ஜில்லா) பகுதியிலுள்ள 500 ஏக்கர் பரப்பளவைக் கொண்ட தரிசு நிலங்கள் காலியாகக் கிடக்கின்றன. புலையர்கள் அங்கு செல்ல விரும்பினால் தலைமை வருவாய் அதிகாரியிடம் விண்ணப்பிக்கலாம்.'

1912, மார்ச் 4ஆம் தேதி ஸ்ரீமூலம் மக்கள் சபையில் புலையர்களின் பள்ளிச் சேர்க்கை தொடர்பாக அய்யன்காளி இவ்வாறு உரையாற்றினார்: 'வெங்ஙானூர் ஆரம்பப் பள்ளிக்கூடத்தில் புலையர் மாணவர்களைச் சேர்க்கும் விஷயத்தில் எனது இனத்தவர்களுக்குச் செய்யப்பட்ட உதவிகளுக்காக அவர்களின் பிரதிநிதியாகிய நான், அரசாங்கத்திற்கு நன்றியைத் தெரிவித்துக்கொள்கிறேன். தெற்கு திருவிதாங்கூரில் ஏழு பள்ளிக்கூடங்களில் மட்டுமே தற்போது புலையர்களுக்கு அனுமதி தரப்படுகிறது. மாநிலத்தின் அனைத்துப் பள்ளிக்கூடங்களிலும் அவர்களுக்கு அனுமதி தந்தால் சிறப்பாக இருக்குமெனக் கருதுகிறேன்.'

திவான்: 'ஈழவர்களுக்கு அனுமதி தரப்பட்டுள்ள அனைத்துப் பள்ளிக்கூடங்களிலும் இப்போது புலையர்களும் சேரலாம்.'

அய்யன்காளி: 'குறிப்பாக புலையர் மாணவர்களுக்கு கட்டணச் சலுகை தரப்பட வேண்டும். எங்களைவிட முன்னேறியவர்களான இஸ்லாமியர்களுக்கு வழங்கப்படும் கட்டணச் சலுகைகள்கூட எங்களுக்கு வழங்கப்படுவதில்லை.'

திவான்: 'இஸ்லாமியர்களுக்கு வழங்கும் சலுகைகள் உங்களுக்குத் தருவதில்லையா? அது செய்து தரக்கூடியதுதான் எனக் கருதுகிறேன்.'

அய்யன்காளி: அரசுத் துறைகளில் புலையர்களை ஊழியர்களாக நியமிக்க வேண்டும். கல்வித்துறைகளில் பணியாற்ற திறமை வாய்ந்த ஆட்கள் இருக்கிறார்கள்.'

திவான்: 'எப்படி இருந்தாலும் உங்கள் இனத்தைச் சேர்ந்த குழந்தைகளைப் படிக்க வைக்க அவர்களைப் பயன்படுத்தலாம். கல்வியறிவு பெற்ற புலையர்கள் யாரேனும் உங்களிடையே உள்ளனரா?'

அய்யன்காளி: 'இருக்கிறார்கள்'

திவான்: 'அத்தகைய நபர்களின் பட்டியலை நீங்கள் இயக்குனரிடம் அளிக்க வேண்டும்.'

அரசாங்க ஆணை பிறப்பிக்கப்பட்டிருந்த போதிலும், பொது நிகழ்ச்சிகளில் பங்கேற்கும் போதும் பொதுச்சாலைகளைப் பயன்படுத்தும் போதும் புலையர்கள் இன்னல்களை அனுபவித்து வருகிறார்கள். இவற்றைப் போக்க நடவடிக்கைகளை எடுக்க வேண்டுமென்றும் அய்யன்காளி உரையாற்றினார்.

கேரளத்தில் புலையர் போன்ற தாழ்த்தப்பட்ட மக்களின் வரலாற்றில் முதன்முறையாகப் புதிய சாகுபடி நிலங்களைப் பட்டா செய்து தருவதற்கு முயற்சித்தவரும் கிடைக்கச்செய்தவரும் அய்யன்காளிதான். சாதுஜன பரிபாலன சங்கத்தின் மூலமாகவும் மக்கள்சபை உறுப்பினரான பிறகும் பல கோரிக்கை மனுக்களை திவானுக்கும் அரசாங்கத்திற்கும் சமர்ப்பித்தார். இதன் விளைவாக புதிய சாகுபடி நிலங்களை நிலமற்ற தாழ்த்தப்பட்ட மக்களுக்குப் பட்டா செய்துதர ஸ்ரீமூலம் மகாராஜாவின் காலத்தில் அரசாங்கம் தீர்மானித்தது.

அவ்வகையில் பல ஏக்கர் நிலங்கள் அய்யன்காளியின் பெயரில் தாழ்த்தப்பட்ட மக்களுக்குப் பட்டா செய்து தரப்பட்டன. ஆனால் இன்று அவற்றில் பெரும்பகுதி கையகப்படுத்தப்பட்டு விட்டன. அத்தகைய புதியசாகுபடி நிலங்கள் தொடர்புடைய ஆவணங்களும் பட்டாக்களும் அரசு அலுவலகங்களிலிருந்து மாயமாகிப் போய்விட்டன.

அய்யன்காளியின் முதல் ஸ்ரீமூலம் மக்கள் சபை சொற்பொழிவே புதிய சாகுபடி நிலங்களைப் புலையர்களின் பெயரில் பட்டா செய்து கொடுக்க வேண்டும் என்பதுதான்.

மக்கள் சபை உறுப்பினர் ஆவதற்கு முன்பாகவே நிலமற்ற போக்கிடமற்ற புலையர்களுக்குப் புதிய சாகுபடி நிலங்களைப் பட்டா செய்து தரக்கோரி சாது ஜன பரிபாலன சங்கத்தின் செயலாளர் என்கிற நிலையில் பல மனுக்களை திருவிதாங்கூர் திவானுக்குக் கொடுத்திருந்தார் அய்யன்காளி.

இத்தகைய மனுக்களைத் தொடர்ந்து 1911இல் திருவிதாங்கூர் அரசாங்கம் ஓர் உத்தரவின் வழியாக எருமேலிக்கு அருகில் 'முன்னூறாம் வயல்' என்ற இடத்தில் முன்னூறு ஏக்கர் நிலத்தைப் புலையர்களுக்குப் பட்டா செய்து கொடுப்பதற்கான உத்தரவைப் பிறப்பித்தது. அவ்வாறு எழுபது பேர்களுக்கு 200 ஏக்கர் புதிய சாகுபடி நிலங்களை அரசாங்கம் பட்டா செய்து கொடுத்தது.

ஆனால், காலப்போக்கில் அப்பகுதிகளில் குடியேறிய ஆதிக்கச்சாதி கிறிஸ்தவர்கள் வன்முறையின் மூலமாக புலையர்களுக்கு அரசாங்கம் பட்டா செய்து கொடுத்த பல ஏக்கர் நிலங்களைக் கையகப்படுத்திப் பறித்துக்கொண்டார்கள். இன்றும் கேரளாவின் மலையோரப் பகுதிகளில் நிலங்களைக் கையகப்படுத்திய ஆதிக்கச்சாதி கிறிஸ்தவர்கள் ஆரிய பிராமணர்களின் மறுபதிப்பாகத் திகழ்கிறார்கள். இவர்கள் திப்புசுல்தானும் பிரிட்டிஷ் ஆட்சியாளர்களும் நடைமுறைப்படுத்திய நிலச்சீர்திருத்தச் சட்டங்களைத் தங்களுக்குச் சாதகமாக்கிக் கொண்டார்கள்.

தங்களுக்கு அரசாங்கம் தானமாகத் தந்த நிலம் முழுவதையும் ஆதிக்கச்சாதி சுரியானி கிறிஸ்தவர்கள் ஆக்கிரமித்துக் கையகப்படுத்திக் கொள்வதை வேடிக்கை பார்த்து நிற்கவே அவர்களால் முடிந்தது. ஆனால், இப்படிக் கையகப்படுத்துவதை வேடிக்கை பார்க்காத புலையர்களும் இருக்கத்தான் செய்தார்கள். அவர்கள் ஒன்றிணைந்து எதிர்த்தபோது, கிறிஸ்தவ ஆதிக்கச்சக்திகளின் உதவியுடன் முன்னூறாம் வயலில் புலையர்களுக்கு எதிராகக் கொடிய வன்முறைகளைக் கட்டவிழ்த்து விட்டார்கள்.

இறுதியாகப் புலையர்களுக்கும் சுரியானி கிறிஸ்தவர்களுக்கும் இடையே கடும் மோதல் நடந்தது. ஆள்பலமும் ஆட்சியாளர்களின் செல்வாக்கும் பெற்ற ஆதிக்கச்சாதி கிறிஸ்தவர்கள் பட்டினியில் வாடும் புலையர்களை அடித்து விரட்ட முயற்சித்தார்கள். அது முன்னூறாம் வயல் பகுதியில் பெரும் மோதல்களுக்குக் காரணமானது. 1920-21ஆம் ஆண்டுகளில் நடந்த இந்தக் கலவரத்தில் சுரியானி கிறிஸ்தவர்களின் அடியாள்கும்பல் வன்முறையைப் புலையர்கள் மீது கட்டவிழ்த்து விட்டது.

முன்னூறாம் வயலில் நடந்த கலவரத்தின் விவரத்தைத் தெரிந்துகொண்ட அய்யன்காளி உறுதியாக எதிர்த்துப் போராட வலியுறுத்தினார். மக்கள் சபை உறுப்பினர்களான பொய்கையில் யோஹன்னன், வெள்ளிக்கர சோதி ஆகியோருடன் பீர்மேடு பகுதியிலுள்ள முன்னூறாம் வயலை அடைந்து சுரியானி கிறிஸ்தவர்களுடன் நல்லிணக்கப் பேச்சுவார்த்தை நடத்தினார். புலையர்களிடமிருந்து அபகரிக்கப்பட்ட நிலங்களைத் திரும்பக் கொடுப்பதாகப் பேச்சுவார்த்தையில் ஒத்துக் கொள்ளப்பட்டது. அங்கு போலீஸ் சர்க்கிள் இன்ஸ்பெக்டராக இருந்த கோபாலசுவாமி பிள்ளையின் தலையீடு காரணமாக அதிக இழப்புகளின்றி முன்னூறாம் வயல் போராட்டம் முடிவுக்கு வந்தது.

புதிய சாகுபடி நிலங்களை பட்டா செய்துதரக் கோரி அய்யன்காளியின் நிரந்தரமான மனுக்களுக்கும் மக்கள்சபை மூலம் அவர் முன்வைத்த விண்ணப்பங்களுக்கும் முக்கியத்துவம் தந்து 1919 முதல் புலையர்களுக்குப் புதிய சாகுபடி நிலங்கள் பட்டாவாகப் பதிவு செய்து கொடுக்கப்பட்டன. அவ்வாறு 300 ஏக்கர் பூமியும் நெடுமங்காடு தாலுக்காவின் இழமலைக்கல் பகுதியில் 500 ஏக்கர் நிலமும் மரவிலை இடவிலை என்பவற்றை வசூலிக்காமல் அரசாங்கம் பதிவு செய்து கொடுத்தது.

ஒவ்வொரு புலையர் குடும்பத்திற்கும் ஒரு ஏக்கர் வீதம் பதிவு செய்து கொடுக்க வேண்டுமென்று உத்தரவில் கூறப்பட்டிருந்தது. விளப்பில் பகுதியிலும் 500 ஏக்கர் பூமியைப் பதிவு செய்து கொடுக்க வேண்டும் என்ற 1912இல் அய்யன்காளியின் மக்கள் சபை சொற்பொழிவுக்குச் செவிசாய்த்து உத்தரவிடப்பட்ட போதிலும் 200 ஏக்கர் நிலத்தை அதிகாரிகளின் சூழ்ச்சியால் ஆதிக்கச்சாதிக்காரர்களே கையகப்படுத்திக்கொண்டார்கள். எஞ்சிய 300 ஏக்கர் நிலம் பிற்பாடு விளம்பில் சாலையில் 1919இல் பதிவு செய்து கொடுக்கப்பட்டது. அவற்றைக் காலப்போக்கில் ஆக்கிரமித்தும் புலையர்களைப் பொய்வழக்கில் சிக்கவைத்தும் ஆதிக்கச்சாதிக்காரர்கள் அபகரித்துக்கொண்டார்கள்.

இந்த நிலங்களை எல்லாம் அய்யன்காளியின் பேரில் செம்புப்பட்டயங்களாக அரசாங்கம் வழங்கியிருந்தது. இவை எல்.ஏ. (லேண்ட் அய்யன்காளி இலவசப் பட்டா) என்று பதிவு செய்யப்பட்டிருந்தது. ஏ.கே. அந்தோணி முதலமைச்சராக இருந்த போது பரத்பூஷண் கமிட்டியினர் மதிகெட்டான் மலையில் எல்.ஏ. பட்டயத்தைக் கண்டடைந்தார்கள். மேலும் கோட்டூர், குற்றிச்சல், கொல்லம், அஞ்சல், வெங்ஙானூர், வட்டியூர்காவு, புளியறக்கோணம் ஆகிய இடங்களிலெல்லாம் அரசாங்கம்

செம்புப்பட்டயம் மூலமாக புதிய சாகுபடி நிலங்களைப் புலையர் போன்ற தாழ்த்தப்பட்ட மக்களுக்குப் பதிவுசெய்து கொடுத்திருந்தது.

எல்.ஏ. பட்டயத்தை சுருக்கமாக 'பட்டயம்' என்று சொல்வதுண்டு. அப்படியென்றால் இந்த நிலங்கள் மீது எந்தவொரு கைமாற்றல் நடவடிக்கைகளும் மேற்கொள்ளக்கூடாது என்கிற நிபந்தனையுடன் அன்றைய திவான் ஸ்ரீமூலம் மக்கள் சபை மூலம் செம்புப்பட்டயங்களை அனுமதித்துத் தந்திருந்தார். ஆனால், பல தாழ்த்தப்பட்ட மக்களுக்கு இந்த இலவச நிலங்கள் கிடைக்கவில்லை. மட்டுமல்ல, கிடைத்தவர்களுக்குக்கூட ஒரு ஏக்கர் நிலம் முழுவதுவமாகத் தரப்படவில்லை. பதிவு செய்து கொடுப்பதில் கூட ஆதிக்கச்சாதி அதிகாரிகள் முறைகேடு செய்திருந்தார்கள்.

1921இல் ஸ்ரீமூலம் மக்கள் சபை மூலமாகவும், கோரிக்கை மனுக்கள் மூலமாகவும் கேட்டுக் கொண்டவாறு கேரளத்தின் பலபகுதிகளில் புலையர் போன்ற தாழ்த்தப்பட்ட மக்களுக்குப் பட்டாசெய்து தரப்பட்ட லேண்ட் அய்யன்காளி பட்டாவுக்கு உட்பட்ட நிலங்கள் தொடர்பான எந்த ஆவணமும் தொல்லியல் துறையிடம் இல்லை. ஆனால் அதற்கு முந்தைய அரசர்களின் உத்தரவுகளும் அறிக்கைகளும் ஒன்றுகூட தொலையாமல் ஆவணங்களில் காணப்படுகின்றன. தாழ்த்தப்பட்ட மக்களுக்குப் பட்டா செய்துதரப்பட்ட நிலங்கள் முழுவதும் ஆதிக்கச்சாதியினரால் கையகப்படுத்தப்பட்டு புதிய பட்டாக்களும் நில ஆவணங்களும் போலியாகத் தயாரிக்கப்பட்டு விட்டன.

அடிக்குறிப்புக்கள்

1. கல்லட சசி – 'ஸ்ரீமூலம் மக்கள் சபையில் திரு. அய்யன்காளி ஆற்றிய உரைகள்'

11

சுதேசாபிமானி இதழும் அய்யன்காளியும்

கல்வியறிவைப் புகட்டுவதன் வாயிலாக மட்டுமே தாழ்த்தப்பட்ட மக்களை முன்னேற்ற முடியமென அய்யன்காளி திடமாக நம்பினார். 1910இல் தாழ்த்தப்பட்ட சாதியினரைச் சில பள்ளிகளில் அனுமதிக்க வேண்டுமென்று அரசாங்கம் ஆணை பிறப்பித்தது. ஆனால், நடைமுறை நிலைமை நம்பிக்கையூட்டுவதாக இல்லை. உயர் சாதியினர் கடுமையாக எதிர்த்தனர். கீழ்சாதிக்காரர்களாக முத்திரை குத்தப்பட்டவர்கள் கல்விக்கூடங்களில் நுழையக் கூடாது என்ற எண்ணத்திற்குப் பள்ளி அதிகாரிகளும் துணை நின்றார்கள். தனது இனத்தைச் சேர்ந்த சில குழந்தைகளுக்காவது கல்வியறிவு பெற என்ன வழியென்று அய்யன்காளி யோசித்தார். திருவிதாங்கூருக்கு வெளியே எங்கேயாவது அனுப்பி படிக்க வைக்க முடியுமா என்று விசாரித்தார். பணம் செலுத்திப் படிக்க வைப்பதற்கான வசதி அவர்களிடமில்லை.

திருவிதாங்கூருக்கு வெளியில் வசிக்கும் பிரமுகர்களின் உதவியை நாடலாம் எனத் தீர்மானித்தார். சட்டென்று அவர் மனதில் தோன்றியவர் சுதேசாபிமானி கே. ராமகிருஷ்ணபிள்ளை, அன்று ராமகிருஷ்ண பிள்ளை திருவிதாங்கூரிலிருந்து நாடு கடத்தப்பட்டு சென்னையில் வசித்து வந்தார். 1911இல் அய்யன்காளி அவருக்கு ஒரு கடிதம் எழுதினார்.

அக்கடிதம் விரிவான ஒரு குறிப்புடன் 1911, புரட்டாசி மாதத்தில் 'லட்சுமி விலாசம்' என்ற மாத இதழில் பிரசுரமானது அச்செய்தி:

'கடந்த சில மாதங்களாகச் சென்னையில் வசித்து வருகிறேன். எனக்கு வந்த கடிதங்களில் நெய்யாற்றின்கரை தாலுக்காவிலுள்ள வெங்ஙானூரில் இருந்து வந்த கடிதம் முக்கியமானதாகும். அக்கடிதத்தைப் புலையர் இனத்தவர்களின் பேரமைப்பான சாது ஜன பரிபாலன சங்கத்தின் செயலாளர் திரு. அய்யன்காளி அனுப்பியிருந்தார். இக்கடிதம் திருவிதாங்கூர் புலையர் சமுதாயத்தினரிடையே மெல்லப் பரவி வரும் ஒரு வருத்தத்தை வெளிப்படுத்துகிறது. எனவே, அதிலுள்ள சில வாசகங்களை இங்கே தருகிறேன்.

'எங்கள் சங்கத்தின் பிரதிநிதியாக சுபாஷிணி இதழாசிரியர் பி.கே. கோவிந்தப்பிள்ளை அவர்களை ஸ்ரீமூலம் சபைக்கு நியமித்ததை நீங்கள் அறிந்திருப்பீர்கள். எங்கள் வருத்தங்களை உறுதிப்படுத்த ஏராளமான விஷயங்கள் உள்ளன. அவற்றில் சிலவற்றை மட்டுமே குறிப்பிட இயலும். தாழ்ந்த நிலையிலுள்ள எங்கள் பிரச்சினையை ஏற்றுக்கொண்ட அரசாங்கத்திற்கு நன்றியைத் தெரிவித்துக்கொள்கிறோம். எங்கள் சமுதாயத்திற்குத் தேவையான நன்மைகளைச் செய்வதற்காக எங்களில் உயர்கல்வி பெற்றவர்கள் ஒருவர்கூட இல்லை.

இப்போது இந்நிலையை எண்ணி மிகவும் வருந்துகிறோம். மும்பை, சென்னை போன்ற இடங்களில் பாமரர்களுக்குக் கல்வியைத் தானமாக வழங்குவதற்காக வள்ளல்கள் உருவாக்கிய நிறுவனங்களில் இரண்டு புலையர் குழந்தைகளைப் படிக்க வைக்க விரும்புகிறோம். எனவே தங்களின் உதவியால், கடிதத் தொடர்பு வாயிலாக இத்தகைய ஓர் ஆசியைப் பெற்றுத் தர வேண்டுமென்று வேண்டுகிறோம்.

ஆங்கிலம் கற்பிக்க வேண்டுமென்ற ஆசையால் இங்குள்ள மூன்று இந்து புலையர் இளைஞர்களை நெய்யாற்றின்கரை ஆங்கிலப் பள்ளியில் முதல் நிலை வகுப்பில் சேர்த்தோம். ஆனால் உரிய நேரத்தில் கட்டணம் செலுத்த முடியாததால் படிப்பை நிறுத்த வேண்டியதாயிற்று. அந்த இளைஞர்கள் படிப்பில் நல்ல நாட்டமுடையவர்கள். ஆனால் படிப்பைத் தொடர முடியாமல் போனதால் மிகவும் வருத்தமுற்றுள்ளார்கள்.

மும்பையில் அமரர் திரு. கோகுலதாஸ் தேஜ்பால் என்ற மகான் பொதுநல சேவைக்காக உருவாக்கியுள்ள தங்கிப் படிக்கும் பள்ளியில் இந்த இரண்டு புலையர் மாணவர்களைச் சேர்ப்பதற்கு வசதி ஏற்படுத்தித் தர வேண்டுமென்று வேண்டுகிறேன்.'

அய்யன் காளியின் கடிதச் செய்திகள் மிக முக்கியத்துவம் வாய்ந்த சீரிய ஒரு விஷயத்தைத் தெரிவிக்கிறது என்று கூறி கே. ராமகிருஷ்ண பிள்ளை இவ்வாறு எழுதினார்.

'மேலே குறிப்பிடப்பட்டிருக்கும் வருத்தம் திருவிதாங்கூர் மக்கள் மனம் வைத்தால் தீர்க்கக் கூடியதுதான். சங்கச் செயலாளர் வெளியூர் பிரமுகர்களிடம் தமது நிலைமையை முன்வைப்பதற் கான காரணங்களைக் குறித்து அனுதாபப்படாமல் இருக்க முடியாது. புலையர்கள் முதலான தாழ்த்தப்பட்ட மக்களுக்குக் கல்வி வழங்குவதை எதிர்ப்பவர்கள் மழைக்காலத்தில் பெரியநதி களில் உண்டாகும் காட்டாற்று வெள்ளத்திற்கெதிரே நீந்திக் கரையேறத் துணிபவர்களைப் போன்றவர்கள்.

கல்வியறிவால் புலையர்களைப் போன்ற சாதியினரிடையே நாகரிகத்தை உண்டாக்க முடியும் என்பதை ஒப்புக்கொள்ள வேண்டும். ஆனால் இவர்களிடையே உருவாகத் தொடங்கியிருக்கும் எதிர்பார்ப்புகளை இதன் மூலம் மாத்திரமே சாதிக்க முடியாது. புலையர்களை மற்ற சாதியினருடன் எல்லாப் பாடசாலைகளிலும் அனுமதிப்பதே அவர்களின் சமுதாய மாற்றத்திற்குத் தீர்வு காண்பதற்கான முக்கியமான சிகிச்சையுமாகும் என்று சிலர் வாதாடுகிறார்கள்.

இதற்காக அவர்கள் புலையர்களைத் தயார்படுத்தி எல்லாப் பள்ளிகளிலும் கட்டாயமாக அனுமதிப்பதற்கான உரிமையையும் பெற்றுவிட்டார்கள். இப்படிப் பெறப்பட்ட உரிமை ஆட்சேபிக்கக் கூடியதல்ல; வரவேற்கக் கூடியதாகும். ஆனால் இவற்றின் மூலம் புலையர்களின் சமுதாயத்தில் மாற்றம் வந்திருக்கிறதா? அவர்களின் எதிர்பார்ப்பு, சமுதாயம் சார்ந்த ஒரு நோயின் விளைவாக இருப்பதால் இச்சிகிச்சையின் மூலம் குணப்படுத்தி இருக்கலாம். ஆனால் இந்த மருத்துவப் பிரயோகம் நோயைப் பெருக்கவே செய்யும்.

அவர்களுக்கு கல்வியறிவைப் பெறுவதற்கான உரிமை அனுமதிக்கப்பட்டு விட்டது. அதன் விளைவாக அவர்களின் மனதில் ஆசையும் உதித்துவிட்டது. அந்த இலக்குகைச் சென்றடையும் இடமும் அறிவுறுத்தப்பட்டது. ஆனால் எந்த வழியாகக் குறிக்கப்பட்ட இலக்கைச் சென்றடைவது என்ற விஷயம் மட்டும் சரியாக அறிவுறுத்தப்படவில்லை. பள்ளிகளில் அடுத்தவர் அருகிலிருந்து படிப்பதற்கான உரிமை, அவர்கள் ஒரு மாநிலத்தின் குடிமக்கள் என்பதால் சாத்தியமாகி உள்ளது. அந்த உரிமையைப் பயன்படுத்துவதற்கான தடையை அகற்றியது என்பது அவர்களுக்குச் செய்ய வேண்டிய ஒரு கடமையை நிறைவேற்றியதாகக் கூறலாம்.

இந்த உரிமையை அனுமதித்தபோது அவர்களுக்கு அதை அனுபவிப்பதற்கான திறமை உள்ளதாவென விசாரித்திருந்தால் இப்படி வருத்தப்படத் தேவையில்லை. அவர்களின் வருத்தம் சமுதாயப் பழக்க வழக்கத்தைச் சார்ந்ததல்ல; பொருளாதாரம் சார்ந்தது என்பது தற்போது தெளிவாகியுள்ளது. அப்படி இல்லை யென்றால் கட்டணம் செலுத்த வழியில்லாத மாணவர்களைப் பாடசாலையிலிருந்து திரும்ப அழைக்க நேர்ந்திருக்காது.

மற்ற சாதியினருடன் அமர்ந்து படிக்க அனுமதிக்கப்பட்ட நிலையில் புலையர்களுக்கான சிறப்புப் பள்ளிக்கூடங்கள் தேவையற்றவையாகி விட்டன. அவர்களுக்கும் அனுமதி கிடைக்கக் கூடிய பள்ளிக்கூடங்களை நடத்த அரசாங்கம் அதாவது கல்விப் பணியாளர்கள் தயாராக இருக்க வேண்டும். இவ்விஷயத்தில் யாருக்கும் முரண்பாடு இருக்க நியாயமில்லை. இம்முறையால் புலையர்களுக்குக் கிடைக்கவிருக்கும் நன்மைகளை நிர்ணயிக்க முடியாது. பல தீமைகள் இருக்க வாய்ப்புண்டு.

வெகு காலம் கல்வியின் பயனாக மனித கலாச்சாரத்தின் மேல்படியில் இருப்பவர்களையும், அவ்விஷயத்தில் அடித்தட்டில் இருப்பவர்களையும் ஒன்று சேர்த்துச் சமமாக நிறுத்தினால் இவர்களுக்கு ஏற்படும் மனரீதியான உளைச்சல்கள் கூடுதலாக இருக்கும். புரிந்துகொள்ளும் ஆற்றலில் இருபிரிவினரும் சமமாக இருக்க மாட்டார்கள் என்பது குலமரபுகளை நம்புகிறவர்களின் அபிப்பிராயம். ஆனால், இந்த மரபுத் தத்துவத்தை ஏற்க முடியாது என்று வாதிடுபவர்கள் கூறும் சூழ்நிலை சார்ந்த முக்கியத்துவத்தை யோசிக்கும்போது, இந்த ஒன்றிணைப்பால் புலையர்களுக்கு ஏற்படும் தீமையை எளிதில் புரிந்துகொள்ளமுடியும்.

ஒருவன் எத்தனை மோசமான நிலையில் பிறந்திருந்தாலும் அவன் நல்ல சூழ்நிலையில், வளர்க்கப்பட்டால் அவனது குலமரபைப் புறக்கணித்து விடலாம் என்று இவர்கள் கூறுகிறார்கள். புலையர் குழந்தைகளின் சூழ்நிலைகளில் ஏதேனும் நாகரிகம் ஏற்பட்டுள்ளதா? ஒரு புலையனின் குழந்தை பள்ளிக்கூடத்தை விட்டுத் திரும்பி வீட்டுக்குச் சென்றால் அவனது சுற்றமும் நட்பும் பழைய நிலையிலேயே இருக்கும். அந்த சுற்றுப்புறங்கள் நாகரிகத்தை எட்ட வேண்டுமானால் அவனது குடும்பம் பொருளாதார வளர்ச்சியை அடைந்திருக்க வேண்டும். இவ்விஷயத்தில் புலையர்களின் நிலை முன்னேறி உள்ளதா?

பொருளாதார வளம் பெற்ற பிற சாதியினருடன் அமர்ந்து படிக்க புலையர்களுக்கு அனுமதி கிடைத்துவிட்டது. ஆனால், மற்ற குழந்தைகளைப்போல தூய ஆடைகளையும், நாள்தோறும் பெருகி வரும் புத்தகங்களையும், தக்க சமயத்தில்

சத்துள்ள உணவையும் பெறப் புலையர்களுக்குப் பணவலிமை உள்ளதாவென்று யோசித்துப் பார்க்கவில்லை. புலையர்களின் நலனுக்காகச் சுக்கான் பிடிப்பவர்கள் இதற்காக எந்த நிதியையும் சேகரிக்கவில்லை.

புலையர்களின் பிரச்சினை பொருளாதாரத்தைச் சார்ந்தது. அதில் விடுதலை கிடைக்காமல் அவர்களின் சமுதாயம் உண்மை யான மேம்பாட்டை அடையாது. இதற்கு என்ன செய்வது?

ஒரு நாட்டின் வருவாய் பெருகுவதை வைத்து மட்டும் அந்நாட்டின் குடிமக்கள் நலமாக அன்றாடப் பணிகளில் ஈடுபட்டுள்ளார்கள் என்று அனுமானிக்க முடியாது. நாட்டில் முன்னைவிட ஆடம்பர வரவுகள் பெருகுவதாலோ, ஆடம்பரப் பொருட்கள் விற்பதாலோ சமூகமெங்கும் பணம் தாராள மாகப் புழங்குவதாகச் சொல்ல முடியாது. பணவலிமை படைத்தவர்களிடமும், அதிகாரச் சக்தி படைத்தவர்களிடமும் நிதி முன்பே குவிந்திருக்கிறது என்று சொல்லலாம்.

சமுதாயத்தின் பெருவாரியானவர்களின் வருவாய்க்கு உதவக்கூடிய தொழில்களில் ஈடுபட்டிருக்கும் கூலித் தொழிலாளிகளிடையே செல்வம் பெருகியுள்ளதா? இவர்களின் குடிசைகள் மாடங்களாகி உள்ளனவா? இயல்பாகவே விவசாயத் தொழிலாளர்களாக இருக்கும் புலையர்களிடம் முப்பதோ, நாற்பதோ, நூறோ ஆண்டுகளுக்கு முன்பிருந்ததைப் போன்ற மண் குடில்களையும் வீட்டு உபகரணங்களையும் தவிர நாகரிகமான வீடுகளோ பொருட்களோ இல்லை. அவர்களின் எதிர்காலத்தில் மாற்றம் ஏற்பட்டதாகத் தெரியவில்லை.

இதற்கான காரணம் என்ன? இவர்களிடம் சிக்கனப் பண்பு இல்லாததும், பணம் படைத்தவர்களிடம் சிக்கனப் பண்பு இருப்பதும் காரணமாகுமா? ஆனால், உண்மை அதுவல்ல. விவசாயத் தொழிலாளர்களிடம் இருக்கும் சிக்கனப் பண்பு பெரும்பாலும் பணக்காரர்களுக்கு சாத்தியம் அற்றதாகும். தற்போது படிப்படியாக அதிகரித்து வரும் வாழ்க்கைச் செலவை மீறி ஏதேனும் சேமித்து வைக்க முடியாதவாறு, புலையர்கள் போன்ற கூலித் தொழிலாளர்களுக்குக் கிடைத்து வரும் ஊதியம் அத்தனை குறைவானது என எனக்குத் தோன்றுகிறது.

உணவு, உடைக்கான பொருட்களின் விலையேற்றத்தாலும், உறைவிடத்தைச் சுகாதாரமாக அமைப்பதற்கு ஏராளமான பணத்தைச் செலவழிக்க வேண்டியிருப்பதாலும் தற்போதைய கூலியை வைத்துக்கொண்டு அவற்றையெல்லாம் நிர்வகிப்பது சாத்தியமில்லை. இதை மீறி கல்வித்துறையின் நாகரிக

மாற்றங்களுக்கேற்ப, பள்ளிகளுக்குச் சென்று மற்றவர்களுக்குச் சமமாகப் பணத்தைச் செலவழித்துப் படிக்க முடியுமா? கல்விக்காகப் புலையர்களின் உள்ளம் சார்ந்த மாற்றமும், சமுதாய முன்னேற்றமும் வேண்டுமென நிஜமாகவே விரும்புகிற எஜமானர்கள் செய்ய வேண்டியது – அவர்களுக்குத் தனிப்பட்ட சில சிறப்புச் சலுகைகளை அளிப்பதல்ல.

சமுதாயத்திற்குப் பயன்தரும் வண்ணம் அவர்களின் ஊதியத்தை உயர்த்தித் தருவதுதான். இக்காரியத்தை உடனடியாகச் செய்யவில்லை என்றால் கிறிஸ்தவ மிஷனரிகள் மதமாற்றம் செய்து, கல்வி புகட்டுவதைக் கண்டு பொறாமைப்பட்டு பயனில்லை என்பதை உணர வேண்டும். எனவே புலையர்களின் பொருளாதாரச் சிக்கலைக் கண்டறியாமல் அவர்களுக்குச் சமுதாய ஒழுக்க நெறிகள் தொடர்பான சுத்திகரிப்புகளை உருவாக்கிக் கொடுப்பதால் மட்டும் எஜமானர்களின் கடமை நிறைவேறிவிடாது.[1]

சுதேசாபிமானி கே. ராமகிருஷ்ண பிள்ளையின் கருத்துக் களில் ஏற்பட்ட மாற்றத்தை இக்கடிதத்திலிருந்து புரிந்து கொள்ளலாம். தீண்டத்தகாத சாதியினரின் குழந்தைகளை அரசாங்கப் பள்ளிகளில் அனுமதிக்க வேண்டுமென்ற அரசாங்க உத்தரவைக் கடுமையாக விமர்சித்து சுதேசாபிமானி செய்தித்தாளில் தலையங்கம் எழுதிய அதே ராமகிருஷ்ண பிள்ளைதான் இக்குறிப்பையும் எழுதியுள்ளார். எனினும் அவரது இக்குறிப்பு வரலாற்று முக்கியத்துவம் வாய்ந்த பல நிகழ்வுகளைச் சுட்டிக்காட்டுகிறது.

அய்யன்காளிக்கும், சுதேசாபிமானி இதழாசிரியருக்கு மிடையே நல்லுறவு நிலவி வந்தது. சமுதாய நோக்கில் வித்தியாசமான அணுகுமுறைகளைக் கொண்ட அவர்களின் நெருக்கம் ‘சுதேசாபிமானி’ என்ற புத்தகத்தில் பின்வருமாறு குறிப்பிடப்பட்டுள்ளது.

‘தாழ்த்தப்பட்டவர்களுக்காகச் சுதேசாபிமானி இதழாசிரியர் கே. ராமகிருஷ்ண பிள்ளை செய்த முயற்சிகளைப் புறக்கணிக்க முடியாது. அன்று புலையர்களின் நிலைமை மிகவும் வருந்தத்தக்க நிலையில் இருந்தது. இந்து சமுதாயத்தில் நீதி கிடைக்காததால் பலவிடங்களில் புலையர்கள் கிறிஸ்தவ மதத்தைத் தழுவத் தயாரானார்கள். புலையர்களின் முன்னேற்றத்திற்காக வெங்கானூர் திரு. அய்யன்காளி சில முயற்சிகளை மேற்கொண்டார். அய்யன் காளியின் இத்தகைய முயற்சிகளுக்குச் சுதேசாபிமானி கே. ராமகிருஷ்ண பிள்ளை ஈடற்ற அறிவுரைகளை வழங்கினார்.

புலையரைப் போன்ற தாழ்த்தப்பட்டவர்களின் முன்னேற்றத்தின்மீது மேல்சாதி இந்துக்களின் ஆக்கபூர்வமான கவனம் பதிய வேண்டுமென்று சுதேசாபிமானி பல தடவை குரல் கொடுத்தது. சுதேசாபிமானி இதழாசிரியர் புலையர்கள் போன்ற இனத்தவர்களைச் சரிசமமாக நடத்த வேண்டும் என்பதில் பிடிவாதமாக இருந்தார்.[2]

இதைப் பற்றிய ஒரு சுவாரசியமான நிகழ்ச்சியைக் குறிப்பிட வேண்டும். ஒருநாள் அய்யன்காளி இதழாசிரியர் வீட்டுக்குச் சென்றார். அவ்வேளையில் அவர் குளித்துக்கொண்டிருந்தார். அய்யன் காளி வாயிலோரமாக ஒதுங்கி நின்றார். குளித்து முடித்து திரும்பிய ஆசிரியர் அய்யன்காளியைக் கட்டாயப்படுத்தி வராந்தா நாற்காலியில் உட்கார வைத்துப் பேசத் தொடங்கினார். அச்சமயம் பணியாள் இரண்டு கோப்பைகளில் காப்பியை எடுத்து வந்தான். அய்யன்காளி காப்பியைப் பருகிய பிறகு ஆசிரியரே அதை வாங்கி அங்கு வைத்தார். பணியாள் இரண்டு கோப்பைகளையும் உள்ளே எடுத்துப் போனான். பேசி முடிந்ததும் அய்யன்காளி விடை பெற்றுச் சென்றார்.

ஆசிரியர் அலுவலகத்திற்குக் கிளம்பினார். சற்று நேரத்திற்குப் பிறகு அங்கு வந்து போனவர் ஒரு புலையன் என்பதை வேலைக்காரன் தெரிந்துகொண்டான். புலையன் குடித்த காப்பிக் கோப்பையைக் கழுவ வைத்து தன்னை அவமதித்து விட்டார்கள். இனிமேல் அவ்வீட்டில் வேலை செய்யமாட்டேன் என்று எதிர்ப்பைக் காட்டினான். ஆசிரியரின் மனைவி சமாதானம் செய்து பார்த்தும் பயனில்லை. அலுவலகத்திற்குப் போய் ஆசிரியரைக்கூடப் பார்க்காமல் அங்கிருந்து வெளியேறினான்.

ஒடுக்கப்பட்ட இனத்தவர்களிலேயே எண்ணிக்கையில் அதிகமாக இருப்பவர்கள் ஈழவர்கள் ஆவர். கீழ்சாதிக்காரர்களாகக் கருதப்பட்டு வந்த அவர்களில் ஒரு பிரிவினர் புலையர், பறையர் இனத்தவர்களை சகோதரச் சமுதாயமாகவோ, சகோதரச் சாதியினராகவோ எண்ணிப் பார்க்கவில்லை. கோயிலில் நுழையும் உரிமையுள்ள மேல்சாதி இந்துக்களுக்கும், கோயிலில் நுழையும் உரிமையில்லாத கீழ்சாதி இந்துக்களுக்குமிடையே மிக உறுதி வாய்ந்த ஒரு சாதிச் சுவர் அக்காலத்தில் கட்டியெழுப்பப் பட்டிருந்தது.

கோவிலில் நுழைய அனுமதி மறுக்கப்பட்டவர்கள்தான் எண்ணிக்கையில் அதிகம் என்பதைக் கருத்தில் கொள்ள வேண்டும். அதில் ஈழவர், புலையர், பறையர், குறவர் ஆகியோர் ஒரே பிரிவினர் என்ற உண்மையைக்கூட ஈழவர்களில் ஒரு சாரார் மறந்துவிட்டார்கள். இத்தகவல் ஸ்ரீ நாராயண குருவை

வேதனைப்படுத்தியது. இச்சம்பவம்தான் SNDP அமைப்பு எல்லாக் கீழ்சாதி இனத்தவர்களின் எழுச்சிக்காகவும் பாடுபட வேண்டு மென்ற அறிவுரையை முன்வைக்க குருவுக்குத் தூண்டுதலாக இருந்தது.

அரசாங்கப் பள்ளிகளில் நாயர் குழந்தைகளுடன் தமது குழந்தைகளையும் அமர வைத்து கற்றுத்தர வேண்டும் என்பதில் ஈழவர்கள் அக்கறை காட்டினார்கள். அதற்காகப் போராட்டம் நடத்தினார்கள். ஆனால், புலையர் குழந்தைகளைத் தமது குழந்தைகளுடன் அமர வைத்துப் பாடம் சொல்லித் தரக்கூடாது என்பதில் பிடிவாதமாக இருந்தார்கள் நாயர்கள். டாக்டர் பல்புக்கும், திவான் சங்கர சுப்பையருக்கும் இடையே நடந்த உரையாடலில் திவான் விவரித்த ஒரு சம்பவம் அதற்கோர் உதாரணமாகும்.

சிறயின்கீழ் என்னுமிடத்தில் ஓர் ஆங்கிலப் பள்ளிக்கூடம் நிறுவப்பட்டது. எல்லாக் குழந்தைகளுக்கும் அங்கு அனுமதி தரப்பட்டது. நாயர் குழந்தைகளுடன் ஐந்தாறு ஈழவக் குழந்தை களும் புதிதாகச் சேர்க்கப்பட்டார்கள். அப்போது ஏற்கனவே சேர்ந்திருந்த நாயர் குழந்தைகள் பள்ளிக்கூடத்தை விட்டு வெளியேறினார்கள். சில நாட்கள் கழித்து இரண்டு புலையர் குழந்தைகள் அதே பள்ளிக்கூடத்தில் அனுமதிக்கப்பட்டார்கள். அப்போது ஈழவக் குழந்தைகளும் பள்ளிக்கூடத்தை விட்டு வெளியேறினார்கள். கடைசியில் அப்பள்ளிக்கூடத்தில் இரண்டு புலையர் குழந்தைகள் மட்டுமே எஞ்சினார்கள். பிறகு அப்பள்ளிக்கூடத்தை மூட வேண்டியதாயிற்று.[3]

திருவனந்தபுரம் நகரத்திலுள்ள ஒரு கோயில் நிர்வாகிகளுக் கிடையே, கோயிலை நிர்வகிப்பது தொடர்பாகப் பெரிய தகராறு மூண்டது. ஊரார் இரண்டாகப் பிரிந்து கொலை செய்யவும் துணிந்தார்கள். கோயிலும் சொத்துக்களும் அழிய ஆரம்பித்தன. நீண்ட சச்சரவுகளுக்குப் பின் ஸ்ரீ நாராயண குருவைச் சந்தித்துச் சச்சரவுகளுக்கு முடிவு காண கோயில் நிர்வாகிகள் தீர்மானித்தார்கள். சிலர் நாராயண குருவிடம் விஷயத்தைச் சொல்லி அழைத்தார்கள். அழைக்க வந்தவர்களிடம் குரு கேட்டார்:

'நான் வரவேண்டுமா? வந்தால் சச்சரவு தீர்ந்து விடுமா? நான் சொன்னால் கேட்பார்களா? நீங்கள் அனைவரும் எப்போதும் அங்கு வசிப்பவர்கள். நான் எப்போதாவது அங்கு வருபவன். கூடி வாழ்பவர்கள்தானே ஒருமித்த முடிவை எடுக்க வேண்டும்?'

வந்தவர்கள், 'இரு சாராருமே குரு சொன்னால் கேட்பார்கள்' என்றார்கள்.

குரு அங்கே சமரசம் பேசச்சென்றார். பேச்சுவார்த்தையின் போது ஓரமாக சிலர் நிற்பதைக் கண்டார். அவர்களையும் உள்ளே அனுமதிக்கும்படி குரு கூறினார். குருவை அழைத்து வந்தவர்கள் அதற்கு மறுப்பு தெரிவித்தார்கள். 'புலையர்களை உள்ளே அனுமதிக்க மாட்டோம்' என்றார்கள்.

நாராயணகுரு: 'அவர்களும் மனிதர்கள்தானே?'

கோயில் நிர்வாகிகள்: 'இல்லை. அவர்களை அனுமதிக்க மாட்டோம்'.

நாராயண குரு: (கோயில் நிர்வாகிகளில் ஒருவரிடம்) 'நீங்கள்?'

அவர் 'நாங்களும் சம்மதிக்க மாட்டோம். புலையர்களைக் கோயிலுக்குள் நுழைய விடலாமா சாமி?'

குரு எழுந்து போகத் தயாரானார். அப்போது இருதரப்பினரும் சேர்ந்து, 'எங்கள் தகராறைத் தீர்த்து வைக்கவில்லையே?' என்று கேட்டனர்.

குரு: 'உங்களுக்குள் தகராறு இல்லையே. சொல்லப் போனால் நீங்கள் ஒன்றாக, ஒருமித்த கருத்தைக் கொண்டவர்களாகவே இருக்கிறீர்கள். பின்னர் நான் இங்கு உட்கார்ந்து பேச என்ன இருக்கிறது. புலையர்களைக் கோயிலுக்குள் நுழைய அனுமதிக்கக் கூடாது என்பதில் நீங்கள் ஒரே கருத்தை வைத்திருக்கிறீர்கள். அதைப் போலவே ஒற்றுமையாக இருந்தால் போதுமே.'

குரு உடனே வெளியேறிவிட்டார்.[4]

'நமது மக்கள் தெரிந்து கொள்வதற்காக' என்ற தலைப்பில் 1914இல் 'விவேக உதயம்' என்ற மாத இதழில் மகாகவி குமாரன் ஆசான் இவ்வாறு எழுதினார். 'மதிப்பிற்குரிய சகோதரர்களே, புலையர்களின் பள்ளிக்கூட சேர்க்கை போன்ற விஷயங்களை நம்மில் சிலர் (ஈழவர்) இடையூறு செய்வதாகவும், அவர்களை ஈவிரக்கமின்றி அடித்து விரட்டும் மற்ற மேல்சாதிக்காரர்களுடன் நம்மில் சிலரும் கைகோத்து நிற்பதாகவும் உறுதி செய்யப்பட்ட ஒரு கருத்து நிலவி வருகிறது. இதை அறிந்து நாங்கள் மிகவும் வருந்துகிறோம். அன்பான சகோதரர்களே, தாழ்த்தப்பட்டவர்களுக்கு உதவாவிடில் உங்களைவிட உயர்ந்தவர்களின் உதவிக்கு நீங்கள் ஒருபோதும் அருகதையற்றவர்கள். மனிதச் சட்டமானாலும், இறைவனின் சட்டமானாலும் இதுவே தொன்மையானது. புலையர்களுக்கு

உதவுங்கள். அவர்களின் நிலைமைதான் உங்களின் நிலைமையும் என்பதை உணர்ந்து கொள்ளுங்கள்.'[5]

ஸ்ரீ நாராயண குரு, டாக்டர் பல்பு, மகாகவி குமாரன் ஆசான், சி.வி. குஞ்ஞிராமன், மூலூர் எஸ். பத்மநாப பணிக்கர், சகோதரன் கே. அய்யப்பன், 'மிதவாதி' இதழாசிரியர் சி. கிருஷ்ணன் போன்ற அக்கால ஈழவச் சமுதாயத்தின் முன்னணித் தலைவர்கள் அனைவரும் புலையர்களிடம் மிகுந்த அக்கறை காட்டினார்கள். புலையர்களின் முன்னேற்றத்திற்கும், உயர்வுக்கும் ஆத்மார்த்தமாகத் தொண்டாற்றினார்கள். ஆனால், கல்வியறிவில்லாத சில ஈழவர்கள் மேல்சாதிக்காரர்களுடன் சேர்ந்து புலையர்களைத் துன்புறுத்தினார்கள்.

1916, பிப்ரவரியில் கூடிய ஸ்ரீமூலம் மக்கள் சபையின் பன்னிரெண்டாவது கூட்டத்தில் அய்யன்காளி இவ்வாறு பேசினார்: 'பிற சமுதாயங்களைச் சேர்ந்த கல்வியறிவு இல்லாத ஆட்கள்தான் புலையர்களின் மேம்பாட்டிற்கு ஒரே தடையாக இருக்கிறார்கள்!'

அடிக்குறிப்புக்கள்

1. மாத்ரு பூமி வார இதழ்
2. கே. பாஸ்கரன் பிள்ளை – 'சுதேசாபிமானி'
3. பேராசிரியர் பி.எஸ். வேலாயுதன் – 'எஸ்.என்.டி.பி. யோக வரலாறு'
4. பி.கே. பாலகிருஷ்ணன் – நாராயண குரு.
5. குமாரன் ஆசான் நினைவுக் குழு – 'குமாரன் ஆசானின் கட்டுரைகள்.'

12
சமுதாயக் களத்தில் அய்யன்காளி

1913, பிப்ரவரியில் ஸ்ரீமூலம் மக்கள் சபையின் ஒன்பதாவது கூட்டம் நடைபெற்றது. திவான் ராஜகோபாலாச்சாரி கடந்த ஆண்டு ஒப்புக் கொண்டவாறு புலையரின் இன்னொரு பிரதிநிதி யாக சரதன் சாலமன் என்பவர் இக்கூட்டத்திற்குப் பரிந்துரை செய்யப்பட்டார். புலையர்களின் தலைவராகவும், சாது ஜன பரிபாலன சங்கத்தின் துணைச் செயலராகவும் விளங்கிய அவர் காவாலம் என்னும் ஊரைச் சேர்ந்தவர். அவரை அய்யன்காளி பரிந்துரைத்தார். காவாலம் என்னும் ஊர் அன்று கொல்லம் ஜில்லாவில் இருந்தது. கொல்லம் ஜில்லாவின் பிரதிநிதியாக சரதன் சாலமன் நியமிக்கப்பட்டார். ஒரு லட்சம் மக்களுக்கு ஒரு பிரதிநிதி என்னும் அடிப்படையில் நியமிக்க வேண்டும் என்ற அய்யன்காளியின் கோரிக்கை ஓரளவு அங்கீகரிக்கப்பட்டு விட்டது.

அந்த ஆண்டிலேயே பறையர் சமுதாயத்தின் பிரதிநிதியாக நாகர்கோவிலிலிருந்து ஜி. யேசுதாஸ் என்பவர் ஸ்ரீமூலம் மக்கள் சபைக்கு நியமிக்கப் பட்டார். இவர் லூதர் மிஷனின் தொண்டர். இவ்வாறு 1912இல் புலையர்களின் பிரதிநிதிகளாக அய்யன்காளியை சேர்த்து இருவரும், பறையர்களின் பிரதிநிதியாக ஒருவரும் ஸ்ரீமூலம் மக்கள் சபையில் நுழைந்தார்கள்.

1913, பிப்ரவரி 13இல் அய்யன்காளி ஸ்ரீமூலம் மக்கள் சபையில் உரையாற்றிய போது 'என்னை உறுப்பினராக நியமித்ததால் சமீபகாலமாகச் சமுதாய உரிமைகள் மற்றும் கல்வி போன்றவற்றில் பிற இனத்தவர்களுடன் எனது இனத்தவர்களும் பெற்றுவரும் நன்மைகளுக்காக எனது இனத்தவர்களின் சார்பில் நன்றியைத் தெரிவித்துக்கொள்கிறேன். அரசாங்கம் இக் கொள்கையை எதிர்காலத்திலும் தொடர வேண்டுமென்று வணங்கிக் கேட்டுக்கொள்கிறேன். புலையர்களுக்கு வீடு கட்டித் தருவதற்காக நெய்யாற்றின்கரை தாலுக்காவிலுள்ள விளம்பில் பகுதியில் ஐநூறு ஏக்கர் தரிசு நிலம் இலவசமாக வழங்கப்பட்டது. சென்ற சபைக் கூட்டத்தில் இது தொடர்பாக நான் முன்வைத்த வேண்டுகோளை ஆதரித்தமைக்காக எனது நன்றியைச் சமர்ப்பிக்கிறேன்.

பள்ளிபுரம் பகுதியிலும், கழக்கூட்டம் பகுதியிலும் ஆயிரத்திற்கு மேற்பட்ட புலையர்களுக்கு வசிப்பிடங்கள் இல்லை. இருக்கும் தரிசு நிலங்களைப் பட்டா செய்து தர வேண்டுமென்று, அவர்களில் சிலர் வருவாய் துறையினரிடம் விண்ணப்பங்களைக் கொடுத்துள்ளார்கள். பட்டா தொடர்பான நடவடிக்கைகளை விரைவில் பூர்த்தியாக்க வேண்டும். அந்நிலங்களை அவர்களுக்குக் கொடுப்பதற்கான உத்தரவுகளைச் சம்பந்தப்பட்ட வருவாய்த் துறைக்கு அனுப்பித்தரவேண்டும். சமஸ்தானத்தின் அப்பகுதியைச் சேர்ந்த எனது சமுதாயத்தினரின் துன்பங்களைக் களைய வேண்டுமென்றும் வணங்கிக் கேட்டுக்கொள்கிறேன்.

சமஸ்தானத்தின் பிறபகுதிகளிலுள்ள வசிப்பிடத்திற்கு உகந்த இதுபோன்ற நிலங்களை எனது இனத்தவர்களுக்குப் பட்டா வழங்க ஏற்பாடு செய்ய வேண்டுமென்று பொதுவாக வேண்டுகிறேன்.

இறுதியாக ஒன்றை மட்டும் சொல்லிவிடுகிறேன். கோட்டயம் பகுதியைச் சேர்ந்த புலையர் சமுதாயத்தினரின் பிரச்சினைகளைக் குறிப்பிட இங்கு யாருமில்லை. ஆகவே அப்பகுதியைச் சேர்ந்த ஒருவரை அடுத்த ஆண்டு முதல் மக்கள் சபையில் நியமிக்க வேண்டும்.'

1913, பிப்ரவரி 22இல் அரசாங்கப் பணிகளில் புலையர்களை நியமிப்பதைப் பற்றி சில யோசனைகளைத் தெரிவித்தார்.

ஒன்று: அரசாங்க அச்சகங்களில் ஏராளமான புலையர்கள் பகுதி வேலைகள் (Piece Work) செய்து வருகிறார்கள். அவர்களையும், நன்கு அச்சுக் கோர்க்கத் தெரிந்த மற்றவர்களையும் நிரந்தர வேலைகளில் அமர்த்த வேண்டும்.

இரண்டு: பொதுப்பணித்துறையில் கூலியாட்களாக நிறையப் புலையர்கள் இருக்கிறார்கள். போதுமான கல்வியறிவு உடையவர்களுக்கு மேஸ்திரி போன்ற பணிகளைத் தரலாம்.

மூன்று: புலையர்களை வார்டர்களாக நியமிப்பதற்கு, புலையர் வார்டுகளைக் கொண்ட மருத்துவமனைகளின் ஒரு பட்டியலை அரசாங்க உத்தரவுப்படி அனுப்பி இருந்தோம். இவை அனைத்திலும் புலையர்களை வார்டர்களாக நியமிப்பதற்கான உத்தரவுகளை வழங்க வேண்டும்.

நான்கு: புலையர்களை வனத்துறைக் காவலர்களாகவும், கார்டு (Guard)களாகவும் நியமித்தால் சிறப்பாக இருக்கும். எனவே அவ்வாறு நியமிக்க வேண்டும்.

ஐந்து: புலையர்களுக்கு பயனளிக்கக் கூடிய நிறைய நிரந்தரப் பணியிடங்கள் கைவினைத் துறையிலும் உள்ளன.

மேற்குறிப்பிட்ட துறைகளில் புலையர்களை நியமிக்க வேண்டும். சிறப்புக் கல்வித் தகுதியோ, அறிவியல் சார்ந்த அறிவோ தேவைப்படாத பணிகளில் புலையர்களை நியமிக்க வேண்டுமென்றும் கேட்டுக்கொண்டார். குறிப்பிட்ட விஷயங்களைப் பற்றி விசாரிப்பதாகவும் வனத்துறையில் கூடுதல் எண்ணிக்கையில் புலையர்களை நியமிக்க வேண்டுமென்ற யோசனையை வரவேற்பதாகவும் திவான் பதிலளித்தார்.[1]

ஸ்ரீமூலம் மக்கள் சபையில் புலையர்களுக்கு அங்கீகாரம் கிடைத்தபின் அவர்களிடம் உற்சாகமும் புத்துணர்ச்சியும் பிறந்தன. அய்யன்காளியின் தொண்டுகள் அதைப் பன்மடங்கு பெருக்கின. சேவை மனப்பான்மை கொண்ட சில இளைஞர்களைத் தனது சமுதாயத்திலிருந்து உருவாக்க வேண்டும் என்ற விஷயத்திலும் அவர் கவனம் செலுத்தினார். அவரது நடைமுறை அறிவும் தொலைநோக்கும் போற்றக் கூடியதாக இருந்தன.

மக்கள் சபையில் அவர் ஆற்றிய உரைகளை ஆராய்ந்து பார்த்தால் எழுத்தறிவில்லாத ஒருவரின் நாக்கிலிருந்து வெளிப்பட்டவை என்று கூற முடியாது. சொற்பொழிவுகளைத் தயாரிக்க எழுத்தறிவு பெற்ற தனது சமுதாயத்தினரின் உதவியை நாடிய போதிலும் அவற்றை மனதில் பத்திரப்படுத்தி மக்கள் சபையில் முறையாகத் தெரிவித்தார். இச்செயல்பாட்டில் அவர் தன்னிகரற்ற திறமையைக் காட்டினார்.

1914, பிப்ரவரியில் ஸ்ரீமூலம் மக்கள் சபையின் கூட்டத்தில் அய்யன்காளியைத் தவிர சரதன் சாலமன், வெள்ளிக்கர சோதி ஆகியோரும் புலையர்களின் பிரதிநிதிகளாக நியமிக்கப்பட்டார்கள்.

அக்கூட்டத்தில் அய்யன்காளி தனது சக உறுப்பினரான சரதன் சாலமனின் சில நடவடிக்கைகளையும், பிரசங்கங்களையும் விமர்சித்துப் பேச வேண்டியதாயிற்று. சாது ஜன பரிபாலன சங்கத்தின் விருப்பத்திற்கு மாறான சில நடவடிக்கைகளில் சரதன் சாலமன் ஈடுபட்டார். பிப்ரவரி 19ஆம் தேதி ஆற்றிய உரையில் அய்யன்காளி அதைச் சுட்டிக்காட்டினார்.

குட்டநாடு[2] புலையர்களின் மத்தியில் தொண்டாற்றி வந்த சரதன் சாலமன் கிறிஸ்தவ மதத்தை உதறிவிட்டு சாது ஜன பரிபாலன சங்கத்தில் சேர்ந்து உயிர்ப்புடன் செயல்பட்டார். அவரது செயல்பாடுகளில் மதிப்பு ஏற்பட்டதால் அய்யன்காளி அவரை சாது ஜன பரிபாலன சங்கத்தின் துணைச் செயலராக நியமித்தார். 1913இல் அய்யன்காளியின் பரிந்துரையின்பேரில் ஸ்ரீமூலம் மக்கள் சபைக்குத் தேர்ந்தெடுக்கப்பட்டார். ஆனால் அவரது பிற்கால நடவடிக்கைகள் புலையர் கிறிஸ்தவர்களின் தலைவர் என்கிற நிலையில் இருந்தன. அய்யன்காளி அதைச் சற்றும் விரும்பவில்லை.

கிறிஸ்தவ மதத்தைத் தழுவிய தனது சமுதாயத்தினரின் மனநிலையோடு பொருந்திப் போக அவரால் இயலவில்லை. இந்து மதத்தில் நிலைத்து நிற்காமல் கிறிஸ்தவ மதத்தைத் தழுவிய தாழ்த்தப்பட்டவர்கள், பழைய கிறிஸ்தவர்களிடமிருந்து கசப்பான அனுபவங்களைப் பெற்று வருகிறார்கள் என்பதை அவர் அறிந்திருந்தார். புலையர் கிறிஸ்தவர்களுக்காக சரதன் சாலமன் மக்கள் சபையில் சில உரிமைப் பிரச்சினைகளை எழுப்பினார்.

சாது ஜன பரிபாலன சங்கத்தின் உறுப்பினர் என்ற நிலையில் அவரது கருத்து அமையவில்லை என்று அய்யன்காளி சபையில் அறிவித்தார். பிப்ரவரி பன்னிரெண்டிலும், இருபத்தி இரண்டிலும் நடைபெற்ற ஸ்ரீமூலம் மக்கள் சபையின் ஒன்பதாவது கூட்டத்தில் சரதன் சாலமன் பேசிய உரைகளை ஆதாரமாக்கி அய்யன்காளி மேலே குறிப்பிட்ட அறிவிப்பை வெளியிட்டார்.

1914, பிப்ரவரி 26இல் அய்யன்காளி, மக்கள் சபையில் கல்வி உரிமையை அனுமதிக்கக் கோரி உறுதியாக வாதாடி இவ்வாறு பேசினார்: 'அரசாங்கப் பள்ளிக்கூடங்களில் புலையர் குழந்தைகளைச் சேர்த்துப் படிக்க வைக்க உத்தரவு தந்ததற்காக வணக்கத்தைத் தெரிவித்துக்கொள்கிறேன். இருப்பினும் சில பள்ளிக்கூடங்களில் அதிகாரிகள் சாக்குப்போக்கு சொல்லி அவர்களுக்கு அனுமதி மறுக்கிறார்கள் என்பது வருத்தமளிக்கிறது. ஏற்கனவே புலையர் குழந்தைகளுக்கு அனுமதி தரப்பட்ட இடங்களில் எந்தத் தொந்தரவுமில்லை.

நெய்யாற்றின்கரை, வெங்ஙானூர், புல்லாடு ஆகியவிடங்களின் நிலைமையை எனது வார்த்தைகள் உறுதிப்படுத்தும். இங்கு இடையூறுகளுக்குக் காரணமாக இருப்பவர் பொது மக்கள் அல்லர்; சில பள்ளிக்கூட ஆசிரியர்கள் என்பதை நானறிவேன். ஆகவே முன்பு வழங்கப்பட்ட உத்தரவுகளை நடைமுறைப்படுத்த கல்வி இயக்குனர்களுக்கும், ஆய்வாளர்களுக்கும் கடுமையான உத்தரவுகளைப் பிறப்பிக்க வேண்டும் என்று கேட்டுக்கொள்கிறேன்.'

1915, பிப்ரவரியில் ஸ்ரீமூலம் மக்கள் சபையின் 11வது கூட்டம் நடைபெற்றது. இக்கூட்டத்தில் தாழ்த்தப்பட்ட மக்களின் பிரதிநிதிகளாக அய்யன்காளி, கண்டன் குமாரன் இவர்களுடன் சுபாஷிணி பத்திரிகையாசிரியர் பி.கே. கோவிந்தப் பிள்ளையையும் அரசாங்கம் நியமித்தது. கண்டன் குமாரன் பறையர் சமுதாயத்தினரின் பிரதிநிதியாக மக்கள் சபையில் நுழைந்தார்.

பிப்ரவரி 22இல் கல்வித்துறையில் தனது சமுதாயத்தினர் அனுபவித்து வரும் இன்னல்களைச் சுட்டிக்காட்டி உரையாற்றினார் அய்யன்காளி. அரசாங்க உத்தரவுகள் இருந்த போதிலும் சில ஆசிரியர்கள் புலையர் குழந்தைகளின் பள்ளிச் சேர்க்கை அனுமதியில் தடைகளை ஏற்படுத்துவதைக் குறித்துப் பேசினார். இதில் எதிர்பார்க்கும் பலன் கிடைக்க வேண்டுமானால் குற்றவாளிகளான ஓரிருவரை ஆசிரியர்களில் யாராவது தண்டிக்க வேண்டும். தனது சமுதாயத்தின் கல்வி தொடர்பாக அனுபவித்து வரும் இன்னல்களை அறிந்து, அவற்றிற்குத் தீர்வு காண்பதற்குக் கல்வித்துறையில் பொறுப்பு வாய்ந்த ஓர் அதிகாரியை ஆலோசகராக நியமிக்க வேண்டும். அவருக்கு உதவ தமது சமுதாயத்தைச் சேர்ந்த பிரதிநிதி ஒருவரைப் பொறுப்பாளராக்க வேண்டுமென்று கேட்டுக்கொண்டார்.

தீண்டத்தகாதவர்களுக்குப் புறக்கணிக்கப்பட்டிருந்த மனித உரிமைகளைப் பெற்றுத்தர அய்யன்காளியின் தலைமையில் நடந்த சில போராட்ட வரலாறுகளை இனிக் காண்போம்.

தீண்டத்தகாத சாதியைச் சேர்ந்த பெண்களும், ஆண்களும் நெடுமங்காடு என்னுமிடத்திலுள்ள சந்தையில் நுழைய அனுமதிக்கப்படவில்லை. அவர்கள் விற்பனைக்காக எடுத்துவரும் பொருட்களைச் சந்தைக்கு வெளியில் வைத்துவிட்டு ஒதுங்கி நிற்க வேண்டும். வருபவர்கள் பொருட்களை எடுத்துக்கொண்டு மிகக் குறைந்த விலையைத் தருவார்கள். விலை கேட்கும் உரிமைகூட இருக்கவில்லை. இச்செயலைத் தட்டிக் கேட்க அய்யன்காளி தீர்மானித்தார்.

ஒரு சந்தை நாளில் தனது ஆதரவாளர்களுடன் நெடுமங்காடு சந்தைக்குள் நுழைந்தார். சந்தையில் நின்றிருந்த ஆட்கள் ஒன்றுதிரண்டு அய்யன்காளியையும் அவரது சகாக்களையும் தாக்கினார்கள். உக்கிரமான மோதல் அங்கு நடந்தது. ஆட்கள் உயிர் பிழைக்க நாற்புறமும் சிதறி ஓடினார்கள். அய்யன்காளிப் படையைத் தோற்கடிக்க அவர்களால் முடியவில்லை. அத்தனை மூர்க்கமாக 'அய்யன்காளிப் படை' எதிரிகளை எதிர்கொண்டது. இருதரப்பினருக்கும் வெட்டு, குத்துகள் விழுந்தன. எதிர்த்த மேல்சாதிக்காரர்களின் கூட்டத்தில் நிறைய இஸ்லாமியர்களும் இருந்தார்கள்.

1912இல் நடந்த இக்கலவரத்திற்குப் பின்னர் நெடுமங்காடு சந்தையில் தீண்டத்தகாதவர்கள் நுழைய அனுமதிக்கப்பட்டார்கள். அவர்கள் சந்தைக்கு எடுத்துவரும் பொருட்களின் விலைக்கு பேரம் பேசும் நிலை உருவானது.

நெடுமங்காடு சந்தையில் நடந்த கலவரம் போலவே தீண்டத்தகாத சாதியினர் நுழைய அனுமதி மறுக்கப்பட்டிருந்த சந்தைகளில் எல்லாம் மோதல்கள் நடந்தன. ஆராலும்மூடு, நெய்யாற்றின்கரை, உதியங் குளங்கரை, தனுவச்சபுரம், மாராயமுட்டம் ஆகிய இடங்களில் எல்லாம் இது போன்ற சம்பவங்கள் நடந்தன. அங்கெல்லாம் 'அய்யன்காளிப் படை' வெற்றியை ஈட்டியது.

கழக்கூட்டம் என்னுமிடத்தில் ஏற்பாடு செய்யப்பட்ட பொதுக்கூட்டத்தில் கலந்துகொள்வதற்காக அய்யன்காளியும் அவரது தோழர்களும் அங்கு போய்ச் சேர்ந்தார்கள். அக்கூட்டத்தை முறியடிக்க சில மேல்சாதிக்காரர்கள் முயன்றார்கள். அவர்களுடன் சில இஸ்லாமியர்களும் சேர்ந்துகொண்டார்கள். அதை அறிந்த அய்யன்காளியும் அவரது தோழர்களும் எதிர்த்துத் தாக்க ஆயத்தமானார்கள். இதற்கிடையில் சிறியதொரு மோதல் நடந்தது. விவரமறிந்த போலீஸ் அதிகாரிகள் தலையிட்டு ஒரு பெரிய கலவரம் மூளாமல் தடுத்தார்கள்.

தீண்டத்தகாதவர்களின் பள்ளிச் சேர்க்கை உரிமை என்பது வேதாளம் முருங்கை மரம் ஏறிய கதையாக ஆனது. அரசாங்க உத்தரவு வெறும் ஏட்டுச் சுரைக்காயாக நின்றது. பள்ளி அனுமதி தொடர்பாக அய்யன்காளி ஓர் உறுதியான நிலைப்பாட்டை எடுக்க வேண்டிய கட்டாயத்திற்கு தள்ளப்பட்டார். அவ்வேளையில் சதானந்த சுவாமிகளின் உபதேசம் அவருக்குத் தூண்டுதலாக அமைந்தது. 'உரிமைகளை யாரும் கூப்பிட்டுத் தர மாட்டார்கள். அவற்றைத் தேடி அடைய வேண்டும்.' சுவாமிகளின் வார்த்தைகள் அவரது செவிகளில் மீண்டும் மீண்டும் ஒலிப்பதாகத் தோன்றியது.

மகாத்மா அய்யன்காளி

வெங்ஙானூரிலுள்ள சாவடி அரசாங்க மலையாளப் பள்ளிக்கூடத்திற்குச் சில புலையர் குழந்தைகளுடன் அய்யன்காளி போனார். அவரது தோழர்களும் உடன் இருந்தார்கள். பள்ளிக்கூடத்தின் வராந்தா மீதேறி நின்றதுமே தலைமையாசிரியர் அவர்களைத் துரத்த முற்பட்டார். ஆனால் அம்முயற்சி பலிக்கவில்லை.

இதற்கிடையே புலையர்கள் பள்ளிக்குள் நுழைந்த விஷயம் அப்பகுதி முழுவதும் பரவியது. மேல்சாதிக்காரர்கள் ஒன்றிணைந்து அய்யன்காளியையும் அவரது தோழர்களையும் தாக்கினார்கள். அவர்களும் கடுமையாக எதிர்த்துத் தாக்கினார்கள். என்ன நடந்தாலும் புலையர் குழந்தைகளைப் பள்ளியில் அனுமதிக்க மாட்டோம் என்ற நிலைப்பாட்டில் மேல்சாதிக்காரர்கள் உறுதியாக நின்றார்கள்.அய்யன்காளியும் அவர்களுடன் இருந்தவர்களும் அப்போதைக்குப் பின் வாங்கினார்கள். பிறகு முன்னைவிட அதிக சக்தியுடன் களத்தில் குதித்தார்கள். கலகம் எல்லாவிடங்களிலும் பரவும் நிலை எற்பட்டது.

நிலைமை மேலும் சீர்கெடுவதற்கு முன்பு அரசாங்கம் தலையிட்டது. தீண்டத்தகாத சாதியினரின் குழந்தைகளுக்குப் பள்ளிகளில் அனுமதி தர வேண்டுமென்று அய்யன்காளி சாது ஜன பரிபாலன சங்கத்தின் பேரில் கோரிக்கை மனு ஒன்றை அரசாங்கத்திற்கு அளித்தார். அதன் விளைவாகத் தீண்டப் படாத சாதியினர் தொடர்பான பள்ளிச் சேர்க்கை அனுமதிச் சட்டத்தைக் கடுமையாகப் பின்பற்ற வேண்டுமென்று 1914இல் கல்வி இயக்குனர் உத்தரவிட்டார்.

கல்வி இயக்குனராக இருந்த மிச்சல் அரசாங்கப் பள்ளி களுக்குச் சென்று தனது உத்தரவு கடைப்பிடிக்கப் படுகிறதாவென்று நேரில் விசாரிக்கத் தொடங்கினார். தாழ்த்தப்பட்ட மக்களின் குழந்தைகளைப் பள்ளிகளில் அனுமதிக்க வேண்டுமென்பதில் ஆங்கிலேயரான மிச்சல் மிகுந்த ஆர்வம் காட்டினார். பள்ளிக்கூடங்களுக்குச் சென்று தாழ்த்தப்பட்ட குழந்தைகளுக்கு அனுமதி தர வைத்தார். அதைக் கண்டு கொதித்தெழுந்த சில மேல்சாதிக்காரர்கள் அவர் பயணம் செய்த காரைக் கடத்திச் சென்று தீ வைத்துக்கொளுத்தினார்கள். பதட்டமான சூழ்நிலை உருவானது.

கல்வித்துறைத் தலைவர் கூட மிக மோசமான தொல்லை களைச் சந்திக்க வேண்டியதாயிற்று என்பதைக் குறிப்பிட்டாக வேண்டும். ஆனால் அதைக் கண்டு மிச்சல் கலங்கவில்லை. உறுதியாக நின்றார். அவ்வாறு புலையர், பறையர் மற்றும்

குறவர்களின் குழந்தைகள் அரசாங்கப் பள்ளிகளில் நுழைந்தார்கள். ஆனால் பிரச்சினைகள் ஓயவில்லை.

மேல்சாதிக் குழந்தைகள் கீழ்சாதிக் குழந்தைகளுடன் அமர்ந்து படிப்பதை மேல்சாதியினர் வெறுத்தனர். கீழ்சாதிக் குழந்தைகள் வகுப்பறைகளில் நுழையும்போது மேல்சாதிக் குழந்தைகள் வகுப்பறையை விட்டு வெளியேறினார்கள். பெற்றோர்கள் மற்றும் ஆசிரியர்களின் தூண்டுதலால் கூண்டோடு வெளியேற தைரியம் காட்டினார்கள்.

அசுத்தமான, கருப்புநிற, கீழ்சாதிப் பிள்ளைகளுடன் நாங்கள் ஒன்றாக அமர மாட்டோம் என்று பிடிவாதம் காட்டினார்கள். அவர்கள் பள்ளிக்கூடத்திற்கு வரவில்லை. மேல்சாதிப் பிள்ளைகளின் இந்த வெளியேற்றமும், ஒத்துழையாமையும் கல்வித்துறையினருக்கு ஒரு பிரச்சினையானது. இயக்குனர் மிச்சல் மற்ற அதிகாரிகளுடன் கலந்தாலோசித்து அதற்கொரு மாற்று ஏற்பாட்டைக் கண்டுபிடித்தார்.

அரசாங்கப் பள்ளிக்கூடத் தலைமையாசிரியர்களுக்குக் கீழ்க்கண்ட உத்தரவைப் பிறப்பித்தார். தொடர்ந்து பள்ளிகளில் ஆஜராகாத குழந்தைகள் அதற்கான காரணத்தைக் காட்டி தலைமையாசிரியரிடம் விண்ணப்பித்து அனுமதி வாங்க வேண்டும். அப்படி வாங்காத குழந்தைகளுக்கு வேறு பள்ளியில் சேர்ந்து படிப்பதற்கான மாற்றுச் சான்றிதழ் (T.C.) தரக்கூடாது.

உத்தரவு முறையாக நடைமுறைப்படுத்தப்படுகிறதாவென பரிசோதித்து அறிக்கை அனுப்புவதற்கான பொறுப்பை இயக்குனர், பள்ளி ஆய்வாளர்களிடம் ஒப்படைத்தார். ஆனால் அந்த உத்தரவைக் கடைப்பிடிக்காமல் இருப்பதற்கான ஒரு திட்டத்தை எதிர் சாரார் கண்டுபிடித்தார்கள்.

கோடை விடுமுறை முடிந்து பள்ளிக்கூடங்கள் திறப்பதற்கு முன்பு எல்லா வகுப்புகளிலும் மேல்சாதி மாணவர்களை நிறைத்து விடுவது என்பது அவர்களின் திட்டம். ஒரு வகுப்பில் உச்ச வரம்பாக அனுமதிக்கக்கூடிய மாணவர்களின் எண்ணிக்கையைக் கல்வித்துறை முடிவு செய்திருந்தது. அந்தச் சட்ட நிழலில் அவர்கள் தப்பித்தார்கள்.

சுருங்கச் சொன்னால் தீண்டப்படாத சாதியினரின் ஒரு குழந்தைகூட பள்ளியில் நுழையக் கூடாது என்ற மேல்சாதிக் காரர்களின் பிடிவாதத்தில் எந்த மாற்றமும் நிகழவில்லை. மேல்சாதிக்காரர்களின் செயல்பாட்டை எதிர்த்து நாடெங்கும் கலவரம் வெடித்தது. மத்திய திருவிதாங்கூரிலும் தென் திருவிதாங்கூரிலும் பரவலாக மோதல்கள் நிகழ்ந்தன.

அரசாங்கம் தாழ்த்தப்பட்ட சாதியினருக்காகத் தனிப்பட்ட பள்ளிகளை அமைத்துவிட்டால் மேல்சாதியினரை அண்டாமல் தங்கள் குழந்தைகளைப் படிக்க வைக்க முடியும் என அய்யன்காளி தீர்மானித்தார். கல்வி இயக்குனரை நேரில் சந்தித்துப் பேசி ஒரு மனுவையும் சமர்ப்பித்தார். இயக்குனர், அய்யன்காளியின் யோசனைக்குச் செவி சாய்த்தார்.

வெங்ஙானூரில் சாது ஜன பரிபாலன சங்கத்தின் பேரில் அத்தகைய ஒரு பள்ளிக்கூடத்தை அனுமதிக்க வேண்டும் என்று கல்வி இயக்குனருக்கு வேண்டுகோள் விடுத்தார். அந்த வேண்டுகோளின்படி 1914இல் வெங்ஙானூரில் 'புதுவல் விளாகம் மலையாள பிரைமரி ஸ்கூலை' அனுமதித்து அரசாங்கம் உத்தரவிட்டது. 1905இல் அய்யன் காளியும் அவரது தோழர்களும் சொந்தமாக நிறுவிய பள்ளிக்கூடம் (தரையில் எழுதும் பள்ளிக்கூடம்) 1914இல் அரசாங்கம் அங்கீகரித்த தொடக்கப் பள்ளிக்கூடமாக உருவானது. முதலாவது, இரண்டாவது வகுப்புகள் மட்டுமே முதலில் அனுமதிக்கப்பட்டன.

இப்பள்ளிக் கூடத்தில் பாடம் சொல்லித் தரத் தயாராக இருக்கும் ஆசிரியரைக் கண்டுபிடிக்கும் பொறுப்பையும் அய்யன்காளியே ஏற்க வேண்டியதாயிற்று. புலையர் சமுதாயத்தில் ஆசிரியத் தகுதியுடைய ஒருவர் கூட அன்றில்லை. மேல்சாதியைச் சேர்ந்த யாராவது முன்வருவார்கள் என்று எதிர் பார்க்கவும் முடியாது. அன்று ஒரு தொடக்கப்பள்ளி ஆசிரியரின் மாதச் சம்பளம் ஆறு ரூபா.

புதுவல் விளாகம் தொடக்கப் பள்ளியில் பாடம் சொல்லித்தரத் தயாராக இருக்கும் ஆசிரியருக்கு மாதந்தோறும் ஒன்பது ரூபா வழங்கப்படும் என்று அரசாங்கம் அறிவித்தது. அய்யன்காளியும் அவரது தோழர்களும் தகுந்த ஓர் ஆசிரியரைத் தேடியலைந்தார்கள். இறுதியில் திருவனந்தபுரத்திலுள்ள கைதமுக்கு என்ற இடத்தைச் சேர்ந்த பரமேஸ்வரன் பிள்ளை என்ற ஆசிரியரைத் தேடிப்பிடித்தார்கள். அவர் கற்றுத்தர முன்வந்தார்.

கைதமுக்கிலிருந்து சுமார் பதினெட்டு கிலோ மீட்டர் தொலைவில் வெங்ஙானூர் உள்ளது. பரமேஸ்வரன் பிள்ளையை அழைத்துக்கொண்டு அய்யன்காளி வெங்ஙானூருக்கு வந்தார். தீண்டப்படாத சாதியினரின் பிள்ளைகளுக்குப் பாடம் சொல்லித்தர முன்வந்த மேல்சாதிக்காரரான பரமேஸ்வரன் பிள்ளையைப் பார்ப்பதற்குப் பள்ளிக்கூடத்தைச் சுற்றிலும் ஏராளமானவர்கள் கூடிவிட்டார்கள். அவர்களில் சிலர்

பரமேஸ்வரன் பிள்ளையைப் பார்த்துக் கூச்சல் போட்டார்கள். அவர் அதைப் பொருட்படுத்தாமல் வகுப்பிற்குள் நுழைந்து பிள்ளைகளுக்குப் பாடம் சொல்லித் தந்தார். மாணவர்களில் பெரும்பாலானோர் இளமைப் பருவத்தைக் கடந்தவர்கள்.

இதற்கிடையே பரமேஸ்வரன் பிள்ளையைத் தாக்குவதற்குச் சில மேல்சாதிக்காரர்கள் திட்டம் தீட்டினார்கள். அய்யன்காளியும் அவரது தோழர்களும் அதை வன்மையாக எதிர்த்தார்கள். நாள்தோறும் பரமேஸ்வரன் பிள்ளையைக் கைதமுக்கு வரை கொண்டுபோய் விடவும், காலையில் கூட்டி வருவதற்கும் 'அய்யன்காளிப் படை'யைச் சேர்ந்த சிலர் நியமிக்கப்பட்டார்கள். மேல்சாதிக்காரர்களின் தாக்குதல்களுக்குப் பயந்து அப்படிச் செய்ய வேண்டியதாயிற்று. பரமேஸ்வரன் பிள்ளைக்கு உறவினர்களிடமிருந்தும் எதிர்ப்புகள் கிளம்பின.

அடிக்குறிப்புக்கள்

(பள்ளிச்சல், விழிஞ்ஞம் சாலையில் வெங்ஙானூர் சந்திப்பை அடைவதற்கு முன்பாகவே சாலையின் இடதுபுறத்தில் 'புதுவல் விளாகம் எல்.பி. ஸ்கூல்' அமைந்துள்ளது. 1980இல் இப்பள்ளிக்கூடத்தின் எழுபத்தி ஐந்தாவது ஆண்டு நிறைவு விழா கோலாகலமாகக் கொண்டாடப்பட்டது. நிறைவு விழா மலரும் வெளியிடப்பட்டது. 1983இல் அரசாங்கம் இப்பள்ளிக்கூடத்தை யு.பி. பள்ளிக்கூடமாக உயர்த்தியது. 'ஸ்ரீ அய்யன்காளி நினைவு புதுவல் விளாகம் யு.பி. ஸ்கூல்' என்ற பெயரில் இன்று புகழ்பெற்று விளங்குகிறது. அய்யன்காளியின் மகளின் பிள்ளைகள் பள்ளி நிர்வாகிகளாக இருந்து வருகிறார்கள்.)

1. *கல்லட சசி – 'ஸ்ரீ மூலம் ஆற்றிய உரைகள்.'*

2. *இன்றைய எர்ணாகுளம், கோட்டயம், ஆலப்புழை மாவட்டங்களும், கொல்லம் மாவட்டத்தின் சில பிரதேசங்களையும் சேர்த்து 'குட்ட நாடு' என்று அழைக்கப்பட்டது.*

13

புலையர் கலகங்கள்

கோடை விடுமுறை முடிந்து பள்ளிகள் திறக்கப்பட்டதும் 1914இல் கல்வி இயக்குனர் அறிவித்த உத்தரவை ஆதாரமாக்கி அய்யன்காளி நெய்யாற்றின்கரை தாலுக்காவில் உள்ள அரசாங்கப் பெண்கள் பள்ளிக்கூடத்திற்குச் சென்றார். பூசாரி அய்யப்பன் என்பவரின் எட்டு வயது மகள் பஞ்சமியைப் பள்ளியில் சேர்ப்பதற்காக அழைத்துப் போனார். அன்று அய்யன்காளி ஸ்ரீமூலம் மக்கள் சபையின் உறுப்பினர் என்பதைக் கவனத்தில் கொள்ள வேண்டும். புலையர் குழந்தையைப் பள்ளியில் அனுமதிக்க மாட்டோம் என்று தலைமையாசிரியர் வெளிப்படையாகத் தெரிவித்தார். அனுமதிக்க வேண்டும் என்று அய்யன்காளி வாதிட்டார். அவர்களிடையே வாக்குவாதம் நீண்டது.

அய்யன்காளியுடன் வந்தவர்கள் வெளியே காத்துக்கொண்டிருந்தார்கள். இவ்விவரத்தை எப்படியோ தெரிந்துகொண்ட சில மேல்சாதிக் காரர்கள் பள்ளிக்கூடத்திற்குள் நுழைந்து அய்யன்காளியையும் குழந்தையையும் வெளியேற்ற முயன்றார்கள். அய்யன்காளியுடன் வந்திருந்தவர்கள் அவர்களை எதிர்த்தார்கள். பள்ளி வளாகத்திற்குள் கடும் மோதல் நடந்தது. அய்யன்காளியும் அவரது தோழர்களும் தற்காலிகமாகப் பின் வாங்கினார்கள்.

அந்த அரசாங்கப் பள்ளிக்கூடத்தை அன்றிரவே மேல்சாதிக்காரர்கள் தீ வைத்துக்கொளுத்தினார்கள்.

இதன் காரணமாக நெய்யாற்றின் கரையிலும், சுற்றுப் பகுதிகளிலும் கலவரம் பரவியது. 1915 (மலையாள வருடம் 1090)இல் நடைபெற்ற இக்கலவரத்திற்கு 'தொண்ணூறாம் ஆண்டுக் கலவரம்' என்று பெயர். அவ்வருடமே கலவரம் அடங்கியது.

இந்தப் புலையர் கலகம் தொடர்பாக டி.கே. வேலுப்பிள்ளை யின் திருவிதாங்கூர் அரசுக் கையேடு *(State manual)* இவ்வாறு குறிப்பிடுகிறது:

"The so called Pulaya riots in Neyyattinkara taluk and adjacent places, the riot at talayolaparambu in Vaikkom and the riot at Capecomerin were among the more serious."

புலையர் கலகம் தொடர்பாக நெய்யாற்றின்கரையின் தொழுக்கல் என்னும் ஊரைச் சேர்ந்த சுவாமி பவித்ரானந்தன் என்பவரின் நினைவுக் குறிப்பு விவரங்கள் கீழே சேர்க்கப்படுகின்றன:

'அய்யன்காளியின் தலைமையில் இந்து புலையர் குழந்தை களை ஊருட்டம்பலம் அரசாங்கப் பெண்கள் பள்ளியில் சேர்ப்பதற்கான முயற்சி நடந்தது. மேல்சாதிக்காரர்கள் இதை விரும்பவில்லை. அவர்கள் அரசாங்க உத்தரவை அவமதித்து இம்முயற்சியைத் தடுக்கத் துணிந்தார்கள். அதன் விளைவாக புலையர்களுக்கும் நாயர்களுக்குமிடையே கைகலப்பு ஏற்பட்டது. புலையர்கள் நாயர்களை அடித்துவிட்டதாக வதந்தி பரவியது. நாயர்களுக்கு அது கேவலமாகத் தோன்றியது. கொலைக்குப் பெயர்பெற்ற நாயர் கண்டளப்பிள்ளை ஆத்திரம் அடைந்தான். புலையர்களைத் தாக்க நாயர்கள் கூட்டம் கூட்டமாகக் களத்தில் இறங்கினார்கள். இவ்வாறு ஒரு பெரிய கலவரம் மூண்டது.

'புலையர் கலகம்' என்ற பெயரில் பேசப்பட்ட இக்கலகத்தைப் புலையர்கள் நடத்தவில்லை. அவர்களை ஒடுக்குவதற்காக மேல்சாதிக்காரர்களால் திட்டமிட்டு நடத்தப்பட்டது. அடிமை களான தாழ்த்தப்பட்ட மக்களை ஒடுக்கி மீண்டும் அடிமைப் புலையர்களாக்கி காலடியில் நிறுத்துவதற்கான தீவிர முயற்சி அது. கொடிய, கீழ்த்தரமான ஒரு வன்முறை ஏவிவிடப்பட்டது. புதுப்படை (நாயர்படை) இறங்கி விட்டது என்று ஊரார் பேசிக்கொண்டார்கள்.

சமூக விரோதிகளாகத் திகழ்ந்த அடியாள் தலைவர்கள் கலவரத்திற்குத் தலைமை ஏற்றனர். கொள்ளையும், தீ வைப்பும் எங்கும் பரவின. ஆடு, மாடுகளைக் கொள்ளையடித்தார்கள். விளைபொருட்கள் களவாடப்பட்டன. பீதியடைந்த அப்பாவித் தாழ்த்தப்பட்ட மக்கள் உயிரைக் காப்பாற்றிக்கொள்ள ஊரை விட்டு வெளியேறினார்கள். இரக்ககுணம் படைத்த சில ஜன்மிகள்

தங்களிடம் அடிமைகளாக வேலைசெய்துவந்த புலையர்கள் ஒளிந்தோட உதவினார்கள். சிலர் தமது நெற்களஞ்சியங்களில் ஒளித்து வைத்துக் காப்பாற்றினார்கள்.

சமூகவிரோதிகள் கொள்ளையடித்த தானியங்களை, வேக வைத்துத் தின்று குதூகலித்தார்கள். எஞ்சிய பொருட்களை விற்றுத் தீர்த்தார்கள். ஊருட்டம்பலம் பகுதியில் தொடங்கிய கலவரம் நெய்யாற்றின்கரை தாலுக்காவிலும் பரவியது. பீதியும், பதற்றமுமான சூழ்நிலை நிலவியது. ஒவ்வொரு இடங்களிலும் அந்தந்த பகுதியைச் சேர்ந்த சமூக விரோதிகள் கலவரத்திற்குத் தலைமை தாங்கினார்கள். அய்யன் காளியும், அவரது தோழர்களும் தீரமுடன் எதிர்த்து நின்றார்கள். படிப்படியாக அய்யனவர் சமுதாயத்தைச் சேர்ந்தவர்களின் வீடுகளும் வன்முறைக்கு இலக்காயின.

கொள்ளைக்கூட்டம் சுள்ளியூர் பிரதேசப் பகுதியை அடைந்தது. மேல்சாதிக்காரர்களில் சிலர் அடிமை வேலையாட்கள் ஒளிந்து தப்பிக்க உதவினார்கள். இங்குள்ள அய்யனவர் சமுதாயத்தில் சண்டைப் பயிற்சிகளில் கற்றுத் தேர்ந்த சில ஆசான்கள் இருந்தார்கள். கப்யார் ஆசான், ஜோஷ்வா பக்தர் ஆகியோர் அமெரிக்கன் மிஷன் தேவாலயத்தில் ஒன்றுகூடி சில தீர்மானங்களை எடுத்தார்கள். எந்த வீட்டில் கொள்ளை நடந்தாலும் கூட்டமாகச் சேர்ந்து ஓலமிட வேண்டுமென்று வீடு வீடாகப் போய்ச் சொல்லி வைத்தார்கள். இருபத்தைந்து வீரர்கள் அனைத்து ஆயுதங்களுடன் ஆலயத்தில் முகாமிட்டிருந்தார்கள். துப்பாக்கி, சுருட்டு வாள், வீச்சு அரிவாள், வெட்டுக்கத்தி, கற்கள் பொதிந்த கோணிப்பைகள், மிளகாய்ப் பொடி போன்றவற்றுடன் காத்திருந்தனர்.

இருநூறு பேரைக் கொண்ட கொள்ளைக் கூட்டத்தைப் பொன்னன் பிள்ளை என்ற நாயர் அடியாள் தலைவனும், கோவிந்தன் என்ற ஈழவ அடியாள் தலைவனும், கடுவா பணிக்கர் என்ற ஆசாரி அடியாள் தலைவனும் இணைந்து வழிநடத்தினார்கள். சுள்ளியூர் பிரதேசத்தில் உள்ள கோணத்துவிளாகம் என்ற வீட்டை அவர்கள் தாக்கினார்கள். 1915, கார்த்திகை 14ஆம் தேதி இரவு ஏழு மணிக்கு இத்தாக்குதல் நடைபெற்றது.

சமூக விரோதக்கும்பல் வயதான குடும்பத் தலைவரையும், குடும்பத்தினரையும் அச்சுறுத்தி ஆடு மாடுகளையும் கோழிகளையும் திருடிவிட்டுக் கிளம்பியது. கூட்டு ஓலம் எழுந்தது. அவ்விடத்தை இலக்காக்கி, கப்யார் ஆசான் தலைமையில் ஆலயத்தில் இருந்தவர்கள் ஆயுதங்களுடன் ஓடிவந்து கொள்ளைக் கூட்டத்தை எதிர்கொண்டார்கள். “இரட்டைக் குழல்

துப்பாக்கியால் சுடுடா” தலைவரின் கட்டளையைக் கேட்டுத் துப்பாக்கி ஏந்தியவர் சுடத் தொடங்கினார். கொள்ளைக்கூட்டம் சிதறி ஓடியது. கடுவா பணிக்கரின் முழங்காலில் குண்டு பாய்ந்தது. ஓடியவர்கள் குளத்திலும், அருகிலிருந்த வயல்களிலும் விழுந்தார்கள்.

சட்டென்று மற்றொரு ஓலம் எழுந்தது. கப்யார் ஆசானும் குழுவினரும் சத்தம் கேட்ட இடத்தை அடைந்தார்கள். வீட்டை விட்டுப் போனவர்கள் வெகு நேரமாகியும் திரும்பாததால்தான் ஓலம் எழுந்தது. குடும்பத்தினரை ஆறுதல்படுத்திவிட்டு கப்யார் ஆசானும் குழுவினரும் போலீஸ் கைதுக்குப் பயந்து தலைமறைவானார்கள். குன்னத்துக்கல் என்னுமிடத்தில் வசித்துவந்த அருமைநாயகம் என்பவரின் வீட்டை நோக்கிப் பயணமானார்கள். கப்யார் ஆசானின் இலங்கை சீடர்தான் அருமைநாயகம். செறுமர் சமுதாயத்தைச் சேர்ந்த அருமைநாயகத்தின் வீட்டில் ‘புதுப்படை’க்குப் பயந்த பலர் தஞ்சம் புகுந்திருந்தார்கள்.

மறுநாள் பாறச்சாலை பப்பன் என்ற அடியாள் தலைவனின் தலைமையில் ஒரு கும்பல் தாழ்த்தப்பட்டவர்களுக்கு எதிராக வன்முறையைக் கட்டவிழ்த்து விட்டது. கப்யார் ஆசானும், அருமைநாயகமும் சேர்ந்து பப்பனை எதிர்த்தார்கள். அந்தச் சண்டையில் பப்பனின் கும்பல் புறமுதுகிட்டது. அச்சம்பவம் ‘புலையர் கலகத்திற்கு’ முடிவு கட்டியது. சமூக விரோதிகள் பதுங்கினார்கள். தாழ்த்தப்பட்டவர்களுக்கு எதிராக மேல்சாதிக்காரர்கள் நடத்திய வன்முறையில் ஈழவர்களும் பங்கேற்றதை அறிந்த ஸ்ரீ நாராயணகுரு கண்டனம் தெரிவித்தார்.

கப்யார் ஆசானின் சங்கத்தைச் சேர்ந்தவர்களுக்கு எதிராக மேல்சாதிக்காரர்கள் வழக்குத் தொடுத்தார்கள். நீதிமன்றம் குற்றம் சாட்டப்பட்டவர்களில் ஐவருக்கு மூன்று வருட சிறைத்தண்டனை விதித்தது. மூன்று வருட தண்டனை விதிக்கப்பட்டவர்கள் ஒரு வருடம் கழிந்ததும் விடுதலை செய்யப்பட்டார்கள். ஏதோ சிறப்புத்தினத்தை முன்னிட்டு தண்டனைக் காலம் குறைக்கப்பட்டது.

சிறையிலிருந்து திரும்புகிறவர்களின் தலையை வெட்டி எடுத்துவிடுவதாக மேல்சாதியைச் சேர்ந்த சமூக விரோதிகள் மிரட்டினார்கள். அதை எதிர்கொள்ள கப்யார் ஆசானும், தோழர்களும் தீர்மானித்தார்கள். அனைத்து தற்காப்பு ஆயுதங்களுடன் இருபத்து ஐந்து வீரர்கள் மாராய முட்டம் என்னும் இடத்திலிருந்து பெருங்கடவிளை என்னும் இடம் வரை

பகிரங்க அணிவகுப்பை நடத்தினார்கள். வீம்பு பேசிய ஒரு சமூகவிரோதியின் நிழல்கூடத் தென்படவில்லை.

அய்யனவர் சமுதாயத்தைச் சேர்ந்த ஜான் யேசுதாஸ் என்பவர் ஆங்கிலேயப் பாதிரியார்களைச் சந்தித்து உண்மை நிலையை உணர்த்தினார். போலீஸ் மூலம் எதிர்த்தரப்பினரின் பேரில் வழக்குத் தொடரப்பட்டது. நீதிமன்றம் அவர்களையும் தண்டித்தது.

அக்காலத்தில் திருவிதாங்கூர் நாயர் பட்டாளத்தின் முகாம் திருவனந்தபுரத்திலுள்ள பாங்கோடு என்னுமிடத்தில் அமைந்திருந்தது. நாயர் பட்டாளத்தின் ஒரு பிரிவினர் இரவு வேளையில் ரகசியமாக வெளியேறி குறுக்குவழியாக நடந்து, நெய்யாற்றின்கரைக்கு வந்து சேருவார்கள். மேல்சாதிக்காரர் களுடன் சேர்ந்து புலையர்களைத் தாக்கிவிட்டு விடிவதற்கு முன்பு ராணுவ முகாமிற்குத் திரும்பிவிடுவார்கள். அவர்களால் அளவற்ற தொல்லைகள் ஏற்பட்டன. இவ்விஷயத்தை அறிந்த அய்யன்காளி, இராணுவ முகாமிற்குச் சென்றார். சில பட்டாளக்காரர்கள் வன்முறையில் ஈடுபடுவதாகக் கமாண்டரிடம் புகார் கொடுத்தார்.

கமாண்டர் ராணுவ முகாமின் ஒழுக்க முறைகளை அய்யன்காளியிடம் விளக்கினார். முகாமில் இருப்பவர்கள் யாரும் அனுமதியின்றி வெளியே போகமாட்டார்கள் என்றார். அய்யன்காளி பொறுமையாகப் பதிலளித்தார். வெளியே சென்று வன்முறையில் ஈடுபட்டவர்களை அடையாளம் காண, அவர்களை அழைத்து, ஆடைகளைக் கழற்றி முதுகைப் பார்க்கச் சொன்னார். சந்தேகம் எழுந்த சிலரின் முதுகைச் சோதித்தார்கள். அடியும், உதையும் வாங்கித் தடித்த அடையாளங்களை கமாண்டர் கவனித்தார். கடுமையாக எச்சரிக்கப்பட்ட அவர்கள் பிற்பாடு வன்முறையில் ஈடுபடவில்லை.

தீண்டத்தகாத மாணவர்களின் பள்ளிச்சேர்க்கை அனுமதி தொடர்பாகக் கல்வி இயக்குனரின் புதுப்பிக்கப்பட்ட உத்தரவு 1914இல் பிறப்பிக்கப்பட்டது. இருப்பினும் திருவல்லாவில் உள்ள புல்லாட்டு அரசாங்கப் பள்ளியில் புலையர் மாணவர்களை அனுமதிக்கவில்லை. அக்காலத்தில் ஐந்தாம் வகுப்பு தேறிய பின் அப்பகுதியிலேயே தொடர்ந்து படிக்க வேண்டுமானால் புல்லாட்டு அரசாங்கப் பள்ளியை நாடுவதைத் தவிர வேறு வழியில்லை.

ஸ்ரீமூலம் மக்கள் சபை உறுப்பினராக இருந்த வெள்ளிக்கர சோதியின் முயற்சியால் மூன்று குழந்தைகள் புல்லாட்டு அரசாங்கப் பள்ளியில் அனுமதிக்கப்பட்டார்கள். பிற்காலத்தில்

கொச்சி சட்டசபையில் துணை சபாநாயகராக விளங்கிய டி.டி. கேசவன் சாஸ்திரி மேலே குறிப்பிட்ட பள்ளியில் அனுமதி வழங்கப்பட்ட மூன்று மாணவர்களில் ஒருவர். அவர்கள் பள்ளியில் நுழைந்ததும் மேல்சாதி மாணவர்கள் ஒட்டுமொத்தமாக வெளியேறினார்கள். தாழ்த்தப்பட்ட குழந்தைகளுடன் அமர்ந்து படிக்க முடியாது என்று சொல்லி வெளிநடப்புச் செய்தார்கள்.

கீழ்சாதிக் குழந்தைகளைப் பள்ளியில் அனுமதித்தால் தங்கள் குழந்தைகளைப் பள்ளிக்கு அனுப்பமாட்டோம் என்று மேல்சாதிக்காரர்கள் அறிவித்தார்கள். மாணவர்கள் வருகை தராததால் பள்ளியை மூட வேண்டியதாயிற்று. கோபம் கொண்ட மேல்சாதிக்காரர்கள் புல்லாட்டு அரசாங்கப் பள்ளியைத் தீக்கிரையாக்கினார்கள். அதன் பின் அந்த அறிவாலயம் 'நெருப்பு வைத்த பள்ளிக்கூடம்' என்ற பெயரைப் பெற்றது. தற்போது 'விவேகானந்தா ஸ்கூல்' என்ற பெயரில் அப்பள்ளிக்கூடம் செயல்பட்டு வருகிறது.

மேல்சாதிக்காரர்கள் வன்முறையைத் தூண்டி விட்டார்கள். தீண்டப்படாதவர்களும் எதிர்தாக்குதலுக்கு ஆயத்தமானார்கள். ஊன்னு பாற பணிக்கர் என்ற ஒரு நாயர் அடியாள் தலைவன் மேல்சாதிக்காரர்களுக்கு தலைமை வகித்தான். வெள்ளிக்கரசோதி வெங்ஙானூரை அடைந்து அய்யன்காளியைச் சந்தித்துக் கலவர விவரங்களைத் தெரியப்படுத்தினார். கலந்தாலோசித்த பின் அவர்களிருவரும் அன்றைய திருவிதாங்கூர் அரண்மனை வைத்தியராக இருந்த வரிகண்ணாமல நாராயண பணிக்கரைச் சந்தித்து வருத்தத்தைத் தெரிவித்தார்கள்.

ஊன்னு பாற பணிக்கர், நாராயண பணிக்கரின் மருமகன். மனிதநேயம் படைத்த நாராயண பணிக்கர் தீண்டத்தகாதவர்களின்மீது பரிவு கொண்டவர். வெள்ளிக்கரசோதி, நாராயண பணிக்கரை அழைத்துக்கொண்டு புல்லாட்டுப் பகுதிக்கு வந்தார். நாராயணபணிக்கர் துணை நின்றதால் தாழ்த்தப்பட்டவர்கள் திரண்டு முன்னேறினார்கள். அரண்மனை செல்வாக்கு உடைய நாராயண பணிக்கரை எதிர்ப்பது ஆபத்து என உணர்ந்த ஊன்னு பாற பணிக்கர் கவலையடைந்தான். அவனால் கலவரத்தை முன்னெடுத்துச் செல்ல முடியவில்லை.

ஆதரவாளர்களும் அவனை மெல்லக் கைவிட்டார்கள். தாழ்த்தப்பட்ட மக்களின் குழந்தைகளை மீண்டும் பள்ளியில் அனுமதிக்கிறார்கள் என்ற விவரத்தை அறிந்த மாத்திரத்தில் உடல் தளர்ந்து தரையில் விழுந்தான். மேல்சாதி மனோபாவத்தின்மீது விழுந்த பலத்த அடியால் ஆயுள் முழுவதும் பேசும் திறனை இழந்தான்.

அய்யன்காளியின் உற்ற நண்பரும் சாதுஜன பரிபாலன சங்கத்தின் நெடுந்தூணாகவும் விளங்கியவர் யாக்கூப் சட்டம்பி. தொண்ணூற்றாம் ஆண்டு 1915 (மலையாள வருடம் 1090) கலகத்தின் போது தனுவச்சபுரம் ஊரைச்சேர்ந்த யாக்கூப் சட்டம்பி சில உள்ளூர் பிரமுகர்களுடன் அடிதடியில் ஈடுபட்டார். நெய்யாற்றின்கரை 21ஆம் ராணுவமுகாமின் கேப்டனாக இருந்த வேலுப்பிள்ளையின் கையை வெட்டிய வழக்கில் யாக்கூப் சட்டம்பியை போலீஸ் கைது செய்தது.

சம்பவத்தைக் கேள்விப்பட்ட அய்யன்காளி பாலராமபுரம் காவல் நிலையத்திற்கு வந்து எஸ்.ஐ.யிடம் யாக்கூபை விடுவிக்குமாறு கேட்டார். மக்கள் சபை உறுப்பினராக இருந்த அய்யன்காளியின் கோரிக்கையை ஏற்க மறுத்தார் போலீஸ் அதிகாரி. அய்யன்காளியும் அவரது தொண்டர்களும் காவல்நிலையத்தின் எதிரில் முற்றுகைப்போராட்டம் நடத்தினார்கள்.

தனது மெய்க்காப்பாளரான யாக்கூப் தற்பாதுகாப்புக்காகவே வேறு வழியின்றி வேலுப்பிள்ளையின் கையை வெட்ட வேண்டிய தாயிற்று என்று அய்யன்காளி வாதிட்டார். அவ்வாறு ஒரு பகலும் ஒரு இரவும் நடைபெற்ற முற்றுகைப் போராட்டம் யாக்கூபை நிபந்தனையின்றி விடுவிக்கும் வரை தொடர்ந்தது. 1915இல் அய்யன்காளி பாலராமபுரம் காவல்நிலையத்தில் நடத்திய சத்தியாகிரகப் போராட்டம் 'இந்தியாவின் முதல் சத்தியாகிரகம்' என்று கூறப்படுகிறது.

முன்பு புலையர், பறையர், குறவர் போன்ற தீண்டத்தகாத சாதிப் பெண்கள் கழுத்தில் கல்மாலையை மட்டுமே அணிந்திருந்தார்கள். தங்கம், வெள்ளி போன்ற மதிப்புமிக்க உலோகங்களால் தயாரித்த ஆபரணங்களை அணிய அவர்களுக்கு உரிமையில்லை. அவர்கள் மினுமினுப்பான ஒரு வகைக் கற்களைக் கோர்த்துக் கட்டிய மாலைகளைக் கழுத்தில் அணிவது வழக்கம். இரும்புக் கம்பியை வளைத்து தயாரிக்கப்பட்ட தொங்கட்டான்களையும் கைகளில் இரும்பு வளையல்களையும் அணிந்திருந்தார்கள்.

அடிமைத்தனத்தின் சின்னம்போல காட்சியளித்த அத்தகைய ஆபரணங்களை வீசியெறியும்படி அய்யன்காளி தாழ்த்தப்பட்ட பெண்களுக்கு அறிவுரை கூறினார். நெய்யாற்றின்கரையிலும் சுற்றுப் பிரதேசங்களிலும் வசித்த புலையர் பெண்கள் அவரது அறிவுரைப்படி கல்மாலையையும், இரும்பு வளையங்களையும் கழற்றி எறிந்தார்கள். இம்மாற்றங்களை நடைமுறைப்படுத்திய

போது அய்யன்காளி சில எதிர்ப்புகளைச் சந்திக்க வேண்டிய தாயிற்று. ஆனால் அவையெல்லாம் உடனே அடங்கிப் போயின.

திருவிதாங்கூரில், ஆண்களும், பெண்களும் ஆடை அணிவது தொடர்பாக 1818இல் வெளியான ஓர் அரசாங்க அறிவிப்பு மீனவர் வரையிலான சாதிகளின் விபரங்களை மட்டுமே குறிப்பிடுகிறது.[3] புலையர், பறையர், குறவர் போன்ற சாதியினர் தங்கம், வெள்ளி இவற்றால் செய்யப்பட்ட ஆபரணங்களை அணியக்கூடாது என்று இந்த அறிவிப்பு தெரிவிக்கிறது.

அய்யன்காளியின் அறைகூவலுக்கு இணங்கி கொல்லம் ஜில்லாவின் பெரிநாடு என்னுமிடத்திலுள்ள புலையர் பெண்கள் கல்மாலையை அறுத்தெறிந்தார்கள். மேல்சாதிக்காரர்கள் அதை எதிர்த்தார்கள். கல்மாலையையும் தொங்கட்டான்களையும் மீண்டும் அணியச் சொல்லிக் கட்டாயப்படுத்தினார்கள். அதற்கெதிராகப் புலையர்கள் அணிதிரண்டு ஆர்ப்பாட்டம் நடத்தினார்கள். நிலவுடைமையாளர்களின் கொடுமைக்கெதிராக திரண்டெழுந்து போராட அய்யன்காளியின் அரும்பணிகள் அவர் களுக்கு உத்வேகத்தைத் தந்தன. போராட்டம் தீவிரமடைந்தது. அந்தந்தப் பகுதியைச் சேர்ந்த புலையர் இளைஞர்கள் போராட்டத்தை முன்னின்று நடத்தினார்கள்.

கொல்லம், மாவேலிக்கரை, சென்னித்தலா போன்ற இடங்களெங்கும் போராட்டம் பரவியது. புலையர்களின் ஒன்றுபட்ட வலிமையைத் தகர்த்தெறிய மேல்சாதிக்காரர்கள் களத்தில் இறங்கினார்கள். கொல்லம் சுற்றுப்பகுதிகளின் எழுச்சிக்குத் தலைமையேற்க கோபாலதாஸ் என்ற புலையர் இளைஞர் முன்வந்தார். அப்பகுதிகளெங்கும் சிறுசிறு கூட்டங்களை ஏற்பாடு செய்தார். புலையர்கள் ஆவேசமாகக் கூட்டங்களில் பங்கேற்றார்கள். பிராக்குளம், தழவா, அஞ்சாலம்மூடு, கருவ, பனயம் ஆகியவிடங்களில் நடைபெற்ற கூட்டங்கள் வெற்றிகரமாக நடந்தன. பெரும்பாலான இடங்களில் காலை பத்து மணிக்குக் கூட்டம் நடந்தது. மேல்சாதிக்காரர்களின் எதிர்ப்பைச் சமாளிக்கப் புலையர்கள் ஆயுதங்களைப் பாதுகாப்பாக மறைத்து வைத்து கூட்டங்களில் பங்கேற்றார்கள்.

1915 – அக்டோபர் *24*ஆம் தேதி ஞாயிற்றுக்கிழமை காலை பத்து மணிக்குக் கொல்லம் பெரிநாட்டின் செறுமூடு என்னுமிடத்தில் ஒரு மாபெரும் கூட்டத்தைக் கூட்ட அவர்கள் தீர்மானித்தார்கள். பரவலாக விளம்பரம் செய்யப்பட்டது. புலையர்கள் உற்சாகமாக நிகழ்ச்சி நடக்கும் இடத்தை நோக்கி வந்தார்கள். ஐந்தடி உயரத்திற்குச் சொற்பொழிவு மேடை அமைக்கப்பட்டிருந்தது. தேவைப்பட்டால் எடுத்துப்

பயன்படுத்துவதற்காக மேடையினடியில் மற்றவர்களின் கவனத்தில் படாதவாறு ஆயுதங்களைப் பத்திரப்படுத்தி வைத்திருந்தனர்.

புலையர்களின் அந்நிகழ்ச்சியைச் சீர்குலைப்பதற்காகச் சில மேல்சாதிக்காரர்கள் தீர்மானித்தார்கள். புலையர்களுக்குத் தலைமையேற்று, ஒரே சக்தியாக அணிதிரட்டிய கோபாலதாஸைக் கொல்லத் திட்டமிட்டார்கள். கலவரத்திற்கிடையே அவரைப் படுகொலை செய்வது அவர்களின் நோக்கம். அத்திட்டத்தை நிறைவேற்ற ஒரு மேல்சாதிக்காரன் முன் வந்தான். அவனொரு சமூக விரோதியும்கூட. ஒருவேளை கலவரத்தில் சிக்கிக்கொண்டால் அவனது குடும்பப் பாதுகாப்பை ஏற்றுக்கொள்வதாக அவர்கள் உறுதியளித்திருந்தனர்.

இளைஞர்கள், முதியவர்கள், பெண்கள், குழந்தைகள் என பொதுக்கூட்ட மைதானத்திற்குச் சுமார் மூவாயிரம் பேர் வந்து குழுமினார்கள். சரியாகப் பத்து மணிக்குக் கூட்டம் தொடங்கியது. கோபாலதாஸ் தலைமை தாங்கினார். சாது ஜனபரிபாலன சங்கம் நடத்தும் கூட்டத்தில் வழக்கமாகப் பாடக்கூடிய இறைவணக்கத்தைப் பாடுவதற்காகப் பிசாகன் தேவன் மேடையில் எழுந்து நின்றார். பிரார்த்தனை துவங்கியது. எல்லோரும் அமைதியாக இருந்தார்கள். யாரோ தன்னை நோக்கி ஓர் இரும்புத் தடியை எறிவதைப் பிசாகன் தேவன் கண்டார். சட்டென்று மேடையிலிருந்து கீழே குதித்தார். மயக்கமடைந்து தரையில் சாய்ந்த அவரைச் சிலர் தூக்கிப் போனார்கள். ஒரே களேபரம்.

இரும்புத் தடியை வீசிய எதிரி அவர்களின் கையில் மாட்டிக் கொண்டான். அந்த இடம் போர்க்களமாக மாறியது. வெட்டும், குத்தும், அடியும் வாங்கிய சிலர் தரையில் சாய்ந்தார்கள். பதற்றமான சூழ்நிலை. எதிரிகளைப் பெண்கள் அரிவாளால் சமாளித்தார்கள். ஆங்காங்கே ரத்தம் படிந்த அரிவாள்கள் சிதறிக்கிடந்தன. பலர் உயிர் பிழைக்க ஓடினார்கள். பெண்கள், குழந்தைகளின் கூக்குரலும், அடிதடிச் சத்தமும் எங்கும் நிறைந்தன.

புலையர்களுக்கும், மேல் சாதிக்காரர்களுக்கும் இடையே ஏற்பட்ட கலவரச்செய்தி காட்டுத்தீயாகப் பரவியது. மேல்சாதிக்காரர்கள் பொங்கியெழுந்தார்கள். பெரிநாடு பகுதியிலுள்ள புலையர்களின் எல்லாக் குடிசைகளும் தீயிட்டுக் கொளுத்தப்பட்டன. பொருட்கள் கொள்ளையடிக்கப்பட்டன. கண்ணில் பட்டவர்களை எல்லாம் கொடூரமாகத் தாக்கினார்கள். பெண்கள் மீது பாலியல் வன்கொடுமைகள் இழைக்கப்பட்டன.

புலையர்கள் உயிர் பிழைக்க ஊரைவிட்டு ஓடிப்போனார்கள். சில மேல்சாதிக்காரர்களின் வீட்டைத் தீ வைத்து அழித்த பிறகே அவர்கள் ஊரைவிட்டு வெளியேறினார்கள். எஞ்சிய சிலர் கொரில்லாப் போர் முறையைக் கையாண்டு எதிர்த்துக் கொண்டிருந்தார்கள். ஓடிப்போனவர்கள் பல இடங்களில் தலைமறைவாக இருக்க வேண்டியதாயிற்று. சம்பவ இடத்திற்கு வந்த போலீஸ் அதிகாரிகள், புலையர்கள் மீது தேடுதல் வேட்டையைத் தொடுத்தார்கள். மேல்சாதிக்காரர்களுக்குச் சாதகமான நடவடிக்கைகளில் அவர்கள் ஈடுபட்டார்கள்.

ஆதரிப்பாரின்றிக் கைவிடப்பட்ட பெரிநாடு பகுதியைச் சேர்ந்த புலையர்களை ஆறுதல்படுத்த எட்மண்ட் என்ற கிறிஸ்தவ மிஷனரி முன் வந்தார். அனைத்தையும் இழந்த அவர்களை மிஷன் பள்ளிக் கட்டிடங்களில் தங்க வைத்து உணவும் உடையும் வழங்கினார். காயம் பட்டவர்களுக்கும், நோயாளிகளுக்கும் தேவையான சிகிச்சை வசதிகளைச் செய்தார். மரணத்திலிருந்து நிறையப் பேரைக் காப்பாற்றினார். மேல்சாதிக்காரர்களின் இடையூறு ஏற்படாத வண்ணம் பார்த்துக்கொண்டார்.

பெரிநாடு கலவரம் தொடர்பாக, கொல்லத்திலுள்ள தங்கச்சேரி என்னுமிடத்திலிருந்து பிரசுரமான 'மலையாளி' செய்தித்தாளிலும், கோட்டயத்திலிருந்து பிரசுரமான 'நஸ்ரானி தீபிகா'விலும் வெளியான செய்திகள் 'மிதவாதி' இதழில் மறுபிரசுரமாயின. திருவிதாங்கூர் செய்தித்தாள்களில் வெளியான செய்திகளை அவற்றின் முக்கியத்துவத்தைக் கருதி 'திருவிதாங்கூர் செய்திகள்' என்ற தலைப்பில் 'மிதவாதி'யில் வெளியிடுவது அக்காலத்தில் வழக்கமாக இருந்தது.

'பொதுக் கூட்டத்தில் புலையர்களுக்கிடையே ஊடுருவிய நாயர் இளைஞர்கள் ஏதோ விசாரித்திருக்கிறார்கள். இக்காரணத் தால் கலவரம் மூண்டு பலர் காயம் அடைந்துள்ளார்கள். அதன்பிறகு புலையர்கள் கூட்டமாகச் சென்று ஒரு நாயர் வீட்டைக் கொளுத்தினார்கள். வழிப்போக்கர்களைக் கல்லால் எறிந்தார்கள். பெரிநாடு, மங்நாடு, கிளிகொல்லூர் போன்ற இடங்களில் புலையர்களின் சில வீடுகளும் நாசமடைந்துள்ளன. அங்கிருந்த புலையர்களில் பெரும்பாலானோர் ஊரைவிட்டுப் போய்விட்டதாகத் தெரிகிறது. மாவட்ட நீதிபதி நேற்று சம்பவ இடத்திற்குப் போயிருந்தார்' இவ்வாறு 'மிதவாதி'யில் செய்தி வெளியாகி இருந்தது.

இந்நிகழ்ச்சி தொடர்பான பத்திரிகைச் செய்திகளைப் படித்துப் பார்க்கும்போது 'மலையாளி'யும் 'நஸ்ரானி தீபிகா'வும் தீண்டப்படாதவர்களின் மீது மேற்கொண்டிருந்த நிலைப்பாடு

களைப் புரிந்துகொள்ள முடியும். சுமார் ஒருவாரம் பெரிநாடு கலவரம் நீண்டு நின்றது. கலவரத்தின் விளைவாகப் பேரிழப்புகள் ஏற்பட்டன. புலையர்களின் நிலைமை மிகவும் மோசமடைந்தது. மன உறுதி குலையாத சிலர் அவர்களிடையே இருந்தார்கள். நீதிக்காகவே உறுதியாகப் போராடுகிறோம் என்ற உணர்வு அவர்களுக்குள் திடம் பெற்றது.

அமைதியான ஒரு சூழலை உருவாக்குவதற்கான வழிகளை ஆராய்ந்தார்கள். இறுதியாக வெங்ஙானூருக்குச் சென்று அய்யன்காளியிடம் விவரத்தைக் கூறத் தீர்மானித்தார்கள். இருபத்தியோரு பேர் அடங்கிய குழு வெங்ஙானூருக்குப் பயணமானது. இரண்டு நாள் பயணத்திற்குப் பின் அக்குழுவினர் வெங்ஙானூரை அடைந்து அய்யன் காளியைச் சந்தித்தார்கள். பெரிநாடு கலவரத்தின் தொடக்கம், அதைத் தொடர்ந்து ஏற்பட்ட சம்பவங்கள், மோதல்கள், தற்போதைய நிலைமை முதலியவற்றை அவர்கள் எடுத்துக் கூறினார்கள்.

கலவரத்தின் பயங்கரத்தைப் புரிந்துகொண்ட அய்யன்காளி அவர்களிடம் இவ்வாறு கூறினார். 'எத்தனை துன்பங்கள் வந்தாலும் சொந்த இடத்தை விட்டு ஓடிப் போகாதீர்கள். கட்டுக்கடங்காமல் போனால் முழங்காலுக்குக் கீழே வெட்டுங்கள். கொன்றுவிடக் கூடாது. அது ஒன்றுதான் வழி. விரைவில் பெரிநாடு வந்து சேர்கிறேன்.' அய்யன்காளியின் உறுதிமொழியை ஏற்றுக்கொண்டு பிசாகன் தேவனைத் தவிர மற்றவர்கள் புறப்பட்டுச் சென்றார்கள். அய்யன்காளியுடன் வருவதாகச் சொல்லி பிசாகன் தேவன் வெங்ஙானூரில் தங்கினார்.

பொருளாதார நெருக்கடி காரணமாக அய்யன் காளியால் உடனடியாகச் சம்பவ இடத்திற்கு போக முடியவில்லை. சமுதாயப் பணிகளில் முழுவதுமாக மூழ்கிவிட்ட அவருக்குச் சொந்தச் சேமிப்பு எதுவுமில்லை. சேமிக்க வேண்டும் என்ற ஆர்வமும் அவருக்கு இல்லை. அன்றைய சூழ்நிலையில் அதை அவரால் சாதித்திருக்க முடியும். தனது சமுதாய மக்கள் உள்ளடங்கிய தாழ்த்தப்பட்ட மக்களின் முன்னேற்றமே அவரது வாழ்வின் குறிக்கோள்.

சொந்தக் குடும்பத்தைக்கூட முறையாகப் பராமரிக்க அவரால் முடியவில்லை என்பதே உண்மை. சுமார் 500 ரூபாயைத் திரட்டிக்கொண்டு பிசாகன் தேவனுடன் பெரிநாடுக்குப் புறப்பட்டார். கலவரம் நடந்த பிரதேசங்களைச் சுற்றிப் பார்த்தார். அவருடன் சில நண்பர்களும் இருந்தார்கள். அன்றைய திருவிதாங்கூர் திவான் எம். கிருஷ்ணன் நாயர் கொல்லம் ஜில்லாவில் முகாமிட்டு கலவரத்தைக் கட்டுப்படுத்துவதற்கான

ஆலோசனைகளைத் தந்துகொண்டிருந்தார். அடுத்தநாள் திவானைப் போய்ச் சந்தித்தார் அய்யன்காளி.

கலவரத்தை முடிவுக்குக் கொண்டுவர முன் நின்று செயல்படுவதாகத் திவானிடம் உறுதியளித்தார். அதற்காக இரண்டு கோரிக்கைகளை திவானிடம் சமர்ப்பித்தார். 1. அப்பகுதி யிலிருந்து போலீஸை வெளியேற்ற வேண்டும். 2. வழக்கில் குற்றம் சாட்டப்பட்ட புலையர்களின் பட்டியலைத் தன்னிடம் அளித்தால் உரிய சமயத்தில் அவர்களை நீதிமன்றத்தில் ஆஜராக்குகிறேன். அய்யன்காளியின் இரண்டு கோரிக்கைகளையும் திவான் ஏற்றுக்கொண்டார். குற்றம் சாட்டப்பட்டவர்களின் பட்டியலை அய்யன்காளியிடம் தந்தார். திவானின் உத்தரவுப்படி போலீஸ் உடனே வெளியேறியது.

பெரிநாடு கலவரம் தொடர்பாக அய்யன்காளி மிகப் பெரிய பொறுப்பை ஏற்க வேண்டியதாயிற்று. போலீஸுக்கும், மேல்சாதிக்காரர்களுக்கும் பயந்து ஊரைவிட்டுப் போனவர் களை மறுபடியும் கூட்டி வந்து குடியமர்த்துதல், குற்றம் சாட்டப்பட்டவர்களை உரிய நேரத்தில் நீதிமன்றத்தில் ஆஜர்படுத்துதல், மேற்கொண்டு கலவரம் ஏற்படாமல் இருப்பதற் கான முன்னெச்சரிக்கை நடவடிக்கைகளைக் கையாளுதல், புலையர்களின் அச்சத்தைப் போக்குதல் போன்ற பணிகளில் ஈடுபட்டார்.

புலையர் இளைஞர்கள் பலர் அவரது பணிகளுக்கு உதவினார்கள். நிலைகுலைந்து கிடக்கும் சூழ்நிலையை அமைதிக்குக் கொண்டு வர ஓர் அனைததுச சமுதாயக கூட்டத்தால் முடியுமென அய்யன்காளி நம்பினார். அக்கருத்தைத் தனது ஆதரவாளர்களிடம் தெரிவித்தார். அய்யன்காளியின் கருத்தை அவர்கள் ஒரு மனதாக ஆமோதித்தார்கள்.

அன்றைய சூழலில் அனைத்துச் சமுதாயக் கூட்டத்தை ஏற்பாடு செய்ய வேண்டுமானால் அரசாங்கத்தின் சிறப்பு அனுமதியைப் பெற வேண்டும். அரசாங்க அனுமதி கிடைத்தாலும் வேறு பல பிரச்சினைகள். கூட்டம் நடத்துவதற்கான இடத்தைக் கண்டறிவதுதான் முக்கிய பிரச்சினை. தாழ்த்தப்பட்டவர்களுக்கு இடத்தைத் தர யாரும் தயாரில்லை. இருப்பினும் கூட்டம் நடத்துவதற்கு அனுமதி பெற அய்யன்காளி முயற்சித்தார்.

திவானைச் சந்தித்து கூட்டம் நடத்த அனுமதி கேட்டு மனுவைச் சமர்ப்பித்தார். சட்டம் ஒழுங்கு பாதிக்கப்படும் எனக் கூறி திவான் அனுமதி தர மறுத்துவிட்டார். அய்யன்காளி மனம் தளராமல் முயற்சிகளைத் தொடர்ந்தார். அன்று

கொல்லம் ஜில்லாவின் காவல்துறை வட்டார ஆய்வாளராக இருந்த கோபால சுவாமியை அய்யன்காளி நன்கு அறிவார். அய்யன்காளியின் சமுதாயப் பணிகள் மீது நன் மதிப்புக் கொண்டிருந்த அதிகாரி அவர். நிகழ்ச்சி நடைபெறும்போது அமைதி சீர்குலையாமல் இருப்பதற்கான முன்னெச்சரிக்கை நடவடிக்கைகளை மேற்கொள்வதாக அய்யன்காளி கோபால சுவாமியிடம் உறுதியளித்தார். இவ்விவரத்தை அய்யன்காளி திவானிடம் தெரிவித்தார்.

அமைதிக்குப் பங்கம் வராது எனக் காவல்துறை எழுத்து மூலம் உறுதியளித்ததால் கூட்டம் நடத்த அனுமதி வழங்குவதாக திவான் அய்யன்காளியிடம் தெரிவித்தார். அன்று கொல்லத்திலுள்ள பெரிய மைதானத்தில் ஒரு சர்க்கஸ் கம்பெனி கூடாரமிட்டு சர்க்கஸ் நிகழ்ச்சியை நடத்திக்கொண்டிருந்தது. (அந்தப் பெரிய மைதானம் இன்று ஒரு விளையாட்டு அரங்கமாகிவிட்டது.) சர்க்கஸ் உரிமையாளர் தலைச்சேரிக்காரர். தாழ்த்தப்பட்ட இனத்தைச் சேர்ந்தவர். அய்யன்காளி அவரை அணுகி கூட்டம் நடத்துவதற்கு இடத்தைக் கேட்டார். அய்யன்காளியைப் பற்றியும் அவரது தொண்டுகளைப் பற்றியும் கேள்விப்பட்டிருந்த சர்க்கஸ் உரிமையாளர் தனது சர்க்கஸ் கூடாரத்தைத் தருவதாகத் தெரிவித்தார்.

அனைத்துச் சமுதாயக் கூட்டத்திற்கு முன்னிலை வகிக்க தகுந்த ஒருவரைக் கண்டுபிடிக்க வேண்டும் என்பது அவரது அடுத்த திட்டம். நாயர் சர்வீஸ் சொசைட்டி[5] (என்.எஸ்.எஸ்.)யின் நிறுவனர்களில் ஒருவரும், தாழ்த்தப்பட்ட சமுதாயத்தினரின் மேம்பாட்டில் அக்கறை கொண்டவரும், சமுதாயச் சீர்திருத்தவாதியுமான சங்கனாச்சேரி பரமேஸ்வரன் பிள்ளை தலைமை விருந்தினராக வருகை தந்தால் சிறப்பாக இருக்குமெனக் கருதினார். அவரைச் சந்தித்து தனது ஆவலைத் தெரிவித்தார். தலைமை வகிக்க பரமேஸ்வரன் பிள்ளை இசைந்தார்.

1915 டிசம்பர் 10ஆம் தேதி ஞாயிற்றுக்கிழமை காலை பத்து மணிக்கு நல்லிணக்கத்தை வலியுறுத்தும் அனைத்து சமுதாயக் கூட்டத்தை நடத்துவது எனத் தீர்மானிக்கப்பட்டது. நிகழ்ச்சி தொடர்பாக மாபெரும் பிரச்சாரம் மேற்கொள்ளப்பட்டது. நிகழ்ச்சி நெருங்கியது. கொல்லம் பெரிய மைதானத்தின் மத்தியில் ஒரு பெரிய வடத்தை அமைப்பாளர்கள் கட்டினார்கள். ஒரு பகுதியில் பெண்களும், இன்னொரு பகுதியில் ஆண்களும் வசதியாக அமர ஏற்பாடு செய்யப்பட்டது. நிகழ்ச்சி மேடை மிக அழகாக அலங்கரிக்கப்பட்டிருந்தது.

தாழ்த்தப்பட்ட மக்கள் கூட்ட மைதானத்தில் திரண்டார்கள். பெண்கள், குழந்தைகள், முதியவர்கள், இளைஞர்கள் என சுமார் ஐந்தாயிரம் பேர் கூட்டத்திற்கு வந்திருந்தார்கள். அவர்கள் முகத்தில் பயத்தின் எந்த அடையாளமும் இல்லை. ஏராளமான மேல்சாதிக்காரர்களும் நிகழ்ச்சியில் கலந்துகொண்டார்கள். புலையர் பெண்கள் தூய ஆடைகளை அணிந்திருந்தார்கள். கல்மாலைகளை அணிந்திருந்தார்கள். சாது ஜன பரிபாலன சங்கத்தின் தொண்டர்கள் நிகழ்விடத்தில் ஆட்களை ஒழுங்கு படுத்தத் தனிக் கவனம் செலுத்தினார்கள்.

சரியாகப் பத்து மணிக்கு இறைவணக்கத்துடன் கூட்டம் தொடங்கியது. சங்ஙனாச்சேரி பரமேஸ்வரன் பிள்ளை தலைமையேற்றார். தலைவரின் அனுமதியுடன் திரு. ராமன்தம்பி உரையாற்றினார். சமுதாய நல்லுறவைப் பாதுகாக்கவும், அது குலைந்தால் ஏற்படும் தீமைகளைப் பற்றியும் அவர் பேசினார். தொடர்ந்து அய்யன்காளி சொற்பொழிவாற்றினார்.

நாகரிக முறையில் ஆடை அணிய வேண்டும். ஒழுக்கம், கல்வி இவற்றால் முன்னேற வேண்டும் என்று அவர் தனது இனத்தவர்களுக்கு நினைவூட்டினார். பழக்க வழக்கங்கள், ஆடை அணிதல் போன்றவற்றில் தாழ்த்தப்பட்டவர்கள் சீர்திருத்தத்தைக் கொண்டு வரும்போது மேல்சாதிக்காரர்கள் அவர்களைத் தடுக்கக் கூடாது. மாறாக அவர்களை உற்சாகப்படுத்த வேண்டும் என்று கேட்டுக்கொண்டார்.

ஒருவேளை பொறுக்க முடியாத ஒரு சிலர் எதிர்க்க முயன்றாலும் தாழ்த்தப்பட்டவர்கள் பொறுமை காக்க வேண்டும் என்று அறிவுறுத்தினார். பின்னர் புலையர் பெண்கள் கல்மாலையை அணிவதைப் பற்றிப் பேசினார். சாது ஜன பரிபாலன சங்கத்தின் பணிகளின் விளைவாகத் தென் திருவிதாங்கூரின் புலையர் பெண்கள் அநாகரிகமான ஆபரணங்களையும், ஆடைகளையும் கைவிட்டு ரவிக்கையையும் நல்ல ஆடைகளையும் அணியத் தொடங்கிவிட்டார்கள் என்றார்.

இப்பகுதியைச் சேர்ந்த தாழ்த்தப்பட்டவர்கள் அதைப் பின்பற்றுவதை ஜன்மிகள் விரும்பவில்லை. அதனால்தான் கலவரம் மூண்டது. இம்மாபெரும் கூட்டத்தில் அனைத்து சாதியினரின் முன்னிலையில் கல்மாலைகளை அறுத்தெறிவதற்கு மேல்சாதிக்காரர்கள் அனுமதி தரவேண்டும் என்று வேண்டினார்.

அய்யன்காளி பேசி முடித்ததும் தலைவர் சங்ஙனாச்சேரி பரமேஸ்வரன் பிள்ளை எழுந்து நின்று அந்தப் பெருங்கூட்டத்தைப் பார்த்து இவ்வாறு பேசினார். ‘திரு. அய்யன்காளி கேட்டுக்

கொண்டபடி இச்சபையிலேயே நமது சகோதரிகள் கல்மாலைகளை அறுத்தெறிவதற்கு, இங்கு கூடியிருப்பவர்கள் அனைவருக்கும் சம்மதம்தான்.' சபையில் பலத்த கரகோஷம் முழங்கியது. அய்யன்காளியின் யோசனைப்படி இரண்டு புலையர் பெண்கள் சபையினரின் எதிரில் நிறுத்தப்பட்டார்கள். உணர்ச்சிவயப்பட்ட அவர்களின் கண்கள் சிவந்திருந்தன. சபை ஆவலுடன் அவர்களைப் பார்த்துக்கொண்டிருந்தது.

அய்யன்காளி அந்த இளம் பெண்களையும், கூட்டத்தையும், தலைவரையும் மாறிமாறிப் பார்த்தபடி இவ்வாறு தெரிவித்தார். 'இச்சபையினர் அனைவரும் நீங்கள் கழுத்தில் அணிந்துள்ள கல்மாலைகளை அறுத்தெறியச் சம்மதம் தெரிவித்துள்ளார்கள். நீங்களே அதை அறுத்துத் தூர எறியுங்கள்.' என்றார். அப்பெண்கள் தங்கள் இடுப்பில் செருகி வைத்திருந்த அரிவாளை எடுத்து கல்மாலைகளை அறுத்து மேடையின் ஓர் ஓரமாக வீசினார்கள். அப்பெண்களின் செயலைத் தொடர்ந்து அங்கு கூடியிருந்த புலையர் பெண்கள் தங்கள் கழுத்திலிருந்த கல்மாலைகளை அறுத்தெறியத் தொடங்கினார்கள். சற்று நேரத்தில் சுமார் மூன்றடி உயரமுள்ள ஒரு மாலைக் குவியல் மேடையில் தென்பட்டது.

மேற்குறிப்பிட்ட கூட்டம் தொடர்பாக 'கல்லும் மாலையும்' என்ற தலைப்பில் 'மலையாளி' செய்தித்தாள் வெளியிட்ட செய்தியை 'மிதவாதி' மறுபிரசுரம் செய்திருந்தது.[6] பெரிநாடு கலவரத்திற்குப்பின் புலையர் பெண்கள் கல்மாலைகளைப் புறக்கணித்ததால் அப்பகுதியில் சில வன்முறைகள் நடந்தன. 'மிதவாதி'யில் வெளிவந்த செய்தி அதற்குச் சான்று. ஒரு புலையர்பெண் வழியில் போய்க்கொண்டிருந்தபோது உன் கல் மாலை எங்கே என்று ஒருத்தன் வினவினானாம். அதை அன்று சபையில் அறுத்தெறிந்து விட்டேன் என்று அப்பெண் பதிலளித்துள்ளாள். அப்படியானால் இதோ உன் காதை அறுக்கிறேன் என்று கூறி அவளது காதை அறுத்துவிட்டான்.

இதை அறிந்து நாங்கள் மிகவும் வருந்துகிறோம். இது ஒரு சிற்றரசரின் நாட்டில் நடந்த சம்பவம்தான். இருப்பினும் பிரிட்டிஷ் பேரரசின் வலிமை நீடித்திருக்கும் காலம் வரை அதிர்ச்சியூட்டக்கூடிய ஒரு நிகழ்வாகும்.

பெரிநாடு சம்பவம் தொடர்பாகப் போலீஸாரால் வழக்குத் தொடரப்பட்ட புலையர்கள் வழக்கை நடத்த முடியாமல் அவதிப்பட்டார்கள். பண நெருக்கடிதான் காரணம். பணமில்லாதவர்களுக்காக வாதாட வழக்கறிஞர்கள் இல்லாத நிலைமை ஏற்பட்டது. முடிவில் இலஞ்ஞிக்கல் ஜான் என்ற

வழக்கறிஞர் ஒரு நிபந்தனையின் பேரில் அவர்களின் வழக்கில் வாதிடத் தயாரானார்.

வழக்கறிஞர் கட்டணத்திற்குப் பதில் அவருக்கு ஒரு குளத்தை வெட்டித் தர வேண்டும் என்பதுதான் நிபந்தனை. புலையர்களைப் பொறுத்தவரை வரமளித்ததைப் போன்றிருந்தது. வழக்கில் குற்றச்சாட்டப் பட்டவர்கள் அனைவரும் சேர்ந்து உருவாக்கியது தான் கொல்லம் ஜில்லா பஞ்சாயத்து அலுவலகத்தின் அருகில் காணப்படும் கும்மன்குளம். விசாரணை முறையாக நடந்தது. நீதிமன்றத் தீர்ப்பு புலையர்களுக்குச் சாதகமாக அமைந்தது. பன்னிரெண்டு நாயர்கள் தண்டிக்கப்பட்டார்கள்.

அடிக்குறிப்புக்கள்

1. T.K.Velupillai 'The Travancore State Manual'
2. எம்.எல். சோலயில் – 'அய்யனவர் – ஒரு சுருக்கமான வரலாறு'
3. பி.கே. பாலகிருஷ்ணன், 'நாராயணகுரு'
4. மிதவாதி – 1915 அக்டோபர்.
5. மன்னத்து பத்மநாபன் என்பவரின் தலைமையில் 1914 அக்டோபர் 31ஆம் தேதி நிறுவப்பட்ட அமைப்பு. கோபாலகிருஷ்ண கோகலே அவர்களின் SERVENTS OF INDIA SOCIETYயினை மாதிரியாகக் கொண்டு உருவாக்கப்பட்டது. இவ்வமைப்பு கேரளச் சமுதாயத்தின், குறிப்பாக நாயர் சமுதாயத்தின் முன்னேற்றத்தை இலக்காகக் கொண்டு செயல்படுகிறது.
6. மிதவாதி – 1916 ஜனவரி

14

எழுத்தறிவை நோக்கிப் புலையர்கள்

அய்யன்காளி ஆற்றிய தொண்டுகளின் விளைவாக கல்வித் துறையில் புலையர்கள் அடைந்த முன்னேற்றத்தை மதிப்பீடு செய்து 'மிதவாதி' செய்தித்தாள், 1914, 1915, 1916, 1917 ஆகிய ஆண்டுகளில் பள்ளி மாணவர்களின் எண்ணிக்கையைச் சாதிவாரியாகக் கீழ்க்கண்டவாறு பிரசுரித்தது.

	1914	1915	1916	1917
நாயர்	70,752	81,034	94,336	99,490
ஈழவர்	23,895	30,790	39,824	45,429
கிறிஸ்தவர்கள்	84,161	96,648	113,020	119,563
இஸ்லாமியர்	4,863	6,095	8,569	9,353
புலையர்	2,017	4,259	8,797	10,913
பறையர்	1,097	1,816	2,652	4,855

'புலையர் மாணவர்களின் எண்ணிக்கை வியப்பூட்டும் வண்ணம் அதிகரித்துள்ளது என்பதை மேலே குறிப்பிட்ட பட்டியலிலிருந்து அறியலாம். இதுவே அந்த இளைஞர்கள் விழிப்படைந் துள்ளார்கள் என்பதற்குப் போதுமான சான்று. இந்நிலை தொடர்ந்தால் சிறிது காலத்தில் அவர்கள் மேன்மை எய்தி விடுவார்கள். பள்ளிக்குத் தீ

வைத்தாலும், குடிசைகளைத் தகர்த்தாலும், காதுகளை அறுத்தாலும், அவர்களைத் தடுக்க முடியாது. மற்றவர்கள் தொல்லை தரும்போதெல்லாம் இறைவன் அவர்களுக்குத் துணை நிற்பான்[1].'

ஸ்ரீமூலம் மக்கள் சபையின் 12வது கூட்டம் 1916இல் கூடியது. இக்கூட்டத்தில் தாழ்த்தப்பட்ட மக்களின் பிரதிநிதிகளாக அய்யன்காளி, கண்டன் குமாரன் ஆகிய இருவர் மட்டுமே இருந்தனர். கண்டன் குமாரன் பறையர் சமுதாயத்தினரின் பிரதிநிதி. 1914இல் புலையர்களின் பிரதிநிதிகளாக மூவர் இருந்தனர். ஆனால், 1915, 1916 ஆகிய ஆண்டுகளில் அய்யன்காளியை மட்டுமே அரசாங்கம் உறுப்பினராகப் பரிந்துரைத்தது.

1916ஆம் ஆண்டு பிப்ரவரி 28ஆம் தேதி ஸ்ரீமூலம் மக்கள் சபையில் அய்யன்காளி இவ்வாறு உரையாற்றினார். 'ஆண்டுதோறும் எனது இனத்திலிருந்து மூன்று உறுப்பினர்கள் நியமிக்கப்பட்டு வந்தனர். ஆனால் இந்த ஆண்டு ஒரேயொரு உறுப்பினர் மட்டுமே நியமிக்கப்பட்டுள்ளார் என்பதைத் தெரிவித்துக்கொள்கிறேன். அரசாங்கத்தின் அனுமதியாலும், ஆதரவாலும் புலையர்களில் கல்வி கற்போரின் எண்ணிக்கை பெருகி வருகிறது. இதைக் கடந்த ஆண்டின் தேர்ச்சி எண்ணிக்கை அதிகரித்திருப்பதில் இருந்து அறியலாம். அனைத்துப் பொது இடங்களிலும், அலுவலகங்களிலும், கல்விக் கூடங்களிலும் தாழ்த்தப்பட்டோர் சேர அனுமதிக்கப்பட்டுள்ளார்கள். ஆனால் நடைமுறையில் இருபத்தைந்துக்குக் குறைவான பள்ளிகளில் மட்டுமே அவர்களை அனுமதிக்கிறார்கள். பிற சாதிகளில் படிப்பறிவற்றவர்கள் மட்டுமே புலையர்கள் முன்னேறுவதை எதிர்க்கிறார்கள்.

படித்தவர்களும், அரசாங்கமும் புலையர்களிடம் அனுதாபம் காட்டினால் இந்த எதிர்ப்பு விரைவில் மறைந்துவிடும். பள்ளிக்கூடத்தில் அமர்ந்திருக்கும் ஒரு புலையர் குழந்தை ஒருபோதும் தூய்மையற்றதாக இருப்பதில்லை. ஆகவே, புலையர் குழந்தைகளைப் பள்ளிக்கூடத்தில் அனுமதிக்காததற்குக் காரணம் அவர்களின் தூய்மையற்ற உடல்கள் என்பது சரியல்ல. நாகரிகம் அடையாமல் இருக்கிறார்கள் என்ற காரணத்தை வைத்து அவர்களைப் புறக்கணிப்பது வேற்று மதத்தில் சேர ஊக்கப்படுத்தி விடும். வேற்று மதத்தில் சேர்ந்துவிட்டால் பள்ளிக்கூட அனுமதி எளிதாகி விடுகிறது.

புலையர்கள் படித்துவிட்டால், நிலங்களில் உழைக்கும் வேலையாட்களின் எண்ணிக்கை குறைந்துவிடும் என்ற கருத்து ஆதாரமற்றது. அடிமை வாணிபம் நிறுத்தப்பட்டபோது தொழில்

வளர்ச்சியும், விவசாய முன்னேற்றமும் ஏற்பட்டன. சமஸ்தானம் முழுவதும் புலையர்களுக்குத் தனிப்பள்ளிக் கூடங்களை உருவாக்குவது சாத்தியமல்ல. அப்படிச் செய்வதால் பொதுப் பள்ளிக் கூடங்களில் அனுமதி மறுக்கப்படும்.

அரைக் கட்டணச் சலுகை புலையர்களுக்குப் பயனுள்ளதாக இருக்காது. ஏனெனில் தற்போது இச்சலுகையை முப்பது இந்துப் புலையர் ஆண் பிள்ளைகளும், ஒரு பெண் குழந்தையும் மட்டுமே அனுபவித்து வருகிறார்கள். பணவசதி படைத்த இஸ்லாமியர்களுக்கு அரைக் கட்டணச் சலுகை வழங்கப்பட்டிருக்கும்போது புலையர்களைப் பொறுத்தமட்டில் முழுக் கட்டணத்தையும் நீக்க வேண்டும் என்ற வேண்டுகோள் சரியானதே. பெண் குழந்தைகளுக்கு அனுமதி கிடைப்பது சிரமமாகவே இருக்கிறது. பொதுக்கல்வியுடன் கைத்தொழில்களையும் புலையர் குழந்தைகளுக்குப் பயிற்றுவிக்க வேண்டும்.'

பிற இனத்தைச் சேர்ந்த கல்வியறிவு இல்லாதவர்களே புலையரின் முன்னேற்றத்திற்கு ஒரே தடைக்கல்லாக இருக்கிறார்கள் என அய்யன்காளி ஸ்ரீமூலம் மக்கள் சபையில் அம்பலப்படுத்தினார். புலையர்களின் அடுத்த படி நிலையில் இருப்பதாகக் கருதப்படும் (ஈழவ) சாதியினர் மூலம் இழைக்கப்படும் கொடுமைகளைக் குறித்துத்தான் அவர் குறிப்பிட்டார்.

1916, பிப்ரவரி 29இல் கூடிய ஸ்ரீமூலம் மக்கள் சபையில் அய்யன்காளி தாழ்த்தப்பட்டவர்களின் வசிப்பிடத்திற்காக வாதிட்டார். விளப்பில் பிரதேசத்தில் ஐநூறு ஏக்கர் புதிய சாகுபடி நிலங்களைப் புலையர்களுக்குப் பட்டா வழங்க அரசாங்கம் ஆணையிட்டிருந்த போதிலும் அது நடைமுறைப் படுத்தப்படவில்லை. அப்பிரதேசத்தின் சில பகுதிகளை அதிகாரம் படைத்தவர்கள் அனுபவித்து வந்தார்கள்.

அவர்களுடன் போட்டி போட புலையர்களால் முடியவில்லை. மரங்களின் விலையைப் புலையர்களால் கொடுக்க இயலாது என்று அரசாங்கம் கருதுகிறது. ஆகவே இவ்விடத்தை புலையர்களுக்குக் கொடுப்பதற்கு முன்பு அதில் வளர்ந்துள்ள மரங்களை அகற்ற வனத்துறையினருக்கு உத்தரவிடப்பட்டுள்ள விஷயம் தனக்குத் தெரியும் என்றும், அப்பகுதியில் வளர்ந்துள்ள மரங்களை வெட்டி அகற்ற பல ஆண்டுகளாகும் என்பதையும் அய்யன் காளி சுட்டிக்காட்டினார்.

1917, பிப்ரவரியில் கூடிய ஸ்ரீமூலம் மக்கள் சபையில் புலையர்களின் பிரதிநிதிகளாக அய்யன்காளியும், குறும்பன் தெய்வத்தானும் இருந்தார்கள். இவர்களைத் தவிர கண்டன்

குமாரன், பாறாடி ஆப்ரகாம் ஐசக் ஆகியோரும் இருந்தனர். 1918 பிப்ரவரியில் கூடிய ஸ்ரீமூலம் மக்கள் சபையில் மேலே குறிப்பிட்ட நால்வரையும் பிரதிநிதிகளாக அரசாங்கம் நியமித்தது. 1919இல் கூடிய ஸ்ரீமூலம் மக்கள் சபையில் தாழ்த்தப்பட்டவர்களின் பிரதிநிதிகளாக அய்யன்காளி, குறும்பன் தெய்வத்தான், பாறாடி ஆப்ரகாம் ஐசக், பாமூர் ராமன் சேந்தன் ஆகிய நால்வர் இருந்தனர்.

1912 முதல் 1933 வரை தொடர்ச்சியாக இருபத்திஇரண்டு வருடம் அய்யன் காளி ஸ்ரீமூலம் மக்கள் சபையின் உறுப்பினராக இருந்தார். மக்கள் சபையின் நடவடிக்கை வரலாற்றில் தாழ்த்தப்பட்ட இனத்தவர்களின் பிரதிநிதியாக அய்யன்காளி மட்டுமே நீண்ட காலம் தொண்டு புரிந்தார். தாழ்த்தப்பட்ட மக்களின் துன்பங்களை அரசாங்கத்தின் கவனத்திற்குக் கொண்டு செல்ல அரும்பாடு பட்டார்.

1933 பிப்ரவரியில் கூடிய ஸ்ரீமூலம் மக்கள் சபைக் கூட்டத்திற்குப் பின் உடல்நலக் குறைவு காரணமாக உறுப்பினர் பதவியிலிருந்து விலகிக்கொண்டார். பிற்பாடு அப்பதவிக்கு அய்யன் காளியின் மருமகன் டி.டி. கேசவன் சாஸ்திரியை அரசாங்கம் நியமித்தது.

புதிய சாகுபடி நிலத்தைப் பட்டா செய்து தரக்கோரி அய்யன்காளி தொடர்ந்து வலியுறுத்தியதால் 1919இல் அரசாங்கம் புதிய சாகுபடி நிலங்களைப் பட்டா செய்து கொடுக்கத் தொடங்கியது. நெய்யாற்றின்கரை தாலுக்காவிலுள்ள விளப்பில் பிரதேசத்தில் முன்னூறு ஏக்கர் நிலத்தையும் நெடுமங்காடு தாலுக்காவிலுள்ள உழமலக்கல் பிரதேசத்தில் ஐந்நூறு ஏக்கர் நிலத்தையும் மரவிலையையும் அடிப்படை நில விலையையும் வாங்காமல் அரசாங்கம் அவர்களுக்குப் பட்டா செய்து கொடுத்தது. ஒவ்வொரு புலையர் குடும்பத்திற்கும் தலா ஒரு ஏக்கர் வீதம் பட்டா வழங்கப்பட்டது.

1918–க்குப் பின் ஸ்ரீமூலம் மக்கள் சபையில் அய்யன்காளி ஆற்றிய உரையின் முக்கியப் பகுதிகள்:

'மர விலையையும், அடிப்படை நில விலையையும் வாங்காமல் புலையர்களுக்குப் புதிய சாகுபடி நிலங்களைப் பட்டா செய்து கொடுக்க வேண்டுமென்று அரசாங்கம் உத்தரவு இட்ட போதிலும் ஒரு சிலருக்கு மட்டுமே இதுவரை நிலங்கள் கிடைத்துள்ளன. நெய்யாற்றின்கரை தாலுக்காவிலுள்ள சில புலையர்களுக்கு ஒரு ஏக்கர் வீதம் நிலம் தரப்படவில்லை. வசிப்பிட வசதிகளுக்காகத் திருவிதாங்கூரின் பிற பகுதிகளிலும்

சாகுபடி நிலங்களைப் பட்டா செய்து கொடுத்தால் பேருதவியாக இருக்கும், *(1920, பிப்ரவரி 24)*

'கல்வி போன்ற வசதிகளுக்காக அரசாங்கம் செய்துவரும் அனைத்து உதவிகளுக்கும் எனது இனத்தவர்களின் சார்பில் நன்றியைத் தெரிவித்துக்கொள்கிறேன். இந்தக் கருணையைத் தொடர்ந்து காட்ட வேண்டுமென்று வேண்டுகிறேன். தற்போது பள்ளிக் கட்டணத்தை மொத்தமாகச் செலுத்த வேண்டியுள்ளது. வறுமையின் காரணமாக எனது இனத்தைச் சேர்ந்த குழந்தைகள் அக்கட்டணத்தைச் செலுத்த முடியாத நிலையில் உள்ளார்கள்.

அவர்களின் கல்வி முறையுடன் தொழிற்கூடங்களில் உடல் உழைப்பிலும் ஈடுபடுத்தினால் அது வாழ்க்கைக்கு வழிகாட்டியாக இருக்கும். பள்ளி மாணவர்களுக்கு உதவித் தொகையை அனுமதித்ததற்காக அரசாங்கத்திற்கு நன்றியைத் தெரிவித்துக்கொள்கிறேன். நான்காம் வகுப்பு வரையிலான ஆரம்பக்கல்வியைக் கட்டாயமாக்க வேண்டும். புலையர்களை எழுத்தறிவு பெற்றவர்களாக உருவாக்க இந்த ஒருவழிதான் உள்ளது' *(1920, மார்ச் 2)*

'மூன்று லட்சம் மக்கள் தொகையைக் கொண்ட புலையர் களில் 12,381 பேர்கள் மட்டுமே பள்ளிக்குச் செல்கிறார்கள். அதில் ஐந்தாம் வகுப்பிற்கு மேல் படித்துக்கொண்டிருப்பவர்கள் வெறும் 136 பேர்கள். இவர்களில் பொதுத் தேர்வில் வெற்றிபெற்றவர்கள் ஏழு பேர் மட்டுமே. இதற்கு முக்கிய காரணம் கல்விக் கட்டணத்தைச் செலுத்த முடியாமையும், மதிய உணவிற்கு வழியில்லாமையும் ஆகும். ஆகவே, மாணவர்களுக்கு முழுக் கட்டணச் சலுகையையும், மதிய உணவையும் வழங்க வேண்டுமென்று கேட்டுக்கொள்கிறேன்' *(1922, பிப்ரவரி 27)*

'தற்போது மாநிலத்தில் நான்கு இலட்சம் புலையர்கள் உள்ளார்கள். ஆனால் சென்ற கணக்கெடுப்பின்படி ஐம்பது சதவீதத்தினர் மதம் மாறிவிட்டதாகத் தெரிகிறது. இதற்கு, முக்கியக் காரணம் வறுமையும் தீண்டாமையும்தான். மேல்சாதி இந்துக்களிடமிருந்து அவர்களுக்கு எவ்வித உதவியும் கிடைப்பதில்லை. கிறிஸ்தவ மிஷனரிகள் உதவுவதால் கிறிஸ்தவ மதத்திற்கு ஈர்க்கப்படுகிறார்கள்.

விலங்குகளை விடக் கேவலமான முறையில் நடத்தப்படுகிற புலையர்கள், கிறிஸ்தவ மதத்திலோ இஸ்லாமிய மதத்திலோ சேர்ந்துவிட்டால் அத்தகைய கொடுமைகள் சட்டென அகன்றுவிடுகின்றன. தற்போது நிலவிவரும் தீண்டாமை எந்தத் தெய்வ நம்பிக்கையையும் ஆதாரமாகக் கொண்டதல்ல.

எனது சமுதாயத்தினருக்கு வீடோ, பூஜை நடத்த கோயிலோ, குடிநீர்க் கிணறோ கிடையாது. எனவே பிற சமுதாயத்தினருக்குச் செய்வதை விட கூடுதலாக எங்களுக்கு அரசாங்கம் செய்துதர வேண்டுமென்று வேண்டுகிறேன்.

எங்கள் தேவைகளுக்காகக் கிணறுகளும், கோயில்களும் நிர்மாணித்துத் தர வேண்டும். நீதிமன்றம் போன்ற அரசாங்க அலுவலகங்களில் சில புலையர்களையேனும் பணியாளர்களாக நியமிக்க வேண்டும். புலையர் குழந்தைகளுக்கு ஒன்று, இரண்டு வகுப்புகளில் பாடம் சொல்லித் தரும் ஆசிரியர்களுக்கு ஊக்கத் தொகை வழங்குமாறும் கேட்டுக்கொள்கிறேன்.'

திவான்: 'பொது வழிபாட்டுக் கூடங்களை நிர்மாணிப்பது அரசாங்கத்தின் செயல்திட்ட வரம்பிற்குள் வருவதில்லை. மதமாற்றம் சம்பந்தமாக அரசாங்கத்தால் எதுவும் செய்ய முடியாது.'

அய்யன்காளி: 'பிற இனத்தவர்களுக்கு அரசாங்கத் தினுடையதும் தேவஸ்தானத்தினுடையதுமான கோயில்கள் உள்ளன. எனது இனத்தவர்கள் கோயில்களை நிறுவ மரங்களையும், நிலங்களையும் இலவசமாகத் தந்து அரசாங்கம் உதவலாமே.' (1923, மார்ச் 21).

அரசாங்கத்தின் கருணையால் புதிய சாகுபடி நிலங்கள் புலையர்களுக்குப் பட்டா செய்து தரப்பட்டுள்ளன. ஆனால், கையகப்படுத்தியவர்களை வெளியேற்ற நீதிமன்றத்தை நாட வேண்டிய நிலைமை ஏற்பட்டுள்ளது. இதனால் எனது ஏழை மக்கள் நிறைய இன்னல்களை அனுபவித்து வருகிறார்கள். கையக உரிமைக்காக வழக்குத் தொடரும்போது நீதிமன்றக் கட்டணம் செலுத்துவதிலிருந்து விதிவிலக்குத் தர வேண்டும்.

இக்கோரிக்கையை அங்கீகரிப்பதில் சிரமம் இருப்பின் நீதிமன்றக் கட்டணமின்றி வழக்கை ஏற்றுக்கொண்டு, எதிர்க் கட்சியினரிடமிருந்து அதை வசூலிக்க வேண்டும். நிலம் தொடர்பான விண்ணப்பங்களில் நீதிமன்ற வில்லைகள் ஒட்டுவதிலிருந்து விதிவிலக்குத் தர வேண்டும்.' (1924, பிப்ரவரி 26)

'புலையர்கள் மற்றும் பறையர்களின் குழந்தைகள் காலையில் எதுவும் சாப்பிடாமல்தான் பள்ளிக்கு வருகிறார்கள். மதிய உணவு இல்லாமல் படிப்பைத் தொடர்வது கஷ்டம். எனவே அவர்களுக்கு மதிய உணவு வழங்க ஏற்பாடு செய்தால் நன்றாக இருக்கும். ஒரு குழந்தைக்கு ஒரு நேர உணவுக்காக ஒரு சக்கரம் பணமோ, அரைக்கால் படியரிசியோ போதுமானதாகும். இச்சலுகைகளைச் செய்து தரவில்லை எனில் கல்வி விஷயத்தில்

அரசாங்கம் செய்து தரும் உதவிகளைச் சரிவரப் பயன்படுத்த, தாழ்த்தப்பட்ட இனக் குழந்தைகளுக்கு இயலாமல் போய்விடும்.' *(1924, மார்ச் 10)*

'திருவனந்தபுரத்தில் எங்கள் தேவைக்காக ஒரு பொதுமன்றம் கட்டுவதற்கு இலவசமாக ஒரு ஏக்கர் இடத்தைத் தந்து உதவ வேண்டுமென்று கேட்டுக்கொள்கிறேன்.' *(1932, மார்ச் 10)*

'தீண்டப்படாதவர்களின் மேம்பாட்டிற்காக அரசாங்கம் செய்து வந்த சலுகைகளை மேல்சாதியினர் விரும்பவில்லை. அதற்குச்சான்றாக பத்திரிகை ஆதாரங்கள் இங்கு இணைக்கப்பட்டுள்ளன. ஆடி மாதம் பதினைந்தாம் தேதிக்குள் திருவிதாங்கூர் எச்.ஜி.வி. பள்ளியில் சேர்க்க வேண்டுமென்ற பள்ளி ஆய்வாளரின் உத்தரவின்படி சில குழந்தைகள் பள்ளியில் சேர்க்கப்பட்டார்கள். மாலையில் பள்ளியை விட்டுத் திரும்பிய இவர்களைச் சிலர் அடித்துத் துன்புறுத்தியதாகத் தெரிகிறது.'[2]

'கட்டாயக் கல்வி நடைமுறைக்கு வரவிருக்கும் இக்காலகட்டத்தில் ஒரு புலையர் சிறுவனையும் ஒரு நம்பூதிரிப் பாலகனையும் அருகருகே அமர வற்புறுத்துவது திருப்திகரமாக எங்களுக்குப் படவில்லை. நம்பூதிரிக் குழந்தை சிலருக்குப் பாலகனாகத் தெரிந்தால், புலையனுக்கும் புலையர் குழந்தை பாலகன்தான் என்ற எண்ணம் நம்மிடையே வராததுதான் பிரச்சினை. எதுவானாலும் காலமாற்றம் நன்றாகவே தெரிகிறது. இப்போதைய புலையர் மாணவன் சில ஆண்டுகளுக்கு முன்பு புலையர் பையனாக மட்டுமே இருந்தான்.'[3]

அடிக்குறிப்புக்கள்

1. *மிதவாதி – 1916, மார்ச்*
2. *மிதவாதி – 1918, ஆகஸ்ட்*
3. *மிதவாதி – 1919, டிசம்பர்*

15
முன்னேற்றப் பாதையில் சாது ஜன பரிபாலன சங்கம்

வெங்ஙானூரைத் தலைமையகமாகக் கொண்டு 1907இல் நிறுவப்பட்ட சாதுஜன பரிபாலன சங்கத்தின் செயல்பாடுகளை திருவிதாங்கூர் ராஜ்யத்தின் எல்லாப் பகுதிகளிலும் விரிவாக்க அய்யன்காளி முயன்றார். அதன் முதல்கட்டமாகத் தென் திருவிதாங்கூரில் சங்கத்தின் செயல்திட்டங் களை வலுப்படுத்த முனைந்தார். தைவிளாகத்து காளி, மூலயில் காளி, தாமஸ் வாத்தியார், வெள்ளங்கொள்ளி வேலாயுதன் போன்றவர்கள் அவரது பணிகளுக்குத் துணை நின்றார்கள். அய்யன்காளியின் சகோதரர்களான சாத்தன், கோபாலன், வேலுக்குட்டி ஆகியோரும் அவருடன் பணியாற்றினார்கள்.

பத்து ஆண்டுகளுக்குள் சங்கத்தின் கிளைகள் திருவிதாங்கூரின் பெரும்பாலான இடங்களில் நிறுவப்பட்டன. அய்யன் காளியின் வலிமை மிக்க தலைமை சங்கத்தின் துரித வளர்ச்சிக்குக் காரணமாக இருந்தது. வெங்ஙானூரில் சங்கத்தின் பெயரில் இடத்தை வாங்கி, சங்க அலுவலகத்தையும் கூட்டம் நடத்துவதற்கான ஒரு பெரிய மன்றத்தையும் கட்டினார்கள். அலுவலகத்துடன் ஒரு நூலகமும் செயல்பட ஆரம்பித்தது. புதுவல் விளாகம் யு.பி. ஸ்கூலை ஒட்டி தெற்குப் பக்கமாக அது அமைந்திருந்தது.

தேர்ந்தெடுக்கப்பட்ட ஒரு குழு கிளைகளின் செயல்பாடுகளைக் கட்டுப்படுத்தியது. தலைவர், துணைத் தலைவர், செயலர், துணைச் செயலர், பொருளாளர், மேலாளர் ஆகியோர் குழுவில் இருந்தார்கள். கிளைச் செயலரை, கணக்கன் என்று அழைத்தார்கள். புலையர் சமுதாயத்தின் இறுதி முடிவுகளைக் கமிட்டி எடுத்தது. அந்தந்தக் கிளையினுடைய தேவைகள், மனுக்கள் ஆகியவற்றைக் கணக்கிலெடுத்து அதற்கேற்ப நடவடிக்கை எடுக்க வெங்ஙானூரிலுள்ள மத்திய நிர்வாகக் குழு கவனம் செலுத்தியது.

முடிந்தவரை பிரச்சினைகளுக்கு உடனுக்குடன் தீர்வு காண வேண்டும் என்பதில் அய்யன்காளி உறுதியாக இருந்தார். மறுநாளைக்குத் தள்ளி வைக்கும் வழக்கம் அவருக்கில்லை. ஞாயிறுதோறும் கூட்டம் நடத்த வேண்டுமென்று கிளைகளுக்கு அறிவுரை தரப்பட்டது. பெண்களும், குழந்தைகளும் கூட்டத்தில் வழக்கமாகப் பங்கேற்றார்கள். அவர்களின் தேவைகளும், முறையீடுகளும் விவாதிக்கப்பட்டன.

'சாதுஜன பரிபாலன சங்க' செயல் முன்னேற்றங்களில் கிளை மேலாளர்களுக்கு மிக முக்கியப் பொறுப்பு இருந்தது. அய்யன்காளியின் போராட்டங்களுக்குத் தூணாகவும், நிழலாகவும் அவர்கள் நின்றார்கள். தற்கொலைப் படையின் உத்வேகத்துடன் அவர்கள் செயல்பட்டார்கள். அவர்களே 'அய்யன்காளிப் படை'யின் முக்கியத் தலைவர்கள். மாது மேனேஜர், நாராயணன் மேனேஜர், பாச்சன் மேனேஜர், பப்பு மேனேஜர், குறுச்சேரி மேனேஜர், வெள்ளங் கொள்ளி மேனேஜர், அய்யப்பன் மேனேஜர், காளி மேனேஜர், சின்னன் மேனேஜர், புத்தன் கானம் ராமன் மேனேஜர் போன்றவர்கள் தென் திருவிதாங்கூரின் ஆரம்பகாலத் தலைவர்களில் முக்கியமானவர்கள்.

சங்கத்தின் செல்வாக்கு தென் திருவிதாங்கூரில் பிரபலம் அடைந்தபோது அவரது கவனம் மத்திய திருவிதாங்கூர் மற்றும் வடக்குத் திருவிதாங்கூர் பக்கமாகத் திரும்பியது. பிரச்சாரத்திற்காக அப்பகுதிகளில் அய்யன்காளி பலமுறை சுற்றுப்பயணம் செய்தார். அப்பகுதியிலுள்ள தாழ்த்தப்பட்ட மக்கள் ஆதரவளித்து, அவர் பின்னால் அணி திரண்டார்கள். சங்ஙனாச்சேரி, ஆரன்முளா, கோட்டயம், திருவல்லா போன்ற இடங்களில் சங்கக் கிளைகளை நிறுவ அவரால் முடிந்தது. கெ.எம். பாப்பன், செம்புரந்தா காளி, சோதி குறும்பன், பெருன்ன மைலன், மாந்தரகுட்டி ஆகியோரின் உதவியுடன் எழுபத்திஇரண்டுக்கு மேற்பட்ட கிளைகள் நிறுவப்பட்டன.

ஆரன்முளாவிலும் சுற்றுப் பகுதிகளிலும் குறுப்பன் தெய்வத்தான் உதவினார். கோட்டயத்தில் திருவார்ப்பு டி.சி. குட்டன் என்பவரின் உதவியோடு நாற்பதுக்கு மேற்பட்ட கிளைகளை நிறுவினர். திருவல்லா என்னுமிடத்தில் வெள்ளிக்கர சோதி, கொம்பாடி அணிஞ்ஞன், தலக்கேரி கண்டன் காளி ஆகியோர் உதவினார்கள். இப்படி ஆயிரத்திற்கு மேற்பட்ட கிளைகள் நிறுவப்பட்டன.

ஒரு பேரமைப்பாகச் 'சாது ஜன பரிபாலன சங்கம்' உருவானது. கிளை உறுப்பினர்கள் தேவைப்படும் சாமான்களைத் தாமாகவே வாங்கிக்கொண்டார்கள். கிளையின் கூடங்கள் நிறுவுவதற்கான இடங்களை அந்தந்தப் பகுதியைச் சேர்ந்த, பரந்த மனம்படைத்த மேல்சாதிக்காரர்கள் நன்கொடையாக அளித்தார்கள் என்பதையும் குறிப்பிட்டாக வேண்டும். அவர்களின் உறுதுணையோடு சங்கக் கட்டடங்களைக் கட்ட முடிந்தது.

உழைக்கக் கூடிய சங்க உறுப்பினர்கள் தங்கள் உழைப்பின் ஒரு பகுதியை இதற்காகச் செலவழித்தார்கள். பெண்கள் மிச்சம் பிடித்துச் சேமித்த அரிசியை விற்று, அப்பணத்தைச் சங்கத்திற்குத் தந்தார்கள். அய்யன்காளியும், அவரது தோழர்களும் மேற்கொண்ட முயற்சியின் விளைவாகச் சங்னாச்சேரிக்கு உட்பட்ட வாழப்பள்ளி கிராமத்திலுள்ள எம்.சி. சாலையின் அருகில், இரண்டு ஏக்கர் நிலம் சங்கத்தின் பெயரில் பதிவு செய்யப்பட்டது.

சாதுஜன பரிபாலன சங்கத்திற்குச் சொந்தமாக ஒரு பத்திரிகையின் தேவை இருந்ததால் சங்க நடவடிக்கைகளைப் பலப்படுத்துவது, சங்கச் செயல்பாடுகள் பற்றிய விவரங்களைச் சங்க உறுப்பினர்களுக்கும், மற்றவர்களுக்கும் புரிய வைப்பது; கோரிக்கைகளை அதிகாரிகளின் கவனத்திற்குக் கொண்டு செல்வது போன்ற குறிக்கோள்களுடன் 'சாது ஜன பரிபாலினி' என்ற பெயரில் ஒரு மாத இதழை வெளியிட சங்கம் தீர்மானித்தது.

சங்னாச்சேரி பரமேஸ்வரன் பிள்ளையின் ஆலோசனை மற்றும் மேற்பார்வையில் 1914இல்,'சாதுஜன பரிபாலினி' தொடங்கப் பட்டது. திருக்கொடித்தானம் செம்புந்தறகாளி சோதிக்கருப்பன் என்பவர் பத்திரிகையாசிரியராக நியமிக்கப்பட்டார். கெ.எம். பாப்பன் என்பவர் உதவியாசிரியராகச் செயலாற்றினார். கேரள தாழ்த்தப்பட்ட இனத்தவர்களின் வரலாற்றில் இந்தப் பத்திரிகை வெளியீடு முதல் நிகழ்வாகும். சங்னாச்சேரியில் உள்ள சுதர்சன் அச்சகத்தில் பத்திரிகை அச்சடிக்கப்பட்டது. இதழ் வெளியீட்டிற்கு மேல்சாதிக்காரர்கள் உற்சாகமும், ஒத்துழைப்பும் தந்தார்கள். அவர்கள் கட்டுரைகளைத் தந்து உதவினார்கள்.

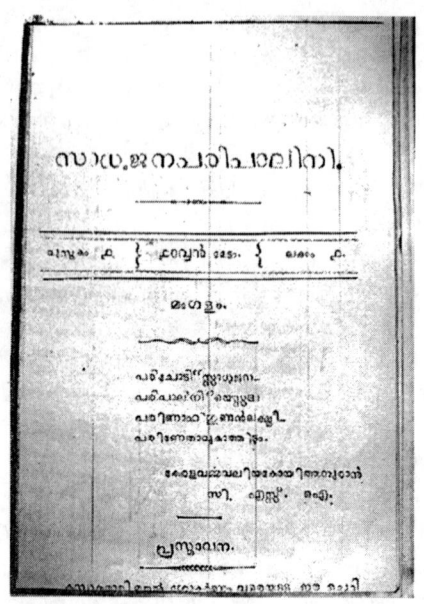

സാധുജനപരിപാലിനി.

മംഗളം.

പ്രസ്താവന.

கேரளத்தின் முதல் தலித் பத்திரிகை
'சாது ஜன பரிபாலினி'யின் முதல் இதழ்.

புலையர் சமுதாயத்தினரின் வழக்குகளையும், சச்சரவுகளையும் அய்யன்காளியால் அமைக்கப்பட்ட சமுதாய நீதிமன்றம் தீர்த்து வைத்தது. சாதாரண நீதிமன்றங்களில் நடைபெற்று வந்த நடைமுறைகளைச் சமுதாய நீதிமன்றமும் பின்பற்றியது. அனைத்து அதிகாரங்களையும் கொண்ட சமுதாய நீதிமன்றம், சங்கத்தின் தலைமையிடமான வெங்ஙானூரில் அமைக்கப்பட்டது. உயர்நீதிபதியாக அய்யன்காளி நியமிக்கப்பட்டார். சங்கக் கிளைகளில் கிளை நீதிமன்றங்கள் செயல்பட்டன. நீதியுணர்வு, ஊர் நியாயங்கள், சமுதாயப் பழக்க வழக்கங்கள், சமுதாயச் சட்டங்கள் போன்றவற்றில் அறிவும் அனுபவமும் கொண்ட ஊர் வழக்கறிஞர்கள் சமுதாய நீதிமன்றங்களில் வாதிட்டார்கள். மேல்நீதிமன்ற உத்தரவுகளையும், செய்திகளையும் கிளை நீதிமன்றங்களுக்குக் கொண்டு செல்லவும், சமுதாயச் சட்டங்களை மீறி நடப்பவர்களைப் பிடித்து நீதிமன்றத்தில் ஒப்படைக்கவும் பணியாளர்கள் நியமிக்கப்பட்டார்கள்.

விசாரணை நேரத்தை எதிர்நோக்கி வாதிகளும், எதிராளிகளும் நீதிமன்றங்களுக்கு வெளியே காத்திருந்தார்கள். பெஞ்ச் கிளார்க் பொறுப்பேற்றிருந்த நபர் வழக்குகளை வரிசையாகக் கூப்பிடுவார். தமது கட்சிக்காரர்களுக்காக ஊர் வழக்கறிஞர்கள்

நடத்தும் வாதத்தையும், எதிர்வாதத்தையும் கேட்பதற்காக ஆட்கள் கூடினார்கள். நீதிமன்றம் மூலமாக நீதி கிடைக்குமென்று அவர்கள் திடமாக நம்பினார்கள். கிளை நீதிமன்றங்களின் தண்டனை யிலிருந்து சலுகை பெற, உயர்நீதி மன்றத்தில் மேல்முறையீடு செய்ய அவர்களுக்கு உரிமை இருந்தது.

வெங்ஙானூரிலுள்ள முழு அதிகாரம் படைத்த உயர்நீதி மன்றம் வழங்கும் தீர்ப்புதான் இறுதியானது. வழக்கை வாதிடும் ஊர் வழக்கறிஞர்கள் கட்சிக்காரர்களிடம் மிகக் குறைந்த தொகையைக் கட்டணமாகப் பெற்றார்கள். மேல்முறையீடு செய்யப்பட்ட வழக்குகளை அய்யன்காளி கவனமாக ஆலோசித்து, நிலைமைகளின் உண்மை விவரங்களைச் சேகரித்த பிறகே தண்டனை வழங்கினார். இதற்காக அய்யன்காளி தனது நம்பிக்கைக்குரிய, சட்ட நுட்பங்களை அறிந்த சில நபர்களின் உதவியை நாடினார்.

சனிக்கிழமைகளில் நீதிமன்றம் கூடும். குற்றம் நிரூபிக்கப் பட்டால் பணத்தை அபராதமாக விதித்தல், கொட்டாங்கச்சி மாலையை அணிவித்து நீதிமன்றத்தைச் சுற்றிவரச் செய்தல், சமுதாயத்திலிருந்து தள்ளி வைத்தல் போன்ற தண்டனைகள் வழங்கப்பட்டன. சமுதாயத்திலிருந்து தள்ளி வைப்பதுதான் கடும் தண்டனையாகக் கருதப்பட்டது. அத்தகைய தண்டனைகள் அபூர்வமாக வழங்கப்பட்டன. ஒழுங்கும் கட்டுப்பாடும் கொண்ட ஒரு சமுதாயத்தை வளர்த்தெடுக்க அய்யன்காளியால் முடிந்தது.

ஶ்ரீமூலம் மக்கள் சபைக் கூட்டம் திருவனந்தபுரம் விக்டோரியா ஜூபிலி டவுன் ஹாலில் நடைபெற்று வந்தது. மேற்குறிப்பிட்ட சபையின் நிறைவு நிகழ்ச்சி நடைபெற்ற மறுநாள் சாது ஜன பரிபாலன சங்கத்தின் சார்பாகத் தாழ்த்தப்பட்ட இனத்தவர்களின் ஒரு கூட்டம் நடைபெறுவது வழக்கம். சாது ஜன பரிபாலன சங்கத்தின் ஆண்டு விழாவாகவும் இந்நிகழ்ச்சி கருதப்பட்டது.

மன்றத்தைப் பயன்படுத்துவதற்கான உரிமையை அய்யன்காளி அரசாங்கத்திடமிருந்து பெற்றார். 'ஜூபிலி ஹால் கூட்டம்' என இம்மாபெரும் கூட்டம் சிறப்பிக்கப்பட்டது. அரசாங்கத்தின் ஆதரவையும், கருணையையும் முடிந்தவரை பயன்படுத்துவதற்கும், அதிகாரத்தில் இருப்பவர்களை வைத்து சமுதாய முன்னேற்றத்திற்குத் தேவையானவற்றை செய்வதற்கும் அத்தகைய கூட்டங்கள் நன்கு பயன்பட்டன.

அந்தக் கூட்டங்களுக்குத் திவான், தலைமைச் செயலர், அந்தந்தத் துறைகளைச் சேர்ந்த தலைவர்கள், பிரமுகர்கள்

போன்றவர்களை அய்யன்காளி அழைத்திருந்தார். அவர்கள் அந்த அழைப்பை மகிழ்வுடன் ஏற்றுக்கொண்டு நிகழ்ச்சிகளுக்குப் பெருமை சேர்த்தார்கள். திவானின் தலைமையில் கூட்டம் நடைபெற்றது. சாது ஜன பரிபாலன சங்கத்தின் உறுப்பினர்களால் மன்றம் நிரம்பி வழிந்தது. மிகவும் பக்தியோடு அவர்கள் கூட்டத்தில் பங்கேற்றார்கள். ஏராளமான பெண்களும் கலந்து கொண்டார்கள்.

பிரார்த்தனைப் பாடலுடன் கூட்டம் தொடங்கப்பட்டது. கவிஞர் மூலூர் பத்மநாப பணிக்கர் இயற்றிய ஒரு பாடலை அதற்காகப் பயன்படுத்தினார்கள். சபையில் கூடியிருப்பவர்களின் மனமுருகும் விதமாக அப்பாடலை குறும்பன் தெய்வத்தான் பாடுவார். அய்யன்காளி விருந்தினர்களை வரவேற்று உரைநிகழ்த்துவார். தாழ்த்தப்பட்ட மக்களின் துன்பங்களையும் துயரங்களையும் மேடையில் இருப்பவர்களின் கவனத்திற்குக் கொண்டுவருவார்.

1930இல் சாது ஜன பரிபாலன சங்கத்தின் ஆண்டு விழா அன்றைய திவான் வி.எஸ். சுப்ரமணிய அய்யரின் தலைமையில் விக்டோரியா ஜூபிலி டவுன்ஹாலில் நடந்தது. அய்யன்காளி தனது வரவேற்புரையில் பின்வருமாறு பேசினார். 'எனக்கு எழுதப்படிக்கத் தெரியாது. என்னைச் சிரமப்படுத்துவதற்காக வரவேற்புரை நிகழ்த்தும் பொறுப்பைத் தந்துள்ளார்கள். நான் எனது மக்களுக்காகப் பட்ட சிரமங்களைவிட இது பெரிதல்ல. வரவேற்புரையைத் தொடங்குவதற்கு முன் ஒரு விஷயத்தைத் திவான்ஜி அவர்களிடமும், உரையாற்ற வந்திருக்கும் உயர் அதிகாரிகளிடமும் தெரிவித்து விடுகிறேன்.

இந்த மன்றத்தில் நிறைந்திருக்கும் ஆண்களும் பெண்களும் திவான்ஜியையும், நல்ல மனிதர்களையும் சந்திக்க வந்துள்ளார்கள். எனது சாதியினரின் கூட்டத்தில் பங்கேற்க வந்திருப்பவர்கள், எங்கள்மீது அன்பு கொண்டவர்கள். ஒரே செலவில் இரண்டு விஷயங்களை நிறைவேற்ற வேண்டும் என்று எனது மக்கள் எதிர்பார்க்கிறார்கள். அதாவது சொற்பொழிவுக் கூட்டத்தில் பங்கேற்பது, திவான்ஜியைச் சந்திப்பது. உரையாற்ற இருப்பவர்களும், திவான்ஜியும் ஒன்றாக அமர்ந்திருப்பதால் யார் திவான்ஜி என்று அறிய முடியாதவர்களே எனது மக்கள். நடுவில் அமர்ந்திருப்பவர்தான் திவான்ஜி. இனி அவரை வரவேற்கிறேன்.

முன்பு பெருமான் சுப்ரமணியன் சாதி பேதமின்றி குறத்தியைத் திருமணம் செய்துகொண்டார். நாமும் சாதி பேதமின்றி, எந்தப் பயமுமின்றி பள்ளிக்கூடங்களுக்கும் சந்தைகளுக்கும் போய்வர

முடியும். நமது தேவைகளை அரசாங்கத்திடம் முறையிடக் கூடிய நிலைமை ஏற்பட்டுள்ளது. உயர்சாதிக்காரரான இவர்தான் நமது தீண்டாமையை அகற்றியவர். ஆகவே இன்றைய திவானான சுப்ரமணிய அய்யர் அவர்களை அசல் சுப்ரமணியக் கடவுளாகவே காண்கிறேன். அவ்வாறே எனது மக்களும் காண வேண்டும்.'

எல்லா ஞாயிற்றுக்கிழமைகளிலும் வெங்ஙானூரிலுள்ள சமுதாயக் கூடத்தில் அய்யன்காளியின் தலைமையில் நடைபெறும் கூட்டத்தில் பிரார்த்தனைப் பாடல்களைப் பாடுவார்கள். அவற்றில் அய்யன்காளி மிகவும் விரும்பிய சில பாடல்கள் கீழே சேர்க்கப்படுகின்றன. இன்றும் அப்பாடல்களை முதியவர்கள் பாடுவதுண்டு. சபையின் மேலாளரான கோபாலனும், கிட்டு மேஸ்திரி என்பவரும் அக்காலத்தில் இனிமையான குரலில் பாடுவார்கள்.

1. ஆனந்த சின்மயனே ஒளி சிந்தும் மூர்த்தியே
ஆனந்த சின்மயனே –
அழகிய பாதமலர்களை வணங்குகிறோம்
ஸ்ரீ ராமகிருஷ்ணா
ஆனந்த சின்மயனே –
மாதாவும், பிதாவும் நீ, சுற்றமும் நட்பும் நீ

 யேசு தேவனும் நீதான்
 அற்புதம் நின் சரிதம்
 ஆனந்த சின்மயனே
 பிறவிப் பெருங்கடல் அலைகள் வீசும்
 உலகமெங்கும் அமைதி நிறைக, நலம் பெறுக
 ஆனந்த சின்மயனே...

2. சரணம் சரணம் சர்வேசா
 சரணம் நீயன்றி எவர் உள்ளார்
 மனதில் கருணை பொங்கி
 காக்க வேண்டும் சர்வேசா
 புண்ணிய மொழியைப் பெறுவதற்கு
 ரட்சகனே வணங்குகிறேன்
 ஈரேழு உலகின் குருவும்
 தூயவனும் நீயன்றோ...

3. கேட்டறிந்து கொள்க
 ஏழைகளின் துயர்களை எல்லாம்
 எங்கு சொல்வது
 தெய்வமே என்று அழுகிறேன்

 வீடுகள் எதுவுமில்லை
 காடுகள் மட்டும் உண்டு
 காட்டில் உழல வேண்டும்
 அன்றாடம் காட்டைத் திருத்த வேண்டும்

காட்டு மரங்களை நட்டு
அவை காய்த்துப் பலன் தரும்போது
பணம் படைத்தவர்கள் கைவசப்படுத்துகிறார்கள்
தெய்வமே நான் அழுகிறேன்

குடைகளைப் பிடிக்கக் கூடாது
கடைகளில் நுழையக் கூடாது
உழைத்துப் பழகிய ஏழை ஜனம்
பாடுபட்டதெல்லாம்...

4. தெய்வமே அருள் புரிய வேண்டும்
சாது ஜன சங்கத்தை நீ
நெடுங்காலம் ரட்சிக்க வேண்டும்
பாரினில் நித்ய காலம்

கல்வியறிவு, அறிவாற்றல்
எதுவுமற்ற இச்சங்கத்தை
விழாமல் நடத்தி–
காப்பாற்ற வேண்டும்

இந்நாட்டில் எமக்கு நீ
தலைவராக அளித்துள்ள
பொதுச்செயலரான
தாசனை நீ காப்பாற்றுக...

வஞ்சி நாடெங்கும் வாழும்
ஏழைகளை ரட்சிக்க
உணவளிக்கும்
இறைவனே காத்தருள்க...!

1907இல் சாது ஜன பரிபாலன சங்கத்தை அமைக்கும்போது திருவிதாங்கூரில் கல்வி கற்ற புலையர்கள் இல்லை. அய்யன் காளியும், சாதுஜன பரிபாலன சங்கமும் புரிந்த தொண்டுகளின் பயனாகப் பத்து ஆண்டுகளில் பதினேழு ஆயிரத்துக்கும் மேற்பட்ட புலையர் குழந்தைகளைப் பள்ளிக்கூடங்களுக்கு அனுப்ப முடிந்தது. 1916–1917-க்குள் அதாவது ஒரு வருடத்தில் அவர்களின் கல்வி முன்னேற்றம் 62.9 விழுக்காடாக அதிகரித்தது. இது ஈழவர்களின் கல்வி முன்னேற்றத்தைக் காட்டிலும் ஆறு மடங்கும், கிறிஸ்தவர்களின் கல்வி முன்னேற்றத்தைக் காட்டிலும் பத்து மடங்கும் அதிகம். நான்கு ஆண்டுகளுக்கு முன்பு புலையர் மாணவர்களின் எண்ணிக்கை இரண்டாயிரமாக இருந்தது என்று அறியும்போது கல்வித்துறையில் அவர்கள் அடைந்த முன்னேற்றத்தை ஊகிக்க முடியும்.[2]

அய்யன்காளியுடன் பணியாற்றிப் பிரபலமடைந்த சில சமூகத் தலைவர்களைப் பற்றிக் குறிப்பிடாமல் இருக்க முடியாது.

அவர்களில் குறும்பன் தெய்வத்தானும், வெள்ளிக்கர சோதியும் முக்கியமானவர்கள்.

புலையர் சமுதாயத்தில் பிறந்த தெய்வத்தானுக்குக் கல்வியறிவு பெறுவதற்கான வாய்ப்புக் கிடைத்தது. விவசாயியாகவும், கங்காணியாகவும் இருந்து வந்த தெய்வத்தான் ஓரளவு நல்ல வருமானத்தை ஈட்டி வந்தார். புலையர் சமுதாயத்தினரின் முன்னேற்றத்தில் மிகுந்த ஆர்வம் காட்டினார். அய்யன்காளியிடம் தொடர்புகொண்டு தனது ஊரின் சமுதாயப் பணிகளுக்குப் பொறுப்பேற்றார். கவிஞர் மூலூரின் நெருங்கிய நட்பும் இவருக்கு இருந்தது.

ஸ்ரீமூலம் மக்கள் சபையில் 1916இல் புலையர்களின் பிரதிநிதியாகத் தெய்வத்தானை நியமித்தபோது தனது இனத்தவர்களின் துன்பங்களை அரசாங்கத்தின் கவனத்திற்குக் கொண்டு வர தீவிர முயற்சிகளை மேற்கொண்டார். சாதுஜன பரிபாலன சங்கத்தின் ஆண்டுவிழாவில் மூலூரின் பாடல்களைப் பாடிய தெய்வத்தான் சபையினரின் தனிப்பட்ட அன்பிற்குப் பாத்திரமாக விளங்கினார். ஸ்ரீமூலம் மக்கள் சபையின் பிரதிநிதியாகப் பத்து ஆண்டுகள் பணியாற்றினார்.

நாலாயிரத்திற்கும் மேற்பட்ட புலையர்களை ஒன்று திரட்டி, தோத்திரம் சொல்லி செங்ஙன்னூர் கோயிலில் நுழைந்த தெய்வத்தானுக்கு மேல்சாதிக்காரர்களும் ஆதரவு தந்தார்கள். ஆரன்முள கோவிலில் புலையர்கள் நுழைவதற்கான உரிமையைப் பிற சமுதாயத்தினரோடு தொடர்பு கொண்டு பெற்றுத் தந்தார்.

தனது சமுதாயத்தினரின் கல்வி மேம்பாட்டிலும், கலாச்சார வளர்ச்சியிலும் மிகுந்த ஈடுபாடு காட்டிய தெய்வத்தான் 1927இல் மறைந்தார். இரங்கல் நிகழ்ச்சியில் கவிஞர் உள்ளூர் எஸ். பரமேஸ்வர அய்யர் இவ்வாறு குறிப்பிட்டார். 'எனது மதிப்பிற்குரிய நண்பர் குறும்பன் தெய்வத்தானின் அகால மரணத்தால் நான் அளவற்ற வருத்தமடைகிறேன். புலையர் சமுதாயத்தின் ஓர் அணையா விளக்காகப் பிரகாசித்த, பணிவும் பரந்த மனமும் படைத்த அத்தலைவரின் மறைவு பேரிழப்பாகும்.'

திருவல்லாவின் சுற்றுப் பகுதிகளில் வெள்ளிக்கர சோதி பணியாற்றினார். வெள்ளிக்கர பகுதியிலுள்ள புள்ளோலிக்கல் என்ற புலையர் குடும்பத்தில் பிறந்த மத்தாயி பிற்காலத்தில் வெள்ளிக்கரசோதி என்ற பெயரில் புகழ்பெற்றார். அவரை 1914இல் ஸ்ரீமூலம் மக்கள் சபைக்கு அரசாங்கம் நியமித்தது.

திருவல்லாவில் அமைந்திருந்த சர்ச் மிஷன் சொசைட்டியின் நற்செய்திப் பிரச்சாரகராக இருந்த மத்தாயி ஆசான் புலையர்களின்

உரிமைக்காகவும், வழிகாட்டலுக்காகவும் போராடினார். மிஷனரிகளின் உதவி கிடைக்காமல் போன சூழ்நிலையில் வெங்ஙானூருக்குச் சென்று அய்யன்காளியைச் சந்தித்தார். அவர்களிருவரும் நெடுநேரம் சமுதாயப் பிரச்சினைகளைப் பற்றிப் பேசினார்கள்.

மத்தாயி ஆசான் ஸ்ரீமூலம் மக்கள் சபை பிரதிநிதியாக நியமிக்கப்பட்டால் பிரச்சினைகளுக்குத் தீர்வு ஏற்பட்டு விடும் என்று அய்யன்காளி கருதினார். அவர்கள் திவானைச் சந்தித்தார்கள். புலையர்களின் பிரதிநிதியாக மத்தாயி ஆசானை நியமிக்க வேண்டுமென்று அய்யன்காளி திவானிடம் கேட்டுக்கொண்டார். கிறிஸ்தவப் பிரதிநிதிகளின் நியமனம் பூர்த்தியாகிவிட்டதால் இனி அதற்கு வழியில்லை என்று திவான் பதிலளித்தார். இருவரும் வெளியே வந்து யோசித்து, வெள்ளிக்கர மத்தாயி என்ற பெயரை வெள்ளிக்கரசோதி என்று மாற்றினார்கள்.

மீண்டும் திவானைக் கண்டு பரிந்துரைக்கும்படி வேண்டினார்கள். திவான் அங்கீகரித்தார். இவ்வாறு மத்தாயி, வெள்ளிக்கரசோதி என்ற பெயரில் ஸ்ரீமூலம் மக்கள் சபை பிரதிநிதி ஆனார். வெள்ளிக்கர சோதியை ஊரார் மிகுந்த உற்சாகத்துடன் வரவேற்று, வெள்ளிக்கர எஜமானன் என்று அழைக்க ஆரம்பித்தார்கள். அன்றைய தினமே சோதியின் தலைமையில் தீண்டத்தகாதவர்களுக்கு மறுக்கப்பட்ட பொதுவழியினூடாக ஒரு பேரணி நடந்தது. அன்று முதல் மத்திய திருவிதாங்கூரின் பொதுவழிகளில் தீண்டப்படாதவர்கள் அச்சமின்றி நடமாடும் நிலை உருவானது. வெள்ளிக்கரசோதியின் முயற்சிகளின் பயனாகப் புல்லாட்டுப் பள்ளியில் புலையர் மாணவர்கள் அனுமதிக்கப்பட்டார்கள்.

அடிக்குறிப்புக்கள்

1. திரு. அய்யன்காளி நினைவு மலர். திரு அய்யன்காளி நினைவு அறக்கட்டளை வெளியீடு: 1982

2. திரு. அய்யன்காளி நினைவு நூல் – தொகுப்பாளர்: வெங்ஙானூர் சுரேந்திரன்

16
கோயில் நுழைவு ஆணை:
காந்தி – அய்யன்காளி சந்திப்பு

அனைத்து இந்துக்களையும் கோயிலில் நுழைய அனுமதிக்க வேண்டும் என்ற விவாதமும் அது தொடர்பான எதிர்ப்புகளும், உண்ணாவிரதப் போராட்டங்களும் தற்காலிகமாக முடிவடைந்தன. ஆனால், அதற்காக அர்ப்பணிப்புடன் செயல் பட்டவர்களின் மனதில் அந்த விவாதம் மேலும் வலுப்பெற்றது. காங்கிரஸ் கட்சியும், காந்தியைப் போன்ற தேசியத் தலைவர்களும் கோயில் நுழைவு முயற்சிகளுக்கு திருவிதாங்கூரைக் களமாகக் கொண்டிருந்தனர்.

1931இல் திருவிதாங்கூர் மகாராஜாவாக ஸ்ரீ சித்திரைத் திருநாள் பாலராமவர்மா ஆட்சிப் பொறுப்பை ஏற்றார். மகாராஜாவின் ஆலோசகராக இருந்த சர். சி.பி. ராமசாமி அய்யர் திருவிதாங்கூர் திவானாக நியமிக்கப்பட்டார். மகாராஜா பழைய ஆசாரங்களைப் பின்பற்றும் இயல்பைக் கொண்டவரல்லர். சமுதாய மாற்ற முயற்சிகளில் ஈடுபட்டிருந்த பல தலைவர்களும் சி.பி. ராமசாமி அய்யரை அணுகி கோயில் நுழைவு விஷயத்தை விவாதித்தார்கள். தாழ்த்தப்பட்ட இந்துக்களில் பெரும் பகுதியினர் மதம் மாற ஆயத்தமாகிக் கொண்டிருந்தார்கள். இச்சம்பவம் முற்போக்குச் சிந்தனை கொண்ட மேல்சாதி இந்துக்களிடம் மாற்றத்தைத் தூண்டியது.

1933இல் திருவிதாங்கூர் அரசாங்கம் ஒரு கோயில் நுழைவு ஆலோசனைக் குழுவை நியமித்தது. முன்னாள் திருவிதாங்கூர் திவானாக இருந்த வி.எஸ். சுப்ரமணிய அய்யரைக் குழுத்தலைவராக வும், சங்ஙனாச்சேரி பரமேஸ்வரன் பிள்ளை, எஸ்.கே. மகாதேவ அய்யர், உள்ளூர் எஸ். பரமேஸ்வரன் அய்யர், புன்னச்சேரி நீலகண்ட சர்மா, டி.கே. வேலுப்பிள்ளை, எம். கோவிந்தன், டி.டி. கேசவன் சாஸ்திரி ஆகியோர் குழுவின் உறுப்பினர்களாகவும் நியமிக்கப்பட்டார்கள்.

அரசாங்க ஆலோசனைப்படி குழு உறுப்பினர்கள் திருவிதாங்கூர் முழுவதும் சுற்றுப்பயணம் செய்து இந்துக் களின் கருத்துக்களைக் கேட்டறிந்தனர். பொதுமக்களின் அபிப்பிராயங்களைச் சேகரித்துப் பதிவு செய்தார்கள். சிலர் கூறிய ஆலோசனைகளையும், அபிப்பிராயங்களையும் ஏற்றுக் கொண்டார்கள்.

குழு உறுப்பினர்களில் பெரும்பாலானோர் பிற்போக்கு எண்ணம் கொண்டவர்கள் என்ற விஷயத்தைக் குறிப்பிட்டாக வேண்டும். கோயிலில் நுழைய அனுமதிக்க வேண்டும் என்ற கருத்தில் ஒருமித்த முடிவை எடுப்பதற்கான சாத்தியக்கூறு இல்லை என்கிற அபிப்பிராயம் பல திசைகளிலிருந்து எழுந்தது. 1934 ஏப்ரலில் விசாரணையை நிறைவு செய்து, கமிட்டி தனது அறிக்கையைச் சமர்ப்பித்தது. அந்த அறிக்கை எதிர்பார்த்த பலனைத் தரவில்லை.

பெரும்பான்மை அபிப்பிராயம் நீங்கலாக ஒவ்வொரு குழு உறுப்பினரும் தனித்தனியாகத் தங்கள் கருத்தை அறிக்கையில் குறிப்பிட்டிருந்தார்கள். கீழ்சாதி இந்துக்களைக் கோயிலின் முன் பகுதியிலுள்ள கொடிமரம் வரை மட்டுமே அனுமதிக்க வேண்டும் என்பதுதான் பெரும்பான்மைக் குழு உறுப்பினர்களின் கருத்து. பரீட்சார்த்தமாக அவ்வாறு செய்து பார்க்க வேண்டும் என்று அவர்கள் குறிப்பிட்டிருந்தார்கள்.

கீழ்சாதிக்காரர்களைக் கோயில் மதிலுக்கு வெளியே நிறுத்தினால் போதும் என்று புன்னச்சேரி நீலகண்ட சர்மா கருத்துத் தெரிவித்திருந்தார். சாதிப்பாகுபாடு இன்றி எல்லா இந்துக்களையும் கோயிலின் முன்பகுதி வழியாக அனுமதித்து, இறைவனைத் தரிசனம் செய்ய உரிமையளிக்க வேண்டுமென்று சங்ஙனாச்சேரி பரமேஸ்வரன் பிள்ளையும், எம். கோவிந்தனும் குறிப்பிட்டிருந்தார்கள். குழுஉறுப்பினர்களின் பயணத்திற்காகவும், ஆதாரங்களைத் திரட்டுவதற்காகவும் பெருந்தொகையை

அரசாங்கம் செலவழித்ததைத் தவிர இதனால் எந்தப் பயனும் விளையவில்லை.

திருவிதாங்கூரின் பெரிய சமுதாயங்களில் ஒன்றான ஈழவச் சமுதாயம், கிறிஸ்தவ மதத்தில் சேருவதற்கான ஒரு முயற்சியில் இறங்கியது. 'ஈழவர்களின் மதமாற்ற ஆரம்பம்' என்ற பெயரில் ஒரு சிறு நூலை சி.வி. குஞ்ஞிராமன் எழுதி வெளியிட்டார். இந்து மதத்தைக் கைவிட்டு கிறிஸ்தவ மதத்தில் இணைவதுதான் ஈழவர்களுக்கு ஏற்புடையது என்றும் 'பிரிட்டிஷ் பேரரசுக்கு உட்பட்ட ஆங்கிலிக்கன் சர்ச் *(Anglican Church)*இல் சேருவதற்கு ஈழவர்கள் ஆயத்தமாக வேண்டுமென்றும் அந்நூலில் குறிப்பிடப்பட்டிருந்தது. அந்தப் புத்தகம் சமுதாயத்தில் மிகப் பெரிய அதிர்வை உண்டாக்கியது.

பொது வாக்கெடுப்பு நடத்தும்படி அன்றைய எஸ்.என்.டி.பி. செயலாளரிடம் சி.வி. குஞ்ஞிராமன் பொறுப்பை ஒப்படைத்தார். எஸ்.என்.டி.பி. செயலாளரான தழலா கேசவன் பொது வாக்கெடுப்பு தொடர்பான தகவல்களைச் சேகரித்தார். பெரும்பான்மை மக்கள் மதமாற்றத்திற்குச் சாதகமான நிலைப்பாட்டை ஏற்றுக்கொள்வதாகவும், ஆங்கிலிக்கன் சர்ச்சில் சேருவதற்குத் தயாராக இருப்பதாகவும் தெரிவித்தார்கள்.

இது தொடர்பாக ஒரு விசாரணை நடத்தி அறிக்கையைச் சமர்ப்பிக்க ஒரு சி.ஐ.டி அதிகாரியை அரசாங்கம் நியமித்தது. எழுபது சதவீதத்தினர் கிறிஸ்தவ மதத்தில் சேர விரும்புவதாக சி.ஐ.டி. அதிகாரி அரசாங்கத்திடம் அறிக்கை சமர்ப்பித்தார்.

'எந்நிமிடத்திலும் மதமாற்றம் நிகழக்கூடுமென்ற நிலை உருவானது. ஈழவர்கள் கிறிஸ்தவர்களாகிவிட்டால் மேற்கொள்ள வேண்டிய நடவடிக்கைகளைக் குறித்து ஆங்கிலிக்கன் தேவாலயங்கள் பகிரங்கமாக விவாதித்தன. கிறிஸ்தவப் பத்திரிகைகள் பெரும் முக்கியத்துவத்தை அளித்தன. சங்கனாச்சேரியில் சகோதரன் அய்யப்பனின் தலைமையில் பிரமாண்டமான மதமாற்றக் கூட்டம் நடைபெற்றது.

அய்யப்பன் தலைமையேற்ற போதிலும் கூட்டத்தை நடத்திச் சென்றவர் சி.வி. குஞ்ஞிராமன் ஆவார். அன்றைய கூட்டத்தில் தென்பட்ட ஆவேசத்தைக் கண்டபோது, அன்று திருவிதாங்கூரில் இருந்த பதினோரு லட்சம் ஈழவர்களும் கிறிஸ்தவர்களாகி விடுவார்கள் என்றும், அத்தோடு திருவிதாங்கூர் ஒரு கிறிஸ்தவ ராஜ்ஜியமாகிவிடும் என்றும் ஒரு கருத்து நிலவியது. பிஷப்புகள் சி.வி. குஞ்ஞிராமனை அழைத்து வெளிப்படையாக

விவாதித்தார்கள். ஒரு சில மாதங்களில் கோயில் நுழைவு ஆணை வெளியிடப்பட்டது[1].

'கூர்மதி படைத்த சி.வி. குஞ்ஞிராமன் ஒரு மதமாற்றப் பந்தை வேகமாக உருட்டி விட்டார். அதன் விளைவாகக் கோயில் நுழைவு ஆணை வெளியானது என்று நான் நம்புகிறேன்[2].'

1936, நவம்பர் 12இல் வெளியிடப்பட்ட கோயில் நுழைவு ஆணை கேரளாவிற்கு மட்டுமல்ல, ஒட்டுமொத்த இந்தியாவின் சமுதாய முன்னேற்றப் பணிகளுக்கும் வலுவூட்டிய ஒரு சம்பவமாகும். இந்து சமுதாயத்தின் எல்லாப் பிரிவினரும் சமம். திருவிதாங்கூர் அரசாங்கம் வெளியிட்ட உத்தரவின் வாயிலாக, இந்து மத விசுவாசிகள் அனைவரும் ஒருமித்துத் திருக்கோயிலின் முன் நின்று வழிபட உரிமை உண்டு.

இந்த அரசாங்க ஆணையைக் கோயிலில் நுழைய அனுமதி மறுக்கப்பட்டிருந்த இந்துக்கள் வியப்புடனும் உற்சாகத்துடனும் வரவேற்றார்கள். உண்மையில் சாதிக் கோட்டைக்கு எதிராக வைக்கப்பட்ட ஒரு பீரங்கி வெடி அது. அந்த வெடிச் சத்தத்தில் பல மூடப்பழக்க வழக்கங்கள் ஒன்றாகச் சரிந்து விழுந்தன.

ஆணையின் வடிவம் கீழே தரப்படுகிறது. திருவிதாங்கூர் மகாராஜாவின் நற்கருணையால் 1936, நவம்பர் 12ஆம் தேதி வெளியிடப்பட்ட அரசாணை:

'நமது மதத்தின் உண்மையும் முக்கியத்துவமும் தீவிரமாக உணரப்பட்டுள்ளது. அது தெய்வீகம் சார்ந்த நெறியாலும் எங்கும் வியாபித்திருக்கும் சகிப்புத்தன்மையாலும் வேரூன்றி இருப்பதாக நம்புகிறோம். தனது செயல்பாட்டால் அது நூற்றாண்டுகளாகக் கால மாற்றத்திற்கேற்ப பொருந்தி வந்துள்ளது என்பதைப் புரிந்துள்ளோம். நமது இந்து குடிமக்கள் அனைவரும் பிறப்பு, சாதி, சமுதாயம் இவற்றைக் காரணம் காட்டி இந்து மத நம்பிக்கையின் அமைதியையும் நல்லிணக்கத்தையும் அவமதிக்கக்கூடாது.

இந்த அக்கறையின் பொருட்டு தீர்மானிக்கப்படுவதும் அறிவிக்கப்படுவதும் உத்தரவிடப்படுவதும் யாதெனில் தக்க சூழ்நிலைகளைப் பாதுகாக்கவும், செயல்முறைத் திட்டங்கள் மற்றும் ஆசாரங்களைத் தொடர்ந்து பேணவும் முடிவு செய்யப் பட்டுள்ளது. பொறுப்பில் விடப்படும் சட்டங்களுக்கும், நிபந்தனை களுக்கும் கட்டுப்பட்டு பிறப்பாலும் மத நம்பிக்கையாலும் இந்துவாகக் கருதப்படும் யாரும் நம்முடையதும் மற்றும் நமது அரசாங்கத்தின் கட்டுப்பாட்டில் இருப்பதுமான கோயில்களில் நுழையலாம். வழிபாடு நடத்தலாம். அதற்கு இனிமேல் எந்தத் தடையும் இருக்காது.'

ஒரு காலத்தில் தாழ்த்தப்பட்டவர்களைக் கோயிலில் நுழைய அனுமதிக்கக் கூடாது எனக் கூறி வந்த பிற்போக்குவாதிகளான சில பிராமணர்களுக்கும் அவர்களைச் சார்ந்து நின்ற சில பிராமணர் அல்லாதவர்களுக்கும் மேற்குறிப்பிட்ட ஆணை மனவேதனையை ஏற்படுத்தியது. ஆனால், அரசாங்க ஆணையை மீற முடியாததால் தங்கள் உணர்ச்சிகளை உள்ளூர அடக்கிக் கொண்டார்கள். எதிர்க்கத் துணிந்தவர்கள்கூட பிற்பாடு துதிக் கீதங்களைப் பாட ஆரம்பித்தார்கள்.

சாதியமைப்பு மற்றும் அதனுடன் தொடர்புடைய பிற மூட வழக்கங்களின் அடித்தளம் ஆட்டம் கண்டது. இறைவன் குடி கொண்டிருப்பதாக நம்பப்பட்டு வந்த கோயில்களுக்குள் அனைத்து இந்துக்களும் நுழைய உரிமை கிடைத்தது. கோயில் குளங்களில் கீழ்சாதிக்காரர்கள், மேல்சாதிக்காரர்கள் என்ற வித்தியாசமின்றி எல்லா இந்துக்களும் குளித்தார்கள். நம்பூதிரியும் புலையனும் அருகருகே நின்று இறைவனை வழிபட்டனர்.

கேரளத்திலும், வெளியிலும் பதிப்பிக்கப்பட்ட நாளிதழ்களும், செய்தி ஊடகங்களும் கோயில் நுழைவு ஆணைக்கு மிகப்பெரிய வரவேற்பை அளித்தன. சில பத்திரிகைகளில் வெளியான முக்கியப் பகுதிகள் கீழே தரப்படுகின்றன.

"இந்நிகழ்ச்சியால் இந்து மதத்தில் ஒரு மாபெரும் மாற்றம் நடந்தேறி உள்ளது. இளைஞரான திருவிதாங்கூர் மகாராஜாவின் அருளால், இவ்விஷயத்தில் தைரியம் காட்டிய தலைமையைப் புகழ்ந்தே ஆக வேண்டும். கேரளத்தில் நிலவி வந்த தீண்டாமையை வேரறுத்த இச்சம்பவத்தை நாங்கள் வரவேற்கிறோம்."

மிதவாதி – கோழிக்கோடு

"The new status of Harijans in Travancore cannot but have benificial reactions in British India. Travancore has earned the proud distiction of lead to the whole nations."

The Hindu - Madras

"His proclamation throwing open all temples owned by the state to members of the depressed classes, destroys the last vestige of discrimination against two million human beings who form the bulk of his Hindu subjects."

The Times of India - Bombay

மகாத்மா காந்தி கோயில் நுழைவு ஆணையை மனதார வரவேற்றார். திருவிதாங்கூரிலுள்ள எல்லாக் கோயில்களுக்கும் ஒரு புனித யாத்திரை நடத்தத் தீர்மானித்தார். அதன்படி காந்தியும் அவரது அமைப்பைச் சேர்ந்தவர்களும் பூனாவிலிருந்து

1937 ஜனவரி 12ஆம் தேதி திருவனந்தபுரத்தை அடைந்தார்கள். அது அவரது நான்காவது திருவிதாங்கூர் பயணம். முந்தைய மூன்று வருகைகளும் தீண்டாமை ஒழிப்புப் பணிகளோடு தொடர்புடையவை.

காந்திக்குத் திருவனந்தபுரம் நகராட்சிக் குழு அன்பான வரவேற்பை அளித்தது. வரவேற்புக்கு நன்றி தெரிவித்து காந்தியடிகள் இவ்வாறு உரையாற்றினார்:

“நீங்கள் குறிப்பிட்டாற்போல இது எனது முதல் திருவிதாங்கூர் பயணம் அல்ல. நான் இங்கு வந்தபோதெல்லாம் தீண்டாமை என்னும் சாபத்தைப் பற்றியும் அதன் மோசமான விளைவுகளைப் பற்றியும் உயர்சாதி இந்துக்களுக்கு உணர்த்த முயன்றிருக்கிறேன். மேல்சாதி மற்றும் தாழ்த்தப்பட்ட சாதி இந்துக்களின் பல கூட்டங்களில் பங்கேற்றதுண்டு. இம்முறை நான் ஒரு சாதாரண புனித யாத்திரீகனாக வந்துள்ளேன். எனது வாழ்த்துகளை மகாராஜாவிடம் தெரிவிக்க வேண்டும்.[3]”

மகாத்மா காந்தி கேரளத்திற்கு ஐந்து முறை வருகை தந்துள்ளார். இறுதியாக 1937இல் திருவிதாங்கூரில் கோயில் நுழைவு அறிக்கை பிறப்பிக்கப்பட்டதைத் தொடர்ந்து அந்தக் கொண்டாட்டங்களில் பங்கேற்க வந்தார். அவ்வேளையிலும் காந்தியடிகள் பிறந்த ஊரான போர்பந்தரில் கூட தாழ்த்தப்பட்ட மக்களுக்கு அனுமதி வழங்கப்படவில்லை என்பதை மறந்து விடக்கூடாது.

ஜனவரி 14ஆம் தேதி தாழ்த்தப்பட்ட மக்களின் உரிமைகளுக் காகப் போராடி வந்த அய்யன்காளியைத் தேடி மகாத்மா வெங்ஙானூருக்கு வந்தார். அவரைக் கண்டதும் கட்டியணைத்தார். வாழ்க்கையின் இறுதி நாட்களில் தனக்குக் கிடைத்த அரிய நிமிஷத்தில் தீரனும் வீரனுமாக விளங்கிய அய்யன்காளியின் கண்கள் நிறைந்தன. ஆனந்தக் கண்ணீரை மேல்துண்டால் துடைத்து, காந்தியுடன் நடந்தபடி நூலகத்தின் எதிரிலிருந்த பலாமரத்தினடி யில் ஆயத்தப்படுத்தியிருந்த மேஜையின் அருகில் வந்தார்.

காந்திஜி மேஜையின் மீதேறி சம்மணமிட்டு அமர்ந்தார். அதுதான் சொற்பொழிவு மேடை. தொண்டர்கள் காந்தியடி களுக்கு இளநீரை வழங்கினார்கள். தன்னருகில் நின்றிருந்த அய்யன்காளியிடம் நலம் விசாரித்துவிட்டு, கூடியிருந்த மக்களிடையே உரையாற்றத் தொடங்கினார். அதற்கிடையில் காந்தியும் அவரது தொண்டர்களும் தன்னையும் தனது மக்களையும் தனது பள்ளிக்கூடத்தையும் காண மனம்

கனிந்தமைக்கு நெஞ்சார்ந்த நன்றியையும் வரவேற்பையும் தெரிவித்த அய்யன்காளி ஒரு கோரிக்கையை முன்வைத்தார்.

'எனது சமுதாயத்தைச் சேர்ந்தவர்களில் பத்துப் பேரையாவது பி.ஏ. பட்டதாரிகளாக்கத் தாங்கள் உதவ வேண்டும்.' பதில் சொல்ல காந்திக்கு ஒரு நிமிடம் கூடத் தேவைப்படவில்லை. பத்து அல்ல நூறு பி.ஏ. பட்டதாரிகள் இங்கு உருவாவார்கள் என்றார். அதற்காக தனது அரிஜன் கல்வி நிதியிலிருந்து தேவைப்படும் தொகையை அனுமதித்தார். அதன்பின்னர், அங்கு திரண்டிருந்த மக்களிடையே உரை நிகழ்த்தினார்.

"உங்களைக் காண்பதற்குக் கிடைத்த இந்த வாய்ப்பில் அளவற்ற மகிழ்ச்சி அடைகிறேன். எனது திருவிதாங்கூர் சுற்றுப்பயணம் எதனுடன் தொடர்புடையது என்று சிந்தித்துப் பார்க்கும்போது எனக்கு மகிழ்ச்சி பெருகுகிறது. திருவிதாங்கூரிலிருந்து தீண்டாமை அடியோடு நீக்கப்பட்டு விட்டது என்று நான் குறிப்பிடக் காரணம், 'கோயில் நுழைவு அரசாணை' அந்த அதிசயத்தை நிகழ்த்தி இருக்கிறது. அதனால் மட்டும் எல்லாம் நடந்தேறிவிடாது.

இந்திய மண்ணிலிருந்து தீண்டாமையை அடியோடு களைய வேண்டுமானால் அது உங்களையும் என்னையும் சார்ந்துள்ளது. பாதி வேடிக்கையோடும், பாதி பாசத்தோடும் 'புலைய ராஜா' என்று நீங்கள் அழைக்கும் அய்யன்காளி என்னும் தளராத செயல்வீரர் உங்களிடையே உள்ளார். அவரது தலைமையில் உறுதியான முன்னேற்றத்தை நோக்கி நீங்கள் சென்றுகொண்டிருப்பதை நான் புரிந்துகொண்டேன். இந்த அரசாணை உங்கள் முன்னேற்றத்தைத் விரைவுப்படுத்தும் என்பதில் ஐயமில்லை.

நீண்ட நேரம் உங்களை நிற்க வைத்து உங்கள் நேரத்தை விரயமாக்க மாட்டேன். எனக்கும் அப்படித்தான். ஓய்வு ஒழிச்சலற்ற நாள் இது. நேரம் இருந்திருந்தால் ஒரு நாள் முழுவதும் உங்களுடன் கழித்திருப்பேன். உங்களில் பலரோடு நெருங்கிப் பழக முயன்றிருப்பேன். இப்போதைய சூழ்நிலையில் உங்கள் சுடர்விடும் முகங்களைக் கண்டு, உங்களுடன் செலவழித்த சொற்ப நேரத்தில் இயன்றவரை அறிமுகம் கிடைத்ததற்காக மகிழ்ச்சி அடைகிறேன்.

நான் இவ்விடத்தை விட்டுக் கிளம்புவதற்கு முன் ஒரு விஷயத்தை உங்கள் சிந்தனைக்கு வைக்கிறேன். கோயிலில் நுழையக் கிடைத்திருக்கும் இவ்வாய்ப்பை நீங்கள் அறிவு சார்ந்தும், மதம் சார்ந்தும் பயன்படுத்துவீர்கள் என நம்புகிறேன்.

கோயிலுக்குச் செல்வதனால் நமக்கு ஏதேனும் பயனுண்டா? இல்லையா? என்பது நமது மனநிலையைச் சார்ந்தது. எளிமையும் தன்னிரக்கமும் கொண்ட மனதோடு நாம் கோயில்களை அணுக வேண்டும். அவை தெய்வத்தின் ஆலயங்கள்.

இறைவன் படைப்பில் ஒவ்வொரு அணுவிலும், மனிதச் செயலிலும், பூமியின் ஒவ்வொரு பொருளிலும் நிச்சயமாக இறைவன் குடிகொண்டுள்ளான். நிறையத் தவறுகளைச் செய்யும் நாம், இறைவன் எங்கும் நிறைந்துள்ளான் என்ற கருத்தைப் புரிந்துகொள்ளாமல் கோயிலுக்குத் தனிப்பட்ட தூய்மையைக் கற்பித்து தெய்வம் அங்கிருப்பதாகக் கருதுகிறோம். ஆகவே கோயில்களை அணுகும்போது நாம் நமது உடலையும், மனதையும் தூய்மையுள்ளதாக வைக்க வேண்டும்.

வணங்குவதற்குரிய மனநிலையோடு நம்மை மேலும் தூய்மையான ஆணாகவும், பெண்ணாகவும் மாற்ற வேண்டுமென்று இறைவனிடம் மன்றாட வேண்டும். ஒரு கிழவனின் அறிவுரை என்ற நிலையில் இதனை ஏற்றுக்கொண்டால் நீங்கள் பெற்ற உடல் சார்ந்த விடுதலை ஆன்மாவின் விடுதலையாகவும் அமையும்.[4]"

சொற்பொழிவை நிறைவு செய்துவிட்டு அய்யன்காளியுடன் சேர்ந்து 1904இல் நிறுவப்பட்ட புதுவல் விளாகம் எல்.பி. பள்ளிக்கூடத்தை காந்தி சுற்றிப் பார்த்தார். அதையொட்டி அமைந்திருந்த நூலகத்தையும் பார்வையிட்டார். எழுத்தறிவற்ற அய்யன்காளியின் தொலைநோக்கைக் கண்டு வியப்பை வெளிப்படுத்திய காந்தி அவரை மெச்சிப் புகழ்ந்தார். பின்னர், பள்ளிக்கூடத்தைக் கண்டு அளவற்ற மகிழ்ச்சியடைந்தார். அய்யன்காளியின் தலை மீது கைவைத்து ஆசி வழங்கினார். காந்தி வெங்ஙானூரை விட்டுக் கிளம்புவதற்கு முன்பாக அய்யன்காளியிடம், "நீங்கள் அணிந்திருக்கும் இந்த நீளமான சட்டையும் தலைப்பாகையும் பட்டுத்துணியால் ஆனது தானே? நீங்கள் கதர் உடுத்தலாமே?"என்றார்.

'அப்படியே செய்கிறேன்' என்று சம்மதித்த அய்யன்காளி தனது மரணம் வரை கதராடையையே அணிந்திருந்தார்.

சொற்பொழிவையும் பள்ளிக்கூடத்தைப் பார்வையிடுவதையும் நிறைவு செய்துவிட்டு புறப்பட ஆயத்தமான காந்திஜியைத் தாழ்த்தப்பட்ட இனத்தைச் சேர்ந்த இளைஞர்கள் சூழ்ந்து கொண்டார்கள். அவர்கள் பல கேள்விகளை எழுப்பினார்கள். அவர்களில் முன்னாள் குடியரசுத் தலைவர் கே.ஆர். நாராயணனின் அண்ணன் கே.ஆர். வேலாயுதன் இவ்வாறு

கேட்டார்: நமக்குத் தன்னாட்சி கிடைத்துவிட்டால் தாங்கள் எங்களுக்கு எந்தப் பதவியை அளிப்பீர்கள்? காந்திஜி தயக்கமின்றி 'இந்தியாவின் முதல் குடியரசுத் தலைவராக ஓர் அரிஜனை நியமிப்பேன்' என்று பதிலளித்தார். இந்த உரையாடல் டாக்டர். ஜி. ராமச்சந்திரன் என்பவர் தனது அனுபவங்களை நினைவுகூர்ந்து கூறியவையாகும். அன்று அக்கேள்வியைத் தொடுத்த கே.ஆர். வேலாயுதனின் தம்பி கே.ஆர். நாராயணன் இந்தியாவின் பதினொன்றாவது குடியரசுத் தலைவரானார்.

காந்திஜி வெங்ஙானூருக்கு வருகை தந்ததையும் சாதுஜன பரிபாலன சங்கத்தின் தலைவரான அய்யன்காளியைச் சந்தித்ததையும் அங்கு திரண்ட பல்லாயிரக் கணக்கான மக்களிடம் உரையாடியதையும் நினைவுகூரும் எந்த நினைவுச் சின்னமும் பிற்காலத்தில் அங்கு நிறுவப்படவில்லை. காந்திஜி மேசை மீது அமர்ந்து சொற்பொழிவாற்றிய இடத்தில் கிளை விரித்து நின்றிருந்த பெரிய பலாமரம் பட்டுப்போனது. அங்கிருந்த பன்னிரெண்டு தறிகளைக் கொண்ட நெசவுப் பயிற்சிக்கூடத்தை யும் பிந்தைய தலைமுறையைச் சேர்ந்தவர்கள் இடித்துத் தரைமட்டமாக்கி விட்டார்கள். தற்போது அங்கு எஞ்சியிருப்பது அய்யன்காளி நிறுவிய பள்ளிக்கூடம் மட்டுமே.

திருவனந்தபுரத்திலுள்ள ஸ்ரீ பத்மநாப சுவாமி கோயில், நெய்யாற்றின் கரை ஸ்ரீ கிருஷ்ண கோயில், திருவட்டாறு ஆதிகேசவப் பெருமாள் கோயில், பத்மநாபபுரம் கோயில், நாகர்கோயில் சுசீந்திரம் கோயில், கன்னியாகுமரி கோயில், வர்க்கலா ஜனார்த்தன சுவாமி கோயில், கொல்லம் ஆனந்தவல்லீஸ்வரம் கோயில், கொல்லம் ஸ்ரீ ராமவிலாச பஜனை மடம், ஹரிப்பாடு கோயில், அம்பலப்புழை கோயில், தகழி கோயில், வைக்கம் கோயில், ஏற்றுமானூர் கோயில், குமாரநல்லூர் கோயில், திருவார்ப்பு கோயில், திருனக்கரை கோயில், பெருன்னகோயில், திருவல்லா கோயில், செங்ஙன்னூர் கோயில், ஆரன்முள கோயில், கொட்டாரக் கரை கோயில் ஆகிய கோயில்களுக்கு காந்தியடிகள் சென்று வழிபட்டார்.

கோயில் நுழைவு ஆணையைப் பிறப்பித்த ஸ்ரீ சித்திரைத் திருநாள் பால ராமவர்மா மகாராஜாவைக் குறித்து காந்தியடிகள் தெரிவித்த கருத்து:

"I verily believe that when all else about Travancore in forgotten this one act of the Maharaja the Proclamation will be remembered by the future generations with gratitude."

1932–ஜனவரி 14இல் மகாத்மா காந்தியை பிரிட்டிஷ் அதிகாரிகள் கைது செய்து பூனாவிற்கு அருகிலுள்ள எரவாடா சிறையில் அடைத்தார்கள். தாழ்த்தப்பட்ட இனத்தவர் களுக்குத் தனித்தேர்தல் தொகுதிகளுக்கும், வாக்காளர் பட்டியலுக்கும் ஒப்புதல் தந்து பிரிட்டிஷ் முதல்மந்திரி ராம்சே மெக்டொனால்டு பிறப்பித்த 'கம்யூனல் அவார்ட்' காந்தியை வேதனைக்குள்ளாக்கியது. அதற்குக் கண்டனம் தெரிவித்து சிறையில் சாகும்வரை உண்ணாவிரதத்தைத் தொடங்கினார்.

தாழ்த்தப்பட்ட இனத் தலைவர்களும், பூனாவில் கூடி விரிவான விவாதங்களை நடத்தினார்கள். டாக்டர் அம்பேத்கர் இந்தப் பேச்சுவார்த்தையில் பங்கேற்றார். இறுதியில் ஒரு சிறப்பு ஒப்பந்தம் கையெழுத்தானது. அது 'பூனா ஒப்பந்தம்' என்ற பெயரில் அழைக்கப்பட்டது. ஒப்பந்த அறிக்கைகளை டாக்டர் அம்பேத்கரும், காந்தியடிகளும் ஏற்றுக்கொண்டார்கள். பிரிட்டிஷ் அரசாங்கம் மேற்குறிப்பிட்ட ஒப்பந்தத்தை அங்கீகரித்து விதிமுறைகளை ஏற்றுக்கொண்டு உத்தரவிட்டது. காந்தியடிகள் உண்ணாவிரதத்தை முடித்துக் கொண்டார்.

மகாத்மா காந்தியின் உண்ணாவிரதத்தின் பயனாகத் தீண்டத்தகாத மக்களின் எழுச்சி விஷயத்தில் இந்தியா முழுவதும் காங்கிரஸ்கட்சிக்குள் பெரிய அசைவுகள் உருவாயின. பல தேசியத் தலைவர்களின் கவனம் இதை நோக்கித் திரும்பியது. காந்தியடிகளின் அனுமதியோடும், ஆசியோடும் 1933இல் அகில இந்திய அளவில் உருவானதுதான் 'அரிஜன சேவை சங்கம்'. தீண்டாமையைக் களைவதுதான் சங்கத்தின் முக்கியக் குறிக்கோள். செல்வந்தர், தேசபக்தர், வள்ளல் என்று பிரசித்தி பெற்ற பிர்லா, சங்கத்தின் முதல் அகில இந்தியத் தலைவரானார். ஏ.பி. தாக்கர் செயலாளர். காந்தியடிகளின் வேண்டுகோளின்படி பெருந்தொகை அன்பளிப்பாக வசூலானது. தீண்டப்படாதவர் களின் நலனுக்காகவும், உயர்வுக்காகவும் அத்தொகை செலவிடப் பட்டது.

திருவிதாங்கூருக்கும், கொச்சிக்கும் சேர்த்து சங்கத்தின் முதல் தலைவராக இ. சுப்பிரமணிய அய்யரும், செயலாளராக நீலகண்ட அய்யரும் நியமிக்கப்பட்டார்கள். தாழ்த்தப்பட்டவர்களின் மேம்பாடு தொடர்பாக ஓர் அகில இந்திய சுற்றுப்பயணத்தை அவ்வேளையில் காந்தியடிகள் மேற்கொண்டிருந்தார். அவர் தென்னிந்திய சுற்றுப் பயணத்தை முடித்துக்கொண்டு திரும்பிய போது சங்கச் செயலாளராக ஜி. ராமச்சந்திரன் பதவி ஏற்றார். அவரது முயற்சியின் பயனாக மலபார் பகுதியையும் உட்படுத்தி 'கேரள அரிஜன் சேவை சங்கம்' உருவானது.

உயர்நீதிமன்ற நீதிபதி பதவியிலிருந்து ஓய்வு பெற்றுத் திரும்பிய சங்ஙனாச்சேரி பரமேஸ்வரன் பிள்ளை சங்கத்தின் தலைவராகப் பொறுப்பேற்றார். தாழ்த்தப்பட்ட மக்களின் மேம்பாட்டைக் கருத்தில் கொண்டு சங்கத்தின் சார்பில் பல நடவடிக்கைகள் மேற்கொள்ளப்பட்டன. திருவனந்தபுரம், எர்ணாகுளம், குருவாயூர், பாலக்காடு ஆகிய இடங்களில் இலவசக் கல்விக்கூடங்கள் நிறுவப்பட்டன. தொழிற்பயிற்சி மையங்களும், கல்விக்கூடங்களும் உருவாயின. ஒற்றப்பாலம் என்னுமிடத்தில் தாழ்த்தப்பட்ட பெண்களுக்காக 'பெண்கள் இல்லம்' அமைக்கப்பட்டது. சங்க நடவடிக்கைகளைப் பரவலாக்கவும், மேம்படுத்தவும் பல மேல்சாதியினர் ஆத்மார்த்தமாகச் செயல்பட்டார்கள்.

அடிக்குறிப்புக்கள்

1. எம் பிரபு –'சி.வி.யும் கோயில் நுழைவு ஆணையும்' விவேக உதயம். 1971 ஏப்ரல்
2. சி. கேசவன் –'வாழ்க்கைப் போராட்டம்'
3. Mahadev Desai - 'Epic of Travancore.'
4. Mahadev Desai - 'Epic of Travancore.'

17

அய்யன்காளியின் இறுதி நாட்கள்

1939, ஐப்பசி மாதம் குட்டநாட்டைச் சேர்ந்த புலையர்கள் கொடுப்புன்னா மைதானத்தின் தெற்குப் பகுதியிலுள்ள நதிக்கரையில் சுண்டன், பருந்து வாலன் என்ற பெயரைக் கொண்ட படகுகளில் வந்து சேர்ந்தார்கள். படகுகளை நிறுத்தி வைத்து யாரையோ எதிர்பார்த்து ஒரே திசையைப் பார்த்து நின்றார்கள். சற்று நேரத்தில் ஒரு வெடியோசை முழங்கியது. நீலநதி நீரைக் கிழித்துக்கொண்டு அன்னம் போன்ற ஒரு சிறு படகு பாய்ந்து வந்தது. அருகில் நெருங்கியதும் அதன் வேகம் குறைந்தது. படகின் வெளித்தளத்தில், சாய்ந்தபடி ஒருவர் நின்று கொண்டிருந்தார். சுடர்விடும் சிவப்புக் கல் கடுக்கன், நெற்றியில் சந்தனப் பொட்டு, தடிமனான மீசை, முழங்கால்வரை நீண்ட கருப்புக் கோட்டு. இயல்பை மீறிய உயரம். 'தலைவர் அய்யன்காளி வாழ்க' என்ற முழக்கம் ஆயிரம் குரல்களாக உயர்ந்தது. அதைத் தொடர்ந்து வெடியோசை. பாட்டும், வெடிச் சத்தமும் முழக்கமுமாக ஊர்வலம் நகர்ந்தது. இருபுறமும் திரண்டிருந்த கூட்டத்தைப் பார்த்து முகத்தில் புன்னகை தவழ தலை வணங்கினார் அய்யன்காளி. அவரைப் பார்ப்பதற்குப் பெரிய வீட்டுச் சீமாட்டிகள் கூட வந்திருந்தார்கள்.

மைதானத்தின் நடுவில் அமைக்கப்பட்டிருந்த மேடையின்மீது ஏறினார். நாற்புறமும் கூடியிருந்த மக்களை நோக்கி வணங்கினார். சொற்பொழிவாற்றத் தொடங்கினார். அவரது உரையாடல் ஏற்ற இறக்கத்தோடு அமைந்தது.

> வண்டு வந்தது... தேன் குடித்தது
> பார்த்து நின்றார்கள்... சோம்பேறிகள்

என்று பாடிக்கொண்டே உரையாற்றினார்.

'நீங்கள் எல்லாம் சோம்பேறிகள். உங்கள் தேனை அடுத்தவர்கள் குடித்துவிட்டுப் போகிறார்கள்' அய்யன்காளியின் புன்னகை கூட்டத்திலும் பரவியது. சொற்பொழிவு தொடர்ந்தது. 'ஆகவே நீங்கள் எல்லோரும் இன்று முதல் கள் குடிக்க மாட்டோம் என்று உறுதியளிக்க வேண்டும். இவ்வாறு சத்தியம் செய்பவர்கள் கையை உயர்த்துங்கள்' என்று சொன்னபோது எல்லாக் கரங்களும் உயர்ந்தன. அப்போது அவர் கூட்டத்தின் ஒரு பகுதியைச் சுட்டிக் காட்டி 'அதோ அங்கே ஒரு திருடன் கையை உயர்த்தாமல் இருக்கிறானே!' கூட்டத்தின் கவனம் முழுவதும் அந்தப் பக்கம் திரும்பியது. சட்டென்று ஒரு நடு வயது ஆள் எழுந்து நின்று இரு கரங்களையும் உயர்த்தினார். கூட்டமெங்கும் கைதட்டலும், சிரிப்புமாகக் காணப்பட்டது.

பெண்கள் அமர்ந்திருக்கும் பக்கமாகத் திரும்பி "இன்று முதல் குடித்துவிட்டு வீட்டுக்கு வரும் ஆண்களுக்கு உணவு தர மாட்டோம் என்று சத்தியம் செய்யும் பெண்கள் கையை உயர்த்துங்கள்" என்றார். ஒரு கைகூட உயரவில்லை. பதிலாக உள்ளூரச் சிரித்தபடி எல்லா முகங்களும் புன்னகைத்தன. அந்தச் சிரிப்பில் பங்கேற்று அவரும் சிரித்தார்.[1]

அய்யன்காளி ஆற்றிய தொண்டுகளின் விளைவாகத் தாழ்த்தப்பட்ட இனத்தவர்களின் – குறிப்பாகப் புலையர்களின் – சமூக, பொருளாதார, கல்வியறிவு மிக உயரிய நிலையை அடைந்தது. உடை, மொழி, பழக்கவழக்கங்கள் ஆகியவற்றில் எதிர்பார்த்த முன்னேற்றங்கள் நடந்தேறின. கல்வி வளர்ச்சிக்காக மிகுந்த கவனத்தை அய்யன்காளி செலுத்தினார். கல்வியறிவு பெற்றவர்களுக்கு வேலை பெற்றுத் தருவது தொடர்பாகவும் அவர் கடும் சிரமங்களைச் சமாளிக்க வேண்டியதாயிற்று. முற்போக்கு எண்ணம் கொண்ட பலர் அவரது பணிகளில் உதவினார்கள். கல்வியறிவு பெற்ற தாழ்த்தப்பட்ட இளைஞர்கள் அரசாங்கப் பணிகளில் நுழைய ஆத்மார்த்தமான ஒத்துழைப்பைத் தந்தார்கள். அய்யன் காளியின்மீது தனிப்பட்ட கருத்து வேறுபாடு

கொண்டவர்கள்கூட அவரது தன்னலமற்ற பணியைப் பாராட்டினார்கள்.

'கோயில் நுழைவு அறிக்கை' வெளியானபின் பிற்போக்கு வாதிகளான மேல்சாதிக்காரர்களின் மனநிலையில் பெரிய மாற்றங்கள் உருவாயின என்பதைக் குறிப்பிட வேண்டும். தாழ்த்தப்பட்ட இன மக்களை மனிதர்களாகக் கருதும் விவேகம் மிகத் தாமதமாகவே அவர்களிடம் உருவானது.

சாதியின் பெயரால் கணக்கற்ற இன்னல்களை அனுபவிக்க நேர்ந்தபோதிலும் அதைக் காரணமாக வைத்து அய்யன்காளி மேல்சாதிக்காரர்களிடம் ஒருபோதும் வெறுப்பைக் காட்டிய தில்லை. மகானான ஒரு மக்கள் தலைவரால் மட்டுமே இத்தகைய ஒரு அணுகுமுறையைப் பின்பற்ற முடியும். மேல்சாதிக்காரர்களின் எதிரில் தலை நிமிர்ந்து நின்று, தனது மக்களின் உரிமைகளைப் பேரம்பேசிப் பெற்றுத் தந்தார். இப்போக்கை இறுதிவரை தொடர்ந்தார்.

ஆரிய சமாஜம், இந்து மகாசபை, கேரள இந்து மிஷன் போன்ற அமைப்புகள் தாழ்த்தப்பட்ட இனத்தவர்களுக்காகச் செய்து வந்த பணிகளை மகிழ்வுடன் வரவேற்றார். இந்திய சுதந்திரப் போராட்டம் வலுப்பெற்று வந்த காலம். அதன் அலைகள் திருவிதாங்கூரிலும் வேகமாக வீசின. அய்யன்காளி தேசியப் போராட்டத்தில் நேரடியாகப் பங்கேற்க முன்வரவில்லை.

சுதந்திரப் போராட்டத்தில் முழு வீச்சுடன் பங்கேற்ற பல தலைவர்களுடன் அவர் நெருங்கிய தொடர்பு வைத்திருந்தார். தீண்டப்படாத மக்களின் விடுதலையே அவரது லட்சியமாக இருந்தது. அடிமை வாழ்வில் அமிழ்ந்து கிடந்திருந்த அந்தப் பெருவாரியான மக்கள் சமுதாயத்தை முன்னேற்றி, விடுதலையை நோக்கி இட்டுச் சென்ற அவரது கடும் உழைப்பே தாங்க முடியாத சுமையாகும். இதையும் கடந்து சுதந்திரப் போராட்டத்திலும் குதிப்பது என்பது அய்யன்காளியை ஒத்த சிந்தனைப் போக்கும், பக்குவமும் கொண்ட ஒரு சமூகத் தொண்டருக்கு இயலாத காரியம்.

தேசியப் போராட்டத்தில் கலந்து கொள்ள பெண்களும், ஆண்களுமாக மிகப் பெரியதொரு மக்கள் கூட்டம் களத்தில் இறங்கியது. அவர்களில் பலர் தாழ்த்தப்பட்டவர்களின் முன்னேற்றத்திற்காகப் பணியாற்றினார்கள். இத்துறையில் பெண்களும் கணிசமான பங்களிப்பை அளித்துள்ளார்கள். இவற்றை அய்யன்காளி மனப்பூர்வமாக வரவேற்றார்.

தனது சமுதாயத்தைச் சேர்ந்த இளைஞர்கள் சுதந்திரப் போராட்டக் களத்தில் நுழைந்தபோது அவர் மகிழ்ச்சி அடைந்தார்.

அவர்களுக்கு தேசிய உணர்வு எழ வேண்டுமென்று விரும்பினார். அரசியல் துறை மூலம் தாங்கள் பெற்ற அனுபவத்தைத் தாழ்த்தப்பட்ட சமுதாயத்தினரின் முன்னேற்றத்திற்காகப் பயன்படுத்துவார்கள் எனக் கருதினார். அவரது மகளின் கணவர் டி.டி. கேசவன் சாஸ்திரி இவ்வாறு அரசியல் துறையில் ஈடுபட்டு முன்னேறியவர்.

சமுதாயப் பணிகளுக்காகத் திருவிதாங்கூரில் எல்லாப் பகுதிகளிலும் சுற்றித் திரிந்த அய்யன்காளியின் பயணங்கள் குறைந்தன. முதுமை அவரைத் தாக்கியது. உடல் உபாதைகள் தொல்லை தந்தன. ஏற்கனவே அவருக்கிருந்த ஆஸ்துமா நோய் தீவிரமடைந்தது. முந்தைய நாட்களைப் போல சுற்றுப் பயணம் செய்யவும் மக்கள் மத்தியில் ஆவேசமூட்டும் சொற்பொழிவை ஆற்றவும் சக்தி இல்லாமல் போனது.

தாழ்த்தப்பட்டவர்களின் முன்னேற்றத்திற்காக ஒரு தீச்சுவாலையாய் சுடர்விட்டுக் கொண்டிருந்த அவருக்கு நோயைப் பற்றியும், முதுமையைப் பற்றியும் சிந்திக்க நேரமேது? சமூகத் தொண்டுக்காக உள்ளத்தையும், உடலையும் முழுமையாக அர்ப்பணித்த அய்யன்காளி நோய்வாய்ப்பட்டார்.

தீண்டத்தகாத இனத்தவர்களும் மனிதர்கள்தாம்; அவர்களுக்கும் பிறரைப்போல வாழ உரிமை உண்டு என்பதைப் பிற இனத்தவர்கள் அங்கீகரிக்க வேண்டும் என்பதே அய்யன்காளியின் வாழ்க்கை லட்சியம். அக்குறிக்கோளை அவர் நிறைவேற்றிவிட்டார். அத்துடன் தங்களுக்கும் பிறரைப்போல மனிதர்களாக வாழும் உரிமை உண்டு என்ற உணர்வை தாழ்த்தப்பட்டவர்களுக்கிடையே உருவாக்கினார். தனது சமூகத்தைச் சேர்ந்த பத்து பி.ஏ. பட்டதாரிகளைப் பார்த்துவிட்டு இறந்தால் போதுமென்று ஆசைப்பட்டார். தாழ்த்தப்பட்டவர் களின் முன்னேற்றம், கல்வியறிவைச் சார்ந்தது என்பதை அந்த தீர்க்கதரிசி உணர்ந்திருந்தார்.

பயண வசதிகளுக்காக வெங்ஙானூரிலுள்ள சாது ஜன பரிபாலன சங்கத்தின் தலைமை அலுவலகத்தில் அய்யன்காளி தங்கினார். அவர் தங்குவதற்கு வசதியாக அங்கு ஓர் அறை தயாரானது. உறவினர்களும், நண்பர்களும் அங்கு போய் அவரிடம் உரையாடுவது வழக்கம். அய்யன்காளிக்கு எழுபத்தேழு வயது கடந்துவிட்டது. உடல் சோர்வு அதிகரித்தது. நடமாட முடியாத நிலை ஏற்பட்டது. உடல் நலம் நலிவுற்றுப் படுக்கையில் விழுந்துவிட்டார். சிகிச்சைகள் முறையாக நடந்தன. தினமும் உறவினர்களும், நண்பர்களும் அவரைச் சந்தித்தார்கள். ஆனால், அவர் மனதில் எந்த சோர்வுமில்லை. தேடி வந்தவர்களுக்கெல்லாம்

படுக்கையில் படுத்தபடியே ஆசியையும், அறிவுரையையும் மகிழ்வுடன் வழங்கினார்.

இதற்கிடையே அமைப்புத் தளத்தில் சில மாற்றங்கள் நிகழ்ந்து கொண்டிருந்தன. சாதுஜன பரிபாலன சங்கம் பலவிதமான சிக்கல்களை எதிர்கொள்ள வேண்டியதாயிற்று. பாம்பாடி ஜான் ஜோசப் களத்தில் பிரவேசித்ததால் ‘சாதுஜன பரிபாலன சங்கம்’ நிலை குலைய ஆரம்பித்தது. ஸ்ரீமூலம் மக்கள் சபை உறுப்பினராக இருந்த ஜான் ஜோசப் ஆங்கிலப் புலமை மிக்கவர். தலைமைக் கணக்கு அதிகாரியாக இருந்த ஞானஜோஷ்வா என்பவரின் அறிவுரையின் பேரில் ஒரு புதுச் சங்கத்தை உருவாக்கினார். இரவிப்பேரூர் பகுதியிலுள்ள பொடிப்பாறை என்னுமிடத்தில் கூடிய பிரம்மாண்ட பொதுக்கூட்டத்தில் புலையர் கிறிஸ்தவர்கள் உற்சாகமாகப் பங்கேற்றார்கள். அன்றுதான் கிறிஸ்தவர்களின் ‘செறுமர் சபை’ உருவானது.

கூட்டத்தில் கலந்துகொண்ட வெள்ளிக்கர சோதி புறக்கணிக்கப்பட்டார். சாது ஜன பரிபாலன சங்கம் அத்துடன் வீழ்ச்சியடைந்தது என்றே கூற வேண்டும். ‘மதத்தைப் பாராமல் குலத்தைப் பார்த்து ஒன்று திரள்வீர்’ என்ற கோஷம் புலையர்களை அவ்வமைப்பை நோக்கி ஈர்த்தது. ஜான் ஜோசப் செயலாளராகவும், பாறாடி ஆப்ரகாம் ஐசக் தலைவராகவும் தேர்ந்தெடுக்கப்பட்டார்கள்.

இச்சூழலில் புலையர்களுக்கு ஒரு தனிச்சங்கம் அவசியம் என அன்றைய புதிய தலைமுறையினரான டி.வி. தேவன், டி.டி. கேசவன் சாஸ்திரி, ஆரன்முள பி.கே. தாஸ் போன்றவர்கள் கருதினார்கள். அய்யன்காளியிடமிருந்து எவ்வித எதிர்ப்பும், ஆமோதிப்பும் எழவில்லை. புல்லாட்டு என்னுமிடத்தில் ‘சமஸ்த கேரள புலையர் மகா சபை’ என்ற அமைப்பை நிறுவத் தீர்மானித்தார்கள். ஆனால் அய்யன்காளியின் மரணம் வரை அத்தீர்மானம் நிறைவேறவில்லை. பின்னர் 1942இல் திருவனந்தபுரத்தில் டி.டி. கேசவன் சாஸ்திரியைத் தலைவராகக் கொண்டு ‘சமஸ்த திருவிதாங்கூர் புலையர் மகாசபை’ தனது செயல்பாடுகளைத் தொடங்கியது.

தனது பணிகளைத் தொடர ஒரு வாரிசைத் தேடிக் கொண்டிருந்த அய்யன்காளி அதற்காக டி.டி. கேசவன் சாஸ்திரியைக் கண்டடைந்தார். அய்யன்காளியின் தலைமையில் ஆண்டுதோறும் சாதுஜன பரிபாலன சங்கத்தின் ஆண்டுவிழாவைத் திருவனந்தபுரத்தில் வெகு விமரிசையாகக் கொண்டாடுவது வழக்கம். 1914ஆம் ஆண்டு, அவ்விழாவில் பங்கேற்க ஒரு சிறுவனும்

வந்திருந்தான். அன்றைய திவான் மன்னத்து கிருஷ்ணன் நாயர் நிகழ்ச்சிக்குத் தலைமையேற்றார்.

சபையினரின் ஒருமித்த கவனத்தைக் கவரும் விதமாக அச்சிறுவன் ஒரு கவிதையைப் பாடினான். கவிஞர் மூலூர் எஸ். பத்மநாப பணிக்கர் இயற்றிய கவிதை அது. நிகழ்ச்சித் தலைவர் உட்பட கூட்டத்திற்கு வந்திருந்த சிறப்பு அழைப்பாளர்கள் அனைவரும் சிறுவன் கவிதை பாடிய விதத்தைக் கண்டு பூரித்துப் போனார்கள். அந்தச் சிறுவனை வாழ்த்தி ஆசீர்வதித்தார்கள். அச்சிறுவனின் கல்வி தொடர்பான விஷயங்களைப் பற்றி திவான் விசாரித்துத் தெரிந்துகொண்டார். அவனது கல்விச் செலவுக்காக மாதந்தோறும் பத்து ரூபாவைத் தனது சொந்த நிதியிலிருந்து வழங்க ஏற்பாடு செய்தார். அச்சிறுவன்தான் பிற்காலத்தில் புழ்பெற்று விளங்கிய டி.டி. கேசவன் சாஸ்திரி.

திருவனந்தபுரத்திலுள்ள சமஸ்கிருதப் பாடசாலையில் சேர்ந்து கேசவன் கல்வியைத் தொடர்ந்தார். ஆனால் திருவனந்தபுரத்தில் தங்கிப் படிப்பை முடிக்க கேசவனால் இயலவில்லை. திவான் கிருஷ்ணன் நாயர் பதவியிலிருந்து ஓய்வு பெற்றதும் சொந்த நிதியிலிருந்து கிடைத்து வந்த தொகை நின்றுவிட்டது. அவ்வேளையில் பிரம்ம வித்யா பூஷண் பி.கே. பணிக்கர் என்பவரின் தொடர்பு கேசவனுக்குக் கிடைத்தது. அவர் வாரணப்பள்ளி என்னுமிடத்திலுள்ள தனது குடும்ப வீட்டிற்கு கேசவனை அழைத்துப் போனார். அங்கு தங்கிப் படிக்கும் வாய்ப்பைப் பெற்றார்.

ஸ்ரீ நாராயண குரு தனது பயணத்தின்போது வாரணப்பள்ளி யில் தங்கி ஓய்வெடுப்பது வழக்கம். அங்கு குருவுடன் நெருங்கிப் பழகும் வாய்ப்பைக் கேசவன் பெற்றார். ஆலுவாயிலுள்ள அத்வைத ஆசிரமத்துடன் இணைத்து ஒரு சமஸ்கிருதப் பள்ளியைத் துவங்கத் திட்டமிட்டிருந்தார்கள். சுவாமிகளின் அன்பிற்குப் பாத்திரமான கேசவனை ஆலுவாய்க்கு அழைத்துச் சென்று அங்குள்ள சமஸ்கிருதப் பள்ளியில் சேர்த்தார். அங்கு கேசவன் சமஸ்கிருதத்தில் புலமை பெற்றார். அத்துடன் வேத, தத்துவ, புராணங்களில் தேர்ந்த ஞானம் பெற்றார்.

1924இல் பய்யனூர் என்னுமிடத்தில் கூடிய காங்கிரஸ் கூட்டத்தில் நாராயண குருவின் அனுமதியுடன் கேசவன் கலந்துகொண்டார். நிகழ்ச்சியை ஒட்டி நடந்த தாழ்த்தப் பட்டவர்களின் கூட்டத்தில் பங்கேற்பதற்கான வாய்ப்பும் கேசவனுக்குக் கிடைத்தது. அவரது பேச்சாற்றலும், பணிவுமிக்க நடத்தையும் நிகழ்ச்சிப் பொறுப்பாளர்களின் கவனத்தைக் கவர்ந்தன. சமஸ்கிருத அறிஞர், இலக்கியவாதி, பேச்சாளர்

என்னும் நிலைகளில் தனது சமுதாயத்தினரிடையிலும், அதற்கு வெளியிலும் பிரபலமடைந்தார்.

புல்லாட்டு என். நாராயணப் பணிக்கர் என்பவர் ஒரு சமஸ்கிருதப் பள்ளியை நடத்தி வந்தார். பள்ளி நிர்வாகம் கேசவன் சாஸ்திரியை ஆசிரியராக நியமித்தது. பின்னர் திருவிதாங்கூர் அரசாங்கம் அவரை செங்கன்னூர் கல்லிச்சேரி மலையாளப் பள்ளிக்கூடத்தில் ஆசிரியராக நியமித்தது. அங்கு சாதியின் பெயரால் சில சங்கடங்களை எதிர்கொள்ள வேண்டியதாயிற்று. ஆனால், வெகு விரைவில் ஊராரின் மதிப்புக்குப் பாத்திரமானார்.

அய்யன்காளியின் உடல்நிலை மோசமானதைத் தொடர்ந்து மக்கள் சபைக்குப் புலையர்களின் பிரதிநிதியாகக் கேசவன் சாஸ்திரியை அரசாங்கம் நியமித்தது. கோயில் நுழைவு விசாரணைக் குழு உறுப்பினராகவும் அரசாங்கம் பொறுப்பு வழங்கியது. கொச்சி சட்டசபையின் துணைச் சபாநாயகர் பதவி வரை அவரால் உயர முடிந்தது.

தாழ்த்தப்பட்ட மக்களின் வலிமைமிக்கத் தலைவராக விளங்கிய அய்யன்காளியின் சுவடுகளைப் பின்பற்றி வந்தார் டி.டி. கேசவன் சாஸ்திரி. அவர் மீது அய்யன்காளி மிகுந்த மதிப்பும் மரியாதையும் அளவற்ற பாசமும் கொண்டிருந்தார். தனது வாழ்நாளுக்குப் பிறகு தாழ்த்தப்பட்ட மக்களை முன்னேற்றுவதற்கான ஆற்றலும் கல்வியறிவும் தைரியமும் கொண்ட சாஸ்திரியை தனது சீடனாக ஏற்றுக்கொண்டார். சாஸ்திரியும் அய்யன்காளியைத் தனது அன்பிற்குரிய குருவாகக் கருதினார்.

அரசியல் களத்திலும் சமூகக் களத்திலும் தன்னிகரற்ற ஆளுமையாக விளங்கிய சாஸ்திரி திருவிதாங்கூர் அரசரான சித்திரைத் திருநாள் பாலராம வர்மாவிடமும், திவான்ஜியிடமும் நெருங்கிப் பழகினார். ஒரு விதத்தில் முதலும் முடிவுமாக திருவிதாங்கூர் அரசமாளிகையுடன் அந்தக் காலத்தில் நட்பை நிலைநாட்டிய ஒரே புலையர் தலைவர் கேசவன் சாஸ்திரி ஆவார்.

சாஸ்திரி மீதுகொண்ட அன்பின் காரணமாக மகாராணியே தனிப்பட்ட அக்கறை காட்டி அய்யன்காளியின் மகள் தங்கம்மாவை சாஸ்திரியின் மணமகளாகத் தேர்ந்தெடுத்தார். சாஸ்திரிக்கும் விருப்பம் இருந்தது. அய்யன்காளியும் மறுப்புத் தெரிவிக்கவில்லை. அய்யன்காளியின் ஒரே மகள் தங்கம்மா. பொன்னு, செல்லப்பன், கொச்சு குஞ்ஞி, சிவதாணு ஆகியோர் ஆண்பிள்ளைகள்.

தங்கம்மா கேசவன் சாஸ்திரி தம்பதியரின் திருமணம் 1936இல் வெங்கானூர் புதுவல் விளாகம் எல்.பி. பள்ளிக்கூட

முற்றத்தில் எழுப்பப்பட்ட திருமணப்பந்தலில் திருவிதாங்கூர் அரசக்குடும்பத்தினரும், பிரபல ஆளுமைகளும், மக்கள்திரளும் முன்னிலை வகிக்க வெகுவிமரிசையாக நடந்தேறியது. புதுப்பெண் உடுத்துவதற்காக விலைமிக்க ஒரு காஞ்சிபுரம் பட்டுப்புடவையைத் தனது சிறப்புப் பரிசாக மகாராணி வழங்கினார்.

இந்தத் திருமணம் திருவிதாங்கூரின் இரண்டாவது அரசத்திருமணம் என்று சிறப்பிக்கப்பட்டது. அனைத்தையும் அய்யன்காளி முன்நின்று நடத்தினார். இந்த மங்கள நிகழ்ச்சியில் சங்ஙனாச்சேரி பரமேஸ்வரன் பிள்ளை, நெய்யாற்றின்கரை ஜி. ராமச்சந்திரன், ஜூபா ராமகிருஷ்ண பிள்ளை ஆகிய தலைவர்களுடன் மகாத்மா காந்தியின் பேரன் காந்திலால் காந்தியும் கலந்துகொண்டார். இவர்கள் தாழ்த்தப்பட்ட மக்களுடன் ஒரே பந்தலில் அமர்ந்து விருந்துண்டதாகப் பிற்காலத்தில் ஜூபா ராமகிருஷ்ண பிள்ளை குறிப்பிட்டுள்ளார். திருமணம் முடிந்ததும் மணமக்களை இல்லத்திற்கு வழியனுப்பும் பயணத்திற்காக முன்னாள் திவான் வி.எஸ். சுப்பிரமணிய அய்யர் தனது காரைக் கொடுத்துள்ளார்.

1941 மே மாதத்தில் அய்யன்காளி உடல்நிலை மோசமடைந்து படுக்கையில் விழுந்துவிட்டார். இனி நீண்டகாலம் வாழமுடியாது என்கிற எண்ணம் அவருக்குத் தோன்றியது. வெங்ஙானூர் எல்.பி. பள்ளிக்கூடத்தின் அருகில் சாதுஜன பரிபாலன சங்கத்தின் அலுவலகத்தின் மாடியில் அய்யன்காளி படுத்திருந்தார். சொந்த வீடான தெக்கே விளைக்குப் போனால் தூரத்து ஊர்களிலிருந்து வருபவர்கள் அய்யன்காளியை உடனடியாக பார்க்க முடியாது.

இதற்கிடையில் எல்.பி. பள்ளிக்கூடத்தின் உரிமையை தனது மகள் தங்கம்மாவின் பேரில் எழுதிக் கொடுத்தார். என்றாலும் மருமகன் டி.டி.கேசவன் சாஸ்திரிகளே பள்ளியின் எல்லாப் பொறுப்புகளையும் கவனித்தார். பள்ளிக்கூடத்தின் உரிமையை மகளுக்கு எழுதிக் கொடுத்ததைப் பலர் எதிர்த்தார்கள். அதில் அய்யன்காளியின் தம்பி வேலுக்குட்டியும் அய்யன்காளியின் சில பிள்ளைகளும் இருந்தார்கள். இருப்பினும் நேரில் தெரிவிக்க யாருக்கும் தைரியமில்லை. ஆகவே, எதிர்ப்பை வெளியில் காட்டவில்லை.

ஒவ்வொரு நாளும் நோய் தீவிரமடைந்தது. மருத்துவரின் அறிவுரைப்படி மருந்துகள் கொடுக்கப்பட்டன. எந்தப்பயனும் இல்லை. மனைவி செல்லம்மாவும் பிள்ளைகளும் உறவினர்களும் அய்யன்காளியைச் சந்தித்து விவரங்களைக் கேட்டறிந்தார்கள். அதைப்போலவே, நண்பர்களும் மற்ற தலைவர்களும் அய்யன்காளியின் சக செயல்வீரர்களும் வந்து சேர்ந்தார்கள்.

இதற்கிடையே வயிற்றுப்போக்கும் தொடங்கியது. மருமகன் டி.டி. கேசவன் சாஸ்திரி அருகிலேயே இருந்தார். திருவனந்தபுரம் ஸ்ரீசித்ரா அரிஜன விடுதியில் தங்கிப்படித்து வந்த அய்யன்காளியின் இளையமகன் ஏ.கே. சிவதாணுவைப் பார்க்க வேண்டுமென்று அய்யன்காளி விரும்பினார். அந்த விவரத்தை சிவதாணுவின் விவரிப்பிலிருந்தே தெரிந்துகொள்ளலாம்:

1941 ஜூன் மாதம் 16ஆம் தேதி காலைநேரம் வார்டன் என்னை அவரது அறைக்கு வரவழைத்து, "உங்கள் தந்தைக்கு உடல் நலமில்லை. உடனடியாக வீட்டுக்குப் போகவும்" என்றார். எதிர்பாராமல் கேள்விப்பட்ட அந்தச் செய்தி என்னைத் திடுக்கிட வைத்தது. நான் அப்போதே வெங்ஙானூருக்குப் புறப்பட்டேன். அவ்விடத்தை நெருங்கியபோது பள்ளிக்கூடத்தின் சுற்றுப்பகுதியில் மக்கள் கூட்டமாய் நின்றிருந்தார்கள்.

அந்தக் காட்சி என் மனத்தில் நெருப்பைப் பற்ற வைத்தது. அப்பாவுக்கு ஏதோ நிகழ்ந்துவிட்டது என்கிற எண்ணம் எனக்குள் எழுந்தது. கூட்டத்திற்கு நடுவில் நடந்து அப்பாவின் அருகில் சென்றேன். கண்களை மூடி உணர்விழந்து கட்டிலில் படுத்துக் கிடந்தார். என் தந்தைக்காகக் கவலையில் ஆழ்ந்து துயருறும் மக்களிடமிருந்து எழுந்த பெருமூச்சுகளின் எதிர்பார்ப்பு நிறைந்த நிமிஷங்களை எண்ணியபடி அப்பாவின் படுக்கையின் அருகில் நின்றுகொண்டிருந்தேன்.

விடியத்தொடங்கியதும் உடல்நிலையில் சிறிது முன்னேற்றம் தெரிந்தது. அவர் படுக்கையிலிருந்து மெதுவாக எழுந்து உட்கார்ந்து என்னைச் சேர்த்தணைத்துக் கேட்டார், "நீ எப்போது வந்தாய்? தேர்வு நேரமாயிற்றே, சீக்கிரம் கிளம்பு. நீ அடுத்தமுறை வரும்போது, ஒருசமயம் உன்னால் என்னைப் பார்க்க முடியாது போகலாம்."

நோய்வாய்ப்பட்டிருந்த அய்யன்காளி 1941, ஜூன் 18ஆம் தேதி இவ்வுலகை விட்டுப் பிரிந்தார். அய்யன்காளியின் மரணம் தொடர்பாக அவரது புதல்வன் ஏ.கே. சிவதாணு மேலும் விவரிக்கிறார்:

"திருவனந்தபுரத்திற்குப் போன நான் 1941, ஜூன் 18ஆம் தேதியன்று தந்தையின் மரணச் செய்தியைக் கேட்டு விழித்தெழுந்தேன். அன்று நான் வெங்ஙானூரை அடைந்தபோது தந்தையார் உருவாக்கிய ஆரம்பப் பள்ளியைச் சுற்றிலும் மக்கள் கூட்டம். அரசியல், சமூகத் துறைகளைச் சார்ந்த அறிமுகமானவர்களும் அறிமுகமற்றவர்களுமாக ஒரு பெரும் மக்கள் கூட்டம் துயரத்தின் கருநிழல் படிந்த முகங்களுடன் குழுமியிருந்தது.

அமைதியாகத் தவழ்ந்து வரும் பிரார்த்தனைப் பாடல், எரிந்துகொண்டிருக்கும் குத்துவிளக்கு, நறுமணம் பரப்பும் ஊதுபத்தி, துயரம் பரவிய சூழல், மலர்களால் அலங்கரிக்கப்பட்ட மஞ்சத்தில் அலைகளில்லாத ஒரு கடல் உறங்கியது.

சாதி வெறியாட்டங்களால் தாக்குண்டு, அடிமைத்தனத்தின் அதல பாதாளங்களில் விழுந்த ஒரு சமுதாயத்திலிருந்து ஊற்றெடுத்த ஒரு சிறு நதியாகத் திகழ்ந்தார் என் தந்தை. ஒன்றுடன் ஒன்றிணைந்து வலுப்பெற்று, சமூகத்தை ஒன்று திரட்டி, அடிமைத்தனம் என்னும் பாறைக் கூட்டங்களை உடைத்தெறிந்து அந்நதி முன்னோக்கிப் பாய்ந்தது. தன்னலமின்றி, உரிமைகளின் போர் முரசைப் போல ஒரு சவப் பெட்டியில் பெருமிதத்துடன் உறங்கும் அம்முகத்தில் நிலைத்திருந்த அமைதிப் புன்னகையை என்னால் ஒருபோதும் மறக்கவியலாது.

எனது தந்தை தொடர்பான நினைவுகளில் மிகவும் தெளிந்த சித்திரம் அதுவே. பள்ளிச்சால் – விழிஞ்ஞும் சாலை அருகில் தந்தை நிறுவிய பள்ளிக்கூடத்திற்கும், நூலகத்திற்கும் எதிரிலுள்ள ‘சாது ஜன பரிபாலன சங்க’த்தின் பெரும் கூட்டங்கள் நடைபெற்ற மைதானத்தில் தந்தையாரின் பூதவுடல் அன்று மாலை பல்லாயிரக்கணக்கான ஜனங்களின் முன்னிலையில் நல்லடக்கம் செய்யப்பட்டது. அக்கல்லறையின்மீது இன்று காணப்படும் ஓவியக் கூடம் மங்காத நினைவுகளின் அழியாத குறியீடாகும்.”

அய்யன்காளியின் நினைவைப் போற்றும் வகையிலும், அவர் மீதுள்ள நன்மதிப்பை வெளிப்படுத்துவதற்காகவும் ஓர் அறக்கட்டளையை உருவாக்க வேண்டும் என்கிற கருத்து 1977இல் எழுந்தது.

அன்றைய கேரள முதல்வராக இருந்த ஏ.கே. அந்தோணியும், அரிஜன நலத்துறை அமைச்சராக இருந்த கே.கே. பாலகிருஷ்ணனும், கே.பி. மாதவனும் இணைந்து நடத்திய ஒரு கலந்துரையாடலின் போது யதேச்சையாக திரு. அய்யன்காளியின் சிலையைத் திருவனந்தபுரத்தில் நிறுவ வேண்டும் என்கிற யோசனை உதித்தது. 30–11–1977இல் கூடிய பாரதிய தாழ்த்தப்பட்டவர்கள் குழுவின் திருவனந்தபுரம் ஜில்லா கவுன்சில், அய்யன்காளிக்கு ஒரு நினைவுச் சின்னத்தை உருவாக்கும் செயல்திட்டங்களை ஏற்றுக்கொண்டது.

திருவனந்தபுரத்திலுள்ள இந்துமத நூலக மண்டபத்தில் கே.கே. பாலகிருஷ்ணன் தலைமையில் 1977 டிசம்பர் 25ஆம் நாள் ஒரு நிகழ்ச்சி ஏற்பாடு செய்யப்பட்டது. கூட்டத்தில்

எஸ். வரதராஜன் நாயர், கே.ஆர். இலங்கத், ஆர். பரமேஸ்வரன் பிள்ளை, கே.பி. குமாரன் ஆகியோர் உரையாற்றினார்கள். அய்யன்காளியின் முழு உருவ வெண்கலச் சிலையொன்றைத் திருவனந்தபுரத்திலுள்ள வெள்ளயம்பலம் சதுக்கத்தில் நிறுவ அக்கூட்டத்தில் முடிவெடுக்கப்பட்டது. கே.கே. பாலகிருஷ்ணனைப் புரவலராகவும் கே.பி. மாதவனை அமைப்பாளராகவும் கொண்டு 'திரு. அய்யன்காளியின் சிலை நிர்மாணக் குழு' உருவானது.

வெள்ளயம்பலம் சதுக்கத்திற்கு 'அய்யன்காளி சதுக்கம்' என்று பெயரிட வேண்டும் எனவும், அங்கு அய்யன்காளியின் சிலையை நிறுவ அனுமதி வழங்க வேண்டும் எனவும் ஒரு கோரிக்கை மனு அரசாங்கத்திடம் அளிக்கப்பட்டது. அமைச்சரவை மேற்படி தேவையைப் பரிசீலித்து, வெள்ளயம்பலம் சதுக்கத்தில் சிலையை அமைக்க அனுமதியளித்தது. ஆனால், மேலே குறிப்பிட்ட அமைச்சரவை தீர்மானத்திற்குச் சாதகமான உத்தரவைப் பிறப்பிப்பதற்குள் அமைச்சரவைக் கலைக்கப்பட்டதால் பல பிரச்சினைகள் எழுந்தன.

சிலை நிர்மாணக் குழு தற்காலிகமானது என்பது அதில் ஒன்று. இச்சூழ்நிலையில் அய்யன்காளியின் பெயரில் ஓர் அறக்கட்டளையை உருவாக்குவது தொடர்பாகச் சிலை நிர்மாணக் குழு பேச்சுவார்த்தை நடத்தியது. இவ்வாறு கட்சி வேறுபாடு களையும், சாதி மதக்கருத்துகளையும் கடந்து தாழ்த்தப்பட்ட மக்களின் எல்லாவித முன்னேற்றங்களையும் கருத்தில்கொண்டு 'திரு. அய்யன்காளி நினைவு அறக்கட்டளை'யைத் தொடங்க முடிவு செய்யப்பட்டது.

அறக்கட்டளையைப் பதிவு செய்வதற்காகத் தலைமைச் செயலகத்தின் சட்டத்துறை அதிகாரியாக இருந்த திரு. கே. ராகவன் தயாரித்த வரைவு அறிக்கை ஏற்கப்பட்டது, இம் மகத்தான அமைப்பில் இணைந்து கொள்ளுமாறு வலியுறுத்தும் கடிதங்கள் கேரளத்தில் பல்வேறு துறைகளில் முக்கியமானவர்களாகக் கருதப்பட்ட அறுபதுக்கு மேற்பட்ட பிரமுகர்களுக்கு அனுப்பப்பட்டது.

திரு. கே.கே. பாலகிருஷ்ணன், கே.பி.மாதவன், பி.கே. சாத்தன் மாஸ்டர், டி. செல்லப்பன் வைத்தியர் ஆகியோர் அமைப்பாளர் களாகவும், கே.கே. பாலகிருஷ்ணன், கே.பி. மாதவன், பி. சசிதரன், பி.கே. சாத்தன் மாஸ்டர், கே. ராகவன் ஆகியோர் முறையே தலைவர், செயலாளர், பொருளாளர், துணைத் தலைவர், துணைச் செயலாளர் என்கிற பொறுப்புகளிலும் திரு. குஞ்ஞாம்பு, டாக்டர். சி. கங்காதரன், டி. செல்லப்பன் வைத்தியர், ஜி. சோமன், திருமதி. கே. தங்கம்மா ஆகியோரை செயற்குழு

உறுப்பினர்களாகவும் கொண்டு "திரு. அய்யன்காளி நினைவு அறக்கட்டளை" 1979 பிப்ரவரி 8ஆம் தேதி பதிவு செய்யப்பட்டது.

அறக்கட்டளை உருவாக்கப்பட்ட பிறகும் சில நாட்கள் வரை வெள்ளயம்பலம் சதுக்கத்தை 'அய்யன்காளி சதுக்கம்' என்ற பெயர் சூட்டும் தீர்மானம் நிறைவேறாததால் சிலையை நிறுவுவதற்கான ஆணை பிறப்பிக்கப்படவில்லை. இச் சந்தர்ப்பத்தில் "அய்யன்காளி சதுக்கம்" என்று பெயரிடுவதற்கான தீர்மானத்தைப் பரிசீலிக்க வேண்டாமென்று அறக்கட்டளை அரசாங்கத்திடம் தெரிவித்தது.

அரிஜன நலத்துறை அமைச்சராக இருந்த திரு. பி.கே. தாமோதரன் காளாச்சேரியும், முதலமைச்சராக இருந்த பி.கே. வாசுதேவன் நாயரும் அடங்கிய அமைச்சரவை சாதகமான முடிவை அறிவித்தது. இவ்வாறு 1979 ஜூலை 12ஆம் தேதி அரசாங்க ஆணைப்படி வெள்ளயம்பலம் சதுக்கத்தில் அய்யன்காளியின் சிலையை நிறுவுவதற்கான அனுமதி அறக்கட்டளைக்குத் தரப்பட்டது.

அதன்பிறகு பணிகள் வெகு மும்முரமாக நடைபெற்றன. திரு. ஜூபா ராமகிருஷ்ண பிள்ளையின் தலைமையில் நகராட்சி ஊழியர் அமைப்பினுடைய திருவனந்தபுரம் அரசாங்க மாதிரி உயர்நிலைப் பள்ளிச் சந்திப்பில் இருந்த கட்டடத்தில் அறக்கட்டளையின் அலுவலகம் இயங்கத் தொடங்கியது.

15-7-1979இல் திரு. கே.கே. பாலகிருஷ்ணனின் தலைமையில் கூடிய நிகழ்ச்சியில் திரு. தாமோதரன் காளாச்சேரி அறக்கட்டளை யின் அலுவலகத்தைத் திறந்து வைத்தார். திரு. குட்டநாடு ராமகிருஷ்ண பிள்ளை, ஜூபா ராமகிருஷ்ணபிள்ளை ஆகியோர் வாழ்த்துரை வழங்கினார்கள். இருப்பினும் அறக்கட்டளையின் அதிகாரப்பூர்வமான தொடக்கவிழா 12-8-1979இல் பிரியதர்சினி மண்டபத்தில் நடைபெற்றது. அறக்கட்டளையின் தலைவர் திரு. கே.கே. பாலகிருஷ்ணனின் முன்னிலையில் கூடிய பொதுக்கூட்டத்தில் கேரள கவர்னர் திருமதி. ஜோதிவெங்கிடாசலம் தலைமை வகித்தார். அன்றைய முதலமைச்சர் பி.கே. வாசுதேவன்நாயர் நிதிவசூலைத் தொடங்கி வைத்தார். நிதிவசூலில் தாழ்த்தப்பட்ட வகுப்பைச் சேர்ந்த அரசாங்க ஊழியர்கள் உற்சாகமாகப் பங்களித்தனர்.

அய்யன்காளியின் சிலையை வடிவமைப்பதற்கான பொறுப்பு சென்னையைச் சேர்ந்த பிரபல சிற்பி திரு. எஸ்ரா டேவிட் அவர்களிடம் ஒப்படைக்கப்பட்டது. அறக்கட்டளை பொறுப்பேற்றுக் கொண்ட இம்முயற்சிக்குத் தேவைப்படும்

பொருளாதாரச் சுமையை தாழ்த்தப்பட்ட மக்களால் தாங்க இயலாமல் போனபோது அரசாங்கத்தின் உதவி நாடப்பட்டது. பி.கே. வாசுதேவன் நாயரின் அமைச்சரவை சாதகமான முடிவெடுத்துச் சிலையை நிர்மாணிக்க ஒரு லட்சம் ரூபாயை ஒதுக்கியது.

சிலைக்கான பீடத்தின் அடித்தளம் அமைக்கும் பணியை 18–8–1980இல் வெள்ளயம்பலம் சதுக்கத்தில் கூடிய மாபெரும் பொதுக்கூட்டத்தின் முன்னிலையில் கேரள ஆளுநர் திருமதி. ஜோதி வெங்கிடாசலம் தொடங்கி வைத்தார். அறக்கட்டளையின் தலைவர் தலைமை வகித்த அந்நிகழ்ச்சியில் முன்னாள் அமைச்சர் எம்.கே. கிருஷ்ணன், கே.ஆர். இலங்கத் ஆகியோர் வாழ்த்துரை வழங்கினார்கள்.

அன்றைய திருவனந்தபுரம் நகராட்சி மேயர் திரு. எம்.பி. பத்மநாபன் நன்கொடை ரசீது விற்பனையைத் தொடங்கி வைத்தார். சிலையையும், சதுக்கத்தையும் பாதுகாக்கும் பொறுப்பு நகராட்சியிடம் ஒப்படைக்கப்பட்டது. இந்த அறிவுரைக்கு அறக்கட்டளை இசைவு தெரிவித்ததுடன் 1980 நவம்பர் 10ஆம் தேதி சிலை திறப்பு விழாவுக்குப் பிறகு பாதுகாக்கும் பொறுப்பும் நகராட்சியிடம் ஒப்படைக்கப்பட்டது. பீடத்தை வடிவமைத்த நாகர்கோவில் எஸ். ராமநாத பிள்ளை பொதுப்பணித் துறையின் தலைமைப் பொறியாளராக இருந்தார்.

பணி நிறைவு செய்யப்பட்ட சிலைக்கு 1980 அக்டோபர் 26ஆம் தேதி 'சென்னை ஆசான் நினைவுப் பள்ளி'யின் வளாகத்தில், பிரபல திரைப்பட நடிகர் பிரேம்நசீரின் தலைமையில் 'மலையாளி சமாஜம்' உறுப்பினர்கள் உற்சாகமாக வழியனுப்பும் விழாவை ஏற்பாடு செய்திருந்தார்கள். வெகு விமரிசையாக அலங்கரிக்கப்பட்ட வாகனத்தில் பொது மக்களுக்குக் காட்சியளிக்கும் விதமாக நிறுத்தப்பட்டிருந்த சிலைக்கு 28–10–1980 இல் கேரளத்தின் எல்லைப் பகுதியான வாளையாரில் மிகப் பெரிய வரவேற்பு தரப்பட்டது.

பாலக்காடு, திருச்சூர், எர்ணாகுளம், கோட்டயம், ஆலப்புழா, கொல்லம் ஆகிய மாவட்டங்களைச் சேர்ந்த பல்வேறு தாழ்த்தப்பட்ட மக்களின் அமைப்புகளும், பிற இனத்தவர்களின் அமைப்புகளும், கிறிஸ்தவ அமைப்புகளும், அரசியல் கட்சிகளும் உணர்ச்சிமயமான வரவேற்பை அளித்தன. 6–11–1980இல் திருவனந்தபுரம் கிழக்குக் கோட்டையிலிருந்து வந்த மாபெரும் பேரணியுடன் சிலை வெள்ளயம்பலம் சதுக்கத்திற்குக் கொண்டு வரப்பட்டது.

கேரளத்தின் வேறெந்தத் தலைவருக்கும் தராத உற்சாகத்தையும், உணர்ச்சி பொங்கும் வரவேற்பையும் கேரள மக்கள் அய்யன்காளியின் சிலைக்கு வழங்கினார்கள்.

1980 நவம்பர் 10ஆம் தேதி மாலை 6.30 மணிக்கு வெள்ளயம்பலம் சதுக்கத்தில் திரண்ட மாபெரும் பொதுக் கூட்டத்தில் அன்றைய இந்தியப் பிரதமர் திருமதி. இந்திரா காந்தி அவர்கள் அய்யன்காளியின் சிலையைத் திறந்து வைத்தார். அன்றைய கேரள முதலமைச்சராக இருந்த ஈ.கே. நாயனார் விழாவுக்குத் தலைமை வகித்தார். திரு. கே. கருணாகரன், ஏ.கே. அந்தோணி, பி.கே. வாசுதேவன் நாயர், எம்.கே. கிருஷ்ணன், எம்.பி. பத்மநாபன் ஆகியோர் வாழ்த்துரை வழங்கினார்கள். கேரள ஆளுநராக இருந்த திருமதி. ஜோதி வெங்கிடாசலம் மற்ற பிரமுகர்களுடன் நிகழ்ச்சியில் கலந்துகொண்டார்.

கேரளத்தின் மனநோயாளி விடுதிக் கலாச்சாரத்தைத் தலைகீழாகப் புரட்டிப் போடத் தீரமுடன் போராடிய மகானின் சிலை, மனித மகத்துவத்தைப் பறைசாற்றியவாறு கேரளத்தின் தலைநகரில் தலைநிமிர்ந்து நிற்கிறது. மனித உள்ளங்களில் அய்யன்காளியின் நினைவுகள் காலங்காலமாக நிமிர்ந்து நிற்கும் என்பதில் ஐயமில்லை.

அடிக்குறிப்புக்கள்

1. திரு. அய்யன்காளி நினைவு மலர்–திரு. அய்யன்காளி நினைவு அறக்கட்டளை வெளியீடு.
2. கேரள புலையர் மகாசபை நினைவு மலர்–1983 ஏப்ரல்
3. திரு. அய்யன்காளி நினைவு மலர்–1982

பின்னிணைப்புகள்

பின்னிணைப்பு 1

19ஆம் நூற்றாண்டில் புலையர்கள் – ஓர் சமூகவியல் அணுகுமுறை

திருவிதாங்கூர்

புலையன் என்ற சாதிப் பெயரின் தோற்றம் தொடர்பாக ஒன்றுக்கு மேற்பட்ட கருத்துக்கள் நிலவுகின்றன. 'புலம்' என்ற தமிழ்ச் சொல்லுக்கு வயல், விவசாய நிலம், நாடு ஆகிய அர்த்தங்கள் உள்ளன. புலம் அதாவது விவசாய நிலத்துடன் புலையர்களின் உறவை ஆதாரமாகக் கொண்டு 'புலையன்' என்ற சாதிப்பெயர் உருவானது. வீர உண்ணிக் கேரள வர்மா தனது கல்வெட்டில் புலையரைப் 'பிலயா' என்று குறிப்பிடுகிறார். 1696–களில் தெற்குத் திருவிதாங்கூரில் புலையரைப் 'பிலயர்' என்றே அழைத்து வந்தார்கள்.

புல (அசுத்த) மானவனைப் புலையன் என்று அழைத்து, பின்னர் அதுவே சாதிப்பெயராக நிலைத்துவிட்டது என்பது இரண்டாவது கருத்து. தமிழ்நாட்டிலுள்ள 'பள்ளர்' என்ற சொல்லிலிருந்து 'புலையன்' என்ற சொல் உருவானதாக இன்னொரு அபிப்பிராயமும் உண்டு. முதலில் கூறப்பட்ட கருத்தே ஏற்புடையதாகத் தோன்றுகிறது.

பத்தொன்பதாம் நூற்றாண்டில் அடிமைத்தனம் தீவிரமாக இருந்த காலம். அடிமை இனத்தவர்களில் அதிகமான எண்ணிக்கையினர் புலையர்கள். அவர்களுடைய வாழ்க்கை பரிதாபத்திற்குரியதாக இருந்தது. உழைக்கும் இயல்பைக் கொண்ட புலையர்களை அடிமைகளாக்கி வைப்பதற்கு பிராமணர்களும், சத்திரியர்களும், நாயர்களும், வேளாளர்களும், கிறிஸ்தவர்களும் ஒன்றாகச் செயல்பட்டார்கள். அடிமைகளை வாடகைக்குத் தருவதற்கும், கைமாற்றுவதற்கும், நண்பர்களுக்குப் பரிசாகத் தருவதற்கும், அடகு வைப்பதற்கும், எஜமானுக்கு உரிமை இருந்தது.

நிலத்தையும், வீட்டையும் விற்கும்போது அதில் வசித்து வந்த அடிமைகளையும் சேர்த்து விற்றனர். அவர்கள் கால்நடைகளைப் போல நடத்தப்பட்டார்கள். சாதாரணமாக ஓர் அடிமைக்கு ஆறு ரூபா முதல் ஒன்பது ரூபா வரை விலை இருந்தது. 'தாங்கள் இவனை / இவளை விற்கவோ, கொல்லவோ செய்யலாம்' கொல்லலாம் என்ற விதிமுறை பிற்பாடு நீக்கப்பட்டது.[1]

அடிமையின் மூத்த மகன் எஜமானுக்கு உரிமை உடையவன். தேவைப்பட்டால் நாலரை ரூபாவை எஜமானனுக்குக் கொடுத்து விட்டு அந்தக் குழந்தையைப் பெற்றோர்கள் மீட்டுக் கொள்ளலாம். ஜன்மிகள் மூன்று முறைகளில் அடிமைகளைக் கைமாற்றம் செய்து பணத்தைச் சம்பாதித்தார்கள். அவை ஜன்மம், காணம், பாட்டம் என்பவைகளாகும்.

ஜார்ஜ் மாத்தன் என்னும் பாதிரியார் சர்ச் மிஷன் சொசைட்டிக்கு அனுப்பிய அறிக்கை இவ்வாறு கூறுகிறது. '1850, டிசம்பர் 5ஆம் தேதி நான் சந்தித்த மக்களில் சில புலையர் களுடன் உரையாட நேர்ந்தது. இந்த ஏழை ஜனங்களைப் போல கேவலமான நிலையில் இருப்பவர்களை வரலாற்றில் எங்கும் காணமுடியாது. தங்களுடைய எஜமானர்களின் கட்டுப்பாட்டில் இருப்பதால் அவர்கள் கால்நடைகளைப்போல விற்பனை செய்யப்பட்டார்கள்.

அவர்களை அடிக்கவும், சிறை வைக்கவும், உடலை முடமாக்கவும் உடமையாளர்களுக்கு அதிகாரம் இருந்தது. தற்போதைய அரசாங்க சட்டம் இக்கொடுமைகளை அங்கீகரிக்கா விட்டாலும், உண்மையில் இவர்களின் நிலைமையில் எந்த மாற்றமும் ஏற்படவில்லை. புலையர்களுக்குக் கூலியாகத் தானியம் தரப்பட்டது. திருவிதாங்கூரின் மேற்குப் பகுதிகளில் ஒரு புலையனுக்கு ஆறு ரூபா விலை இருந்தது.[2]

'புலையரைக் காளையுடன் நுகத்தில் பூட்டி நிலத்தை உழுததற்குச் சான்றாக ஒரு நிகழ்ச்சியை பி.கே. சோதி குறிப்பிடு கிறார். '1854, செப்டெம்பர் 8ஆம் தேதி மல்லப்பள்ளி கைப்பட்டுர் என்பவர் தெய்வத்தான் என்ற புலையனை நுகத்தில் கட்டி காளையுடன் சேர்த்து உழுததை கோக்ஸ்வெர்த் என்னும் ஐரோப்பிய பாதிரியார் பார்த்தார். இரக்க குணம் படைத்த அவர் அவனை நுகத்திலிருந்து விடுவித்தார். அவனுக்கு ஆபேல் என்று பெயர் சூட்டி கிறிஸ்தவ மதத்தில் சேர்த்தார்.[3]

'திருவிதாங்கூர் புலையர்களில் ஆறு பிரிவினர் காணப்படு கிறார்கள் அவர்கள்: 1. தண்டப் புலையன், 2. காணப் புலையன், 3. மேற்குப் புலையன், 4. கிழக்குப் புலையன், 5. தெக்கன் புலையன், 6. வள்ளுவப் புலையன் ஆகியோராவர்.

சேர்த்தலை தாலுக்காவில் அரூர், துறவூர், வயலார் ஆகிய பகுதிகளில் தண்டப் புலையர்கள் வசித்து வருகிறார்கள். வடக்குத் திருவிதாங்கூரிலுள்ள குன்னத்துநாடு, ஆவங்காடு என்னும் இடங்களில் காணப் புலையர்கள் வசித்து வருகிறார்கள். மேற்குப் புலையர்கள் திருவல்லா, சங்ஙனாச்சேரி ஆகிய இடங்களின் மேற்குப் பகுதியிலும், கிழக்குப் புலையர்கள் திருவல்லா, சங்ஙனாச்சேரி ஆகிய இடங்களின் கிழக்குப் பகுதியிலும் நெய்யாற்றின் கரையிலும், அதன் சுற்றுப் பகுதியிலும் வசிக்கின்றனர். தெற்குப் புலையர்களும், வள்ளுவப் புலையர்களும், கொல்லம் மற்றும் அதன் சுற்றுப் பகுதிகளில் காணப்படுகிறார்கள்.[4]

'வாழ்க்கைமுறை, பழக்க வழக்கங்கள், மொழி என்பனவற்றில் இப்பிரிவினருக்கிடையே சிறிய வேற்றுமைகள் காணப்படுகின்றன. மேற்குப் புலையனின் குடிசைப் பக்கமாகக் கிழக்குப் புலையன் நடக்கக்கூடாது. அதற்கு மாறாகச் செயல்பட்டால் மேற்குப் புலையன் தனது குடிசைக்கு தீ வைத்துவிட்டு, அந்த இழப்பைக் கிழக்குப் புலையனிடமிருந்து வசூல் செய்துவிடுவான். தெற்குப் புலையர்களுக்கிடையே இனப் புலையன் என்ற சிறுபிரிவினரும் உள்ளனர். தெற்குப் புலையரும், இனப் புலையரும் தங்களுக்குள் திருமண உறவை வைத்து கொள்வதில்லை. தெற்குப் புலையரை 'வலவர்' என்றும் இனப் புலையரை 'இடவர்' என்றும் அழைக் கிறார்கள். அய்யன்காளி தெற்குப் புலையர் பிரிவைச் சேர்ந்தவர்.

தெற்குப் புலையரில் பல கிளைகள் உள்ளன. வெள்ளி இல்லம், இரி இல்லம், சோ இல்லம், லே இல்லம், வேல இல்லம், காரி இல்லம், வயல் இல்லம், மாணிக்கம் இல்லம் என்பவை அவற்றின் பெயர்கள். ஒரே கிளையைச் சேர்ந்தவர்கள் தங்களுக்குள் திருமண உறவை வைத்துக்கொள்வதில்லை. தந்தையின் சொத்துரிமை முழுவதும் ஆண் பிள்ளைகளுக்கு மட்டுமே தரப்பட்டது. ஆனால், இனப்புலையர்கள் தமது பெண்ணைத் திருமணம் முடித்து அனுப்பிய பின்னும் அப்பெண்ணின் உரிமை தனது குடும்பத்திலேயே நீடித்திருக்கும்.

இனப்புலையர்கள் தாய்வழி குடும்ப முறையையும் தெற்குப் புலையர்கள் தந்தைவழி குடும்ப முறையையும் பின்பற்றினார்கள். தெற்குப் புலையர்களுக்கிடையே பெண்கள் பருவமெய்தியப் பின்பும் அல்லது அதற்கு முன்பும் திருமணம் செய்து வைக்கப்படுகிறார்கள். ஓர் ஆண் தனது தாயின் சகோதரனின் மகளையும், தந்தையின் சகோதரியின் மகளையும் திருமணம் செய்துகொள்ளலாம். குழந்தைகளாக இருக்கும் போதே அவர்களுக்கிடையே திருமண நிச்சயதார்த்தம் என்றொரு சடங்கும் காணப்படுகிறது. மாசி, ஆடி ஆகிய மாதங்களைத் தவிர ஏனைய மாதங்களில் திருமணங்கள் நடத்தப்படுகின்றன.

திருமண நிச்சயதார்த்தம் ஒரு முக்கிய சடங்காகும். அன்றைய தினம் மணப்பெண்ணின் விலையாக நூற்றி ஐம்பது பணம் (இருபத்தியொரு ரூபா) மணப்பெண்ணின் தந்தை, மணப்பெண்ணின் தாய்மாமாவிடம் ஒப்படைக்க வேண்டும். திருமணம் பெண் வீட்டில் நடைபெறும். திருமணத்தையொட்டி ஆண்கள் குழுவாகச் சேர்ந்து, கோலைப் பயன்படுத்தி களியலாட்டத்தை ஆடுவார்கள்.

மணமகன் தரும் ஆடையை அணிந்துகொண்டு மணப்பெண் திருமணப் பந்தலுக்கு வருவாள். அதைத் தொடர்ந்து மணமகன் அவள் கழுத்தில் தாலி கட்டுவான். பின்னர் கல்யாண விருந்து. விருந்துக்குப்பின் மணமகனும், மணமகளும் வெளியே வந்து வெற்றிலையும், பாக்கும் கொடுத்து உறவினர்களை வழியனுப்புவார்கள். அவர்கள் அதைப் பெற்றுக்கொண்டு மணப்பெண்ணுக்கு அன்பளிப்பாகப் பணத்தைத் தருவார்கள். மணமகன் மணப்பெண்ணைத் தனது குடும்ப வீட்டிற்கு அழைத்துச்செல்வான். சில நாட்கள் கழித்து தனிக்குடித்தனம் தொடங்குவான்.

தெற்குப் புலையர்களுக்கிடையே பலதார மணம் அரிதாகக் காணப்பட்டது. ஆனால் ஒன்றுக்கு மேற்பட்ட கணவன்மார்களை உடைய பெண்களும் உள்ளனர். பெரும்பாலும் சகோதர உறவைச் சேர்ந்தவர்களே கணவன்மார்களாக இருப்பார்கள். ஒரு பெண் தனது கணவனைக் கைவிடுவதற்கான உரிமை இருந்தது. ஆனால் அத்திருமணத்திற்காக மணமகன் செலவழித்த பணத்தை அவள் திருப்பித் தர வேண்டும். அவளை மறுமணம் செய்துகொள்பவன் அப்பணத்தைத் தந்தால்கூடப் போதும். கணவன் மனைவியைக் கைவிட நேர்ந்தால் அவன் யாருக்கும் பணம் தர வேண்டிய அவசியமில்லை.

வடக்குத் திருவிதாங்கூரில் புலையர் பெண் பருவமெய்து வதற்கு முன்பு திருமணம் செய்துகொள்வது நற்பலனாகக் கருதப்பட்டது. பெண் கேட்கப் போகும் மணமகனுடன் அவனது தந்தையும், தாய்மாமனும் செல்வார்கள். மணமகனின் தாய்மாமன் 'பெண் பணமாக' ஐம்பத்தேழு சக்கரத்தை மணப்பெண்ணின் தாய்மாமனிடம் ஒப்படைக்க வேண்டும். திருமண நிகழ்ச்சியில் மணப்பெண்ணின் தாய் பங்கேற்கக் கூடாது. இவர்களிடையே ஒன்றுக்கு மேற்பட்ட மனைவிகளைக் கொண்ட ஆண்களும் உள்ளனர். விதவையைக் கணவனின் தம்பி மனைவியாக ஏற்றுக் கொள்ளும் வழக்கமும் இவர்களிடையே காணப்படுகிறது. ஒழுக்கமீறல் குற்றத்திற்கு ஆணுக்கும், பெண்ணுக்கும் கடும்

தண்டனை வழங்கப்பட்டது. தண்டனையை வள்ளுவப் புலையன் வழங்குவான்.

தென் திருவிதாங்கூரில் புலையர்கள் இறந்துவிட்டால் பிணத்தை அடக்கம் செய்வது வழக்கம். பிணத்தைக் குளிப்பாட்டி தூய்மையாக்கி வெள்ளைத் துணியால் மூடுவார்கள். பிணத்தைக் குழியில் இறக்கிய பின் இறந்த நபர் பயன்படுத்திய தடி, கத்தி போன்ற பொருட்களையும் குழியில் புதைப்பார்கள். குழியில் மண்ணை நிறைத்து மேற்பகுதியைக் குவியலாக்குவார்கள். பதினாறாவது நாள் ஈமச்சடங்கு நடைபெறும். வைசூரி நோய் பாதித்து இறப்பவர்களுக்கு ஈமச்சடங்குகள் நடத்தப்படுவதில்லை. ஆனால் ஒரு வருடம் கடந்த பிறகு அந்தச் சவக்குழியை தோண்டி யெடுத்து எலும்புகளைச் சேகரிப்பார்கள். எலும்புகளைக் குடிசைக்கருகில் ஒரு மரத்தடியில் புதைப்பார்கள். அவ்விடத்தில் மண்ணை குவித்து வைத்து ஒவ்வொரு வெள்ளிக்கிழமையும் மாலையில் விளக்கேற்றுவார்கள். அங்கு துர்தேவதை குடியிருப்ப தாக நம்பிக்கை.

தென் திருவிதாங்கூரில் புலையர்கள் கரிங்காளி, மந்திர மூர்த்தி, பத்ரகாளி, அஞ்சு தம்புராக்கள் ஆகிய தேவதைகளை வழிபடுகிறார்கள். ‘தெக்கது’ என்ற பெயரில் சிறு வீடுகளைக் கட்டி அவற்றை வழிபடும் இடங்களாகப் பயன்படுத்துகின்றனர். அவ்வீட்டில் ஒரு கல்லை வைத்து தேவதையாகக் கருதி வழிபடுகிறார்கள். அவர்களில் வயோதிகர் ஒருவர் பூஜையை நடத்துவார். பங்குனி மாதத்தில் நிகழும் ‘வெச்சு ஊட்டு’ என்னும் திருவிழா முக்கியமானதாகும். கோழி, ஆடு, கள் ஆகியவற்றை தேவதைகளுக்குப் படைப்பார்கள். மல்லன் என்னும் தேவதைக்கு முதல் பூஜை நடத்தப்படும். அதைத் தொடர்ந்து பாட்டும், நாதஸ்வரமும், மேளமும் கேட்கும். வழிபாட்டிற்குப் பின் கோழி, ஆடு ஆகியவற்றின் ரத்தத்தை ஊற்றிப் பலியிடுவார்கள். இறந்தவர்களின் ஆத்மாக்களை வழிபடுவார்கள். பதினாறு வயது நிறைவடையும் முன்பு அகால மரணமடைந்தவர்களுக்காகச் சிறப்பு வழிபாடு நடத்தப்படும்.

வயல்களுக்கு அருகில் புலையர்கள் குடிசைகளைக் கட்டி வசித்து வந்தார்கள். ஜன்மிகள்தான் அவர்களின் பாதுகாவலர்கள். குடிசைகள் புற்களாலும், ஓலைகளாலும் வேயப்பட்டிருக்கும். அதை ‘மாடம்’ என்று அழைத்தார்கள். தை மாதத்தில் அறுவடை முடிந்ததும் விவசாயப் பணிகள் தொடங்கிவிடும். அறுவடை முடிந்த மறுநாள் உழவு தொடங்கிவிடும். நல்ல நாளுக்காகக் காத்திருக்க வேண்டியதில்லை. அன்று தொடங்காவிட்டால்

உழவு தொடங்க வேண்டிய நாளை ஜன்மி தெரிவிப்பார். பங்குனி 25ஆம் தேதி வழக்கமாக விதை விதைக்கப்படும்.

புலையர்களைப் பொறுத்தவரை அறுவடைக் காலம் உற்சாகமான காலமாகும். முதலில் அறுவடை செய்யப்படும் கதிர்க் கற்றையைத் தேவதைக்காக படைப்பார்கள். அதைப் 'பேய்ப்பிடி' என்பார்கள். அந்தக் கதிர்க் கற்றையை வயலின் அருகிலுள்ள ஒரு மரக்கிளையில் கட்டுவார்கள். அரிவாளால் அறுத்து அறுவடை செய்யப்பட்ட கதிர்க் கற்றைகளைக் கட்டியெடுத்து களத்து மேட்டுக்குத் தூக்கிச் செல்வார்கள். பதரை நீக்கி அடுத்த போகத்திற்கான விதையைச் சேமித்து வைப்பார்கள். புலையர்கள் கூலியாகக் கிடைக்கும் நெல்லை எடுத்துக்கொண்டு தமது குடிலுக்குத் திரும்புவார்கள். பொதுவாகப் புலையர்கள் உடல் ரீதியாக உயரம் குறைந்த, கரிய நிறத்தவர்கள். ஆண்களும், பெண்களும், குழந்தைகளும், பரம்பரையாக விவசாயத்தில் ஈடுபட்டு வந்தார்கள்.

பேச்சு மொழி மலையாளமாக இருந்தபோதிலும் அவர்களால் சுத்தமாக உச்சரிக்க இயலாது. நீட்டியும், குறைத்தும் தனிப்பட்ட முறையில் அவர்கள் பேசினார்கள். தென் திருவிதாங்கூர் புலையர்களின் மொழியில் தமிழ்ச் சொற்கள் கலந்திருந்தன. உரையாடும்போது 'நான்' என்ற சொல்லை அவர்கள் பயன்படுத்துவதில்லை. தொலைவில் நின்று வாயைப் பொத்தியபடி ஜன்மிகளுடன் பேசுவார்கள்.

வடக்குத் திருவிதாங்கூர் புலையர்கள் தமது பேச்சு மொழியில் உணவைக் 'கரிக்காடி' என்றும் நாணயத்தை 'செம்புக் காசு' என்றும், வசிக்கும் குடிசைகளை 'குப்பபாடு', 'சால' ஆகிய சொற்களாலும் ஆடையைக் 'கூரத்துணி', 'அடித்தோல்' என்றும் வெற்றிலையைப் 'பழுத்த இலை' என்றும் பிரசவத்தை 'குரங்கு இடுதல்' என்றும் குறிப்பிட்டார்கள். மேல்சாதிக்காரர்கள் 'ஹோ' என்று உரக்கக் குரல் கொடுத்தவாறு பொதுவழிகளில் நடந்து போனார்கள். தீண்டத்தகாதவர்கள் தீண்டிவிடக்கூடாது என்பதற்காகவே அக்குரல். அக்குரலைக் கேட்ட புலையன் 'ஞ்சாவோ' என்று குரல் கொடுத்தபடி தூரமாக ஓடி மறைவான்.

புலையர்களிடையே ஏற்படும் தகராறுகளையும், வழக்குகளையும் முதியவர்கள் அடங்கிய புலையர் குழுக்கள் தீர்த்து வைத்தன. தவறு செய்தவர்களுக்கு அவர்களே தண்டனை அளித்தார்கள். புலையர் பெண்கள் மார்பை மறைக்கவில்லை. ஒரு துண்டுத் துணியை இடுப்பைச் சுற்றி மறைத்தார்கள். ஆண்கள் முழங்காலுக்கு மேல்வரை உடுக்கக் கூடிய துண்டை உடுத்தார்கள்.

பித்தளை, இரும்பு உலோகங்களாலான வளையங்களைக் காதில் அணிந்தார்கள். பெண்கள் காதுகளில் இரும்பு வளையங்களையும் கழுத்தில் கல்மாலைகளையும் அணிந்திருந்தார்கள்.

வைசூரி நோய் பரவும் காலங்களில் புலையர்கள் மேளதாளங்களோடு இரவு வேளைகளில் நடந்து போவார்கள். விடியும்வரை அது தொடரும். பத்ரகாளியை மகிழ்வூட்டுவதற்காக ஒரு சிறப்புச் சடங்கை நடத்துவார்கள். குருத்தோலையால் முடையப்பட்ட தட்டை, விளைநிலத்தின் தரையை விட்டு சற்று உயரமாக வைத்து அதில் பூஜைப் பொருட்களைப் படைப்பதுதான் அச்சடங்கு.

ஆண்களுக்கு சாத்தான், காளி, அழகன், தேவன், சோதி, குஞ்ஞோலா, மைலன், குறும்பன், கிளியன், தெய்வத்தான், சடையன் போன்ற பெயர்களையும், பெண்களுக்கு அழகி, மாலை, அரத்த, கரம்பி, வெளும்பி, பூம, தளிரி போன்ற பெயர்களையும் இடுவார்கள்.

சிறிய குற்றங்களுக்குக்கூட ஜன்மிகள் அவர்களை மிகக் கடுமையாகத் தண்டித்தார்கள். சாட்டையால் அடித்தல், முக்காலியில் கட்டி வைத்து அடித்தல், பழுக்க வைத்த கம்பியால் உடம்பில் சூடு போடுதல், கண்ணில் சுண்ணாம்பைத் தேய்த்தல், பல்லை உடைத்தல் போன்றவை தண்டனைகள். மிகக் கொடிய சித்திரவதையும் அன்று நடைமுறையில் இருந்தது.

சில சிறப்புதினங்களில் மேல்சாதி இந்துக்களின் கோயில்களில் தூரமாக விலகி நின்று வழிபட புலையர்கள் அனுமதிக்கப் பட்டார்கள். பாறச்சாலை, ஓச்சிற, குமாரநல்லூர் போன்ற கோயில்களில் இவ்வாறு வணங்க அனுமதி தரப்பட்டது. ஒரு குறிப்பிட்ட சனிக்கிழமை சாஸ்தம் கோட்டை கோயிலின் அருகில் சென்று வழிபட, புலையர்கள் அனுமதிக்கப்பட்டார்கள். அந்த நாள் 'புலையச் சனிக்கிழமை' என்ற பெயரைப் பெற்றது.[5]

திருவனந்தபுரம் ஜில்லாவில் நெடுமங்காடு என்னுமிடத்தி லுள்ள ஒரு கோயிலில் ஆண்டுதோறும் மாசி மாதத்தில் திருவிழா கொண்டாடப்பட்டு வந்தது. அவ்விழாவில் 'கதிர்க்குலை' என்ற பெயரில் ஓர் ஊர்வலத்தை நடத்துவார்கள். புலையர், பறையர், வேடர், காணிக்கார் போன்ற சாதியைச் சேர்ந்தவர்கள் மரத்தால் உருவாக்கிய பசுக்களைத் தூக்கி வந்து அவற்றை நெற்கதிர்களால் அழகாக மூடுவார்கள். அப்பசு உருவங்களை மூங்கில் கழிகளில் கட்டி ஊர்வலமாகச் சுமந்து கோயிலுக்கு வருவார்கள். கோயிலைச் சுற்றி வலம்வந்த பிறகு திரும்பிப் போய்விடுவார்கள்.

ஒவ்வொரு ஆண்டும் தை மாதம் 28ஆம் தேதி புலையர்களைப் பொறுத்தவரை மகிழ்ச்சிகரமான நாள். பூமி தேவி அன்று மாதவிலக்கில் இருப்பாள் என்பது ஐதீகம். மண்ணோடு தொடர்புடைய எந்த வேலையையும் அன்றைய நாளில் செய்ய மாட்டார்கள். கரிவிலாத்தி (ஒருவகை மூலிகைக் கொடி) யைப் பறித்து வந்து வீட்டுக் கூரையின் மீதும், நெற்களஞ்சியத்தின் மீதும் எறிவார்கள்.

திருவிதாங்கூர் இந்துக்களுக்கு ஆவணி மாதம் மகம் நாள் மிகவும் சிறப்பு வாய்ந்த நாளாகும். அன்றுதான் தேவர்களும், அசுரர்களும் பாற்கடலைக் கடைந்தார்கள். அந்த ஐதீகம் தொடர்புடைய முரட்டுத்தனமான சில விளையாட்டுகள் திருவிதாங்கூரின் சில பகுதிகளில் நடைமுறையில் இருந்தன. 'சதி யுத்தங்கள்' என்று அழைக்கப்பட்ட முரட்டுச் சண்டை ஒரு முக்கிய ஆசாரம். புலையர், பறையர் போன்ற தாழ்த்தப்பட்டவர்கள் இத்தகைய சதி யுத்தங்களில் கலந்துகொண்டார்கள். 'பள்ளம்' என்ற இடத்தில் சதி யுத்தங்கள் நடந்து வந்தன. திருவிதாங்கூர் ரெஸிடென்டாக இருந்த கர்னல் மன்றோ தலையிட்டு இவ்வழக்கத்தை முடிவுக்குக் கொண்டுவந்தார்.

சங்கனாச்சேரிக்கும், அம்பலப்புழைக்குமிடையில் அமைந்துள்ள 'வேழப்ரா' என்னுமிடத்தில் ஆண்டுதோறும் ஆவணி மாதத்தின் மகம் நாளிலும், அதற்கு முந்தைய நாளிலும் அத்தகைய சண்டைகள் நடைபெற்றன. இங்கு அருகருகே மூன்று ஆலமரங்கள் இருந்தன. ஆயிரக்கணக்கான ஆட்கள் குறிப்பாக புலையர்களும், பறையர்களும் அம்மரங்களைச் சுற்றிலும் கூடுவார்கள். வாள், ஈட்டி போன்ற ஆயுதங்களும், கொக்கிகள் பொருத்தப்பட்ட கயிறும் அவர்கள் கைவசம் இருக்கும்.

ஆலமரங்களின் அடியில் பூஜை செய்வார்கள். அதைத் தொடர்ந்து ஆட்கள் இரண்டு அணிகளாகப் பிரிவார்கள். சுமாரான உயரத்தில் மண்ணால் எழுப்பப்பட்ட எல்லைக் கோட்டின் இரு புறங்களிலும் அவர்கள் நிற்பார்கள். தனிப்பட்ட ராகத்தில் ஒரு பாட்டைப் பாடியவாறு வாட்களையும் ஈட்டிகளை யும் சுழற்றுவார்கள். எல்லைக் கோட்டைக் கடந்து அந்தப் பக்கமோ, இந்தப் பக்கமோ எவராவது நுழைந்துவிட்டால் உடனே சண்டை மூண்டுவிடும். இதையே 'சதி யுத்தம்' என்று அழைத்தார்கள். இச்சண்டையில் நிறையப்பேர் செத்து மடிவது வழக்கம். பலரது உயிரைப் பறித்த அச்சண்டை தற்போது முற்றிலுமாக நிறுத்தப்பட்டு விட்டது.[6]

திருவிதாங்கூர் புலையர்களுக்குக் கடந்த காலங்களில் சிறப்பான ஓரிடம் இருந்ததாகச் சில வரலாற்றாசிரியர்கள்

குறிப்பிடுகிறார்கள். நாடெங்கும் அவர்கள் ஆதிக்கத்தைச் செலுத்தி வந்தார்கள். திருவனந்தபுரம் நகரத்தின் மேற்குப் பகுதியில் உள்ள வேளி காயலின் கரையில் ஒரு குன்றுப் பிரதேசம் உள்ளது. புலையனார் கோட்டை என்பது அதன் பெயர். ஒரு புலையர் அரசன் அப்பகுதியை ஆட்சி செய்து வந்ததாக நம்பப்படுகிறது. அப்பகுதிகளில் வசித்து வந்த சூத்திரக் குடும்பத்தைச் சேர்ந்த ஆட்கள் அவரது கணக்கு வழக்குகளைக் கவனித்து வந்தார்கள்.[7]

ஐக்கர எஜமானன் என்ற பெயரில் புலையர் இனத்தின் தலைவனும் பாதுகாவலருமான ஒருவர் இப்போதும் வசித்து வருகிறார். சேர்த்தலை தாலுக்காவிலுள்ள வயலார் என்ற இடம்தான் ஐக்கர எஜமானனின் ஆஸ்தானம். ஐக்கர தாமரை என்ற பெயரிலும் அவர் அறியப்படுகிறார். அவருக்குக் கீழ் தட்டேரி அச்சன், மன்னத்துக் கோயில் மல்லன் என்னும் இரண்டு தலைவர்களும் உள்ளனர். ஐக்கர தாமரைதான் வள்ளுவனை (சமுதாயப் புரோகிதனை) நியமிக்கிறார்.

திருவனந்தபுரத்திலுள்ள ஸ்ரீபத்மநாப சுவாமி கோயிலையும் புலையரையும் தொடர்புபடுத்தும் ஒரு கதை முக்கியத்துவம் வாய்ந்தது. கோயில் அமைந்துள்ள இடமும், சுற்றுப் பகுதிகளும் முற்காலத்தில் அடர்ந்த காடாக இருந்தன. 'அனந்தன் காடு' என்பது அதன் பெயர். நிறைய புலையர் குடிசைகள் அங்கு இருந்தன. ஒரு நாள் அருகிலுள்ள வயலில் களை பறித்துக்கொண்டிருந்த 'பெருமாட்டுப் புலையி' என்ற பெண்ணுக்கு ஒரு குழந்தையின் அழுகுரல் கேட்டது. அவள் உன்னிப்பாகச் செவிமடுத்தாள். அந்த அழுகைச் சத்தம் காட்டுக்குள்ளிருந்து ஒலித்தது. இவள் அங்கு ஓடிச் சென்றாள்.

வெறும் தரையில் ஓர் ஆண் குழந்தை! அக்குழந்தை தேஜஸுடன் காணப்பட்டது. அது ஒரு தெய்வீகக் குழந்தை என்பதை அவள் அறிந்துகொண்டாள். எங்கிருந்தோ ஊர்ந்து வந்த ஒரு பாம்பு, குழந்தையைப் பாதுகாப்பதுபோல படமெடுத்து நின்றது. பெருமாட்டுப் புலையி ஓடிப்போய் கணவனிடம் இதை அறிவித்தாள். இருவரும் சேர்ந்து ஒரு சிரட்டை (கொட்டாங்கச்சி) யில் பழத்தையும், பூக்களையும் வைத்து அந்த தெய்வீகக் குழந்தைக்குப் படைத்தார்கள். அன்றைய வேணாடு மகாராஜா விற்குத் தகவல் போனது. மகா விஷ்ணுவே குழந்தையாக அவதரித்தாரெனக் கருதி ஒரு கோவிலைக் கட்ட உத்தரவிட்டார். அவ்வாறு உருவானதுதான் ஸ்ரீ பத்மநாப சுவாமி கோயில்.

'கோதா' என்ற பெயரில் புலையர்ராணி 'கொத்கோத மங்கலம்' என்னும் ஊரை ஆட்சி புரிந்து வந்தாள். நெடுமங்காடு தாலுக்காவிலுள்ள வெள்ளநாடு பகுதியில்தான் கொத்கோத

மங்கலம் இருக்கிறது. சாத்தனூர் சடையமங்கலம், குட்டநாடு, உழமலக்கல், ஏனாற்றி மங்கலம் போன்ற பகுதிகள் ஆய்வு மேற்கொள்ளப்பட வேண்டிய இடங்களாகும்.

கொச்சி

கொச்சிப் பகுதியைச் சேர்ந்த புலையர்களும் விவசாய நிலங்களுடன் தொடர்புடைய ஓர் அடிமை இனத்தவர் தாம். அவர்களைக் கொச்சியின் வடக்குப் பகுதிகளில் 'செறுமர்' என்று அழைத்து வந்தார்கள். அடிமை வாணிபமும், அடிமைகளைக் கைமாற்றும் முறையும் கொச்சியில் நீண்ட நாட்களாக நடைபெற்று வந்தது. கி.பி. 1853இல் திருவிதாங்கூரில் அடிமைகளை விடுதலை செய்வதற்கான ஓர் அரசாணை பிறப்பிக்கப்பட்டதும், அத்தகைய ஓர் உத்தரவு கொச்சியிலும் வெளியானது. கொச்சி திவான் திரு. சங்கர வாரியார் அவ்வுத்தரவைப் பிறப்பித்தார்.

கொச்சியின் வடக்குப் பகுதிகளில் வசித்து வரும் புலையர்களில் நிறைய உட்பிரிவுகள் உள்ளன. கணக்கச் செறுமன், புலச் செறுமன், இராளன், ரோளன் என்பவை முக்கியமான உட்பிரிவுகளாகும். இராளனுக்கு 'இறச் செறுமன்' என்ற பெயரும் உண்டு. அவர்கள் ஈழவ வீடுகளின் புறத்திண்ணை வரை நுழைய அனுமதி இருந்தது. கொங்கச் செறுமன், கூடான் ஆகிய பிரிவினரும் இப்பிரதேசங்களில் காணப்படுகிறார்கள்.

கொச்சியின் தெற்குப் பிரதேசங்களில் வள்ளுவப் புலையன், வேட்டுவப் புலையன், தண்டப் புலையன் போன்ற பிரிவினரும் உள்ளனர். ஒவ்வொரு பிரிவிலும் நிறைய உட்பிரிவுகள் உள்ளன. தண்டேலத்துக் கூட்டம், சூதானம் கூட்டம், நம்பியார் கூட்டம், தச்சிலிக் கூட்டம், புளிக் குன்னத்துக் கூட்டம், பருத்திக் கூட்டம், கொச்சானம் கூட்டம், மன்னத்துக் கூட்டம், நரிங்ஙானம் கூட்டம் போன்றவை கொச்சிக்கு வெளியேயுள்ள பிரதேசங்களைச் சேர்ந்த புலையர்களின் இல்லப் பெயர்களாகும்.[8]

தெற்குப் பகுதியிலுள்ள புலையர்கள் பிராமணனிலிருந்து தொண்ணூறு அடியும், நாயர்களிலிருந்து அறுபத்து நான்கு அடியும் தள்ளி நிற்க வேண்டும். அவ்வாறு விலகி நிற்காவிடில் பிராமணரும், நாயரும் அசுத்தமாகி விடுவார்கள். சாதிபடிநிலைக்குத் தக்கவாறு நிற்க வேண்டிய தூரமும் குறைந்துகொண்டே வரும். புலச் செறுமன், பறையன், நாயாடி, உள்ளாடன் ஆகியோர் புலையனை நெருங்கினால் புலையன் அசுத்தமாகி விடுவான்.

சிற்றூர் தாலுக்காவில் இறச் செறுமன், கொங்கச் செறுமன் ஆகியோரின் அருகில் கணக்கச் செறுமன் சென்றால் இறச் செறுமனும், கொங்கச் செறுமனும் அசுத்தமாகி விடுவார்கள். புலச் செறுமன், பறையன், வேட்டுவர் ஆகியோர் பரஸ்பரம் நெருங்கக் கூடாது. ஒரு நாயாடி ஒரு செறுமனைத் தொட்டுவிட்டால் செறுமன் ஏழு குளத்தில் நீராட வேண்டும். மேலும் கை விரல்களில் ஏதேனும் ஒன்றை அறுத்து நான்கைந்து துளி இரத்தத்தைச் சிந்த வேண்டும். ஒரு பிராமணன் யதேச்சையாக ஒரு புலையனின் அருகில் போய்விட்டால் அவன் தனது பூணூலை அறுத்தெறிந்து விடுவான். பிறகு 'தூய்மைச் சடங்கு' செய்து வேறொன்றை அணிய வேண்டும்.

கொச்சியில் புலையர்களுக்கிடையே ஒரு பெண் பூப்பெய்தி விட்டால் அப்பெண்ணைத் தனி வீட்டில் தங்க வைப்பார்கள். அங்கு ஏழு நாட்களைக் கழிக்க வேண்டும். அதனுடன் தொடர்புடைய முதல் சடங்கு, ஒரு மணி நேரம் மேளதாளங்களுடன் நடைபெறும். ஏழாவது நாளில் தன் மகளுக்கும் வேறு ஏழு பெண்களுக்கும் அவளது தாய் தலையில் தேய்க்க எண்ணெய் தருவாள். அவர்கள் கூட்டமாகச் சேர்ந்து அருகிலுள்ள குளத்திற்குப் போய் நீராடிவிட்டுத் திரும்புவார்கள். பூப்பெய்திய பெண்ணின் முகத்தில் மற்றப் பெண்கள் மஞ்சள் பூசி, சாயம் தேய்த்துப் பலவிதமான புள்ளிகளைக் குத்துவார்கள். அவளைப் பிடித்துள்ள ஆவி, பூத, பிசாசுகள் விலகிப் போவதற்காக வழிபாடும் நடைபெறும். இரண்டாவது முறை நீராடியவுடன் சடங்குகள் நிறைவடைகின்றன.

தெற்குப் பிரதேசங்களைச் சேர்ந்த பெண்களை பூப்பெய்துவதற்கு முன்பே திருமணம் செய்து அனுப்பி விடுவார்கள். அப்படித் திருமணம் ஆகாமல் போனால் தீண்டத்தகாதவர்களாகக் கருதப்படுவார்கள். பெற்றோர்கள் அவர்கள் மீதான உரிமையை இழந்து விடுவார்கள். அப்பெண்கள் குடிசைகளிலிருந்து வெளியேற்றப்படுவார்கள். வள்ளுவன் தனது ஆண் பிள்ளைகளுக்கு அப்பெண்களைத் திருமணம் செய்து வைக்கலாம் அல்லது விற்கலாம். தெற்குப் பிரதேசங்களைத் தவிர மற்ற இடங்களிலுள்ள பெண்கள் பூப்பெய்துவதற்கு முன்பாகவோ அல்லது பின்பாகவோ திருமணம் செய்து வைக்கப்படுவார்கள்.

ஒரு புலையர் இளைஞன் திருமணம் செய்துகொள்ள விரும்பினால் அவன் அதனை ஜன்மிக்குத் தெரிவிக்க வேண்டும். திருமணச் செலவிற்கான பணத்தைத் தர ஜன்மி கடமைப்பட்டவன். தகவல் தராவிட்டால் அந்தக் கடமை அவனுக்கில்லை. மணப்பெண்ணின் தந்தையின் ஜன்மியுடன்

மணமகனின் தந்தையின் ஜன்மி தொடர்பு கொள்வார். கல்யாணச் செலவிற்காக ஏழு பணத்தை மணமகளின் ஜன்மியிடம் ஒப்படைப்பார். மணமகன் நூலில் கோர்த்த ஓர் உலோக வளையத்தை மணமகளின் கழுத்தில் கட்டுவான். அத்துடன் முக்கிய கல்யாணச் சடங்கு நிறைவடைகிறது.

இறச் செறுமர்கள் மேலே குறிப்பிட்ட முறைப்படி திருமணத்தை நடத்துவதில்லை. மணமகனின் வீட்டார் அரிசியையும் வெற்றிலையையும் எடுத்துக்கொண்டு மணப்பெண்ணின் வீட்டிற்குப் பெண் கேட்க வருவார்கள். பெண்ணின் தந்தையின் எதிரில் அரிசியையும், வெற்றிலையையும் வைத்துப் பெண் கேட்பார்கள். அச்சமயத்தில் தலைப்புலையன் அவ்விடத்தில் இருக்கவேண்டும் என்பது நிபந்தனை. அப்பெண்ணைத் தர சம்மதம் தெரிவித்து மணப்பெண்ணின் சகோதரன் ஒரு பாத்திரத்தில் சிறிது அரிசியையும், அதில் ஒரு துணியையும் கூடியிருப்பவர்களின் எதிரில் வைப்பான்.

தலைப்புலையன் அதிலிருந்து சிறிது அரிசியை வாரி உடம்பின்மீது வீசுவான். அன்று முதல் மணமகன் அக்குடிசையில் தங்குவதற்கான உரிமையைப் பெறுகிறான். மணப்பெண்ணின் கழுத்தில் தாலியைக் கட்டிய பின்புதான் தனது குடிசைக்கு அழைத்துப் போகமுடியும்.

திருச்சூர் தாலுக்காவிலுள்ள ஊரகம் என்னும் பகுதியிலும், சுற்றுப் பிரதேசங்களிலும் ஒருவகை 'திருமண உறவு' நடந்து வந்தது. புலையன் தனக்குக் கூலியாகக் கிடைக்கும் நெல்லுடன் ஏதேனும் குடிசையில் போய் வசிக்கத் தொடங்குவான். இந்தச் சம்பிரதாயத்தை 'மெருங்கு கூட்டுக' என்றார்கள். காணச் செறுமர்களின் திருமண நிகழ்ச்சிகளில் மணப்பெண்ணின் தாய் பங்கேற்க மாட்டாள்.

திருமணத்திற்கு முன்பு ஒரு புலையர்பெண் கர்ப்பம் தரித்துவிட்டால் அதற்குக் காரணமான புலையன் அவளைத் திருமணம் செய்து கொள்ளவேண்டும். திருமணம் நடக்காவிடில் அவளுக்குச் சமுதாயத்தில் இடமில்லை. திருமணமானவர் களுக்குள் அத்தகைய சம்பவம் நடந்தால் காதலனுக்குத் தண்டனையாக அடி கிடைக்கும். ஒரு குறிப்பிட்ட தொகை அபராதமாக விதிக்கப்படும். வள்ளோன் தண்டனையை நிறைவேற்றுவான்.

புலையர்கள் இறந்துவிட்டால் பிணத்தைப் புதைப்பது வழக்கம். உறவினர்கள் ஒரு துண்டுத்துணியை எடுத்து, அதன் நான்கு மூலையிலும் நெல்லைக் கட்டி மரண வீட்டிற்கு

வருவார்கள். அந்த நெல்லைப் பிணத்தின் மீது இறைப்பார்கள். பிணத்தைத் தூய்மை செய்து துணியால் சுற்றுவார்கள். பிணத்தைக் குழியில் இறக்கிய பிறகு மண்ணால் மூடுவார்கள். மேல்பகுதி மண்ணைக் குவித்துவைத்து, அக்குவியலின்மீது இருபத்தியோரு கிழிந்த இலைகளைப் பரப்பி வைப்பார்கள். தலை இருக்குமிடத்தில் ஓர் இரட்டை மரக்கிளையை வைப்பது வழக்கம். ஒரு தேங்காயை உடைத்து நீரைச் சவக்குழியின் மத்தியில் ஊற்றுவார்கள். பதினைந்தாவது நாள் ஈமச்சடங்குகள் நடைபெறும்.

அறுவடை தொடங்குவதற்கு முன்பு தலைப்புலையன் ஜன்மியைச் சந்தித்து அனுமதி கேட்கவேண்டும். அனுமதி கிடைத்ததும் வயலுக்குச் சென்று கிழக்கு திசையைப் பார்த்து சிறிது நேரம் வணங்குவது வழக்கம். பின்னர், தனது இடுப்பில் செருகி வைத்துள்ள அரிவாளை எடுத்து நெற்கதிரை அறுப்பான். உடனே மற்றவர்கள் அறுவடையைத் தொடங்குவார்கள். அறுத்த கற்றைகளை கட்டுகளாகச் சுமந்து வந்து களத்தில் சேர்ப்பார்கள். முதல் கற்றையை ஜன்மியின் தேவதைக்கு எடுத்து வைப்பார்கள். இரண்டாவது கட்டிலிருந்து தலைப்புலையன் ஒரு பிடிக் கதிரை எடுத்து அதன்மீது கள்ளைத் தெளித்து கதிர் அறுப்பவர்களின் தேவதைக்காக எடுத்து வைப்பான்.

நெல் அளவு செழித்துப் பெருகட்டும் என்று சொல்லிப் போரடிக்கத் தொடங்குவார்கள். தலைப்புலையன்தான் நெல்லை அளப்பான். வேறு இருவர் அவனுக்கு உதவுவார்கள். ஒன்று, இரண்டு, மூன்று என்று அளந்து கொட்டுவார்கள். பதினொன்றாவது அளவு அறுவடை செய்பவர்களுக்கு உரியதாகும்.

கொச்சியின் வடக்குப் பிரதேசங்களில் அறுவடை செய்வதற்கு முன்பு கோழி, ஆடு போன்ற உயிர்களை மல்லன், முனி போன்ற தேவதைகளுக்குப் பலியிட்டனர். ஆடி மாதத்தில் ஒவ்வொரு புலையனுக்கும் ஒரு கோழி, சிறிது எண்ணெய், உப்பு, மிளகு முதலியவற்றை ஜன்மி வழங்குவார். மூன்று நாள் ஓய்வும் வழங்கப்படும். கூலியை முன்னதாகத் தருவதுண்டு.

மழைக்காலத்தில் விவசாய நிலங்களில் வேலைசெய்யும் புலையர்கள் தலை நனையாமல் இருப்பதற்காக வாழையிலையை மடக்கி தலைமீது வைப்பார்கள். பெண்கள் பனையோலையால் முடையப்பட்ட குடையைப் பயன்படுத்துவார்கள். கொச்சியில் வசிக்கும் புலையர்கள் பறக்குட்டி, கரிக்குட்டி, சாத்தான் என்னும் தேவதைகளை வழிபடுகிறார்கள். முக்கிய தெய்வம் பத்ரகாளி. இறந்தவர்களின் ஆத்மாக்களையும் வழிபடுவதுண்டு.

மகாத்மா அய்யன்காளி

மலபார்

சமுதாயத்தில் மிகத் தாழ்ந்த நிலையில் இருக்கும் ஓர் அடிமை இனம் மலபார் 'செறுமர்' அல்லது செறுமக்கள். விவசாயத் தொழிலைச் செய்து வாழ்ந்து வந்த அச்சாதியினரை மலபாரில் செறுமர் என்றும் வடக்கு மலபாரில் 'புலையர்' என்றும் அழைத்தனர். தெற்கு மலபாரில் அவர்களின் ஓர் உட் பிரிவினரைப் 'புலச் செறுமர்' என்று குறிப்பிடுகிறார்கள். கணக்கன், இறாளன், கூடான், ரோலன் போன்ற உட்பிரிவு களும் அவர்களிடையே காணப்படுகின்றன. கூடான் வள்ளுவ நாட்டிலும், ஊராளன் பாலக்காடு, வள்ளுவநாடு[9] ஆகியவிடங் களிலும் காணப்படுகின்றனர். செறுமர்கள் உயரம் குறைந்தவர்கள். செறு (சிறு) அதாவது (சிறிய) என்ற ஒலியிலிருந்து செறுமன் என்ற சொல் உருவானதாகக் கருதப்படுகிறது. ஆனால் 'சிற' (தண்ணீர் தேங்கி நிற்கும் இடம்) யிலிருந்து செறுமர் என்ற சொல் உருவாகியிருக்கக் கூடும்.

சிறய்கல் பிரதேச செறுமர்களில் பன்னிரெண்டு கோத்திரங்கள் உள்ளன. பன்னிரெண்டில் பதினொன்றும் தத்தமது கோத்திரங்களிலிருந்து திருமணம் செய்துகொள்ளலாம். தமது கோத்திரங்களிலிருந்து திருமணம் செய்துகொள்பவர்களை 'மாவாதன்' என்கிறார்கள்.

மற்ற பதினொன்று பிரிவுகளின் பெயர்கள் வருமாறு: இலமானம், தச்சக்குடியன், செறுவுளன், மலத்தான், தாலன், வண்ணத்தான், குண்டடத்தான், இரமலோடியன், முள்ளு விரியன், எகுடன், குண்டான். குண்டான் பிரிவைச் சேர்ந்த பெண்கள் மருத்துவச்சிகளாகப் பிரசவம் பார்த்து வந்தார்கள்.

பிரசவம் மூலமோ, மரணம் மூலமோ ஏற்படும் அசுத்தத்தைப் போக்குவதற்கு 'மாவாதன்' பிரிவைச் சேர்ந்த ஒருவர் சுத்திகரிக்க வேண்டிய நபரின் காலில் சாண நீரையும், தலையில் பாலையும் ஊற்றினால் போதும். 'தூய்மைச் சடங்கு' நடத்துபவனை மருத்தன் என்று அழைக்கிறார்கள். திருமண வேளையில் மணமகன், மணமகளுக்குக் தர வேண்டிய முப்பத்திரெண்டு பணத்தைப் பெற்றுக்கொண்டு மருத்தன் மணப்பெண்ணின் உறவினர்களிடம் ஒப்படைக்கிறான். செறுமரில் ஒரு சிறு பிரிவினர் பாய், கூடை முடையும் பணிகளில் ஈடுபட்டிருந்தார்கள்.

ஜன்மிகளின் கைகளில் வெறும் கருவிகளாக செறுமர்கள் இருந்து வந்தார்கள். அவர்களுக்கு வசிப்பிட வசதியை ஜன்மிகள் அளித்து வந்தார்கள். அவர்களுக்கான வாழ்க்கை வசதியை அமைத்துத் தருவதும் அவர்கள்தாம். செறுமர்களை ஜன்மிகளின்

காரியஸ்தர்கள் குடிசைகளிலிருந்து விவசாய நிலங்களுக்குக் கூட்டிச் செல்வார்கள்.[10]

கோடைக்காலங்களிலும் செறுமர்களுக்கு வேலை இருக்கும். அப்போது காய்கறித் தோட்டங்களை உண்டாக்குவார்கள். அதுவும் ஜன்மிகளுக்காக. முதியவர்களும், ஊனமுற்றவர்களும், சிறுவர்களும் கால்நடைகளை மேய்ப்பார்கள். கூலியாகக் கிடைக்கும் நெல்லின் ஒரு பகுதியை விற்று உப்பு, மிளகு, கருவாடு, புகையிலை, கள் போன்றவற்றை வாங்குவார்கள். மலபாரின் விவசாயச் சம்பிரதாயங்களின்படி அவர்களுக்கு ஓய்வு நாட்கள் தரப்படவில்லை.

அனைத்து விவசாய வேலைகளையும் செறுமர் ஆண்களும், பெண்களும் செய்து வந்தார்கள். நெல் விளைந்து கதிர் முற்றிய பின் பாதுகாக்கும் பொறுப்பும் அவர்களுடையது. பரண்களை அமைத்துக் காவல் காத்தார்கள். செறுமர்கள் மனைவி, குழந்தைகளோடு அமர்ந்து கள் அருந்தினார்கள். கள் அருந்திவிட்டு உணர்விழப்பது, சண்டை போடுவது அரிய நிகழ்ச்சிகளாகும்.

மலபார் பகுதியில் 'நிலத்தை உழுதல்' என்னும் சடங்கு நடைபெறும் போது செறுமர்களுக்குச் சில சிறப்பு உரிமைகள் அனுமதிக்கப்பட்டன. அன்றைய தினம் ஜன்மியும், காரியஸ்தனும், செறுமனும் ஒன்று கூடுவார்கள். ஜன்மியின் வீட்டிற்கு அருகிலுள்ள குளத்தங்கரையில்தான் வழக்கமாகக் கூடுவார்கள். அங்கு ஒரு வெண்கல விளக்கை ஏற்றி வைப்பார்கள். விளக்கைச் சுற்றிலும் இலையை மடக்கிச் செய்த இலைத் தட்டுகளை வைப்பார்கள். கடவுளையும், மூதாதையர்களையும் வணங்கிவிட்டு, கூடையிலிருந்து ஒரு பிடி நெல்லை அள்ளியெடுத்து ஓர் இலைத் தட்டில் இடுவார் ஜன்மி. கூடையில் வைக்கப்பட்ட நெல் காலியாகும்வரை அது தொடரும்.

பின்னர் இலைத்தட்டுகளை இன்னொரு கூடையில் எடுத்து வைப்பார்கள். அதை எடுத்துக்கொண்டு குளத்தங்கரையின் இன்னொரு பகுதிக்குச் செல்வார்கள். ஒரு புதிய கலப்பையும், ஒரு ஜோடி உழவு மாடுகளும் அங்கு இருக்கும். மாடுகளும் கலப்பையும் நன்கு அலங்கரிக்கப்பட்டிருக்கும். எல்லோரும் சேர்ந்து ஊர்வலமாக வயலை நோக்கிப் போவார்கள். வயலை அடைந்ததும் தலைச் செறுமன் விதைக் கூடையை கீழே வைப்பான். அவன் வயலில் இறங்கி, மண்வெட்டியால் நிலத்தைக் கிளறி அங்கு சிறிது உரத்தைக் கலப்பான். ஜன்மி ஒருபிடி விதையை வாரி அவ்விடத்தில் விதைப்பான்.

தலைச் செறுமன் ஒரு சால் உழுதுவிட்டு தொடர்ந்து ஏழு சால்களை உழுவான். பிறகு கலப்பையைக் கழற்றி நிலத்தின்

வலது பக்கத்தில் வைப்பான். கணபதி பூஜை நடைபெறும். பூஜை முடிந்ததும் ஜன்மி உழவுச் சாலில் விதையை விதைப்பான். தலைச் செறுமன் தெய்வங்களையும், மூதாதையரின் ஆத்மாக்களையும் வணங்குவான். சிறந்த விளைச்சலுக்கும், ஜன்மி, விவசாயத் தொழிலாளர்கள், உழவு மாடுகள் நலமுடன் இருப்பதற்காகவே அந்த வழிபாடு.

பின்னர் ஒரு தேங்காயைக் கலப்பையின்மீது அடித்து இரண்டாக உடைப்பார்கள். தேங்காயின் கண் உள்ள பகுதி 'முன் துண்டு' என்றும், அடுத்த பகுதியைப் 'பின் துண்டு' என்றும் குறிப்பிடுகிறார்கள். பின் துண்டை விட முன் துண்டு பெரிதாக இருந்தால் விளைச்சல் அமோகமாக இருக்கும் என்பது நம்பிக்கை. தேங்காயின் கண் ஊடாக உடைந்திருந்தால் தீயச் சகுனத்திற்கான அறிகுறி.

உடைக்கும் தேங்காய் துண்டுகளில் சிறிதளவேனும் நீர் இருக்க வேண்டும். அப்படி இல்லாமல் போனால் அதுவும் தீய சகுனமாகும். தேங்காய்த் துண்டில் தேங்கியிருக்கும் நீரில் ஒரு துளசியிலையை இடுவார்கள். இலை வலதுபுறமாகச் சுழன்றால் விளைச்சல் அமோகமாக இருக்கும். இடதுபுறமாகச் சுழன்றால் விளைச்சல் மோசமாகிவிடும் என்றும் நம்புகிறார்கள்.

ஒரு செறுமன் இறந்துவிட்டால் அச்செய்தியை முதலில் அவனது ஜன்மியிடம் தெரிவிக்க வேண்டும். உடனே ஜன்மி ஒரு மண்வெட்டி, சிறிது எண்ணெய், ஒரு துணி முதலியவற்றைக் கொடுத்து அனுப்புவான். மரணச் செய்தியை உறவினர் களுக்குத் தெரிவிப்பதற்காகப் பறையை அடிப்பார்கள். அதைப் 'பறையடித்தல்' என்கிறார்கள்.

பிணத்தின்மீது எண்ணெய் தேய்த்துக் குளிப்பாட்டுவார்கள். வெள்ளை மற்றும் சிவப்பாலான துணியால் பிணத்தை மூடி குடிசையின் முன்பகுதிக்குக் கொண்டு வருவார்கள். பிணத்தைப் புதைப்பதுதான் வழக்கம். பிணத்தைக் குழியில் இறக்குவதற்கு முன்பு சிவப்புத் துணியை எடுத்து விடுவார்கள். பின்னர் குழியில் இறக்கி வைத்து மண்ணை மூடுவார்கள். மேற்பகுதியில் மண்ணைக் குவித்து வைத்ததும் மூன்று கற்களைத் தலைப்பகுதியிலும், நடுப்பகுதியிலும், கால்பகுதியிலும் வைப்பார்கள். சிவப்புத் துணியைப் பல துண்டுகளாகக் கிழித்து உறவினர் ஒவ்வொரு வரும் ஒரு துண்டுவீதம் எடுத்துச் செல்வார்கள். மிகவும் பயபக்தியோடு அத்துணியைப் பத்திரப்படுத்துவார்கள்.

அவர்களில் முதியவர் ஒருவர் பச்சைப் பனையோலையில் ஒரு குடையைச் செய்து அதை மரண வீட்டின் தெற்குப் பகுதியில்

தொங்கவிடுவார். ஒரு பலா இலையை அகப்பையாக மடக்கி அதில் கஞ்சியை வாரியெடுத்து அக்குடையை நோக்கி ஊற்றுவார். இறந்தவரின் ஆத்ம சாந்திக்காக அவ்வாறு செய்யப்படுகிறது. பதின்மூன்றாவது நாள் ஈமச் சடங்குகள் நடைபெறும். சில சமயம் அவர்களால் ஈமச்சடங்குகளை முறைப்படி செய்ய முடியாமல் போவதுண்டு. ஏனெனில் சில நாட்கள் தொடர்ந்து விவசாயத் தொழிலை விட்டு விலகி நிற்க முடியாது. அத்தருணங்களில் அவர்கள் ஒரு தனிச் சடங்கை செய்கிறார்கள்.

சிறிது பசுவின் சாணத்தையும், நெல்லையும் பிசைந்து ஓர் உருண்டை பிடிப்பார்கள். அந்த உருண்டையை ஒரு மண் பானை யில் போட்டு களிமண்ணைப் பிசைந்து அதன் வாய்ப் பகுதியை களிமண்ணால் நன்றாக மூடுவார்கள். அந்தப் பானையை குடிசையின் மூலையில் பத்திரப்படுத்தி வைப்பார்கள். அதன் வாய்ப் பகுதியைத் திறக்காத காலம் வரை அவர்களை மரண அசுத்தம் பாதிப்பதில்லை என்று நம்புகிறார்கள். பின்னர், தோதான ஒரு நாளில் அந்தப் பானையை உடைத்து 'மரண அசுத்தம்' விலகுவதற்கான சடங்குகளைச் செய்கிறார்கள்.

பாலியல் குற்றத்திற்கு செறுமர்கள் கடும் தண்டனைகளை வழங்குகிறார்கள். குற்றமிழைத்த பெண்ணைக் கொதிக்கும் எண்ணெயில் கையை நனைக்கச் சொல்வார்கள். ஆண் அறுபத்து நான்கு சக்கரத்தை அபராதமாகச் செலுத்த வேண்டும். திருமணமான, திருமணமாகாத பெண்கள் ஒழுக்கத்தை மீறியது உறுதியாகி விட்டால் அவர்களைச் சாதியிலிருந்து விலக்கி விடுவார்கள். பாலக்காடு பகுதியில் குற்றம் செய்த செறுமரைத் தண்டிப்பதற்காக ஊர் கூட்டம் கூடுவதுண்டு. திருட்டு, பாலியல் குற்றம், விவாகரத்துப் போன்ற பிரச்சினைகள் இக்கூட்டங்களில் விசாரணை செய்யப்பட்டன.

பாலக்காட்டுக்கு அருகிலுள்ள 'கண்ணாடி' என்னுமிடத்தில் ஒரு பெரிய ஆலமரத்தடியில் அத்தகைய கூட்டங்கள் நடை பெற்றன. வாளையார் காடுகளுக்கும் கரிம்புழ பகுதிக்கும் இடைப் பட்ட பகுதியில் வசித்து வந்த செறுமர்கள் அங்கு கூடுவார்கள். தொடர்ந்து நடைபெறும் தீவிர ஆலோசனைக்குப் பிறகு தீர்ப்பு வழங்கப்படும். நிரபராதியானால் 'கண்ணாடி உருவம் சாட்சியாக நான் தவறு செய்யவில்லை' என்று கூறுவான். பொய் சொல்ல யாருக்கும் தைரியம் வராது.

குற்றத்தின் தன்மைக்கேற்ப தண்டனை வழங்கப்படும். அடியும் தரப்பட்டது. செறுமர்கள் நடுகற்களை தேவதைகளாகக் கருதி வணங்கி வந்தார்கள். இறந்தவர்களின் ஆத்மாக்களைத் திருப்திப்படுத்துவதற்காகப் பூஜைகளை நடத்தினார்கள்.

மஞ்சள் பொடி, தேங்காய், நெல் இவைதான் பூஜைப்பொருட்கள். கோழிகளையும் பலியிட்டு வந்தார்கள்.

பிராமணருக்குக் கீழே இருக்கும் அனைத்துச் சாதியினரும் பங்கேற்கும் ஓர் உற்சவம் 'பூரம் திருவிழா'. மாசி, பங்குனி மாதங்களில் பகவதி கோயில்களில் இவ்விழா கொண்டாடப் பட்டது. இவ்விழாக்களில் செறுமர்களும் கலந்துகொண்டார்கள். நெற்கதிர்களால் சுற்றப்பட்ட குதிரை உருவங்களை மூங்கில் கழிகளில் கட்டி, அவற்றைச் சுமந்தபடி உற்சாகமாகக் கோயில் களுக்குச் செல்வார்கள். சன்னதம் கொண்ட பூசாரி ஒருவர் உடன் இருப்பார்.

கிராமத்தின் பகவதி கோயில்களுக்குக் கூடையில் நெல்லை எடுத்துப் போய்ச் சமர்ப்பிக்கும் ஒரு சடங்கும் மலபார் பகுதிகளில் நடைமுறையில் காணப்படுகிறது. 'விதை இடுதல்' என்பது அதன் பெயர். மாசி மாதத்தில் பரணி நாளில் இச்சடங்கு நடைபெறும். இச்சடங்கில் பங்கேற்க செறுமர்களுக்கும் உரிமை இருந்தது. கோயிலுக்குச் சற்றுத் தள்ளி தாழ்த்தப்பட்டவர்களுக்காக ஒதுக்கப்பட்ட இடத்தில் அன்றைய தினம் அவர்கள் கூடுவார்கள். கூடையில் எடுத்து வந்த நெல்லை பகவதிக்குப் படைத்து, வணங்கிவிட்டுத் திரும்பிச் செல்வார்கள்.

செறுமர்கள் வாழைமரம், மூங்கில் துண்டுகள் போன்ற வற்றை உபயோகித்து அரைவட்ட வடிவத்தில் சப்பரங்களைச் செய்வார்கள். அதில் பூக்கள், இலைகள், கதிர்க்குலைகள் ஆகியவற்றைத் தொங்கவிட்டு அழகாக அலங்கரிப்பார்கள். சப்பரங்களை நீண்ட மூங்கில்களில் வைத்துக் கட்டி அவற்றைச் சுமந்துகொண்டு கோயில்களை நோக்கி ஊர்வலமாகப் போவார்கள். மேளதாளங்களும், பாட்டும் ஊர்வலத்திற்கு ஆரவாரம் ஊட்டும்.

ஊர்வலத்தினர் கைகளில் நிறைய கதிர்க்குலைகளை வைத்திருப்பார்கள். நெற்கதிர்கள் வெளியில் தெரியும்படி பனையோலைகளைச் சுற்றிப் பாதுகாப்பாகப் பிடித்திருப்பார்கள். ஊர்வலத்தைக் காண சாலையின் இருபுறமும் ஆட்கள் கூடுவார்கள்.

ஊர்வலத்தினர் பார்வையாளர்களை நோக்கி கதிர்க்குலை களை வீசுவார்கள். கதிர்க்குலைகள் கிடைக்கப் பெற்றவர்கள் அவற்றை எடுத்துச் சென்று வீட்டின் முன்பகுதியில் தொங்க விடுவார்கள். அடுத்த ஆண்டு திருவிழா வரும்வரை வீட்டின் செல்வமும், செழிப்பும் நிலை நிற்கும் என்பது நம்பிக்கை. திருவிழாக்காலங்களில் செறுமர்களுக்குக் கிராமங்களில்

சுதந்திரமாக நுழைவதற்கும், கோயில்களின் எதிரில் போய் வணங்குவதற்கும் உரிமை இருந்தது.

அடிக்குறிப்புக்கள்

1. Edgar Thurston. "Ethnographical notes of Southern India".
2. மிதவாதி – *1919, செப்டம்பர்.*
3. பி.கே. சோதி – *'கேரள புலையர் மகாசபை நினைவு மலர்' – ஏப்ரல், 1983*
4. L.A. Krishna Iyar, 'The Travancore Tribes and castes'
5. V. Nagam Aiya – 'Travancore state Manual'
6. Edgar Thurston – 'Castes and Tribes of Southern India'
7. The Rev. Samuel Mateer – 'Native life in Travancore'
8. L.K. Anantha Krishna Iyar – 'The Cochin Tribes Castes.'
9. வள்ளுவநாடு – இன்றைய பொன்னாணி, பெரிந்நல்மண்ணா, திரூர் பிரதேசங்களையும் சேர்த்து வள்ளுவநாடு என்று அழைத்தார்கள்.
10. T.K.Gopala Panickar - Malabar and its folk.

பின்னிணைப்பு – 2

கேரளத்தில் தாழ்த்தப்பட்டவர்களின் முன்னேற்றத்திற்காகப் பாடுபட்ட மகான்கள்

தைக்காடு அய்யா சுவாமிகள்
(1814–1909)

கேரளத்தின் ஆன்மீகவாதிகளான சட்டம்பி சுவாமிகள், நாராயண குரு ஆகியோரின் ஆன்மீக குருவாகத் திகழ்ந்தவர் தைக்காடு அய்யா சுவாமிகள். சுப்பராயர் என்பது அவரது இயற்பெயர். கீழ்சாதியினராகக் கருதப்பட்டவர்களும், பிராமணர்களும் அய்யா சுவாமியின் சீடர்களாக இருந்தார்கள். அவர் தீண்டாமையைக் கொடிய பாவமாகக் கருதினார். தீண்டல், தொடீல் போன்ற மூடப் பழக்க வழக்கங்களுக்கு எதிராகத் தொண்டாற்றுமாறு தனது சீடர்களுக்கு உபதேசித்தார். அவர் ஏற்பாடு செய்த சமபந்தி போஜனத்தில் பிராமணர்களுடன் அய்யன்காளியும் கலந்து கொண்டார். சுவாமிகளின் நினைவாக 'ஸ்ரீ அய்யா மிஷன்' என்ற பெயரில் ஓர் அமைப்பு இன்றும் இயங்கி வருகிறது.

ஸ்ரீ சட்டம்பி சுவாமிகள்
(1853–1924)

அறிஞராகவும், பல்துறை மேதையாகவும், சன்னியாசியாகவும் விளங்கிய சட்டம்பி சுவாமிகள் வித்யாதி ராஜன், பரமபட்டாரகன் என்ற பெயர்களில் அறியப்பட்டவர். மூட நம்பிக்கை மலிந்த பழைய ஆசாரங்கள், சுயநலம் கொண்ட ஒரு மதவாதியின் கீழ்த்தரமான சிந்தனையிலிருந்து உருவாகி இருக்கக்கூடும் என்று நம்பினார். நதிகள் கடலை அடைவது போல சாதிகள் அனைத்தும் ஒரே சாதியில், மனித சாதியில் கலக்கின்றன என்பது அவரது திடமான கருத்து. ஓர் எளிய நாயர் குடும்பத்தில் 'குஞ்ஞன்' என்ற செல்லப் பெயரில் அழைக்கப்பட்ட அய்யப்பன் பிறந்தார். சுயமுயற்சியால் ஆரம்பக் கல்வியைப் பெற்றார். திருவனந்தபுரம் புத்தஞ் சந்தையில் வசித்து வந்த ராமன் பிள்ளை ஆசான் என்பவரிடம் உயர் படிப்பைத் தொடர்ந்தார். குஞ்ஞன் வகுப்பில் முதல் மாணவராக விளங்கியதால் சட்டாம்பிள்ளை *(Class Monitor)* ஆனார். ஆகவே பிற்காலத்தில் சட்டம்பி சுவாமிகள் என்ற பெயர் நிலைத்து விட்டது. இந்து மதத்தைத் தவிர கிறிஸ்தவ, இஸ்லாமிய மத நூல்களிலும் நன்கு புலமை பெற்றார். பிராசீன (பண்டைய) மலையாளம், வேதாதிகார நிரூபணம் என்பவை இவரது முக்கிய நூல்களாகும். வேதாதிகார நிரூபணம் என்னும் நூலில் அனைத்து வகுப்பினருக்கும் வேதம் கற்பதற்கான உரிமையை நிறுவுகிறார். மூடப் பழக்கங்களையும், மூட நம்பிக்கைகளையும் துடைத்தெறியத் தொடர்ந்து பாடுபட்டார்.

ஸ்ரீ நாராயண குரு
(1856–1928)

தனது வாழ்நாளையும், உடலையும் பிறர் நலத்திற்காக அர்ப்பணித்த யுக நாயகன் நாராயண குரு. செம்பழந்தி என்னுமிடத்திலுள்ள வயல்வாரத்து வீட்டில் நாராயண குரு பிறந்தார். கும்மம்பள்ளில் ராமன் பிள்ளை ஆசான் என்பவரிடம் கல்வி பயின்று நாணு ஆசான் ஆனார். குறுகிய காலத்தில் மனைவியையும், வீட்டையும் துறந்து துறவியானார்.

ஈழவர், புலையர், பறையர் போன்ற மாபெரும் மக்கள் சமூகம் அடிமைத்தனத்தின் அடித்தட்டில் அமிழ்த்தி வைக்கப்பட்டிருந்தது. இந்தக் கேவலமான அமைப்பின் கொடுமைகள் உச்ச நிலையை எட்டியிருந்த ஓர் இருண்ட காலத்தை நாராயண குரு கண்ணெதிரில் கண்டார். தீண்டத்தகாத சாதியினராகத் தள்ளி வைக்கப்பட்ட தாழ்த்தப்பட்ட மக்களின் இன்னல்களைக் குறித்துச் சிந்தித்தார்.

கடும் முயற்சியால் பெற்ற ஆத்ம ஞானத்தையும், வலிமையையும் மனித நன்மைக்குப் பகிர்ந்தளிக்க உறுதி பூண்டு, தொண்டு மார்க்கத்திற்குத் திரும்பினார். அவர் 1888இல் அருவிப்புறத்தில் நடத்திய சிவபிரதிஷ்டை அதற்கு வித்திட்டது. சாதியமைப்பின் மூல வேரை அறுக்க வாழ்நாள் முழுவதும் போராடிய குரு, அதற்காகத் தனது சீடர்களை ஆயத்தப்படுத்தினார்.

'மனிதனுக்கு ஒரு சாதியும், ஒரு மதமும், ஒரு தெய்வமும், ஒரு கர்ப்பப்பையும், ஓர் உருவமும் மட்டுமே உள்ளன. இவற்றில் எந்த வேறுபாடும் இல்லை.'

'ஒரேயொரு சாதியிலிருந்துதான் மனித சந்ததிகள் பிறக்கின்றன. ஒரே சாதியிலிருந்து பிறக்கும் சந்ததியினர் ஒரே சாதியைச் சேர்ந்தவர்கள். இக்கொள்கைப்படி மனித இனம் முழுவதும் ஒரே சாதியில் அடங்குகிறது.'

'மேலும் மனிதனின் மதம், உடை, மொழி எப்படி இருந்தாலும் அவர்களின் சாதி ஒன்றாக இருப்பதால் கலப்புத் திருமணம் செய்துகொள்வதாலும், சரிசமமாக அமர்ந்து உணவு உண்பதாலும் எந்தக் கெடுதலும் இல்லை.'

'ஓர் அந்நியனிடம் அவனது பேர், ஊர், தொழில் இம்மூன்றை மட்டும் கேளுங்கள். ஆனால் சாதியைக் கேட்க வேண்டாம். கேட்கும் உங்களைப் போல அவனும் மனித சாதியைச் சேர்ந்தவன் என்ற உண்மையை அவனது உருவமே உணர்த்திவிடும். எனவே அதைப் பற்றி கேட்க வேண்டிய அவசியம் இல்லையே' என்று உபதேசித்தார்.

சுபானந்த குரு தேவன்
(1882–1950)

'ஆத்ம போதோதய சங்கம்' என்ற பெயரில் இன்று புகழ்பெற்று விளங்கும் ஆன்மீக அமைப்பை நிறுவியவர் சுபானந்த குருதேவன். பிறரது காலடியில் கிடந்து அனைத்து திறமைகளையும் இழந்த தாழ்த்தப்பட்ட மக்களை எழுச்சியுற வைத்து, சாதி வேற்றுமையும் ஏற்றத்தாழ்வு மனப்பான்மையும் அற்ற ஒரு

சுதந்திர சமுதாயத்தைக் கட்டியெழுப்பி அவர்களிடையே தன்னம்பிக்கையையும், கடமையுணர்வையும் ஊட்டுவதுதான் குருதேவரின் குறிக்கோள். அந்த லட்சியத்தை அடைய உருவானதே 'ஆத்ம போதோதய சங்கம்'.

பல மேல்சாதிக்காரர்கள் அவரது தொண்டுகளைப் பற்றிக் கேட்டும், அறிந்தும் ஏற்றுக்கொண்டார்கள். 1933, சித்திரை மாதம் 24ஆம் தேதி ஆத்ம போதோதய சங்கம் பதிவு செய்யப்பட்டது. மாவேலிக்கரை அரண்மனை ஓவியர் ராமவர்மா வலிய ராஜா என்பவரின் ஒத்துழைப்பில் சங்கம் நிர்வகிக்கப்பட்டது. அதை அறிந்த எதிரிகள் பின்வாங்கினார்கள். ஆத்மபோதோதய சங்கத்தின் பணிகள் படிப்படியாக விரிவடைந்தன. உண்மைத் தத்துவங்களை வெளிப்படுத்தும் பல பாடல்களைச் சுபானந்த குரு தேவன் பாடியுள்ளார்.

பிரமானந்த சிவயோகி
(1852–1929)

நாராயண குருவிடமிருந்து உந்துதல் பெற்று உயர்ந்து வந்த சமுதாயச் சீர்திருத்த அமைப்பு கேரளத்தின் பல பகுதிகளில் பரிணமித்துக் கொண்டிருந்தது. அவ்வேளையில் கேரளத்தின் வடபகுதிகளில் இன்னொரு சிந்தனைப் பிரவாகம் மக்கள் மனங்களில் புத்தொளியைப் பாய்ச்சிக் கொண்டிருந்தது. இந்தச் சிந்தனைப் பிரவாகத்தின் தோற்றுவாய் ஆனந்த தரிசனம்.

தோற்றுவித்தவர் பிரமானந்த சிவயோகி. பாலக்காட்டிற்கு அருகில் ஆலத்தூர் என்னுமிடத்தில் இயங்கிவந்த சித்தாசிரமத்தைத் தலைமையகமாகக் கொண்டு சிவயோகி செயலாற்றி வந்தார். மதத்தின் பெயரால் நடந்து வந்த மூடநம்பிக்கைகள், மாமிசத்தைப் படைத்து வழிபாடு நடத்தும் கோயில்கள், உயிர்ப்பலி, கண்டனத்திற்குரிய தீண்டாமை, சாதி வேறுபாடு, பெண்களை அடிமைகளாக நடத்தும் சமூகப் பழக்க வழக்கங்கள், சமுதாயத்தை ஆட்டிப் படைக்கும் புரோகித நெறிகள் இவற்றைக் கண்டும், கேட்டும் பொறுமையிழந்த சுவாமிகள் பகுத்தறிவின் மூலம் மனித சிந்தனையை எழுச்சியூட்டவும், ஆயத்தப்படுத்தவும் புதுமையான செய்தியுடன் களத்தில் இறங்கினார். சிவயோகி தீண்டாமையை வெறுத்தார். சாதி, மதங்களின் பெயரில் உருவான வேற்றுமை உணர்வை நிராகரித்தார். மூட நம்பிக்கைகளை எதிர்த்தார். மதங்கள் பரப்பி வந்த இறை நம்பிக்கைகளுக்கும், இறை வழிபாட்டு முறைகளுக்கும் எதிராகக் கேள்விகளைத் தொடுத்தார். மனிதனின் தொழில் திறமைக்கும், மனத்தூய்மைக்கும் முக்கியத்துவம் தந்தார். மேலும் மனிதச் சகோதரத்துவத்திற்கும், அனைத்து மக்களுக்கும் பொதுவான ஒரு கலாச்சாரத்தை உருவாக்கவும் தனது பகுத்தறிவுச் சிந்தனையைப் பயன்படுத்தினார்.

மலபாரிலும் கொச்சியிலும் ஆனந்த மதத்தின் சிந்தனை அலைகள் பலமாக வீசின. இப்பகுதிகளைச் சேர்ந்த பலர் ஆனந்த மதத்தால் கவரப்பட்டு சிவயோகியின் பகுத்தறிவுச் சிந்தனைகளை ஊரெங்கும் பரப்பினார்கள். கோயில்களைக் கட்டும் விஷயத்தில் ஸ்ரீ நாராயண குருவினதும், பிரமானந்த சிவயோகியினதும் கொள்கை முரண்பாடு கொண்டவையாக இருந்தன. இருப்பினும் அவர்களது லட்சியங்கள் ஒன்றுதான்.

மூடநம்பிக்கையை அரணாகக் கொண்ட வழிபாட்டு முறையிலிருந்து மனிதனை மெல்ல மெல்ல உயர்த்துவது நாராயண குருவின் உத்தேசம். ஆனால் பகுத்தறிவுச் சிந்தனை மூலம் அந்த லட்சியத்தை நோக்கி மனிதனை அழைத்துச் செல்ல வேண்டும் என்பதே சிவயோகியின் குறிக்கோள். சாதி வேற்றுமைக்கு முடிவு கட்டுவது, பழக்க வழக்கங்களை நாகரிகப் படுத்துவது போன்ற கொள்கைகளில் இருவரும் ஒரே பாதையை நோக்கியே பயணமானார்கள்.

கேரளச் சூழலில் பகுத்தறிவுச் சிந்தனையின் சுடரை ஏற்றவும், சமூகத் தளத்தில் சிலவற்றை நாகரிகப்படுத்தவும் சிவயோகியாலும் அவரது அமைப்பாலும் முடிந்தது. 1929இல் தனது 77வது வயதில் சமாதியடைந்தார்.

மகாகவி குமாரன் ஆசான்
(1873–1924)

சாதியச் சிந்தனைக்கும், ஏற்றத் தாழ்வுகளுக்கும், தீண்டல், தொடீல் போன்ற மூடப் பழக்கவழக்கங்களுக்கும் எதிராகத் தனது எழுதுகோலைப் போர் வாளாக உயர்த்தியவர் மகாகவி குமாரன் ஆசான். சாதியமைப்பின் அர்த்தமின்மையைச் சாடுவதற்காக மகாகவி படைத்த கவிதைகள் இடி முழக்கத்தின் வலிமையையும் ஓசையையும் கொண்டவை. துர் அவஸ்த *(1923)*, சண்டாள பிக்ஷுகி *(1923)* போன்ற குறுங்காவியங்களில் தனது தார்மீகக் கோபத்தை குமாரன் ஆசான் வெளிப்படுத்துகிறார்.

எத்தனை சேர பெருமாள்கள், சங்கராச்சாரியார்கள்
எத்தனை துஞ்சன், குஞ்சன்கள்
குரூரமான சாதிமுறையால்
பாரத மாதாவே உன் வயிற்றில்
கருவிலேயே கலைந்து போனார்கள்
காலம் கடந்துவிட்டது அற்ப ஆசார
நூல்களெல்லாம் பழசாகிவிட்டன
கட்டிவைக்க முடியாதபடி வலுவற்ற கயிற்றில்

மக்கள் அல்லாடுகிறார்கள்
சட்டங்களை மாற்றுங்கள்
இல்லாவிட்டால் உங்களைச்
சட்டங்கள் மாற்றிவிடும்
இவ்வார்த்தை எங்கும் எதிரொலிக்க
புயல் காற்று உறுமுகிறது இன்று கேரளத்தில்–

– துர்அவஸ்த (இழிநிலை)

திருவனந்தபுரத்திலிருந்து 25 மைல் தொலைவிலுள்ள காயிக்கர என்னும் கிராமத்தில் 1873, ஏப்ரல் மாதம் ஒரு நடுத்தர ஈழவக் குடும்பத்தில் குமாரன் ஆசான் பிறந்தார். இளம் வயதிலேயே வட மொழியில் தேர்ச்சி பெற்றுத் தனது 14வது வயதில் பள்ளி ஆசிரியரானார். ஸ்ரீ நாராயண தர்ம பரிபாலன யோகத்தின் (S.N.D.P.) செயலாளராகவும் ஸ்ரீ நாராயண குருவின் முதன்மைச் சீடராகவும் விளங்கினார்.

ஸ்ரீ நாராயண தர்ம பரிபாலன யோகத்தின் செய்தித் தாளான 'விவேக உதய'த்தில் குமாரன் ஆசான் எழுதிய பல தலையங்கங்களும், கட்டுரைகளும் சாதியமைப்பைத் தகர்க்கும் வலிமை கொண்டவை. ஸ்ரீமூலம் மக்கள் சபையில் சாதிக் கொடுமைகளுக்கும், ஆசாரங்களுக்கும் முடிவு கட்ட வேண்டு மென்று ஆவேசமாக உரையாற்றினார். புலையர் குழந்தைகளைப் பள்ளிக்கூடங்களில் அனுமதிக்க வேண்டுமென்று 'விவேக உதயம்' செய்தித்தாளிலும், பொது மேடைகளிலும் ஆவேசமாகக் குரலெழுப்பினார்.

1924 ஜனவரி 16ஆம் நாள் ஒரு படகு விபத்தில் மரண மடைந்தார்.

சங்ஙனாச்சேரி பரமேஸ்வரன் பிள்ளை
(1877–1940)

இளமைக் காலம் தொட்டு தாழ்த்தப்பட்ட மக்கள் சமுதாயத்தின் முன்னேற்றத்திற்காக மிகுந்த ஈடுபாட்டைக் காட்டி, அவர்களின் உயர்வுக்காக முழுமனதுடன் பாடுபட்ட தீரர் சங்ஙனாச்சேரி பரமேஸ்வரன் பிள்ளை.

1905இல் நடந்த நாயர் – ஈழவர் கலகத்தைக் கட்டுப்படுத்த மிகவும் பாடுபட்டவர். காவாலம் நீலகண்டப் பிள்ளை என்பவரை நடுவராக்கி ஒரு மாபெரும் மாநாட்டை நடத்தத் தீர்மானித்து அதில் வெற்றியும் பெற்றார். 1914 அக்டோபரில் கொல்லத்திலுள்ள பெரிநாடு என்னுமிடத்தில் புலையர்களுக்கும் மேல்சாதிக்காரர்களுக்குமிடையே நிகழ்ந்த சண்டையை நிறுத்த முயற்சிகளை மேற்கொண்டார். அது தொடர்பாக 1905, டிசம்பர் 10இல் கொல்லம் பெரிய மைதானத்தில் நடைபெற்ற நல்லிணக்கக் கூட்டத்திற்குத் தலைமை வகித்தார். வைக்கம் சத்தியாக்கிரகத்தின்போது நடந்த பிரச்சாரக் கூட்டங்களுக்குத் தலைமை ஏற்றார். சத்தியாகிரகம் வெற்றிபெறத் தொடர்ந்து பாடுபட்டார். அன்றைய போலீஸ் கமிஷனராக இருந்த பிட் என்பவருடன் வைக்கம் சத்தியாக்கிரகம் தொடர்பாகப் பல கடிதப் பரிமாற்றங்களை நடத்தினார். வைக்கத்தில் நடந்த நாயர், ஈழவர் மாநாட்டிற்கும் அவரே தலைமை தாங்கினார்.

நாயர் சர்வீஸ் சொசைட்டியின் முதல் பிரதிநிதியாக இருந்த கேளப்பன் அப்பதவியிலிருந்து விலகியபோது சங்னனாச்சேரி பரமேஸ்வரன் பிள்ளை அப்பதவிக்குத் தேர்ந்தெடுக்கப்பட்டார். பத்தாண்டுகள் அப்பதவியை வகித்து வந்தார். 1913, 1916ஆம் ஆண்டுகளில் ஸ்ரீமூலம் மக்கள் சபை உறுப்பினராக இருந்தார்.

மன்னத்து பத்மநாபனின் தலைமையில் வைக்கத்திலிருந்து திருவனந்தபுரத்திற்கு வந்த மேல்சாதிக்காரர்களின் பேரணியில் பங்கேற்றார். திருவனந்தபுரத்தை அடைந்த பேரணியினர் மாபெரும் மக்கள் பேரணியாக சங்குமுகம் கடற்கரையை நோக்கிச் சென்றார்கள். அங்கு பரமேஸ்வரன் பிள்ளையின் தலைமையில் ஒரு பொதுக்கூட்டம் நடந்தது. அக்கூட்டத்தில் தாழ்த்தப்பட்டவர்களுக்கு பொதுவழியில் நடமாடும் சுதந்திரத்தை அனுமதிக்க வேண்டும் என்ற கோரிக்கையை வலியுறுத்தினார்கள். திருவிதாங்கூர் ரீஜன்ட் மகாராணிக்கு மனுவைச் சமர்ப்பிக்க ஒரு குழு அமைக்கப்பட்டது. அக்குழுவிற்குச் சங்னனாச்சேரி பரமேஸ்வரன் பிள்ளை தலைமைப் பொறுப்பேற்றார். அகில இந்திய தளத்தில் தாழ்த்தப்பட்டவர்களின் விடுதலையை லட்சிய மாக்கி மகாத்மா காந்தியால் அமைக்கப்பட்ட அரிஜன சேவை சங்க (1932) கேரளக் கிளையின் தலைவராகப் பணியாற்றினார்.

எல்லா இந்துக்களையும் கோயிலில் நுழைய அனுமதிக்கலாமா என்ற கொள்கையை விரிவாக விசாரித்து அறிக்கை அளிக்குமாறு 1933இல் திருவிதாங்கூர் அரசாங்கம் வி.எஸ். சுப்ரமணிய அய்யரின் தலைமையில் நியமித்த குழுவில் சங்னனாச்சேரி பரமேஸ்வரன் உறுப்பினராக இருந்தார். எல்லா இந்துக்களையும் கோயிலில் நுழைய அனுமதிக்க வேண்டும் என்று உறுதியாக வாதிட்டார்.

வைக்கம் சத்தியாகிரகம் டி.கே. மாதவன்
(1886–1930)

கோயில் நுழைவுக் கொள்கையின் முன்னோடியும் தீவிர தேசபக்தருமான டி.கே. மாதவன், தீண்டாமை ஒழிப்பு அமைப்பின் முன்னணித் தலைவர்களில் ஒருவர். பொதுவழி, சத்திரம், தேவஸ்தானம் போன்ற இடங்களில் தாழ்த்தப்பட்ட மக்களை அனுமதிக்க வேண்டும்; அது அவர்களின் குடியுரிமை. அவ்விடங்களில் அவர்கள் நுழையத் தடையாக நிற்கக்கூடாது. தீண்டல், தொடீல் என்பவை மூடப் பழக்க வழக்கங்கள் என்ற கருத்தைக் கொண்டிருந்தார். எனவே கோயில்களில் நுழைந்து தீண்டாமையை ஒழிப்பதன் மூலம் தாழ்த்தப்பட்ட மக்களின் குடியுரிமைக்கு எந்த இடையூறும் நேராது என்ற நம்பிக்கை அவருக்கு இருந்தது.

1918இல் ஸ்ரீமூலம் மக்கள் சபைக்கு ஈழவர்களின் பிரதிநிதியாக டி.கே. மாதவன் தேர்ந்தெடுக்கப்பட்டார். கோயில்கள் உட்பட எல்லாப் பொதுவிடங்களிலும் சாதி வேறுபாடின்றி நுழைய அனுமதிக்க வேண்டும், தீண்டாமையை ஓர் அரசாணை மூலம் தடை செய்ய வேண்டும் என்று சபையில் கோரிக்கை வைத்தார். மாதவனின் கோரிக்கையைத் திவான் கடுமையாக எதிர்த்தார்.

தீண்டாமை ஒழிப்பு முயற்சிகளில் இந்திய தேசிய காங்கிரஸ் தீவிர கவனம் செலுத்திக்கொண்டிருந்த காலம். மகாத்மா காந்தி மற்றும் காங்கிரஸின் உதவியைப் பெற்றுவிட்டால் தனது பணி வெகு எளிதாகி விடுமென மாதவன் தீர்மானித்தார். அச்சமயத்தில் மகாத்மா காந்தி திருநெல்வேலியில் இருந்தார். மாதவன் அங்கு சென்று மகாத்மா காந்தியைச் சந்தித்தார். கோயில் நுழைவுக்குச் சாதகமான செய்தியைப் பெற்றுத் திரும்பினார். அதன் விளைவு வியப்பளிக்கக் கூடியதாக அமைந்தது. அதுவரை

கோயில் நுழைவுக் கொள்கையை எதிர்த்து, இகழ்ந்து வந்த பத்திரிகைகள் சாதகமான தலையங்கங்கள் எழுதின. சங்ஙனாச்சேரி பரமேஸ்வரன் பிள்ளை, மன்னத்து பத்மநாப பிள்ளை, டி.கே. வேலுப்பிள்ளை போன்ற நாயர் பிரமுகர்கள் கோயில் நுழைவுக் கொள்கைக்கு முழு ஆதரவு தெரிவித்தார்கள்.

மகாத்மா காந்தியின் ஆசிகளோடு 1924, மார்ச் மாதம் சத்தியாகிரகம் தொடங்கியது. திருவிதாங்கூர் அரசாங்கத்தின், குறிப்பாக போலீஸின் கவனம் முழுவதும் வைக்கத்தை நோக்கித் திரும்பியது. ஒரு நாயர், ஒரு ஈழவர், ஒரு புலையர் என ஒவ்வொரு நாளும் ஒரு குழு சத்தியாகிரகத்தைத் தொடர்ந்தது. போலீஸ் அவர்களைக் கைது செய்தது. நீதிமன்றம் தண்டனை வழங்கியது. டி.கே. மாதவனும், கே.பி. கேசவ மேனனும் கைதானார்கள். சத்தியாகிரகத்திற்கு நாயர் சமுதாயத்தினரின் ஆதரவு தேவைப் பட்டதால் டி.கே. மாதவன், நாயர் சர்வீஸ் சொசைட்டியைச் சேர்ந்தவர்களை நாடினார். நாயர் சர்வீஸ் சொசைட்டியின் பொதுச் செயலாளரான மன்னத்து பத்மநாபன் பகிரங்கமாகப் போராட்டத்திற்கு ஆதரவளித்தார். தமிழ்நாட்டிலிருந்து ஈ.வே.ரா. பெரியாரும் அவரது தொண்டர்களும் வைக்கத்திற்குச் சென்று சத்தியாகிரகத்தில் கலந்துகொண்டார்கள்.

மன்னத்து பத்மநாபன்
(1878–1970)

வைக்கம் சத்தியாகிரகப் போராட்டத்திற்குப் பரவலான பரப்புரையும், மக்கள் ஆதரவும் கிடைத்தபோதிலும் எதிர்பார்த்த பலன் எதுவும் விளையவில்லை. அச்சூழ்நிலையில் மகாத்மா

காந்தி ஒரு புதிய ஆலோசனையைத் தீண்டாமை ஒழிப்பு கமிட்டிக்கு வழங்கினார். மேல்சாதிக்காரர்களின் சம்மதத்தையும் அதற்கான அவசியத்தையும் முன்வைத்து வைக்கத்திலிருந்து ஒரு மேல்சாதிக்காரர்களின் பேரணி பாத யாத்திரையாகப்புறப்பட வேண்டும். திருவனந்தபுரத்தை அடைந்து, பொதுவழியில்நடமாடும் சுதந்திரத்தை அனுமதிக்க வலியுறுத்தி ஒரு கோரிக்கை மனுவை ரீஜன்ட் மகாராணியிடம் சமர்ப்பிக்க வேண்டும் என்பதுதான் அந்த அறிவுரை. அப்பேரணி ஐநூறு பேருக்கு குறையாமல் இருக்கவேண்டும் எனவும் அறிவுறுத்தப்பட்டிருந்தது.

மேல்சாதிக்காரர்களின் பேரணிக்கான பூர்வாங்கப் பணிகள் உடனே மேற்கொள்ளப்பட்டன. டி.கே. மாதவன், மன்னத்து பத்மநாபன் போன்ற தலைவர்கள் நாடெங்கும் சுற்றுப் பயணம் செய்து தேவையான பரப்புரைகளை மேற்கொண்டார்கள். 1925, ஐப்பசி 16ஆம் தேதி காலையில் பேரணியினர் வைக்கம் கோயிலில் தங்கள் கோரிக்கையை நிறைவேற்றுவதற்கான வழிபாட்டை முடித்தார்கள். பின்னர் பாதயாத்திரையாகத் திருவனந்தபுரத்தை நோக்கிப் பயணமானார்கள். ‘நடமாடும் சுதந்திரம் என்பது குடிமக்கள் அனைவரது பிறப்புரிமை’ என்று எழுதப்பட்ட அட்டையையும், காங்கிரஸ் கொடியையும் பேரணியினர் முன்னால் பிடித்துச் சென்றார்கள். பேரணித் தலைவரைத் தொடர்ந்து கதர் வேட்டியும், சட்டையும் அணிந்த தொண்டர்கள் இரண்டு வரிசையாக அணிவகுத்து தீண்டாமைக் கொடுமையைச் சுட்டிக்காட்டும் பாடல்களைப் பாடிச் சென்றார்கள்.

ஐப்பசி 26 – மாலையில், பேரணி திருவனந்தபுரத்திலுள்ள புத்தன் கச்சேரி மைதானத்தை நெருங்கியது. அதே சமயத்தில் டாக்டர் எம்.இ.நாயுடுவின் தலைமையில் நாகர்கோவிலி லிருந்து புறப்பட்ட தெற்குப் பேரணியும் வந்து சேர்ந்தது. இரு பேரணிகளும் ஒன்றிணைந்ததால் அப்பகுதி மக்கள் கடலாக மாறியது. பேரணியினர் நேராக சங்குமுகம் கடற்கரையை நோக்கிச் சென்றார்கள். அங்கு பொதுக்கூட்டம் நடைபெற்றது. பரமேஸ்வரன் பிள்ளை தலைமை வகித்தார். நடமாடும் சுதந்திரத்தை வலியுறுத்தி ஒரு கோரிக்கை மனுவை ரீஜன்ட் மகாராணியிடம் சமர்ப்பிக்க பொதுக்கூட்டத்தில் தீர்மானிக்கப் பட்டது. சங்னாச்சேரி பரமேஸ்வரன் பிள்ளையின் தலைமையில் ஒரு குழுவைத் தேர்ந்தெடுத்தார்கள். மன்னத்து பத்மநாபனும் எம்.இ. நாயுடுவும் அக்குழுவில் இடம் பெற்றார்கள்.

ஐப்பசி 27ஆம் தேதி காலையில் குழுவினர் ரீஜன்ட் மகாராணியின் முன்னிலையில் மனுவைச் சமர்ப்பித்தார்கள். மகாராணியிடமிருந்து சாதகமான பதில் கிடைக்காததால் குழுவினர் ஏமாற்றத்தோடு வெளியே வந்தார்கள். சாதகமான

தீர்மானம் நிறைவேறும்வரை யாரும் திருவனந்தபுரத்தைவிட்டுத் திரும்பிச் செல்லக்கூடாது; அரண்மனை வாயிலிலேயே சத்தியாகிரகத்தைத் தொடர வேண்டும் என்று சிலர் வாதிட்டார்கள். அதைச் சிலர் எதிர்த்தார்கள். அசம்பாவித சம்பவங்கள் எதுவும் நிகழவில்லை. பேரணியினரும், பொதுமக்களும் அமைதியாகக் கலைந்து சென்றார்கள்.

குருவாயூர் சத்தியாகிரகம் கே. கேளப்பன்
(1889–1971)

'கேரள காந்தி' என அழைக்கப்படும் காங்கிரஸ் தலைவரான கேளப்பன், குருவாயூர் கோயிலில் நுழைய எல்லா இந்துக்களையும் அனுமதிக்க வேண்டும் என்ற போராட்டத்தைத் தொடங்கினார். ஏ.கே. கோபாலன், எம்.பி. தாமோதரன் போன்ற தலைவர்களுடன் சேர்ந்து மன்னம், கொச்சி, திருவிதாங்கூர் பகுதிகளிலுள்ள பொதுமக்களின் ஆதரவைத் திரட்ட சுற்றுப் பயணம் செய்து பொதுக்கூட்டங்களை நடத்தினார்.

குருவாயூர் கோயில் கிழக்கு நடையில் தீண்டத்தகாத சாதியினர் நடந்துசெல்வதற்காக ஒதுக்கப்பட்டிருந்த எல்லைப் பகுதியில் கேளப்பனும், ஆதரவாளர்களும் சத்தியாகிரகத்தைத் தொடங்கினார்கள். சாதி வேறுபாடின்றி எல்லா இந்துக்களையும் குருவாயூர் கோயிலில் நுழைய அனுமதிக்கும் வரை உண்ணாவிரதப்

போராட்டத்தைத் தொடர கேளப்பன் தீர்மானித்தார். 1932, செப்டம்பர் 21ஆம் தேதி உண்ணாவிரதப் போராட்டத்தைத் தொடங்கினார்.

உண்ணாவிரதத்திற்குச் செய்தி ஊடகங்கள் மிகப் பெரிய முக்கியத்துவத்துவம் கொடுத்ததுப் காங்கிரஸ் கட்சியில் விவாத பொருளானது. பல அரசியல் தலைவர்கள் குருவாயூருக்கு வந்தார்கள். சில தலைவர்கள் மகாராஜாவைச் சந்தித்து கேளப்பனின் கோரிக்கையைப் பரிசீலிக்குமாறு வேண்டினார்கள். ஆனால் எந்தப் பயனும் விளையவில்லை. மேல்சாதி இந்துக்கள் கடுமையாக எதிர்த்தார்கள். இறுதியில் மகாத்மா காந்தியின் வேண்டுகோளின்படி 1932, அக்டோபர் 2ஆம் தேதி உண்ணாவிரதப் போராட்டம் கைவிடப்பட்டது.

சகோதரன் கே. அய்யப்பன்
(1889–1968)

சமுதாய ஏற்றத் தாழ்வுகளுக்கும், மூடப்பழக்கங்களுக்கும் எதிராகத் தீரமுடன் போராடிய தலைவர் கே. அய்யப்பன். கொச்சியிலுள்ள வடக்கன் பறவூருக்கு மேற்கே செறாயி என்னுமிடத்தில், கும்பளத்து பறம்பு என்னும் ஈழவக் குடும்பத்தில் பிறந்தார். திருவனந்தபுரம் மகாராஜா கல்லூரியில் பி.ஏ., பட்டம் பெற்றார். ஆலுவா அத்வைத ஆசிரமத்திற்குச் சென்று ஸ்ரீ நாராயண குருவின் ஆசியைப் பெற்றுத் திரும்பினார்.

ஸ்ரீ நாராயண குருவின் உபதேசங்கள் அவரிடம் பெரும் பாதிப்பை ஏற்படுத்தின. குருவின் கொள்கைகளைப் பரப்புவதைத்

தனது வாழ்க்கை லட்சியமாகக் கருதினார். தனது ஆவேசமூட்டும் பேச்சாற்றலால் மக்கள் மத்தியில் சாதிய ஏற்றத் தாழ்வுகள், மூட நம்பிக்கைகளைக் குறித்து சொற்பொழிவு ஆற்றினார். ஈழவர்களைவிட தாழ்ந்தவராகக் கருதப்பட்டவர்களை ஈழவர்கள் தமது வீடுகளிலும், கோயில்களிலும் நுழைய அனுமதிக்க வேண்டும் என்றார். அவர்களைத் தீண்டாமைக் கொடுமைகளிலிருந்து விடுவிக்க வேண்டுமென்றும் வாதிட்டார். ஊரார் அதை விரும்பாத போதிலும் அய்யப்பன் தளர்ந்துவிடவில்லை.

1917, வைகாசி 17ஆம் தேதி செறாயி ஊரில் இருந்த தனது சகோதரியின் வீட்டில் ஒரு சமபந்தி போஜனத்தை நடத்தினார். புலையர்கள் உட்பட சுமார் இருநூறு பேர் அந்த விருந்தில் கலந்துகொண்டார்கள். அடுத்த நாள் அங்குள்ள விஞ்ஞான வர்த்தினி சபையில் கூடிய ஈழவப் பிரமுகர்களின் கூட்டம் அய்யப்பனையும் அவரது ஆதரவாளர்களையும் சாதியிலிருந்து விலக்கி வைத்தது. அன்று முதல் அவர் 'புலையன் அய்யப்பன்' என்று அழைக்கப்பட்டார்.

சமபந்தி போஜன சம்பவம் செறாயி மற்றும் சுற்றுப்பகுதி மக்களைக் கொதிப்படைய வைத்தது. ஆதரவாளர்களும், எதிர்ப்பாளர்களுமாக இரு பிரிவினர் உருவானார்கள். ஆதரவாளர்கள் புதிய அமைப்பில் இணைந்தார்கள். இவ்வாறு 'சகோதர அமைப்பு' உருவானது. சகோதர அமைப்பின் கொள்கை களைப் பரப்ப 'சகோதரன்' என்ற மாத இதழை அய்யப்பன் தொடங்கினார். பின்னர் அது வார இதழாகப் பிரசுரமானது. 'சகோதரன் அய்யப்பன்' என்ற பெயரில் பிரபலமடைந்தார்.

அய்யப்பன் சமுதாயச் சீர்திருத்தப் பணிகளைத் தவிர அரசியலிலும் ஈடுபட்டார். 1926இல் கொச்சி சட்டமன்ற உறுப்பினராகத் தேர்ந்தெடுக்கப்பட்டார். நீண்ட காலம் சட்டமன்ற உறுப்பினராக இருந்து, 1949இல் கொச்சியின் அமைச்சரானார். அமைச்சர் பதவியை வகித்த அவர் பொதுமக்களுக்கு பல நன்மைகளைச் செய்தார். கொச்சி ஹில் பேலஸில் தீண்டத்தகாத சாதியினர் நுழையக் கூடாது என்று ஒரு முறையீட்டு மனுவை ராஜகுடும்பத்தினர் மத்திய அரசாங்கத்திற்கு அனுப்பினார்கள். அந்த மனுவை மத்திய அரசு கொச்சி அரசாங்கத்திற்கு அனுப்பியது. அது தொடர்பான கோப்பில் அய்யப்பன் இவ்வாறு எழுதினார். 'நாயும் பூனையும் சென்றுவரும் இடத்திற்கு மனிதன் போகக் கூடாது என்று கூறுவது அநீதியாகும்.' பிரச்சினை அத்துடன் முடிவடைந்தது.

மனிதர்கள் அனைவரும் பிறப்பால் சமமானவர்கள். எல்லா சமுதாயத்தைச் சேர்ந்தவர்களும் சமமானவர்களே. வாழ்வதற்கும், முன்னேறுவதற்கும், பொருளீட்டுவதற்கும் சகல

சமுதாயத்தினருக்கும் உரிமை உண்டு. இதுவே உண்மை. இதுவே தர்மம். இதுவே நீதி. இவற்றிற்கு எதிரானவை அனைத்தும் பொய்மையும், அதர்மமும், அநீதியுமாகும் என்று கூறிய சகோதரன் அய்யப்பன் தனது 79வது வயதில் இயற்கை எய்தினார். அவரது பூதவுடல் ஆலுவா ஸ்ரீ நாராயண கிரியில் அடக்கம் செய்யப்பட்டது.

கொச்சி புலையர் மகாஜன சபையும் கிருஷ்ணாதியும்

எர்ணாகுளத்தின் அருகிலுள்ள முளவுகாடு என்னு மிடத்தில் ஐக்கரை கல்லுச்சம் முறி என்ற பெயர்களில் அழைக்கப்பட்ட பிரபலமான புலையர் குடும்பத்தில் சாத்தன், காளி தம்பதியினரின் இளைய மகனாக கிருஷ்ணாதி பிறந்தார். சமஸ்கிருதம், ஆயுர்வேதம், கர்னாடக இசை ஆகியவற்றைக் கற்றுத் தேர்ந்தார் கிருஷ்ணாதி. சாதாரணப் புலையர்களைவிட வசதியான வாழ்க்கைச் சூழல் அவருக்கு அமைந்திருந்தது. இச்சாதகமான சூழ்நிலையில் அன்றைய புலையர் சமுதாயத்தினரின் தலைவராக அவர் உயர்ந்ததில் வியப்பில்லை.

1913, மே மாதம் 25ஆம் தேதி செயின்ட் ஆல்பர்ட் பள்ளி மைதானத்தில் மாபெரும் பொதுக்கூட்டம் ஏற்பாடு செய்யப்பட்டது. டி.கே. கிருஷ்ணமேனன், பாதிரியார் டொமினிக், பண்டிட் கே.பி. கருப்பன் ஆகியோர் உரையாற்றினார்கள். ஒரு மாபெரும் கூட்டத்தைக் கூட்டியதால் மட்டும் அமைப்பைச் சேர்ந்தவர்கள் திருப்தியடையவில்லை. அமைப்பின் ஒரு சாரார் கிருஷ்ணாதியைத் தலைவராக்கிச் செயல்படத் தொடங்கினார்கள். அதே ஆண்டு செப்டம்பர் மாதத்தில் அவர்கள் மீண்டும் கூட்டத்தைக் கூட்டினார்கள். அமைப்பின் செயல்பாடுகளுக்கு அவசியமான விதிமுறைகளை அங்கீகரித்து ஒரு கமிட்டியைத் தேர்ந்தெடுத்தார்கள். இவ்வாறு தேர்ந்தெடுக்கப்பட்ட கமிட்டியின் தலைவராக கிருஷ்ணாதியும், செயலாளராக பி.சி. சாஞ்சன் என்னும் இளைஞரும் தேர்ந்தெடுக்கப்பட்டார்கள்.

இந்நிகழ்ச்சியைக் குறித்து, அன்று ஆட்சி புரிந்து வந்த புனர்தம் திருநாள் ராமவர்ம மகாராஜா அவர்களுக்கு, டி.கே. கிருஷ்ணமேனன் ஒரு அறிக்கையை அனுப்பினார். அதற்குக் கீழ்க்கண்ட பதிலை மகாராஜா வெளியிட்டார். 'புலையர்களின் கூட்டம் தொடர்பாகத் தெரிவித்திருந்த தகவல்களை மிகுந்த ஆர்வத்தோடு படித்தேன். நிகழ்ச்சியில் பங்கேற்ற மக்களின் எண்ணிக்கையிலிருந்து எனது குடிமக்களின் மத்தியில் வாழும் இந்த பின்தங்கிய பிரிவினர், தமது அவலநிலையைப் பற்றிப்

புரிந்துகொண்டுள்ளார்கள். அந்நிலைமையை மேம்படுத்த ஆவலாக உள்ளார்கள் என்பதை அறிந்து மகிழ்கிறேன்.'

சபையில் அங்கீகரிக்கப்பட்ட செயல் திட்டங்களில் முக்கியமானவை கீழே தரப்படுகின்றன.

1. குழந்தைகளைப் பள்ளிக்கு அனுப்பி படிக்க வைக்க வேண்டும்.
2. வயது வந்தோருக்கு இரவுப் பள்ளிக்கூடங்களை ஏற்படுத்த வேண்டும்.
3. மது அருந்துதல், மந்திரவாதம், காது குத்து, பூப்பு நன்னீராட்டு போன்ற மூட வழக்கங்களுக்கு எதிராக செயல்பட வேண்டும்.
4. திருமண நிகழ்ச்சியில் மணமகன் மணமகளின் குடும்பத்தினருக்கு விலையாக, பணம் கொடுக்கும் வழக்கத்திற்கு முடிவு கட்ட வேண்டும்.
5. ஆணும், பெண்ணும் நாகரிக முறையில் ஆடை அணிய வேண்டும்.
6. ஆண்கள் முடியை கிராப் செய்ய வேண்டும். செருப்பையும் குடையையும் பயன்படுத்த வேண்டும்.

பண்டிட் கே.பி. கருப்பன்
(1885–1938)

பழைய கொச்சி சமஸ்தானத்தில் தாழ்த்தப்பட்ட சமுதாயத்தின் ஒருமித்த முன்னேற்றத்திற்காக ஆயுள் முழுவதும் உழைத்தவர் பண்டிட் கே.பி. கருப்பன். அவர் ஆற்றிய பணிகள்

இன்றும் தாழ்த்தப்பட்டவர்களுக்கு எழுச்சியூட்டுபவை. சாதியச் சிந்தனைக்கும் சாதி வேற்றுமைக்கும் எதிராகத் தனது கவிதை ஆற்றலை அறிவுப்பூர்வமாகப் பயன்படுத்திய ஓர் இலக்கியவாதி கருப்பன். இவர் மிகச் சிறந்த ஆசிரியர்; அனைவராலும் அங்கீகரிக்கப்பட்ட பொதுநலத் தொண்டர்.

தீண்டல், தொடீல் போன்ற கொடிய வழக்கங்கள் ஆதிக்கம் பெற்றிருந்த ஒரு கால கட்டத்தில் தாழ்த்தப்பட்ட வகுப்பைச் சேர்ந்த கருப்பன், கொடுங்கல்லூர் அரண்மனை மூலம் மேற்படிப்பைத் தொடர்வதற்கான அரிய வாய்ப்பைப் பெற்றார். தாழ்த்தப்பட்டவர்களுக்காகத் தனிப்பட்ட பயிற்சிப் பள்ளிகள் இருந்தன. கருப்பன் கொடுங்கல்லூர் தம்புரான் என்பவரின் தனிப்பட்ட அன்பிற்குப் பாத்திரமாக விளங்கினார்.

1918இல் திருச்சூர் ஜி.பி. பள்ளியில் சமஸ்கிருதப் பண்டிதராக நியமிக்கப்பட்டார். சில ஆண்டுகள் அங்கு பணியாற்றினார். பின்னர் எர்ணாகுளம் ஈஸ்ட் பெண்கள் பள்ளிக்கு மாற்றப்பட்டார். அப்பள்ளியில் மேல்சாதி மாணவர்கள் மட்டும் அனுமதிக்கப்பட்டிருந்தார்கள். சாதி வெறியர்கள் வெகுண்டெழுந்தார்கள். அவர்கள் மகாராஜாவிடம் புகார் கொடுத்தார்கள். கருப்பனை நன்கு அறிந்திருந்த மகாராஜா கீழ்க்கண்ட உத்தரவை வெளியிட்டார். 'கருப்பன் ஆசிரியராகத் தொடர்வார். அங்கு படிக்க விருப்பமில்லாதவர்கள் மாற்றுச் சான்றிதழை வாங்கி வேறு பள்ளிகளில் சேரலாம்,' என்றார்.

வெகுண்டெழுந்தவர்கள் கூனிக் குறுகிப் போனார்கள். கருப்பன் ஆசிரியராகத் தொடர்ந்தார். சாதியின் பெயரால் அளவற்ற துன்பங்களையும், இடையூறுகளையும் கருப்பன் அனுபவிக்க நேர்ந்தது. தனது சமுதாயத்தினரை நன்கு புரிந்து வைத்திருந்தார். அரயர் சமுதாயம் அறியாமையிலும், இன்னல்களிலும், அடிமைத்தனத்திலும் மூழ்கிக் கிடந்தது. அவர்களை விழித்தெழச் செய்து, ஒன்றுபட்ட சக்தியாக உயர்த்தவும் உரிமைக்காகப் போராடவும் தோற்றுவிக்கப் பட்டதுதான் 'அகில கேரள அரயர் மகாசபை.'

அனைத்து தாழ்த்தப்பட்ட சமுதாயத்தினரும் முன்னேற வேண்டும் என்று கருப்பன் விரும்பினார். கொச்சியிலுள்ள புலையர்கள் ஒருங்கிணைந்த சக்தியாக எழுச்சியுற பெரும்பங்காற்றினார்.

பண்டிட் கே.பி. கருப்பனின் 'சாதிக் கும்மி'யைப் பற்றி சில செய்திகளைத் தெரிந்துகொள்ள வேண்டும். தீண்டாமை அர்த்தமற்றது என்பதைப் பறைசாற்றும் ஒரு நூல்தான் ஸ்ரீ சங்கராச்சாரியாரின் 'மனீஷா பஞ்சகம்.' மனீஷா பஞ்சகத்தைத் தழுவி எளிய மலையாள மொழியில் படிப்பறிவற்றவர்கள் கூடக் கேட்டுப் புரிந்துகொள்ளும் விதமாக கருப்பன் 'சாதிக்

கும்மி'யை இயற்றினார். நான்கு நாய்களுடன் நடுவழியில் சந்தித்த ஒரு சண்டாளனை ஸ்ரீ சங்கரர் வேறு வழியில் போகுமாறு கட்டளையிட்டார். மாறு வேடத்தில் வந்த ஸ்ரீ பரமேஸ்வரன்தான் சங்கராச்சாரியாரை நெருங்கிய சண்டாளன் என்று ஓர் ஐதீகம் உண்டு. சண்டாளன் தேவ பாஷையில் அவரிடம் கேட்டான்.

'மேன்மை மிக்க பிராமணரே, தாங்கள் யாரை விலகிப் போகச் சொன்னீர்கள்? அன்னமயமான உடலிலிருந்து உடல் விலகிப் போக வேண்டுமா? அல்லது அதிலுள்ள பேரறிவிலிருந்து பேரறிவா? கூறுங்கள்." அதைக் கேட்ட சங்கராச்சாரியார் 'தாங்கள் சொன்னதுதான் உண்மை ஆத்மஞானியான தாங்கள் சண்டாளன் அல்ல பிராமணனே" என்று சொல்லி சண்டாளனை சாஷ்டாங்க மாக வணங்கினார் என்பது மனீஷா பஞ்சகத்தின் ஐதீகப் பின்னணி.

யோகப் பெண், ஞானப் பெண் ஆகிய இரண்டு பெண்கள் கும்மியடித்துப் பாடுவதாக அமைந்ததுதான் சாதிக்கும்மி. மலையாள மொழியின் முதல் முற்போக்கு இலக்கியவாதி என்று கே.பி. கருப்பனைக் கூறலாம். சாதிக் கும்மியில் கே.பி. கருப்பன் இவ்வாறு குறிப்பிடுகிறார்.

காணுகின்ற உலகங்களில் இறைவனின்
மக்கள் அனைவரும் ஒரு சாதி.
தள்ளி வைப்பாரோ சமப் படைப்பை?
தெய்வம் பார்த்து நிற்குமோ யோகப் பெண்ணே!
சாதி இகழ்ச்சி அல்லவா ஞானப் பெண்ணே!'

பி.சி. சாஞ்சன்

கிருஷ்ணாதியும் அவரது ஆதரவாளர்களும் 1917இல் கிறிஸ்தவ மதத்தைத் தழுவியதும் கொச்சி புலையர் மகாஜன

சபையின் நடவடிக்கைகள் நிலைத்தன. மதம் மாறிய புலையர்கள் தங்களை உயர்ந்த சாதியினராகவும் மதம் மாறாதவர்களை இழிந்த சாதியினராகவும் கருதினார்கள். இந்த உறைந்த நிலை கிட்டத்தட்ட ஏழு ஆண்டுகள் நீடித்தது. 1924இல் திவான் நாராயண அய்யரின் தலைமையில் மகாராஜா கல்லூரியில் ஒரு கூட்டம் நடத்தப்பட்டது. அப்போதுதான் கொச்சி புலையர் மகாஜன சபையின் செயல் திட்டங்கள் புத்துயிர்ப்பை அடைந்தன. அக்கூட்டத்தில் பி.சி. சாஞ்சன் செயலாளராகத் தேர்ந்தெடுக்கப்பட்டார். கே.பி. வள்ளோன் துணைச் செயலாளராகத் தேர்ந்தெடுக்கப் பட்டார். 1926இல் முதன்முறையாக கொச்சி சட்டசபைக்குத் தாழ்த்தப்பட்டவர்களின் பிரதிநிதியாக பி.சி. சாஞ்சன் தேர்ந்தெடுக்கப்பட்டார். தாழ்த்தப்பட்டவர்களின், குறிப்பாக புலையர்களின் முன்னேற்றத்திற்காகச் சட்டசபையின் உள்ளேயும் வெளியேயும் சாஞ்சன் அரும்பணியாற்றியுள்ளார்.

கே.பி. வள்ளோன்
(1894–1940)

கே.பி. வள்ளோன் ஜனவரி 2இல் எர்ணாகுளத்திற்கு அருகிலுள்ள முளவுகாடு என்ற ஊரில் பிறந்தார். எழுதப் படிக்க கற்றுக்கொண்ட வள்ளோன் பின்னர் கருங்கல் உடைக்கும் வேலைக்குப் போனார். மேல்சாதிக்காரர்களின் கொடுமைகளி லிருந்து தப்பிக்கத் தன்னை ஓர் ஈழவனாகக் காட்டிக்கொண்டார். இதற்கிடையே பத்திரிகைகளையும், புத்தகங்களையும் படித்து அறிவைப் பெருக்கிக்கொண்டார். தீவிர கடவுள்

மறுப்பாளராகவும், பகுத்தறிவாளராகவும் மாறிய வள்ளோன் மந்திரவாதிகளைப் பரிகாசங்களால் எதிர்த்தார்.

1924இல் எர்ணாகுளத்தில் கூடிய கொச்சி புலையர் மகா ஜன சபையின் ஆண்டுக் கூட்டத்தில் துணைச் செயலாளராகத் தேர்ந்தெடுக்கப்பட்டார். பிறகு தாழ்த்தப்பட்டவர்களின் பிரதிநிதியாகக் கொச்சி சட்டசபைக்குத் தேர்ந்தெடுக்கப்பட்டார். தொடர்ந்து புலையர் மகாஜன சபையின் தலைவர் ஆனார். தாழ்த்தப்பட்ட இனத்தவர்களின் மேம்பாட்டிற்காக மிகுந்த ஈடுபாட்டைக் காட்டினார். 'வள்ளோன் எம்.எல்.சி.' என்று அழைக்கப்பட்ட அவருக்கு உதவுவதற்காக ஆயுதம் தாங்கிய குழுவினர் இயங்கி வந்தனர்.

வள்ளோனை ஆசிரியராகவும், வெளியீட்டாளராகவும் கொண்டு 'தாழ்த்தப்பட்டவன்' என்ற பெயரில் 1931இல் ஒரு மாத இதழ் தொடங்கப்பட்டது. பின்னர் அப்பத்திரிகை 'அரிஜன்' என்ற பெயரில் வெளியானது. தனது குத்தகைப் பணி மூலம் கிடைத்த லாபத்தை சபையின் பணிகளுக்காகச் செலவிட்டார். இன்று எர்ணாகுளத்தில் இயங்கிவரும் அரிஜன விடுதி கே.பி. வள்ளோனின் முயற்சியால் 1938இல் ஆரம்பிக்கப்பட்டது. 1936இல் கொச்சி அரசாங்கம் கே.பி. வள்ளோனை சட்டசபை உறுப்பினராக மீண்டும் நியமித்தது. தாழ்த்தப்பட்டவர்களின் கல்விக்காகவும், அவர்களைச் சுரண்டலில் இருந்து பாதுகாக்கவும் முனைப்புடன் செயலாற்றினார்.

டாக்டர். பல்பு
(1863–1950)

செழுமையும் சகோதரத்துவமும் நிறைந்த கேரளத்தைக் கனவு கண்டு, நவீன கேரளத்தை உருவாக்கிய சீர்திருத்தச்

சிற்பிகளில் முதல் வரிசையில் இடம்பெறும் மாமனிதர் டாக்டர். பல்பு. திருவனந்தபுரத்திலுள்ள பேட்டையில் நெடுங்கோடு என்னும் ஈழவக்குடும்பத்தில் 1863, நவம்பர் 2ஆம் தேதி பிறந்தார். தந்தை தச்சக்குடியில் பப்பு என்றழைக்கப்பட்ட மாதிக்குட்டி பகவதி, தாயார் நெடுங்கோடு பறம்பில் பப்பம்மா என்றழைக்கப்பட்ட மாதாபெருமாள்.

பகவதி பத்மநாபன் என்று பெயரைச் சூட்டிய பெற்றோர்கள் பல்பு என்ற பெயரில் பள்ளிக்கூடத்தில் சேர்த்தார்கள். பேட்டை பகுதியில் வீட்டிற்கு அருகிலேயே ராமன்பிள்ளை ஆசான் என்பவர் நடத்தி வந்த பள்ளிக்கூடத்தில் தரையில் எழுதிப் படிப்பைத் தொடங்கினார். இளம்வயதிலேயே நகைச்சுவை கலந்த பேச்சும், படிப்பில் காட்டிய திறமையும், மற்றவர்களுக்கு உதவும் மனப்பான்மையும் கொண்ட தன்னிகரற்ற ஆளுமையாக விளங்கினார் பல்பு.

திருவனந்தபுரம் பேட்டையில் எஸ்.ஜெ. ஃபெர்ணான்டஸ் என்னும் ஆங்கிலேயர் நடத்தி வந்த ஆங்கிலப் பள்ளிக்கூடத்தில் சேர்ந்து படித்தார். ஒவ்வொரு மாதமும் நான்குசக்கரம் (இன்றைய இருபது பைசா) கட்டணமாகச் செலுத்த வேண்டும். கௌரவமான குடும்பமாக இருந்தபோதிலும் பல்புவின் தந்தை செய்து வந்த வியாபாரம் நொடித்துப் போனதால் அவரால் அந்தக் கட்டணத்தைக் கூட செலுத்த முடியவில்லை.

பல்புவின் வீட்டுநிலைமையைத் தெரிந்துகொண்ட ஃபெர்ணான்டஸ் கட்டணத்தைச் செலுத்தாமலேயே படிப்பைத் தொடர உதவினார். அந்தப் பள்ளிக்கூடத்தில் மூன்றாண்டுகள் படித்தார். ஃபெர்ணான்டஸின் உதவியுடன் திருவனந்தபுரம் அரசாங்கப் பள்ளிக்கூடத்தில் சேர்ந்து உயர்ந்த மதிப்பெண் களுடன் தேர்ச்சியடைந்தார். பிறகு கல்லூரியில் சேர்ந்தார்.

கட்டணம் செலுத்த முடியாமல் போனதால் கல்லூரியை விட்டு நீக்கப்பட்டார். ஐரோப்பியர்களின் வீட்டுக் குழந்தை களுக்கு ஆங்கிலம் கற்றுத்தரும் டியூட்டராக பகுதிநேரம் பணியாற்றிக்கொண்டே கல்லூரிப்படிப்பைத் தொடர்ந்தார். காலை ஏழுமணி முதல் கல்லூரிக்குச் செல்லும் வரை டியூசன். கல்லூரியிலிருந்து திரும்பியதும் இரவு எட்டு மணிவரை டியூசன். இது தான் அவரது அன்றாட வாழ்க்கைமுறை. கடும் முயற்சியின் விளைவாக எப்.ஏ. வகுப்பிலும் அதிக மதிப்பெண்களுடன் தேர்ச்சி பெற்றார்.

திருவிதாங்கூர் அரசாங்கம் நடத்தும் மருத்துவப் பள்ளியில் நுழைவுத்தேர்வுக்காக விண்ணப்பித்த பல்புவுக்கு அதிக மதிப்பெண்களின் அடிப்படையில் நுழைவுத்தேர்வில்

பங்கெடுப்பதற்கான அழைப்புக்கடிதம் வந்தது. நுழைவுத்தேர்வில் இரண்டாம் இடத்தைப் பெற்றார் பல்பு. மருத்துவப்பள்ளியில் இடம் கிடைத்துவிடும் என்கிற நிலையில் அதிகாரிகளிடமிருந்து கடும் எதிர்ப்பு கிளம்பியது. "… பல்பு தேர்வில் வெற்றி பெற்று மருத்துவராகி விட்டால், அவர் கொடுக்கும் அலோபதி மருந்தில் சேர்க்கும் தண்ணீரை மேல்சாதிக்காரர்கள் குடிக்க நேரிடும். அது அவர்களின் ஆசார அனுஷ்டானங்களுக்கும் சமய, குல நெறிமுறைகளுக்கும் எதிராகி விடும். ஆகவே, அவரைப் பள்ளியில் சேர்க்க வேண்டாம்" என்று மேல்சாதிக்காரர்கள் வாதிட்டார்கள். பல்புவை மருத்துவப் பள்ளியில் அனுமதிக்கவில்லை.

ஆகவே, அவர் மெட்ராஸ் மருத்துவக்கல்லூரியில் சேர்ந்து எல்.எம்.எஸ். மருத்துவப் பட்டபடிப்பைத் தொடர முயன்றார். உயர்ந்த மதிப்பெண்களும் திறமையை வெளிப்படுத்தும் ஆற்றலுமுடைய அவருக்கு மெட்ராஸ் மருத்துவக் கல்லூரியில் எளிதாக அனுமதி கிடைத்தது. எல்.எம்.எஸ். மருத்துவப்பட்டம் பெற்ற டாக்டர் பல்பு மெட்ராஸ் கவர்மெண்ட் சர்வீஸில் *(Supt; Government Special Vaccine Depot)* பணிநியமனம் பெற்றார். சிலமாதங்களுக்குள் முதுநிலை கண்காணிப்பாளர் *(Senior Superintendent)* பதவிக்கு உயர்த்தப்பட்டார். இருப்பினும், திருவிதாங்கூர் சர்வீஸில் நியமனம் பெறுவதற்காகத் தொடர்ந்து விண்ணப்பித்துக் கொண்டிருந்தார். உரிமைகளைப் பெறும் முயற்சியின் ஒரு பகுதியாக இருந்தது அது. அவரது விண்ணப்பங்கள் நிராகரிக்கப்படும்போது ரெசிடெண்டுக்கும் கவர்னருக்கும் புகார்களை அனுப்பினார்.

1898இல் பெங்களூர் நகரத்தில் பிளேக் தொற்றுநோய் பரவியது. மருத்துவ அறிவும், நிர்வாகத்திறமையும், தியாக மனப்பான்மையும் கொண்ட டாக்டர் பல்பு பெங்களூரில் டெப்டி சானிட்டரி கமிஷனராகப் பொறுப்பேற்றார். பெங்களூர் பிளேக் நிவாரண முகாமில் பணியாற்றி வந்த முதுநிலை மருத்துவர்கள் பிளேக் நோய்க்குப் பயந்து வெளியேற முற்பட்ட வேளையில், உயிரைத் துச்சமாக மதித்து ஆபத்து நிறைந்த அந்தப் பொறுப்பைத் தைரியமாக ஏற்றுக் கடமையாற்றினார்.

முகாமைச் சுற்றியுள்ள சுடுகாடுகளில் தினமும் நூற்றுக்கணக் கான பிணங்கள் இடைவிடாது எரிந்து கொண்டிருந்தன. நோய் கட்டுப்பாட்டுக்குள் வந்தபோது நிவாரண முகாம்களை மதிப்பிட வந்த ஆய்வுக்குழுவினர் டாக்டர் பல்புவின் தலைமையில் இயங்கிய நிவாரண முகாமை மிகச்சிறப்பாகத் தொண்டாற்றிய முகாமாகத் தேர்ந்தெடுத்தார்கள். மைசூர் அரசாங்கம் அவரைப்

பெருமைப்படுத்தியது. பிளேக் பணி நிறைவடைந்ததும் மேற்படிப்பிற்காக இங்கிலாந்து சென்றார்.

இந்துமதத்திலேயே உறுதியாக நின்று உரிமைகளைப் பெற வேண்டும் என்கிற பார்வையைக் கொண்டவராக பல்பு விளங்கினார். மதமாற்றம் என்கிற கருத்தை அவர் ஏற்றுக்கொள்ள வில்லை. ஒருமதத்தைச் சேர்ந்த திருடன் வேறொரு மதத்தில் சேர்ந்து திருடனாகத் தொடர்வதில் என்ன பயன் என்று ஒரு நேர்காணலில் வினவினார்.

ஈழவச்சமுதாயத்தில் மறுக்கப்பட்ட உரிமைகளை உதாரண மாகக் கொண்டு எல்லாத் தாழ்த்தப்பட்ட மக்களின் உரிமைகளைப் பெற வேண்டும் என்பதே அவரது நோக்கமாக இருந்தது.

கூரிய அவதானிப்பு, கடும்முயற்சி, படிப்பு ஆகியவை அதற்குத் தேவை. கூரிய அவதானிப்பின் மூலமாக உரிமை மறுப்புக்கான காரணிகளைக் கண்டடைய வேண்டும். கடும் முயற்சியின் மூலமாக அவை தொடர்பான சான்றுகளைத் திரட்ட வேண்டும். அவற்றைத் தொகுத்து உரிமை மறுப்பு என்கிற அநீதியை வெளிச்சத்திற்குக் கொண்டுவர வேண்டும். அதற்குப் படிப்பு அவசியம். டாக்டர் பல்பு அரசாங்கத்திற்குச் சமர்ப்பித்த மனுக்களில் இந்த மூன்று சாராம்சங்களும் இடம் பெற்றிருந்தன.

பத்தொன்பதாம் நூற்றாண்டின் மத்தியில் ஈழவச்சமுதாயத்தின் உரிமைகள் எந்தெந்த நிலைகளில் மறுக்கப்பட்டன என்பதை டாக்டர் பல்பு கச்சிதமான சான்றுகளுடன் நிரல்படுத்தி வெளிப்படுத்தினார். அவை அரசாங்கத்தின் முகம் எந்த அளவுக்கு இருண்டு கிடக்கிறது என்பதைக் காட்டும் சான்றுகளாகும்.

ஈழவனாகப் பிறந்தபோதிலும் டாக்டர் பல்பு மனிதனாகவே வளர விரும்பினார். அன்பு, கருணை, விடுதலையுணர்வு ஆகியன அவரிடம் இயல்பாகவே இருந்தன. மரபு சார்ந்த கொடிய சாபம் மூலம் மனித உரிமைகள் மறுக்கப்பட்ட எல்லாத் தாழ்த்தப்பட்ட சமுதாயத்தினரின் விடுதலையையே அந்த மாமனிதர் கனவு கண்டார். அந்தக் கனவு மெய்ப்பட வேண்டும் என்கிற முயற்சியில் அயராது பாடுபட்டார்.

அமைப்புகளை அணிதிரட்டி பரந்த நோக்குடன் மனித உரிமைகளுக்கான பணியைத் தொடரலாம் என்று நம்பினார். கேரளத்தின் தாழ்த்தப்பட்ட மக்கள் அனுபவிக்கும் துன்பங்களைப் பற்றி இந்தியாவிலுள்ள எல்லா ஆங்கிலப் பத்திரிகைகளிலும் தொடர்ந்து கட்டுரைகளை எழுதினார்.

மெட்ராஸ் வைஸ்ராய்க்கும் கவர்னருக்கும் அவ்வப்போது கடிதங்களை எழுத அவர் தயங்கவில்லை. தாழ்த்தப்பட்ட மக்களின் உரிமைக்கான உணர்வை எழுப்பவும் அதற்குச் சாதகமான கருத்துக்களைப் பொதுவெளியில் உருவாக்கவும் அந்தக் கட்டுரைகள் பயன்பட்டன.

1891இல் டாக்டர் பல்புக்குத் திருமணம் நடந்தது. துணைவியார் பி.கே. பகவதி. டாக்டர் பல்புக்கு ஐந்து குழந்தைகள். மூத்த மகன் கங்காதரன், இரண்டாவது மகன் பி. நடராஜன் (இவர் நாராயணகுருவிடம் சன்னியாசம் பெற்று உலகின் பலவிடங்களில் குருகுலங்களை நிறுவிய நடராஜகுரு. இவரால் நிறுவப்பட்டதுதான் ஊட்டியிலுள்ள நாராயணகுருகுலம். தனது இறுதிநாட்கள் வரை அங்கேயே துறவியாக வாழ்ந்தார்) மூன்றாவது மகன் ஹரிஹரன் புகழ்பெற்ற ஓவியர். தாட்ஷாயினி, அன்னலட்சுமி என்ற இரண்டு பெண்குழந்தைகள்.

மனித உரிமைகளுக்காக உரக்கக் குரல் கொடுத்த பாரிஸ்டர் ஜி.பி. பிள்ளையின் செயல்பாடுகள் டாக்டர் பல்பைக் கவர்ந்தன. ஜி.பி. பிள்ளையுடன் தொடர்புகொண்டு கருத்துப் பரிமாற்றங் களில் ஈடுபட்டார். அதன் விளைவாக ஒத்தக் கருத்துடையவர்கள் இணைந்து வரலாற்றுச் சிறப்புவாய்ந்த ‘மலையாளி மெமோரியல்’ ஒன்றை திருவிதாங்கூர் அரசாங்கத்திடம் சமர்ப்பித்தார்கள். தொடர்ந்து 13,176 பேர் கையெழுத்திட்ட ‘ஈழவ மெமோரியலும்’ அரசாங்கத்திடம் சமர்ப்பிக்கப்பட்டது. இரண்டு மெமோரியல்களுக்கும் முன்முயற்சி எடுத்தவர் டாக்டர் பல்பு.

பிராமணர் அல்லாதோரின் மனித உரிமைகளை மீட்டெடுக்க வேண்டும் என்கிற நோக்கத்துடன் வரலாற்றுச் சிறப்புமிக்க ‘ஜஸ்டிஸ் கட்சி’க்கு வடிவம் தந்தவர் ஜி.பி. பிள்ளை. பின்னர் நீதிக்கட்சிக்குத் தலைவராக விளங்கிய ஈ.வே.ரா. பெரியாரிடமும் நல்லுறவைப் பேணி வந்த டாக்டர் பல்பு தன்னைவிட பதினாறு வயது குறைந்த ஈ.வே.ரா.வைப் பிற்காலத்தில் சந்தித்தார். ஈ.வே.ரா. பெரியாரை ‘தமிழ்நாட்டின் சகோதரன் அய்யப்பன்’ என்று பெருமையுடன் குறிப்பிடுகிறார் டாக்டர் பல்பு.

டாக்டர் பல்புவின் இடையறாத முயற்சியின் பலனாக சுவாமி விவேகானந்தரின் சீடரான நிவேதிதா (Miss Margarett Noble) அவர்களின் உதவியுடன் பிரிட்டிஷ் நாடாளுமன்றத்தில் ஈழவர்கள் அனுபவிக்கும் துன்பங்களின் உண்மைக்குரல் ஒலித்தது. அதன் விளைவாக திருவிதாங்கூரில் ஈழவர்கள் அனுபவிக்கும் துன்பங்களையும் பள்ளிச் சேர்க்கை வேலைவாய்ப்பு

போன்றவற்றில் காணப்படும் அநீதிகளையும் விசாரணை செய்ய வேண்டும் என்கிற அறிவுரையை பிரிட்டிஷ் பாராளுமன்றம் வழங்கியது.

1892இல் மைசூர் மகாராஜாவின் விருந்தாளியாக சுவாமி விவேகானந்தர் மைசூருக்கு வருகை தந்தார். அந்தச் சந்தர்ப்பத்தில் டாக்டர் பல்புவின் வீட்டுக்கு வந்த சுவாமி விவேகானந்தரிடம் திருவிதாங்கூரின் தாழ்த்தப்பட்ட மக்கள் அனுபவிக்கும் கொடுமைகளை எடுத்துரைத்தார். அநீதிகளுக்கு எப்படித் தீர்வு காண்பது என்ற கருத்தை முன்வைத்து இருவரும் உரையாடினார்கள். ஓர் ஆன்மீகவாதியை முன்னிலைப்படுத்தி ஒரு அமைப்பை உருவாக்குவது மட்டுமே மரபார்ந்த மூடநம்பிக்கை களுக்கு முடிவு கட்ட இயலும் என்கிற பிரசித்திப் பெற்ற உபதேசத்தை சுவாமி வழங்கினார்.

நாராயணகுருவை முன்னிலைப்படுத்தி ஓர் அமைப்பை உருவாக்க டாக்டர் பல்பு தீர்மானித்தார். அந்தச் சன்னியாசியின் தலைமை, சமுதாயத்தில் புரட்சிகரமான மாற்றங்களை உருவாக்கும் என்பதை உணர்ந்து சுதந்திர உணர்வின் மறுவடிவ மாகத் திகழும் நாராயண குருவைத் தரிசித்தார்.

1903 மே மாதம் 15ஆம் தேதி 'ஸ்ரீநாராயண தர்ம பரிபாலன யோகம்' பதிவு செய்யப்பட்டது. கல்வி, கலாச்சாரம், தொழில் ஆகிய துறைகளில் கவனத்தை ஒருமுகப்படுத்தி, படைப்பாக்கச் செயல்பாடுகளுடன் திருவிதாங்கூரில் ஒரு புதிய யுகத்தைப் படைக்க எல்லோரும் உறுதிமொழி எடுக்க வேண்டுமென்று டாக்டர் பல்பு சூளுரைத்தார். 'தாழ்த்தப்பட்டவர்களைத் தேய்த்து மெருகூட்டினால் பிரகாசமும் மதிப்பும் கொண்ட நவரத்தினக் கற்களாக மாற்றிவிடலாம். அவர்களை உற்சாகமும் தன்னம்பிக்கையும் கொண்ட சக்தியாக வளர்க்க முடியும்' என்று குறிப்பிட்டார் டாக்டர் பல்பு.

மேற்குறிப்பிட்ட அணுகுமுறையே தனது திருவனந்தபுரம் வருகையின் போது அய்யன்காளியைச் சந்திப்பதற்கான உத்வேகத்தை டாக்டர் பல்புவுக்குத் தந்தது. அய்யன்காளியின் ஆளுமை அளவற்ற எதிர்பார்ப்பைத் தூண்டியதாக பல்புவின் நாட்குறிப்புகளிலிருந்து புரிந்துகொள்ளலாம். 'துணிச்சலும் எழுச்சியும் கொண்ட தலைவர். இத்தகையவர்கள் தாம் நாட்டை அதர்மத்திலிருந்து மீட்கப் போகிறார்கள்.' அய்யன்காளியின் இனத்தைச் சேர்ந்த, படிக்கும் ஆற்றல் கொண்டவர்களை தன்னிடம் அனுப்பினால் அவர்களின் உயர்வுக்கான உதவிகளைச் செய்து கொடுப்பதாக திருவனந்தபுரத்திலுள்ள பொதுநலத்

தொண்டர்களிடம் தொடர்ந்து வலியுறுத்தி வந்தார். குமாரன் ஆசான் என்னும் கவிஞனை மலையாளத்திற்குக் கொடையாக அளித்ததில் நாராயணகுருவிற்கு நிகரான பெரும்பங்கு டாக்டர் பல்புவுக்கும் உண்டு.

நாட்டின் பொருளாதாரச் செழுமைக்காக நிகழ்த்த வேண்டிய கடும்உழைப்பு, சாதிமத வேற்றுமைகளைக் கடந்து மக்களிடம் வளர்க்க வேண்டிய சகோதரத்துவம், கலாச்சார உயர்வுக்கான சிந்தனை இவையெல்லாம் இணைந்தவையே அவரது செயலாற்றல்.

நடராஜகுருவின் சுயசரிதையில் தனது தந்தை டாக்டர் பல்புவைப் பற்றிக் குறிப்பிடும்போது, '... அவரொரு தீரமிக்கப் போர்வீரனாக விளங்கினார். யுத்தகாலத்தின் போர்வீரனாக அல்ல... சமாதானக் காலத்தின் போர்வீரன்' என்கிறார். அறவுணர்வுடன் வாழ்ந்த அந்தக் கர்மயோகி திருவனந்தபுரம் நந்தன்கோடு என்னுமிடத்திருந்த 'பார்க்வியூ' இல்லத்தில் 1950இல் தனது 87ஆம் வயதில் இயற்கை எய்தினார்.

பின்னிணைப்பு – 3

கிறிஸ்தவ மதத்தை ஏற்றுக்கொண்ட தாழ்த்தப்பட்டவர்கள்

பாம்பாடி ஜான் ஜோசப்
(1887–1940)

கேரளத்தின் சமுதாய மறுமலர்ச்சியை உருவாக்கக் களமிறங்கிய முன்னணிப் போராளிகளில் மிகுந்த கவனத்தைப் பெற்றவர் பாம்பாடி ஜான் ஜோசப். சிற்றரசுகளும் சாதியவிழுமியங் களும் சமுதாய ஏற்றத்தாழ்வுகளும் வலிமைபெற்றிருந்த காலகட்டம். ஒரு புலையர் குடும்பத்தில் பிறந்து, நவீனக்கல்வியைப் பெற முடிந்த ஒரு சிலரில் பாம்பாடி ஜான் ஜோசப்பும் ஒருவர். பாப்பன் என்பது பெற்றோர்கள் வைத்த பெயர். தீண்டத்தகாத சாதியினர் மதம் மாறும் போது கல்வி கற்பதற்கான தடைகள் அகன்றுவிடுகின்றன. ஜோசப் என்ற பெயரில் மிஷன்

பள்ளிக்கூடத்தில் சேர்ந்து கல்வியறிவைப் பெற்றதால் புதியதொரு விழிப்புணர்வையும், ஆங்கில மொழியைச் சரளமாகக் கையாளத் தெரிந்ததால் புதியதொரு பரிமாணத்தையும் பாம்பாடி ஜான் ஜோசப் பெற்றார்.

பாம்பாடி என்கிற இடத்தில் ஆசிரியராகப் பணியாற்றிய காரணத்தால் இப்பெயரில் அழைக்கப்பட்டார். 'பாம்பாடி சார்' என்று மரியாதையுடன் மக்கள் அழைத்தார்கள். பின்னர் ராணுவத்தில் சேர்ந்து இந்தியாவிலும் வெளிநாடுகளிலும் பயணிப்பதற்கான வாய்ப்பைப் பெற்றார்.

ராணுவச்சேவைக்குப் பிறகு ஊர் திரும்பிய ஜான் ஜோசப் புதிய ஆளுமையாக மாறினார். பரந்துபட்ட அனுபவங்கள், பிற்கால போதகச் செயல்பாடுகளுக்குப் பயனளித்தன. ஆரம்பத்தில் ஜெர்மன் பாதிரியார்களின் கட்டுப்பாட்டிலிருந்த 'ப்லைஸிட்டி மிஷன்' *(Plaisity Mission)* என்கிற போதக அமைப்பில் பணியாற்றினார். அசாதரணமான பேச்சாற்றலும் ஆங்கிலமொழிப் புலமையும் மிஷனரிகளின் அன்பிற்குரியவராக அவரை மாற்றின. ஆனால், உலக அரசியல் போக்குகளில் நிகழ்ந்த மாற்றங்களால் ஜெர்மானியப் பாதிரியார்களால் நீண்டகாலம் இந்தியாவில் தொடர முடியாத நிலை ஏற்பட்டது. இருப்பினும் ஜெர்மனிக்குச் சென்றபிறகும் அவர்கள் ஜான் ஜோசப்புடன் தொடர்பு கொண்டு உதவினார்கள்.

இதற்கிடையில் சாரா என்கிற பெண்ணை ஜான் ஜோசப் திருமணம் செய்துகொண்டார். ஆலப்ரா என்னுமிடத்தில் ஆசிரியராகப் பணியாற்றியபோது, எந்தக் காரணமுமின்றி 1916இல் அவர் தலை மறைவானார். சில ஆண்டுகளுக்குப் பிறகு திரும்பி வந்து சாராவுடன் இல்லற வாழ்க்கையைத் தொடர்ந்தார். இவ்வேளையில் தனது சமுதாயத்தின் கீழ் நிலையைக் குறித்த சிந்தனைகள் ஜான் ஜோசப்புக்குள் உருப்பெற்றன. தாழ்த்தப்பட்ட மக்கள் பெருமளவில் வசித்து வந்த கொல்லம் ஜில்லாவிற்கு வசிப்பிடத்தை மாற்றினார். சமுதாய ஏற்றத்தாழ்வுகளுக்கும் மூடப்பழக்க வழக்கங்களுக்கும் எதிராக குரலெழுப்பத் தீர்மானித்தார்.

அய்யன்காளியின் அமைப்பால் ஈர்க்கப்பட்ட குறிச்சி ஊர்க்காரர் பி.ஜெ. ஜோசப் என்ற போதகரின் நட்பு கிடைத்தது. தாழ்த்தப்பட்ட மக்களின் சரிசமமான வாழ்க்கைக்காகவும் சமுதாய விடுதலைக்காகவும் நடைமுறை சார்ந்து இருவரும் விரிவாக விவாதித்தார்கள். பி.ஜெ. ஜோசப்பை ஆசிரியராகக் கொண்டு 1919இல் 'சாதுஜன தூதன்' என்கிற பெயரில் ஒரு பத்திரிகை தொடங்கப்பட்டது. இக்காலத்தில் பாம்பாடி ஜான்

ஜோசப் திருவனந்தபுரத்திற்கு வசிப்பிடத்தை மாற்றியிருந்தார். அங்குள்ள எம்.எல்.எஸ். தேவாலயத்திற்குச் செல்லும்போது நாகர்கோயிலைச் சேர்ந்த, திருவிதாங்கூரின் தலைமைக் கணக்கு அலுவலராகப் பணியாற்றிய ஞானஜோஷ்வா என்பவரின் அறிமுகம் கிடைத்தது. அவர் மூலம் பெற்ற வரலாற்று அறிவு ஜான் ஜோசப்பின் வாழ்க்கைப் பயணத்தைத் திசைமாற்றியது.

அவரது சிந்தனையின் விரிவான அமைப்பு வடிவமே 1921இல் நிறுவப்பட்ட திருவிதாங்கூர் சேரமர் மகாசபை. சாதுஜன பரிபாலன சங்கத்தில் தொண்டாற்றி வந்த பல இளைஞர்கள் இச்சங்கத்தால் ஈர்க்கப்பட்டார்கள். எம்.ஐ. குஞ்ஞுப்பி, சேது, பி.ஜெ. ஜோசப், டி.ஸி. குட்டன், பி.ஓ. மாது ஆகியோர் முன்னணி செயல்வீரர்களாக இருந்தார்கள். பாம்பாடி ஜான்ஜோசப் செயலாளராகத் தேர்ந்தெடுக்கப்பட்டார்.

சபையின் முதல் கூட்டம் 1921 ஜனவரி 14இல் இரவிபேரூரின் அருகிலுள்ள பொடிப்பாறை என்னுமிடத்தில் கூடியது. இவ்வமைப்பு விரைவாகவே மக்களின் கவனத்தை ஈர்த்தது. சாதுஜன பரிபாலன சங்கத்தின் வலிமையைச் சற்று உலுக்கிய சம்பவமாக இக்கூட்டம் கருதப்படுகிறது. தங்களின் சாதிப் பெயரை ‘சேரமர்’ என்று மாற்ற வேண்டும் என்கிற மனுவை சேரமர்மகாசபை திருவிதாங்கூர் அரசாங்கத்திடம் சமர்ப்பித்தது.

1924 மார்ச் 9ஆம் தேதி திருவனந்தபுரத்தில் நடைபெற்ற மாபெரும் பொதுக்கூட்டத்தில் மகாகவி உள்ளூர் எஸ். பரமேஸ்வர அய்யர் தலைமை வகித்தார். அக்கூட்டத்தில் சேரமர் வரலாற்றை விரிவாக விளக்கிப் பேசினார் ஜான் ஜோசப். ஜான் ஜோசப்பின் சொற்பொழிவின் உள்ளடக்கத்தைக் கண்ணுற்ற ஸ்ரீமூலம் திருநாள் மகாராஜா கோபமடைந்தார். அவர் ஜோசப்பை அழைத்து விவரங்களைக் கேட்டார். தனக்குத் தெரிந்த விஷயங்களை ஜான் ஜோசப் விளக்கினார். இந்த விஷயங்கள் எங்கிருந்து சேகரிக்கப்பட்டன என்கிற தகவலை மட்டும் கூறவில்லை.

1923இல் பாம்பாடி ஜான் ஜோசப் ‘சேரமர் தூதன்’ பத்திரிகையை மாதமிருமுறை இதழாகப் பதிப்பித்தார். சேரமர் இந்துக்களுக்கும் கிறிஸ்தவர்களுக்கும் இடையேயான முரண்பாடுகள் மேலெழுந்த தருணங்கள் ஜான் ஜோசப்பை வேதனைப்படுத்தின. சேரமர் தெய்வச்சபை, சேரமர் கிறிஸ்தவச்சபை என்னும் அமைப்புகளின் உருவாக்கமும் இக்காலத்தில்தான் நடந்தது. ஆனால், இம்மாற்றங்களைக் கண்டு மனம் தளராமல் தனது சமுதாயத் தொண்டுகளைத் தொடர்ந்து கொண்டிருந்தார்.

திருவல்லாவுக்கு அருகில் 1923இல் கொட்டதோடு என்னுமிடத்தில் நடைபெற்ற கூட்டத்தில் வரலாற்று அடிப்படையிலான விளக்கங்கள் முன் வைக்கப்பட்டன. சாதிவெறியின் விரும்பத்தகாத நடை முறைகளை விமர்சனத்திற்கு உட்படுத்துவதாக அக் கூட்டம் அமைந்தது. ஜான் ஜோசப்பின் அந்தச் சொற்பொழிவு மேல்சாதிக் கிறிஸ்தவர்களைக் கடுமையாக விமர்சித்தது.

அக்காலத்தில் அனைத்து தெருக்களிலும் நடமாடும் உரிமைக்கான போராட்டங்கள் திருவிதாங்கூரில் உயிர்ப்புடன் இயங்கிவந்தன. சேரமர் சமுதாயம் நடத்திய மறக்கமுடியாத அப்போராட்டம் 1925 டிசம்பர் மாதம் கோட்டயத்தில் நடைபெற்றது. ஆயிரக்கணக்கில் தாழ்த்தப்பட்ட மக்கள் பங்கேற்ற அப்பேரணி பல எதிர்ப்புகளை மீறி இலட்சிய இடத்தை அடைந்தது. ஜான் ஜோசப்பின் கருத்துகளை மக்கள் ஏற்றுக்கொண்டதற்குச் சான்றாக இந்த எழுச்சிப் பேரணி அமைந்திருந்தது. இச்சமயத்தில் ‘சேரமர் தூதன்’ பத்திரிகை நின்றுபோனது. சமுதாயச் செயல்பாடுகளுக்கான ஒரு பத்திரிகை தவிர்க்க முடியாதது என்கிற எண்ணத்திலிருந்து ‘சித்ரோதயம்’ பத்திரிகை தொடங்கப்பட்டது. சித்திரைத் திருநாள் மகாராஜாவின் முடிச்சூடலை நினைவுப்படுத்துவதாக இப்பெயர் அமைந்திருந்தது.

இயன்றவரை அதிகார அமைப்புகளைச் சாதகமாக்கித் தனது மக்களின் விடுதலையை உறுதிப்படுத்தவே அக்கால தாழ்த்தப்பட்ட சமுதாயத் தலைவர்கள் முயன்றார்கள் என்பதைக் கவனத்தில் கொள்ள வேண்டும். ஸ்ரீமூலம் மக்கள் சபையில் அய்யன்காளி அடியெடுத்து வைத்தார். அவரைத் தொடர்ந்து பிற சமுதாயத்தைச் சேர்ந்த பிரதிநிதிகளும் தேர்ந்தெடுக்கப் பட்டார்கள். 1931 ஜூன் 8ஆம் தேதி பாம்பாடி ஜான் ஜோசப் ஸ்ரீமூலம் மக்கள் சபைக்குத் தேர்ந்தெடுக்கப்பட்டார்.

பாம்பாடி ஜான் ஜோசப் சுரியானி கிறிஸ்தவர்களின் மனிதத்தன்மையற்ற செயல்பாடுகளைக் கடுமையாக விமர்சித்து 1934இல் பிரிட்டிஷ் பாராளுமன்றத்திற்கு ஒரு அறிக்கையை அனுப்பினார். ஜான் ஜோசப்பின் அறிக்கை பிரிட்டிஷ் பாராளுமன்றத்தில் பெரும் அமளியை உண்டாக்கியது. பிரிட்டிஷ் பேரரசி திருவிதாங்கூர் அரசருக்குக் கடிதமெழுதி சம்பவத்தைக் குறித்து விசாரித்தார். ஆட்சியாளர்கள் ஒரு சமுதாய விருந்துக்கு ஏற்பாடு செய்து மேல்சாதிக்காரர்களையும் தாழ்த்தப்பட்டவர் களையும் ஒருவர் விட்டு ஒருவராக அமர வைத்துப் புகைப்படம் எடுத்தனர்.

இதனால், மேல்சாதிக்காரர்கள் தாழ்த்தப்பட்டவர்களுடன் அமர்ந்து விருந்துண்ணாமல் வெளியேறினார்கள். புகைப்படம் பிரிட்டிஷ் அரசிக்கு அனுப்பி வைக்கப்பட்டது. இதே வேளையில் அறிக்கையில் சொல்லப்பட்டிருப்பது அனைத்தும் தவறு என்று சுட்டிக்காட்டி சுரியானி கிறிஸ்தவர்கள் சென்னை கவர்னருக்குக் கடிதம் எழுதினார்கள். சுரியானி கிறிஸ்தவர்களின் நிலைப்பாட்டை ஆமோதித்து மதராஸ் கவர்னர் பிரிட்டிஷ் நாடாளுமன்றத்திற்கு அறிக்கை சமர்ப்பித்தார். இதற்கிடையே ஜான் ஜோசப்பை திருவிதாங்கூர் மகாராஜா சந்திக்க விரும்பினார். ஜான் ஜோசப் அச்சத்துடன் அரசமாளிகைக்குச் சென்றார்.

மகாராஜா: எமக்குத் தெரியாமல் பிரிட்டிஷ் பாராளுமன்றத் திற்கு அனுப்பினீர்கள் தானே?

ஜான் ஜோசப்: ஆமாம்.

மகாராஜா: சரி, நாம் மன்னித்து விட்டோம். ஜோசப் போகலாம்.

மகாராஜாவின் பதிலைக் கேட்டு அச்சம் நீங்கிய ஜோசப் நந்தன்கோட்டு வழியாக குறவன்கோணம் வீட்டை நோக்கி நடந்தார். ஆனால், இரண்டு குதிரைப்படை போலீஸ்காரர்கள் அரசமாளிகை யிலிருந்து அனுப்பப்பட்ட செய்தி ஜோசப்பிற்குத் தெரியாது. மியூசியத்தைக் கடந்து நந்தன்கோடு சாலையை எட்டியபோது குதிரைப்படை போலீஸ்காரர்கள் ஜோசப்பின் மீது குதிரைகளை ஏவி கொடூரமாக மிதிக்க வைத்தார்கள். சாலையில் யாருமில்லை. மிதிபட்டுக் காயமடைந்து கீழே விழுவதை உறுதிசெய்த போலீஸ்காரர்கள் திரும்பிச் சென்றார்கள். ஜோசப் தடுமாறி எழுந்தார். அப்போது சாலையோரத்தில் புளி பறித்துக் கொண்டிருந்த ஒருவர், ஓடிவந்து என்னவென்று வினவினார். இந்த சம்பவத்தைப் பார்த்ததாக யாரிடமும் சொல்லவேண்டாம் என்று கேட்டுக்கொண்டு வீட்டுக்குப் போனார் ஜோசப்.

ஜான் ஜோசப் இளம்வயதிலேயே மரணமடையக் காரணம் குதிரையால் மிதிபட்டதுதான் என்று கூறப்படுகிறது. இந்த சம்பவத்திற்குப் பிறகு ஜான் ஜோசப்புக்கு உதவி செய்ய சேரமர் சங்கத்தினரோ, புலையர் கிறிஸ்தவர்களோ முன்வரவில்லை. இதனால் மனமுடைந்த ஜான் ஜோசப் கோட்டயம் நல்ல சமாரியன் தேவாலயத்தில் சேரமர் சங்கத்தின் பொதுக்குழுவைக் கூட்டினார். அதன்பிறகு, 1921இல் பொடிப்பான என்னுமிடத்தில் தன்னால் உருவாக்கப்பட்ட சேரமர் மகாசபை கலைக்கப்படுவதாக அறிவித்தார்.

தனது இறுதி நாட்களில் ஆன்மீகப் பணிகளில் தீவிர நாட்டம் கொண்டவராக ஜான் ஜோசப் மாறினார். அவரது மூத்தமகன் பேபியின் அகால மரணம் அவரை மானசீகமாகப் பாதித்தது. உடல் நலமின்மையும் அவரைவாட்டியது. பரபரப்பு மிகுந்த பொது வாழ்க்கையில் முனைப்புடன் இருந்தமையால் தனது உடல் நலத்தைக் குறித்து அக்கறை கொள்ளவில்லை. திருவனந்தபுரம் குறவன்கோணத்திலுள்ள வீட்டில், 1940 ஜூலை 2ஆம் தேதி தனது ஐம்பத்தி நான்காவது வயதில் பாம்பாடி ஜான் ஜோசப் காலமானார்.

இன்றும் முக்கியத்துவம் வாய்ந்தவையாகக் கருதப்படும் பல சிந்தனைகளைக் குறுகிய வாழ்நாளில் நல்கிய சீர்திருத்திவாதி பாம்பாடி ஜான் ஜோசப். தாழ்த்தப்பட்ட கிறிஸ்தவர்கள் எதிர்கொள்ளும் இடர்மிகுந்த நெருக்கடிகளை முதன் முதலில் உலகிற்குத் தெரியப்படுத்திய நபர் என்கிற நிலையிலும் எதிர்கால வரலாறு அவரை நினைவுகூரும்.

பொய்கையில் யோஹன்னன்
(1879–1939)

கேரள சமுதாய மறுமலர்ச்சி முன்னேற்றங்களில் சிறப்புமிக்க ஓரிடம் பொய்கையில் யோஹன்னனுக்கு உண்டு. பத்தொன்பதாம் நூற்றாண்டின் இறுதிப் பத்தாண்டுகளில் திருவிதாங்கூரில் நடந்த தாழ்த்தப்பட்ட மக்களின் சமுதாயச் சீர்திருத்தங்களில் மாறுபட்டதும் முக்கியத்துவம் வாய்ந்ததுமான

பல தடங்கள் இருந்தன. நவீனத்துவம் மெல்ல வலிமை பெற்று கல்விச் செயல்பாடுகள் உயிர்ப்படைந்த காலகட்டமாகவும் இருந்தது. மேற்கத்தியக் கருத்துகள், குறிப்பாக உரிமையைப் பற்றிய புதிய விழிப்புணர்வுகள் உருவாகி, இந்து சமுதாயத்தில் கடைப்பிடிக்கப்பட்ட தீண்டாமை போன்ற மக்கள்விரோத நடவடிக்கைகள் பொது விசாரணைக்கு உட்படுத்தப்பட்டன. இப்பின்னணியில் பொய்கையில் அப்பச்சன் என்று பிற்காலத்தில் அழைக்கப்பட்ட பொய்கையில் யோஹன்னன் முக்கியத்துவம் பெறுகிறார்.

திருவில்லாவுக்கு அருகில் (இன்றைய பத்தனம்திட்டா ஜில்லா) இரவிபேரூரில் மன்னிக்கல் பொய்கையில் என்கிற பறையர் குடும்பத்தில் 1879 பிப்ரவரி 17ஆம் தேதி பொய்கையில் யோஹன்னன் பிறந்தார். தந்தை மல்லப்பள்ளி புதுப்பறம்பில் கண்டன். தாயார் குஞ்ஞிளேச்சி. இவர்களுக்கு மூன்றாவதாகப் பிறந்த குழந்தைக்கு குமாரன் என்று பெயரிட்டார்கள். 1886 முதல் தேவர்காட்டு அடிமைப்பள்ளியில் நான்காண்டுகள் எழுதவும் படிக்கவும் கற்றுக்கொண்டார். தாழ்த்தப்பட்டவர்களுக்குப் பள்ளிக்கூடங்களில் அனுமதி மறுக்கப்பட்ட காலத்தில் குமாரனுக்கு இவ்வாய்ப்பு கிடைத்தது.

ஜன்மி அமைப்பு நடைமுறையிலிருந்த அக்காலத்தில் பெற்றோரைப் பின்பற்றி சிறுவயதிலேயே குமாரனும் வேலைசெய்ய வேண்டியதாயிற்று. இளமைக்காலத்தில் நிலத்தை உழும் காளைகள், குமாரனை மிகுந்த வேதனைக்கு உள்ளாக்கின வெயிலில் புதையும் கால்களுடன் நகரும் அவற்றைக் காணும்போது தனது முன்னோர்களைப் பற்றிய நினைவு அவரை வதைத்தது. பிற்காலத்தில் அவர் நிறுவிய பிரத்யக்ஷா ரக்ஷா தெய்வச்சபையின் பாடல்களில் இத்தகைய வேதனைகளைக் காணலாம்.

ஜன்மி குடும்பத்தின் அறிவுரையின்படி அவரது குடும்பம் மார்த்தோமா சபையில் சேர்ந்தது. குமாரன் கிறிஸ்தவ மதத்திற்கு மாறியதும் யோஹன்னன் ஆனார். இரக்கமற்றதும் குரூரமானதுமான அடிமை வாழ்க்கையை ஊடறுத்துச் செல்ல குமாரன் கண்டடைந்த மார்க்கமே பைபிள் வாசிப்பு. பாளையால் செய்யப்பட்ட தொப்பியின் அடியில் பைபிளை மறைத்து வைத்தப்படி குமாரன் திரிவார். அவரது பிரசங்கங்கள் கிறிஸ்தவச் சபைகளில் நிலை பெற்றிருந்த ஏற்றத்தாழ்வுகளை ஆழத்தில் தீண்டக் கூடியதாக இருந்தன.

சபையிலிருந்த மேல்சாதி கிறிஸ்தவர்களின் விருப்பத்திற்கு மாறாக இருந்தமையால் யோஹன்னன் மார்த்தோமா சபையை

விட்டு வெளியேற நேர்ந்தது. புல்லாட்டு என்னுமிடத்தில் தாழ்த்தப்பட்ட கிறிஸ்தவரின் சடலத்தை அடக்கம் செய்வது தொடர்பாக எழுந்த சர்ச்சைகளே சபையிலிருந்து திடீரென்று வெளியேறக் காரணம் என்றும் கூறப்படுகிறது. வேறொரு கிறிஸ்தவச்சபையான 'வேர்பாடு' என்கிற சபைக்கு மாறிய போதிலும் யோஹன்னனின் விமர்சனப் பார்வையும் உரிமை வேட்கையும் சற்றும் குறையாமல் தனிப்பாதையிலேயே சஞ்சரித்தன.

இக்காலத்திற்குள் மத்தியத் திருவிதாங்கூரில் நிறையத் தொண்டர்கள் உருவானார்கள். கேரளச் சமுதாய மறுமலர்ச்சி யின் வலிமை வாய்ந்த எழுச்சிக்குப் பக்க பலமாக இவர்களின் செயல்பாடுகள் விரிவடைந்தன. வாகத்தானத்து என்னுமிடத்தில் பதினான்கு நாட்கள் தொடர்ந்து நடைபெற்ற கூட்டத்தின் இறுதியில் பைபிளை ஒட்டு மொத்தமாகத் தீயிட்டுச் சாம்பலாக்கினார்கள் (1907). 1910இல் ஒரு நீதிமன்ற விசாரணைக்கிடையில் சுதந்திரமான மதம் என்கிற நிலையில் பிரத்யக்ஷா ரக்ஷா தெய்வச் சபையை யோஹன்னன் அறிவித்தார்.

தனது மக்களைப் பற்றி வரலாற்றுப் புத்தகங்களில் எதுவும் இல்லை என்றும் ஆகவே, அவர்களின் விடுதலையே தனது லட்சியமென்றும் அப்பச்சன் அறிவித்தார். கேரளத்தின் கீழ்சாதி மறுமலர்ச்சிப் போக்கின் தனித்துவமான குரலாக இதனைக் குறிப்பிடலாம். வளம் திரட்டலின் முக்கியத்துவத்தை தனது சமுதாய மக்களிடம் உருவாக்க யோஹன்னன் தொடர்ந்து முயன்றார். 1912இல் எருமேலிக்கு அருகில் கொழுக்கசிற என்னுமிடத்தில் வனநிலத்தைத் திருத்திச் சாகுபடி செய்தார். இப்போது பொய்கையில் யோஹன்னனின் தலைமையிடம் அமைந்திருக்கும் இரவிபேரூரில் நூறு ஏக்கருக்கு மேற்பட்ட நிலம் வாங்கப்பட்டது.

தனது தொண்டர்களின் அகவய ஒழுக்கத்திற்காகப் பல உபதேசங்களைத் தந்துள்ளார். தனி மனிதத் தூய்மையும், சமூதாயத் தூய்மையும் முதன்மையானதாக இருக்க வேண்டும் என்பதே இந்த அறிவுரையின் உள்ளடக்கம். உடை உடுத்துதல், சுற்றுப்புறத்தூய்மை, குடும்ப உறவுகளில் பின்பற்ற வேண்டிய நீதியுணர்வு போன்றவை இந்த உபதேசங்களில் அடங்கும். மேல் சாதிக்காரர்களிடமிருந்து கடுமையான எதிர்ப்புகளை இக்காலத்தில் பி.ஆர்.டி.எஸ். எதிர்கொண்டது. அடிக்கடி நிகழும் மோதல்களின் போது ஏற்படும் உடல் சார்ந்த தாக்குதல்களையும் வென்றெடுத்து இந்த அமைப்பு முன்னோக்கிச் சென்றது. பெண்களின் பக்கபலமும் பாதுகாப்பும் பொய்கையில் அப்பச்சனின் அமைப்பில் இருந்ததாக வரலாறு குறிப்பிடுகிறது.

ஸ்ரீமூலம் மக்கள் சபையில் இரண்டுமுறை (1921, 1931) பொய்கையில் யோஹன்னன் உறுப்பினராக இருந்தார். நிலம் என்கிற அடிப்படை வளத்தை ஈட்டுவதன் வாயிலாகவே தாழ்த்தப்பட்ட சமுதாயம் ஆற்றல்வாய்ந்த சமுதாயமாக விளங்குமென்று தனது முதல் ஸ்ரீமூலம் மக்கள்சபை உரையில் குறிப்பிட்டார். சமுதாய ரீதியாகவும் பொருளாதார ரீதியாகவும் வளர்ச்சியடைய நிலம் மற்றும் தொழில் வளங்களை ஜனநாயக முறையில் பகிர்ந்தளிக்க வேண்டுமென்று யோஹன்னன் வேண்டுகோள் விடுத்தார்.

கல்வியறிவின் முக்கியத்துவத்தை உணர்ந்த அவர் ஆங்கிலப் பள்ளிக்கூடங்களையும் நிறுவ முன்வந்தார். வெங்களத்துகுன்னு, அமர, வாகத்தானம், முதலப்ரா போன்ற இடங்களில் பள்ளிகள், நெசவுக்கூடங்கள், தீப்பெட்டிக் கம்பெனிகள் போன்றவற்றை உருவாக்கி, நவீன சமுதாயத்தை நோக்கி தனது சமுதாயத்தைக் கட்டமைத்த சீர்திருத்தவாதியை யோஹன்னனிடம் காண்கிறோம். திருவிதாங்கூர் மகாராஜாவுக்கு வெங்ஙானூரில் பி.ஆர்.சி.எஸ். தந்த வரவேற்பு அதிகார அமைப்புடன் தாழ்த்தப்பட்ட சமுதாயம் கடைப்பிடிக்க வேண்டிய அணுகுமுறைக்கு ஓர் உதாரணமாகும்.

அக்காலத்தில் முக்கியச் சமுதாயத் தலைவர்களுடன் நெருக்கமான நட்பையும் அன்பையும் நிலைநாட்ட யோஹன்னன் கவனம் செலுத்தினார். பிரத்யக்ஷா ரக்ஷா தெய்வச்சபையின் தலைமையகத்திற்குப் பல பிரபல பிரமுகர்கள் வருகை தந்துள்ளார்கள். ரவீந்திரநாத் தாகூரின் தனிச் செயலாளர் ஸி.எஃப். ஆன்ட்ரூ இவர்களில் ஒருவர்.

பொய்கையில் யோஹன்னன் 1921 மார்ச் ஒன்றாம் தேதி ஸ்ரீமூலம் மக்கள் சபையில் ஆற்றிய முதல் உரையில் ‘ஆன்மீக விடுதலைக்காகவே பறையரும் புலையரும் கிறிஸ்தவ மதத்தைத் தழுவினார்கள். ஆனால் எல்லாக் கிறிஸ்தவர்களும் ஒரே சமுதாயம் என்று கருதியது தவறாகிப்போனது. சமமாக அமர்ந்து உண்பதற்கும் கலப்புத்திருமணத்திற்கு மறுக்கப்பட்டும் அவர்கள் பல பிரிவுகளாகப் பிரிக்கப்படுகிறார்கள். ஆகவே, சலுகைகளை வழங்கும்போது எல்லோரையும் ஒரே வரிசையில் வைத்துக் கணக்கிடக் கூடாது.

சமுதாயத்தில் அடித்தட்டில் இருப்பவர்களுக்குத் தனிப்பட்ட உதவியும் ஊக்குவிப்பும் அவசியம். மற்ற கிறிஸ்தவர்களைக் காட்டிலும் கல்வியிலும் பொருளாதார நிலையிலும் எனது சமுதாயம் பின் தங்கியுள்ளது. அரசாங்கத்திடமிருந்து சிறப்புச் சலுகைகளைப் பெறத் தகுதியும் தேவையும் கொண்டவர்கள். இவர்களே இந் நாட்டின் பூர்வக்குடிகள்.

இந்த நாட்டைச் செழிப்பாக்கியவர்கள். ஒரு கட்டத்தில் அடிமைகளாக்கப் பட்டதால் மண்ணின் மதிப்பை அடையாளம் காணத் தவறிவிட்டார்கள். தங்களுடைய நிலத்தைச் சொந்தமாக்குவதற்கான தற்போதைய முயற்சியின் போது, செல்வமும் செல்வாக்கும் படைத்த சமுதாயத்தினரால் தடுக்கப்படுகிறார்கள். அவர்கள் வேறொரு காரணத்தைச் சொல்லி ஒதுக்குகிறார்கள். நிலங்களை ஏலத்தில் விடுகிறார்கள்.

இந்தப் பிரசங்கத்தில் பொய்கையில் யோஹன்னன் பறையரும் புலையரும் ஆன்மீக விடுதலைக்காகக் கிறிஸ்தவ மதத்தைத் தழுவியதாகக் குறிப்பிடுவது அந்தக் கால சமுதாய நடப்பின் படி ஏற்புடையதாக இல்லை. புலையரும் பறையரும் கிறிஸ்தவமதத்தைத் தழுவியது, பள்ளிச் சேர்க்கை மற்றும் சமத்துவமின்மையிலிருந்து விடுதலை பெறுவதற்காகவே என்கிற உண்மையை மறைத்து வைத்து யோஹன்னன் ஆன்மீக விடுதலை என்கிறார்.

யோஹன்னன் போன்றவர்களிடமிருந்து இத்தகைய தவறான கருத்துகள் ஓரளவுவரை சமூகநீதிக்கான போராட்ட வரலாற்றுக்குப் புறம்பானது என்கிற உண்மையையும் அடையாளம் கண்டுகொள்வது அவசியமாகும். அந்தக் காலத்தில் புலையர் மற்றும் பறையரின் நிலைமை ஆன்மீகம் சார்ந்தது அல்ல. வாழ்வாதாரத்தைச் சார்ந்ததாகும். வாழ்க்கை நிலையை உயர்த்திக் கொள்வதற்காகவே கிறிஸ்தவ மதத்தைத் தழுவத் தயாரானார்கள்.

தனது கருத்துக்களைப் பாடல்கள் மூலமாக வெளிப்படுத்தும் முறையை பொய்கையில் யோஹன்னன் பின் தொடர்ந்தார். நம்பிக்கையும் வேதனையும் நிறைந்திருக்கும் அப்பாடல்களில் பாரம்பரிய வரலாறும் ஒடுக்கப்பட்ட மக்களின் வாழ்க்கையும் நிறைந்திருந்தன. ரியலிசத்தின் வெளிப்பாட்டு உத்திகள் மலையாள இலக்கியத்தில் மெல்லப் பிரவேசித்த வேளையில் அப்பச்சனின் பாடல்கள் மீட்டுருவாக்கம் பெறத் தொடங்கின.

தாழ்த்தப்பட்ட மக்களின் ஆன்மீகத்திற்குத் தேவையான முற்றிலும் வித்தியாசமான தேடல்களை இப்பாடல்களில் காணலாம். பொய்கையில் அப்பச்சனின் தனிப்பட்ட வாழ்க்கை ஒரு சமுதாயத்தின் முன்னேற்றங்களுடன் பிரிவிக்கவியலாத வண்ணம் பிணைந்திருந்தது. 1901இல் அவரது முதல் திருமணம் நடந்தது. புலையர் சமுதாயத்தைச் சேர்ந்த குஞ்ஞாதியின் மகள் மரியா அந்த மணப்பெண். பலவித எதிர்ப்புகளின் காரணமாக இந்த மண உறவு நீண்டகாலம் நீடிக்கவில்லை.

பி.ஆர்.டி.எஸ் நிறுவப்பட்டதற்குப் பிறகு இரண்டாவது திருமணம் நடந்தது. நெய்யாற்றின் கரையைச் சேர்ந்த ஜானம்மா அவரது வாழ்க்கைத் துணைவியானார். அப்பச்சனின் மரணத்திற்குப் பிறகு நீண்டகாலம் சபையை அவரே முன்னெடுத்துச் சென்றார். பி.ஜெ. பேபி, பி.ஜெ. தங்கப்பன் ஆகிய இரண்டு புதல்வர்கள் இவர்களுக்குப் பிறந்தார்கள். சபை நடவடிக்கைகளில் இவர்களும் முனைப்புடன் தலைமையேற்றனர். தொடர் பயணங்களும் சொற்பொழிவுகளும் அவரது உடல் நிலையைப் பாதித்தன. நீரிழிவுநோயின் தாக்கம் தீவிரமடைந்தது.

தனது அறுபத்தி ஒன்றாம் வயதில் 1939 ஜூலை 2ஆம் தேதி அவர் இவ்வுலகை விட்டுப் பிரிந்தார். யோஹன்னனுக்கு இறுதி அஞ்சலி செலுத்த இரவிபேரூரிலுள்ள தான்னிகுன்னு பிரதேசம் மக்கள் வெள்ளத்தால் நிறைந்தது. தெய்வம் சொர்க்கத்தின் சாளரத்தைத் திறந்து பார்த்த நிகழ்வாகவே பி.ஆர்.டி.எஸ் வரலாறுகள் பதிவு செய்கின்றன. கேரள மறுமலர்ச்சி முன்னேற்றங்களில் அரியதோர் ஏடாக விளங்கிய பொய்கையில் யோஹன்னன், பிற்காலத்தில் பொய்கையில் ஸ்ரீகுமாரகுரு என்று மக்களால் போற்றப்படுகிறார்.

ஞானஜோஷ்வா

1921 காலகட்ட திருவிதாங்கூர் ஆட்சியமைப்பில் முதன்மைச் செயலாளரின் அடுத்த நிலையில் தலைமைக் கணக்கு அதிகாரியாகச் செயல்பட்டு வந்தவர். அன்று கணக்கும் கணக்குத் தணிக்கையும் மாநில அரசாங்கத்தின் நிதித்துறையின் கீழ் இயங்கியது. நாகர்கோயிலைச் சேர்ந்த ஞானஜோஷ்வா தலைமைக் கணக்கு அதிகாரியாகப் பணியாற்றி வந்தார். அவர் பிரிட்டிஷாரின் உதவியுடன் கல்வி கற்றார்.

தாழ்த்தப்பட்ட சாதியினருக்கு எட்டாக் கனியாக விளங்கிய அரசாங்கப் பணியில் பிரவேசித்த ஞானஜோஷ்வா 'தமிழ்ப்பறையர்' சமுதாயத்தைச் சேர்ந்தவர் என்பது மற்றவர்களுக்குத் தெரியாது. ஆகவே எந்தவித எதிர்ப்புமின்றித் திறம்பட தனது பணியைத் தொடர்ந்தார். திருவனந்தபுரம் குன்னுகுழி என்னுமிடத்தில் சவளக்காரன் முக்கு என்னுமிடத்தின் கிழக்குப் பகுதியிலுள்ள தேவாலயத்தின் அருகில் வசித்துவந்தார். அவரும் ஜான்ஜோசப்பும் ஒரே தேவாலயத்தில் (எம்.எம்.எஸ்) தெய்வ வழிபாட்டுக்காக வருவது வழக்கம். அவர்களுக்குள் அறிமுகம் உண்டானது. அந்த நட்புறவு கேரள வரலாற்றில் இருள் படிந்து சிக்குண்ட பிரச்சனைகளின் பகுப்பாய்வுக்கு வழிகோலியது.

ஞானஜோஷ்வா ஒரு தமிழ்ப் பண்டிதராகவும் விளங்கினார். சங்க இலக்கியங்களையும் தமிழ்க் காப்பியங்களையும் கற்றுத் தேர்ந்திருந்தார். அந்த அறிவு, கேரள வரலாற்றைப் பகுப்பாய்வு செய்ய அவரைத் தகுதிப்படுத்தியது. மேலும் வில்லியம் லோகனின் 'மலபார் மேனுவல்', இன்னீஸின் 'மலபார் கெஜட்டியர்', அச்சுதமேனோனின் 'கொச்சின் ஸ்டேட் மேனுவல்', அனந்த கிருஷ்ணய்யரின் 'வர்க்கங்களும் சாதிகளும்' போன்ற புத்தகங்கள் அவருக்குப் புதிய அறிவை அளித்தன. அரசாங்கத்தின் ஆவணத் திரட்டுகளில் காணப்பட்ட ஏராளமான கையெழுத்து ஆவணங்களை ஆழ்ந்து கற்பதற்கான வாய்ப்பும் கிடைத்தது. அவரைப் பொருத்தவரை அவையெல்லாம் புதிய வரலாற்று அறிவின் ஒளிக்கீற்றுகளாக இருந்தன.

அவருக்குள் உறங்கிக்கிடந்த வரலாற்றாசிரியன் விழித்தெழுந்தான். இவ்வாறு கிடைத்த அரிய வரலாற்று அறிவுப் பொக்கிஷங்களை ஜான் ஜோசப்புடன் பங்கிட்டார். ஓர் அரசாங்க அதிகாரி செய்யக்கூடாத எதையும் அவர் செய்ய வில்லை. கேரளத்தின் பண்டைய வரலாற்றை, ஓர் ஆசிரியனின் கோணத்தில் அறிவு வேட்கையில் தவிக்கும் ஒரு நண்பனுடன் பகிர்ந்துகொண்டார்.

சேரநாடு என்பது கேரளத்தின் பண்டைய பெயர். சேரமர் (செறுமர் – செறுமக்கள் – சேரர்) என்னும் இனத்தவர்கள் சேரநாட்டின் பூர்வகுடிகளாக இருந்தார்கள். அவர்களில் நெடுஞ்சேரலாதன் போன்ற அரசர்களும் இருந்தார்கள். சேரர்கள் ஜன்மிகளாகவும் உழவர்களாகவும் இருந்தார்கள். கல்வியிலும் சிறந்து விளங்கினார்கள். அவர்களில் நிறையப்பேர் கவிஞர்களாகவும் திகழ்ந்தார்கள்.

சேரர்களே இந்த மண்ணின் உண்மையான உரிமையாளர்கள். அவர்களைத் தோற்கடித்து அடிமைப் படுத்திய அந்நியர்கள் நாட்டைக் கைப்பற்றிக் கொண்டார்கள். அன்று அடிமைகளாக்கப்பட்டவர்களே புலையர்களாக இன்று அறியப்படுகிறார்கள். அவர்களை மென்மேலும் அடிபணிய வைப்பதற்கும் செல்வங்களையும், வழிபாட்டுத் தலங்களையும் கைப்பற்றுவதற்கும் அவர்கள் மேற்கொண்ட சூழ்ச்சியே சாதியமைப்பும் தீண்டாமையும். ஆதி சேரன்கள் வீழ்த்தப்பட்ட பிறகு அவர்களுக்குத் தரப்பட்ட பெயரே புலையர்கள்.

இத்தகைய வரலாற்று விவரங்களை ஜோஷ்வா மூலமாக ஜான் ஜோசப் கற்றறிந்தார். அது அவரது அணுகுமுறையை மாற்றியது. இவையே அவர் தேடிக்கொண்டிருந்த வரலாற்று உண்மைகள். இந்த வரலாற்று உண்மைகளை 1923 மார்ச் 23ஆம்

தேதி திருவனந்தபுரத்தில் நடந்த சேரமர்களின் மாபெரும் கூட்டத்தில் பாம்பாடி ஜான் ஜோசப் விரிவாக எடுத்துரைத்தார். ஸ்ரீமூலம் மகாராஜா கோபமடைந்தார். ஜான் ஜோசப்பை அழைத்து விசாரித்தார். அவர் கூறிய வரலாற்று உண்மைகள் கசிவதற்குக் காரணமான ஓட்டைகளை அதிகாரிகள் தேடத் தொடங்கினார்கள்.

ஆட்சி அறிக்கைகளும் அது போன்ற ஆதாரங்களும் பொதுமக்களின் அறிவுக்கு உரியதல்ல. பின்னர் அதெப்படி பகிரங்கமானது? குமாஸ்தாக்கள் ஒவ்வொருவரும் ரகசியமாக விசாரிக்கப்பட்டார்கள். ஆனால், எந்தத் தடயமும் கிடைக்கவில்லை. ஸ்ரீமூலம் மகாராஜா கோபத்தால் கொதித்தெழுந்ததாகச் சொல்லப்பட்டது. அலுவலக ஊழியர்களைக் கூண்டோடு வெளியேற்ற வேண்டும் என்கிற நிலை உருவானது. சம்பவப் போக்குகள் தங்கள் பிடியை விட்டு நழுவிச் செல்வதை உணர்ந்த ஊழியர் ஒருவர் மேற்படி ஆதாரங்கள் வருவாய் மற்றும் நிதித்துறையின் தலைமைக் கணக்கு அதிகாரி பொறுப்பில் பாதுகாக்கப்படுவதாக மகாராஜாவிடம் ரகசியமாகத் தெரிவித்தார்.

முதன்மைக் கணக்கு அதிகாரி நற்பண்பிலும் செயலாற்றலிலும் அர்ப்பணிப்பிலும் தன்னிகரற்றவர். மிகுந்த கடவுள் பக்தியைக் கொண்டவர். திவானுக்கும் மகாராஜாவுக்கும் ஞானஜோஷ்வாவின் திறமை மீது பெரும்மதிப்பு இருந்தது. தலைமைச் செயலாளர் ஜோஷ்வாவிடம் சரிசமமாகப் பழகி வந்தார். இப்பணிக்காக பிரிட்டிஷ் அரசாங்கத்தால் நியமிக்கப்பட்டவரே ஞானஜோஷ்வா. அரசியல் முகவருக்கு (Political Agent) அவரது திறமை மீது அபார நம்பிக்கை இருந்தது. பிரிட்டிஷ் அதிகாரிகளின் செல்வாக்குக் காரணமாகவே மேல்சாதி ஆதிக்கம் வலுப்பெற்றிருந்த ஆட்சியமைப்பில் ஒரு தமிழ்ப் பறையன் நுழைய முடிந்தது. எனவே, மகாராஜாவால் அவருக்கெதிராக விரலைக்கூட சுட்ட முடியவில்லை. மட்டுமல்ல, அவர் மீது எந்தக் குற்றத்தைச் சுமத்துவது?

முதல்கட்ட விசாரணையின்படி எந்த ரகசியமும் கசியப்படவில்லை. அச்சடிக்கப்பட்ட புத்தகங்களில் காணப்பட்ட தகவல்களை ஆங்கில அறிவின்மையின் காரணமாகத் தெரிந்துகொள்ள இயலாமல் இருந்தவர்கள் தெரிந்துகொண்டார்கள். அவ்வளவே, எஞ்சியவை சில கடிதப் பரிமாற்றங்கள். அவைகூட பழைய வரலாற்றுச் சான்றுகள் என்கிற நிலையில் ரகசியமானவை அல்ல. விசாரணையுடன் பிரச்சினைகள் தீர்ந்து விடவில்லை. அவர்கள் ஞானஜோஷ்வாவின் வாழ்க்கைப் பின்னணியைத் தேடித் தெரிந்துகொண்டார்கள்.

அவர்களின் பழிதீர்க்கும் எண்ணம் வலுத்தது. தங்களின் மேலதிகாரி ஒரு தமிழ்ப் பறையனா! வானம் இடிந்து விழுந்தாலும் பாதகமில்லை. இதை எப்படிப் பொறுத்துக்கொள்வது! எப்படியிருந்தாலும் அவன் தீண்டத்தகாதவன் அல்லவா! கீழ்நிலை ஊழியர்கள் அனைவரும் மேல்சாதிக்காரர்கள். அவர்கள் ஜோஷ்வாவின் எதிரிகளானார்கள். பிரிட்டிஷாருக்குப் பயந்து தங்கள் மனநிலையை வெளியே காட்டவில்லை.

ஒரு சதியாலோசனை தீட்டப்பட்டது. வன்மம் தீர்க்க அவர்கள் துணிந்தார்கள். நேரடியாகவோ எதிராகவோ எதையும் செய்யும் துணிச்சல் இல்லை. ரகசியம் கசிந்த விவரங்கள் எவற்றையும் ஜோஷ்வா அறிந்திருக்கவில்லை. யாரும் அவரிடம் தெரியப்படுத்தவுமில்லை. சதித்திட்டம் வகுத்தவர்களுக்கு இது ஒரு வாய்ப்பாக அமைந்தது. அவர்கள் சந்தர்ப்பத்திற்காகக் காத்திருந்தார்கள்.

ஒருமுறை அலுவலக ஊழியர்களுக்கான நிகழ்ச்சியொன்று நடைபெற்றது. இரவு உணவும் படகுப் போட்டியும் ஏற்பாடு செய்யப்பட்டன. மேலதிகாரியான ஜோஷ்வா சிறப்பு விருந்தினராக அழைக்கப்பட்டார். அவரொரு விளையாட்டு வீரராகவும் இருந்தமையால் மறுப்புத் தெரிவிக்கவில்லை. நீச்சல் தெரியாதபோதிலும் அதில் பங்கேற்க ஞானஜோஷ்வா மிகுந்த ஆர்வத்தைக் காட்டினார்.

1923 மார்ச் மூன்றாவது வாரத்தின் பிற்பகல் வேளை, இதமான பருவநிலை. படகு விளையாட்டுக்கு ஆமோதிப்பைத் தெரிவிப்பதைப் போல வேளிகாயல் அமைதியாக இருந்தது. குளிர்ந்த தென்றல் காற்று நறுமணத்தைப் பரப்பியவாறு புலையனார் கோட்டையின் மூங்கில் காடுகளைத் துளைத்துச் சென்றது. அலுவலக ஊழியர்கள் பல படகுகளில் ஆரவாரித்துத் துடுப்பைப் போட்டு முன்னேறினார்கள். சிறு இடைவேளைக்குப் பிறகு மறுபடியும் அலைகளைப் பிளந்து படகுகள் நீரில் நீந்திச் சென்றன.

மேலிடத்து உத்தரவுப்படி வந்து சேர்ந்திருந்த அடியாட்கள் ஜோஷ்வாவின் படகில் தொற்றிக்கொண்டார்கள். படகுப் போட்டி சுவாரஸ்யமாக நடந்துகொண்டிருந்தது. நாற்புறங்களிலும் துடுப்பிட்டு நெருங்கி வந்த படகுகள் ஜோஷ்வாவின் படகைச் சுற்றி வளைத்து மோதித் தள்ளின. மற்ற படகுகள் மூழ்காமல் தந்திரமாக விலகிச் சென்றன. அவ்வேளையில் அடியாட்கள் ஜோஷ்வாவின் படகைத் தண்ணீரில் அமிழ்த்தி மூழ்கடித்தார்கள்.

அன்றிரவு திருவனந்தபுரம் நகரில் ஒரு துயரச் செய்தி பரவியது. வேளிகாயல் நீர்விளையாட்டின் போது ஞானஜோஷ்வா

நீரில் மூழ்கி இறந்தார். அந்தத் துயரச் செய்தியைக் கேட்டு மக்கள் அதிர்ந்து போனார்கள்.

ஞான ஜோஷ்வாவின் மனைவிக்கும் மூன்று பெண் குழந்தைகளுக்கும் தங்கள் குடும்பப் பாதுகாவலரின் பூதவுடலைக் காணும் பாக்கியம்கூட கிடைக்கவில்லை. அந்தத் துயரநிகழ்வுக்குப் பிறகு ஆதரவிழந்த அக்குடும்பம் சிதைந்தது. அவர்கள் நாகர்கோயிலுக்குத் திரும்பிப் போனதாக அறிந்துகொள்ள முடிந்தது. எந்த இடத்திற்குப் போனார்கள் என்கிற தகவல் கூட இல்லை. கேரள வரலாற்றின் இருள் சூழ்ந்த பக்கங்களை நோக்கி ஒரு சிறு அகல் விளக்கை உயர்த்திக் காட்டியதற்காக ஜோஷ்வா கொல்லப்பட்டார். கேரளச் சிந்தனைச் சூழலை நவீனப்படுத்தவும், சமுதாய மறுமலர்ச்சிக்கான தேடல்களுக்கு வழிகாட்டியாகவும் விளங்கிய தமிழரான ஞானஜோஷ்வா தாழ்த்தப்பட்ட மக்களின் வரலாற்றில் என்றும் நினைவில் நிற்க வேண்டியவர்.

சேரமர் தெய்வச் சபை

புதுக் கிறிஸ்தவர்களிடையில் உருவான சபையே ‘சேரமர் தெய்வச்சபை’. இதனுடைய நிறுவனர் சாலமன் மார்க்கோஸ் என்னும் தென்னிந்திய சபையைச் சேர்ந்த ஒரு புலையர் கிறிஸ்தவ போதகர். சாலமன் மார்க்கோஸ் பழைய சர்ச் மிஷன் சொசைட்டியின் ஒரு செயல்பாட்டாளர். தனது புதிய கருத்துகளைப் புதுக் கிறிஸ்தவர்கள் மத்தியில் பரப்பினார். குறுகிய காலத்தில் ஓதறா, கடம்பநாடு, அடூர், கொல்லக்கடவு, மேப்ரால், பிராயர் போன்றவிடங்களில் சேரமர் சபையின் பங்கு மாவட்டங்களை உருவாக்கினார்.

சேரமர் தெய்வச்சபையின் உறுப்பினர்களில் பெரும்பாலானோர் மார்த்தோமா சபை மற்றும் தென்னிந்தியச் சபையைச் சேர்ந்த புதுக் கிறிஸ்தவர்கள். அவர்கள் சுரியானி கிறிஸ்தவர்களிடமிருந்து அனுபவிக்க நேர்ந்த கொடுமைகளின் காரணமாகவே தமது தாய்ச்சபையை விட்டு வெளியேற நேர்ந்தது என்றார்கள்.

ஆங்லிக்கல் சர்ச் ஆஃப் கேரளா

ஒரு பெரும் பகுதி புதுக் கிறிஸ்தவர்கள் தென்னிந்திய சபையிலிருந்து வெளியேறி, பிஷப் குடீபனின் தலைமையில் திருவல்லாவைத் தலைமையிடமாகக் கொண்டு இயங்கி வந்த ‘ஆங்கிலிக்கல் சர்ச் ஆஃப் கேரளா’ என்னும் பெயரில் ஒரு புதுச் சபையைத் தொடங்கினார்கள். சுரியானி கிறிஸ்தவர்களிடமிருந்து

சபை, பங்கு, சமூகம் என்னும் தளங்களில் அனுபவிக்க நேர்ந்த கொடுமைகள் தாம் அவர்களின் இம்முடிவுக்கான முக்கிய காரணம்.

பெந்தகோஸ்த்தே கூட்டங்கள்

சேரமர் தெய்வச் சபையையும், ஆங்கிலிக்கல் சபையையும் தவிர புலையர்கள் மட்டும் இடம் பெற்ற பல பெந்தகோஸ்த்தே சபைகள் மத்திய திருவிதாங்கூரில் செயல்பட்டு வந்தன. இந்தப் பெந்தகோஸ்த்தே கூட்டங்கள், பிற பெந்தகோஸ்த்தே பிரிவுகளிலிருந்து நம்பிக்கை சார்ந்து பெரிய வித்தியாசங்களைக் கொண்டவையாக இருக்கவில்லை.

சாம்பவர் சங்கம்

திருவனந்தபுரத்தில் செயல்பட்டு வந்த வருவாய்த்துறை அலுலகத்தில் தலைமைக் கணக்கு அலுவலராகப் பணியாற்றிய ஞானஜோஷ்வாவின் உதவியுடன் காவாரிக்குளம் கண்டன் குமாரன், பாமூர் ராமன் சேன்னன் ஆகிய பறையர் வகுப்பைச் சேர்ந்த தலைவர்கள், பறையன் என்கிற சாதிப் பெயர் தங்களை இழிவுப்படுத்துவதாக இருப்பதால் 'சாம்பவர்' என்னும் சாதிப் பெயரைத் தங்களுடைய சாதியினருக்கு அனுமதிக்குமாறு 1918இல் ஸ்ரீமூலம் திருநாள் மகாராஜாவிடம் ஒரு கோரிக்கை மனுவை அளித்தார்கள். அதற்கான காரணத்தையும் மனுவில் குறிப்பிட்டிருந்தார்கள். தமிழ்நாட்டில் சிவபக்தர்களான பறையர்களுக்குச் 'சாம்பவர்' என்னும் சாதிப் பெயர் உள்ளது. சாம்பவர் என்னும் சொல்லுக்குச் சிவன் என்கிற பொருளும் உண்டு. அவர்கள் சாம்பனை வணங்குவதால் சாம்பவர் என்ற சாதிப் பெயரைப் பெற்றார்கள். அவர்களின் மனுவை ஏற்றுக்கொண்டு மகாராஜா அரசாணையைப் பிறப்பித்தார்.

பாமூர் ராமன் சேன்னனின் தலைமையில் 1919இல் 'சாம்பவர் சங்கம்' திருவிதாங்கூரில் உருவானது. சாம்பவர் சங்கத்தின் பிரதிநிதியான ராமன் சேன்னன், அதே வருடம் ஸ்ரீமூலம் மக்கள் சபையின் உறுப்பினராக நியமிக்கப்பட்டார். ராமன் சேன்னன் தனது பெயரை பாமூர் சிவ சுப்ரமணிய சாம்பவன் என்று மாற்றிக் கொண்டார்.

1912இல் கண்டன் குமாரன் நிறுவிய 'பிரம்ம பிரத்யக்ஷா சாது ஜன பரிபாலன சங்கம்' திருவிதாங்கூர் பறையர்களின் முதல் சமுதாய அமைப்பாகும். கண்டன் குமாரனும் ஸ்ரீமூலம் மக்கள் சபை உறுப்பினராகத் தொண்டாற்றியுள்ளார்.

அய்யனவர் மகாஜன சங்கம்

ஒடுக்கப்பட்ட மக்களின் முன்னேற்றத்திற்காக அய்யன்காளியுடன் இணைந்து செயல்பட்டு வந்த ஒரு மிஷன் செயல்பாட்டாளர் தான் அய்யனவர் சமுதாயத்தில் பிறந்த ஜான் யேசுதாஸன். 1876 செப்டம்பர் 2ஆம் தேதி நெய்யாற்றின்கரைக்கு அருகிலுள்ள ஒரு சிற்றூரில் பிறந்தார். வெளிநாட்டுக் கிறிஸ்தவ மிஷனரிகளின் உதவியுடன் அவரால் படிப்பை முடிக்க முடிந்தது. நாகர்கோவிலில் இயங்கி வந்த ஒரு கிறிஸ்தவச் சபையின் போதகராக மிஷனரிகள் அவரை நியமித்தான.

மேல்சாதி கிறிஸ்தவர்களிடமிருந்து புலையர்களுக்கும், மற்ற தாழ்த்தப்பட்ட மக்களுக்கும் ஏற்பட்ட அதே கொடுமைகளையே அய்யனவர் வகுப்பைச் சேர்ந்தவர்களும் சந்தித்தனர். அதற்குக் கடும் கண்டனத்தைத் தெரிவித்து, பலவிடங்களில் விளக்கக் கூட்டங்களை நடத்தினார் ஜான் யேசுதாஸன். கிறிஸ்தவர்களாக மாறினாலும் சாதியில் மாற்றம் நிகழாது என்கிற மேல்சாதி கிறிஸ்தவர்களின் நிலைப்பாட்டுடன் ஒத்துப் போக அவரால் இயலவில்லை. அய்யனவர் சமுதாயத்தை ஒன்றுதிரட்டி வலிமைப்படுத்துவதே தனது கடமை என்கிற உணர்வுடன் செயலாற்றினார். மேல்சாதி கிறிஸ்தவர்களின் நெருக்கடிக்கு அடிபணிந்து ஆங்கிலேயரான சபைத்தலைவர் அவரைப் பணிநீக்கம் செய்தார்.

1916 ஏப்ரல் 3ஆம் தேதி ஜான் யேசுதாஸின் தலைமையில் நெய்யாற்றின்கரையில் நடந்த கூட்டத்தில் திருவிதாங்கூர் அய்யனவர் மகாசபை உருவானது. ஜான் யேசுதாஸை பொதுச் செயலாளராகவும், எம். மாசிலாமணி வைத்தியரைத் தலைவராகவும் கொண்ட ஐவர் குழு அக்கூட்டத்தில் தேர்ந்தெடுக்கப்பட்டது. அக்குழு 1916 ஏப்ரல் 10ஆம் தேதி திருவிதாங்கூர் அரசாங்கத்திற்கு ஒரு விண்ணப்பத்தை அளித்தது. அய்யனவர் மகாஜன சங்கத்தை ஒரு தனிப்பட்ட சாதி சங்கமாக ஏற்றுக்கொள்ள வேண்டுமென்பதே மனுவின் முக்கிய கோரிக்கை. அரசாங்கம் விசாரணை நடத்தி அவர்களின் கோரிக்கையை ஏற்றுக்கொண்டது.

அக்காலத்தில் கிட்டத்தட்ட பதினைந்தாயிரம் உறுப்பினர்கள் அய்யனவர் சமுதாயத்தில் இருந்தனர். அவர்களில் பதின்மூன்றாயிரத்து ஐநூறு பேர் கிறிஸ்தவ மதத்திற்கு மாறி விட்டார்கள். சுமார் ஆயிரத்து ஐநூறு பேர் இந்துக்களாக எஞ்சியிருந்தார்கள். தென் திருவிதாங்கூரின் தென்கோடியில் மட்டுமே இவ்வகுப்பினர் வசித்து வருகிறார்கள். கன்னியாகுமரி

மாவட்டத்திலுள்ள கல்குளம், விளவங்கோடு ஆகிய பகுதிகளிலும் திருவனந்தபுரத்தில் நெய்யாற்றின்கரை, நெடுமங்காடு, திருவனந்தபுரம் ஆகிய தாலுக்காகளில் மட்டுமே இவர்கள் வசித்து வருகிறார்கள். பணி நிமித்தம் ஒருசிலர் கேரளத்தின் பிற பகுதிகளில் வசித்து வருகிறார்கள்.

அய்யனவர் வகுப்பினர் கேரளத்தின் பழங்குடியினர் அல்லர். தமிழ்நாட்டின் ஆற்காடு மாவட்டத்திலிருந்து இங்குக் குடியேறியவர்கள். அவர்கள் தென் திருவிதாங்கூரில் எப்போது குடியேறினார்கள் என்பதற்கான தெளிவான சான்றுகள் இல்லை.

அய்யனவர்களின் மூதாதையர்களான 'எயினர்கள்' வஞ்சிநாட்டில் பிரவேசிக்கும் போது வெறும் நாடோடிகளாக இருந்தார்கள். பல பகுதிகளிலும் அந்தந்த ஊர்மக்களைச் சார்ந்து வாழ்ந்து வந்தனர். 'எனவர்' என்றும் இவர்கள் அழைக்கப்பட்டனர். மேல்சாதிக்காரர்கள் இவர்களைத் தீண்டத்தகாதவர்களாக ஒதுக்கி வைத்தார்கள். முன்பு இவர்களின் நடையுடை பாவனையும், மொழியும் தமிழர்ளை ஒத்திருந்தது. மலையாளத்துடன் இணைந்ததும் ஒருவிதமான கலப்பு மொழியைப் பேசத் தொடங்கினார்கள். இன்றைய தலைமுறையினர் தூய மலையாள மொழியைப் பேசுகிறார்கள்.

சிவனையும் காளியையும் முன்னோர்களையும் வழிபட்டு வந்த இந்து மத பக்தர்களாக அய்யனவர் வகுப்பினர் இருந்தார்கள். இன்று அவர்களின் பெரும்பகுதியினர் கிறிஸ்தவ மதத்தை ஏற்றுக்கொண்ட போதிலும் பழைய ஆசாரங்களை முற்றிலும் துறந்ததாகக் கூற முடியாது. 1946இல் கூட்டுப் பங்கு முதலீட்டு நிறுமச் சட்டப் *(JOINT STOCK COMPANIES ACT)* படி அய்யனவர் மகாஜன சங்கம் பதிவு செய்துகொண்டது. அதற்குத் தகுந்த துணைவிதிகள் *(BY LAW)* இயற்றப்பட்டன. நெய்யாற்றின்கரை நகரத்திலிருந்து நான்கு கிலோ மீட்டர் வடக்குத் திசையைத் தாண்டி பெரும்பழுதூர் என்னுமிடத்தில் சங்கத்தின் தலைமையிடம் அமைந்திருந்தது. அரசாங்கத்தின் ஆதரவுடன் ஒரு நூலகமும் அங்கு இயங்கி வந்தது.

பாறாயி தரகனும் கிறிஸ்தவ மதப்பிரச்சாரமும்

பெரிநாடு கலகத்திற்குப் பிறகு திருவிதாங்கூரின் வடக்குப் பிரதேசங்களில் தாழ்த்தப்பட்ட மக்களைக் கிறிஸ்தவ மதத்தில் சேர்க்க கிறிஸ்தவ போதகர்கள் தீவிர முயற்சியை மேற்கொண்டார்கள். பெரிநாடு கலகத்தைச் சுட்டிக்காட்டி நடத்தப்பட்ட அவர்களின் பரப்புரை ஓரளவு பயனளித்தது. சமுதாயத்தில் உன்னத நிலை, குழந்தைகளை மிஷன் பள்ளிக்கூடத்திற்கு

அனுப்பி படிக்க வைப்பதற்கான சுதந்திரம் ஆகியவற்றைக் கனவு கண்டு, பலர் மதம் மாறத் தொடங்கினார்கள்.

பாறாயி தரகனின் தலைமையில் நிறையப் பேர் வீடு வீடாகச் சென்று துணியும், பணமும் கொடுத்துத் தாழ்த்தப்பட்ட மக்களைக் கிறிஸ்தவ மதத்தில் சேர்த்தார்கள். சேர்த்தலா, முஹம்மா போன்றவிடங்களில் ஆசைவார்த்தைகளைக் காட்டித் தீண்டத்தகாதவர்களாகக் கருதப்பட்ட மக்களைக் கிறிஸ்தவ மதத்திற்கு மாற்றும் நடவடிக்கைகள் அரங்கேறின.

கட்டியாட்டு சிவராமப் பணிக்கர், பாணாவள்ளி கிருஷ்ண வைத்தியர் போன்ற இந்துமதப் பிரமுகர்கள் அந்நடவடிக்கையைத் தடுக்க முற்பட்டனர். அவர்களின் அறிவுரைப்படி சாதுஜன பரிபாலன சங்கத்தின் தொண்டர்களில் சிலர் அய்யன்காளியைச் சந்தித்து இவ்விவரத்தைத் தெரியப்படுத்தி, அவரைச் சேர்த்தலாவுக்கு அழைத்தார்கள். சேர்த்தலாவுக்கு வருவதாக அய்யன்காளி உறுதியளித்தார்.

அய்யன்காளி சேர்த்தலாவுக்கு வருகைத் தரும் போது ஒரு மாபெரும் வரவேற்பை அளிக்க சாதுஜன பரிபாலன சங்கத் தொண்டர்களும், ஊர்மக்களும் முடிவெடுத்தார்கள். குறிப்பிட்ட நாள் வந்தடைந்தது. பூச்சாக்கல் என்னுமிடத்தில் வரவேற்பு நிகழ்ச்சி ஏற்பாடு செய்யப்பட்டது. நிகழ்விடம் கொடிகளாலும் தோரணங்களாலும் வண்ணமயமாக அலங்கரிக்கப்பட்டிருந்தது. அய்யன்காளி படகை விட்டு இறங்கியபோது அங்கு கூடியிருந்த ஆயிரக்கணக்கான தாழ்த்தப்பட்ட மக்கள் வெற்றி முழக்கமிட்டு ஆரவரித்தார்கள். மேள தாளம் ஒலித்தது. அதிர்வேட்டுகள் முழங்கின.

கூட்டம் தொடங்கியது. விசாகன் தேவன் கூட்டத்தில் முதலில் பேசினார். மதமாற்ற நடவடிக்கையை வன்மையாகக் கண்டிப்பதாகவும், கிறிஸ்தவ மதக் கோட்பாடுகளைக் கடுமையாக விமர்சிப்பதாகவும் அவரது உரை அமைந்திருந்தது. அவரது உரையைக் கேட்டு ஆத்திரமடைந்த பாறாயி தரகன், விசாகன் தேவனுடன் வாக்கு வாதத்தில் ஈடுபட்டார். வாக்குவாதம் நீண்டது. அய்யன்காளி தலையிட்டு சூழ்நிலையைக் கட்டுப்பாட்டுக்குள் கொண்டு வந்தார். பின்னர் அவர் உரையாற்றினார். தனது உரையை இவ்விதமாக நிறைவு செய்தார் அய்யன்காளி:

“விசாகன் தேவனை கிறிஸ்தவ மத விசுவாசியாக மாற்றி விட்டால் நானும் அம்மதத்தை ஏற்றுக்கொள்கிறேன்.” பாறாயி தரகன் அய்யன்காளியின் அக்கருத்தை வரவேற்றார். விவாதக் கூட்டம் அடுத்தநாள் நடைபெறும் என்று கூட்டம் கலைந்தது.

மறுநாள் நிகழ்ந்த விவாதக் கூட்டத்தில் பங்கேற்பதற்காகப் பல்வேறு மதத்தைச் சேர்ந்த ஏராளமான மக்கள் வந்திருந்தார்கள். பல போதகர்களும் கலந்துகொண்டார்கள்.

விவாதங்களையும், எதிர்விவாதங்களையும் தொடங்கி வைத்து பாறாயி தரகன் முதலில் பேசினார். விசாகன் தேவன் வேதாகமத்தின் முக்கியப் பகுதிகளைச் சுட்டிக் காட்டி எதிர்வாதம் புரிந்தார். விவாதங்களாலும் எதிர்விவாதங்களாலும் நேரம் கடந்ததே தவிர திருப்திகரமான ஓர் இறுதிமுடிவு வரவில்லை. மீண்டும் சந்திக்கலாம் என்று கூறி கூட்டம் நிறைவுற்றது. பின்னர் கூட்டம் நடக்கவேயில்லை. இருப்பினும் சேர்த்தலா பகுதிகளில் மதமாற்ற முயற்சிகளின் வேகத்தை மட்டுப்படுத்த இக்கூட்டத்தால் முடிந்தது. அங்கு வசித்த தாழ்த்தப்பட்ட மக்கள் பாறாயி தரகன் மற்றும் அவரைச் சார்ந்தவர்களின் ஆசை வார்த்தைகளுக்குப் பணிந்து கிறிஸ்தவ மதத்தில் சேர முன்வரவில்லை.

பின்னிணைப்பு – 4

சதானந்த சுவாமிகளிடம் சுதேசாபிமானி ராமகிருஷ்ண பிள்ளை கேட்ட நூறு கேள்விகள்

1. உங்கள் மதம் எது?
2. இந்து மதம் என்றால் வைணவமா, சைவமா, சக்தியா?
3. வேறு மதப் பிரிவைப் பின்பற்றுவதாக இருந்தால் அந்த மதப் பிரிவு என்ன?
4. மேலே குறிப்பிட்ட தெய்வங்களில் எதையாவது நீங்கள் வணங்கிக் கொண்டிருந்தால் அத்தெய்வத்தின் அருள் கிடைக்கும் பட்சத்தில் நீங்கள் செய்வதும், உங்கள் சீடர்களிடம் கட்டளையிடுவதுமான விதிமுறைகள் எவை?
5. பிரம்மநிஷ்டா என்பதற்கு நீங்கள் கருதும் அர்த்தம் என்ன?
6. பிரம்மநிஷ்டா மதம் ஏதேனும் ஒரு தெய்வத்திற்காக நிறுவப்பட்டதா?
7. நீங்கள் மடத்தில் பிரதிஷ்டை செய்திருக்கும் தெய்வத்தின் பெயர் என்ன?
8. மடத்தில் இருப்பவர்களில் யாரேனும் பிரம்மநிஷ்டாவைப் பெற்றுள்ளார்களா?
9. பிரம்மநிஷ்டா மடத்தில் அனைத்துச் சாதியினரையும் ஏற்றுக் கொள்வீர்களா?
10. குறிப்பிட்ட ஓர் சாதியினருக்காக மடம் நிறுவப்பட்டிருந்தால் அவர்கள் எந்தச் சாதியைச் சேர்ந்தவர்கள்?
11. மடத்தில் புலையர்களையோ, பறையர்களையோ அனுமதிப்பதில் உங்களுக்கு ஏதேனும் ஆட்சேபனை உள்ளதா?

12. புலையர்களோ, பறையர்களோ உங்களிடம் சீடர்களாக இருக்கிறார்களா?

13. மடத்தில் பூஜை போன்றவற்றை நடத்துவதுண்டா?

14. பூஜையை நடத்துபவருக்கு ஏதேனும் தகுதி உள்ளதா? அவர் எந்தச் சாதியைச் சேர்ந்தவர்?

15. அதே தகுதியைக் கொண்ட ஒரு புலையனையோ, பறையனையோ மடத்தின் பூசாரியாக நியமிப்பீர்களா?

16. உங்களிடம் சீடராகச் சேருவதற்குத் தேவைப்படும் தகுதிகள் எவை?

17. தற்போது இருக்கும் சீடர்களிடம் அத்தகுதிகள் உள்ளனவா?

18. சீடர்களில் தீய செயல்களில் ஈடுபடுபவர்கள் உள்ளனரா?

19. அவர்கள் தீய வழிகளுக்கு விலகிச் செல்லும்போது நீங்கள் விசாரிப்பதுண்டா?

20. உங்களுடைய சீடர்களுக்கு நீங்கள் கட்டளையிட்டுள்ள இறை வணக்கத்தின் வடிவம் என்ன?

21. தத்தமது வீடுகளிலேயே இறைவனை வணங்குவதற்கு நீங்கள் அனுமதிக்கிறீர்களா?

22. நீங்கள் இறை வணக்கத்தின் அர்த்தத்தை முக்கியமாகக் கருதுகிறீர்களா, அல்லது வார்த்தைகளையா?

23. கிறித்தவர்களோ, இசுலாமியர்களோ உங்கள் மடத்தில் சேர முடியுமா?

24. அப்படிச் சேர்பவர்களுக்கு உங்கள் சீடர்கள் சமமதிப்பைத் தருவார்களா?

25. நீங்கள் இப்பணியைத் தொடங்கி எத்தனை ஆண்டுகளாயின?

26. சித்சபை என்பதற்கான பொருள் என்ன?

27. இந்த அர்த்தத்தை அடிப்படையாகக் கொண்டுதான் சபை நடந்து வருகிறதா?

28. நீங்கள் எந்தெந்தப் பகுதிகளிலிருந்து எத்தனை பேரை உங்கள் மடத்தில் சேர்த்துள்ளீர்கள்?

29. அவர்களில் முக்கியமானவர்களின் பெயர் விவரங்களைத் தரமுடியுமா?

30. இந்த மடத்தை உருவாக்கப் பணத்தை வழங்கியது யார்?

31. மடத்தை நடத்த வாரந்தோறும் அல்லது மாதந்தோறும் சபை உறுப்பினர்கள் சந்தா செலுத்த வேண்டும் என்கிற கட்டாயம் உள்ளதா?

32. மடத்திற்குப் பிற சொத்துகள் இருக்குமானால் அவை யாருடைய பெயரில் ஈட்டப்பட்டன?

33. உங்கள் பெயரில் ஈட்டப்பட்டிருந்தால் நீங்கள் கூறும் காரணம் என்ன?

34. உங்களைத் தவிர வேறு 'சுவாமிகள்' பிரம்ம நிஷ்டா சித்சபையில் உள்ளனரா?

35. உங்கள் குரு யார்?

36. அவருக்கு உங்களைத் தவிர வேறு சீடர்கள் இருக்கிறார்களா?

37. இருந்தால் அவர்கள் எங்கு வசித்து வருகிறார்கள்?

38. தேவாலயங்களுக்குச் சென்று வணங்கும் சீடர்களை நீங்கள் கண்டிப்பதுண்டா?

39. இங்குள்ள இந்து ஆலயங்கள் சன்மார்க்கத்திற்கு எதிரானவை என்கிற கருத்து உண்மையா?

40. சுவாமி ஆவதற்கு முன்பு உங்களின் ஊர் எது?

41. உங்களின் பெற்றோர்கள் யார்?

42. உங்களுக்கு சகோதரர்களோ, சகோதரிகளோ உள்ளனரா?

43. உங்களுக்கு எத்தனை மொழிகள் தெரியும்?

44. ஏதேனும் பாடசாலையில் படித்துள்ளீர்களா?

45. ஏதேனும் பாடசாலையில் தேர்ச்சிப் பெற்றுள்ளீர்களா?

46. ஏதேனும் அரசாங்கப் பணிகளில் இருந்துள்ளீர்களா?

47. அப்படியானால் என்ன பணியைச் செய்தீர்கள்?

48. உங்களின் வாரிசாக யாரை நியமித்துள்ளீர்கள்?

49. ருத்திராட்சம் அணிவதன் பொருள் என்ன?

50. மீனும் இறைச்சியும் உண்பதை நீங்கள் எதிர்க்கிறீர்களா?

51. நீங்கள் மீனும் இறைச்சியும் உண்பீர்களா?
52. அதில் தவறு என்ன?
53. உங்கள் உணவுமுறை என்ன?
54. பால் அருந்துதல் ஜீவகாருண்யம் என்கிற கொள்கைக்கு முரணானதா?
55. தாவரங்களுக்கு உயிர் இல்லையா?
56. உங்களின் சீடர்களில் அனைவரும் சைவ உணவை உண்பவர்களா?
57. உங்கள் சீடர்களில் புலால் உண்பவர்கள் இருந்தால் அது ஜீவகாருண்யத்திற்கு முரணானதாக இருக்குமா?
58. நீங்கள் ஏகாதசி, பிரதோஷம் போன்ற விரதங்களைக் கடைப்பிடிக்கிறீர்களா?
59. இந்த விரதங்களைக் கடைப்பிடிப்பதால் என்ன நன்மை?
60. உடல்நிலையைப் பொருட்படுத்தாமல் உபவாசம் இருப்பது தோஷம் இல்லையா?
61. உங்களைச் சன்னியாசி ஆக்கியது யார்?
62. ஒரு சன்னியாசியின் பணிகள் எவை?
63. ஒரு சன்னியாசியின் அடையாளம் எது?
64. இவற்றில் நீங்கள் என்ன அடையாளத்தை அணிகிறீர்கள்?
65. நீங்கள் திருமணம் ஆனவரா?
66. திருமணம் உங்கள் மதக் கொள்கைகளுக்கு எதிரானதா?
67. நீங்கள் சன்னியாசி ஆவதற்கு முன்பு திருமணம் முடித்திருந்தால் குழந்தைகள் இருக்கிறார்களா?
68. நீங்கள் சன்னியாசியான பிறகு பெற்றோருக்கான இறுதிச்சடங்குகளைச் செய்தீர்களா?
69. மத நடவடிக்கையைத் தவிர வேறு குறிக்கோள்கள் உள்ளனவா?
70. அப்படியானால் அந்த குறிக்கோள்கள் எவை?

71. விவசாயம், கைத்தொழில் போன்றவை உங்கள் குறிக்கோள்களில் இடம் பெற்றுள்ளனவா?

72. உங்கள் முயற்சியால் இந்நாட்டின் விவசாயத்திற்காக எத்தகைய உதவிகளைச் செய்திருக்கிறீர்கள்?

73. எந்தெந்த கைத்தொழில்களை நீங்கள் ஊக்குவிக்கிறீர்கள்?

74. குளத்தூர் பிரம்மநிஷ்டா மடத்தில் நெசவுக் கூடத்தை அமைத்துள்ளீர்களா? அப்படியானால் அதனுடைய முன்னேற்றம் எப்படி உள்ளது? அங்கு துணிகள் நெய்யப்படுகிறதா? பட்டுத் துணிகளை நெய்கிறீர்களா? மாதிரியைக் காட்ட முடியுமா?

75. சித்சபை நிகழ்ச்சியின் போது குறிப்பிட்ட நெசவுக் கூடத்தின் பணித் திறமைகளை ஊக்குவித்தீர்களா?

76. நெசவாளிகள் எந்தச் சாதியைச் சேர்ந்தவர்கள்?

77. அந்தப் பகுதியில் வசிக்கும் மக்களுக்கு மலிவு விலையில் ஆடைகளை நெய்து கொடுக்க இயலுமா?

78. நீங்கள் உடுக்கும் ஆடை எவ்வகைத் துணியால் நெய்யப்பட்டது?

79. இங்குத் தயாரிக்கும் பொருள்களால் இவ்வூர் மக்கள் மனநிறைவு பெற வேண்டும் என்கிற கொள்கையுடன் செயல்படுவதுண்டா?

80. அவ்விதமாக நீங்கள் செயல்படுகிறீர்களா?

81. உங்கள் ஆடைகளுக்கான நூல்கள் இந்த ஊரில் தயாரிக்கப் பட்டவையா?

82. உங்கள் மடங்களின் அறங்காவலர் பொறுப்புகளை ஏற்றுக் கொள்ள வேண்டுமென்று திருவிதாங்கூர் மகாராஜா அவர்களிடம் கோரிக்கை விடுத்துள்ளீர்களா? என்ன பதில் கிடைத்தது?

83. இதே கோரிக்கையை வேறு யாரிடமேனும் விடுத்துள்ளீர்களா? என்ன பதில் கிடைத்தது?

84. உங்களுக்கு வேதங்கள் தெரியுமா? எந்தெந்த வேதங்களைக் கற்றிருக்கிறீர்கள்?

85. வேதங்களின் தோற்றத்தைப் பற்றி என்ன கருதுகிறீர்கள்?

86. வேதங்களில் எந்த இறைவனை வழிபட வேண்டுமெனக் கட்டளையிடப்பட்டுள்ளது?

87. புராணங்களையும் அவற்றின் கதைகளையும் நீங்கள் நம்புகிறீர்களா? ஏன்?

88. நீங்கள் சிலை வழிபாட்டை ஏற்றுக்கொள்கிறீர்களா? ஏன்?

89. இயற்கையிலுள்ள கல், மரம் போன்ற பொருட்களை இறைவனாக வணங்குவது, மனிதனை வணங்குவது இவற்றில் எது சிறந்தது?

90. கல், மரம் போன்றவை எந்தப் பாவச்செயலையும் செய்யாதவையாகவும் ஆனால், மனிதன் ஏதேனுமொரு பாவச் செயலைச் செய்தவனாகவும் இருப்பான். ஆகவே எதை வணங்குவது சிறந்தது?

91. உங்களைப் புனிதமானவராக உணர்கிறீர்களா? அப்படியானால் லட்சியங்களைத் தெளிவுப்படுத்த முடியுமா?

92. இல்லாவிடில் மனிதர்கள் உங்களைப் புனிதரென்று தவறாகக் கருதும் போது அதை நீங்கள் திருத்துவதுண்டா?

93. நாயர்களின் 'புடவைக் கொடை' என்னும் சடங்குகளின் போது பிராமணர்களுக்குத் தட்சிணை கொடுக்கும் வழக்கத்தை நீங்கள் தடுத்ததுண்டா? காரணம் என்ன?

94. அதற்குப் பதிலாக, நாயர்களில் சிலருக்கு மட்டும் தட்சிணை கொடுப்பதற்கு அனுமதி அளிக்கப்பட்டுள்ளதா? அவ்விதம் நிகழ்ந்துள்ளதா? அதாவது, அவ்விதம் யாராவது நடந்து கொண்டதைப் பற்றி உங்களுக்குத் தெரியுமா?

95. தட்சிணை வாங்குவதற்கான தகுதிபடைத்த நாயர்கள் யாவர்? தகுதியை எப்படிப் பெற்றார்கள்?

96. பூஜை போன்ற காரியங்களுக்காகப் பிராமணர்களுக்குப் பதில் நாயர்களை நியமிப்பது சரியா? அது மத நம்பிக்கையின் சீர்திருத்தமா?

97. இந்து மதத்தைப் பொருத்தவரை இத்தகைய அனுஷ்டானங்களால் இதுவரை இந்தியாவுக்கு ஏற்பட்டுள்ள நன்மை தீமைகளில் எது அதிகம்?

98. இறைவனுக்கான பூஜை நடத்த தகுதிபடைத்தவர்களெனச் சிலரை ஒவ்வொரு சாதியிலிருந்தும் நீங்கள் நியமிக்கும்

போது, அத்தகையவர்கள் காலப்போக்கில் தனிப்பட்ட சாதிகளாக மாற மாட்டார்களா?

99. நீங்கள் உலக குருவாகச் சுயம் அவதரித்தவரா? சித்சபை நிகழ்ச்சியில் செயலாளர் அவ்வாறு உரையாற்றியதாகக் கூறப்படுவது உண்மையா? நீங்கள் அவ்விதம் அவதரித்தவர் என்றால் அதற்கான அடையாளம் என்ன? அல்லது அந்த உரையை நீங்கள் மறுத்தீர்களா? காரணம் என்ன? இறைவன் உங்களுக்குத் தனிப்பட்ட பேரருளைத் தந்துள்ளாரா? எப்போது? எப்படி? மக்களிடம் விளக்கம் தர முடியுமா?

100. உங்களின் நிரந்தர வசிப்பிடம் எந்த ஊர்?

பின்னிணைப்பு 5

சுபாஷிணி பத்திரிகை ஆசிரியர்
திரு. பி.கே. கோவிந்தப்பிள்ளையும்,
ஸ்ரீமூலம் மக்கள் சபையில் அவரது உரையும்

பி.கே. கோவிந்தப் பிள்ளை திருவல்லா நெடும்புறத்து பய்யம்பிள்ளி குடும்பத்தில் 1869இல் பிறந்தார். சமஸ்கிருதத்தில் புலமை வாய்ந்த ஒரு நாயர் குடும்பம்தான் பய்யம்பிள்ளி. படிப்பு முடிந்ததும் கோவிந்தப் பிள்ளைக்கு கொல்லத்திலுள்ள அரசாங்கப் பள்ளியில் ஆசிரியர் பணி கிடைத்தது. பத்திரிகைத் துறையில் மிகுந்த நட்டம் இருந்தமையால் வேலையை உதறி விட்டு திருவனந்தபுரத்துக்குச் சென்றார். 1902இல் தன்னை ஆசிரியராகக் கொண்டு 'சுபாஷிணி' என்ற பெயரில் ஒரு பத்திரிகையைத் தொடங்கினார்.

குறுகிய காலத்திலேயே திருவனந்தபுரத்திலிருந்து வெளிவந்த கவனத்தை ஈர்க்கும் பத்திரிகைகளில் ஒன்றாக சுபாஷிணி விளங்கியது. அழகிய முகப்புத் தோற்றத்தைக் கொண்டிருந்தது சுபாஷிணி. அதே வேளையில் கூர்மையான ஒரு பத்திரிகை நடைக்கு உரிமையாளராக விளங்கினார் கோவிந்தப் பிள்ளை. ஆரம்ப நாட்களில் திருவனந்தபுரத்தின் பழவங்காடியிலும், பின்னர் வஞ்சியூர் அத்தாணி முக்கிலும், இறுதியாக தைக்காடு என்னுமிடத்திலும் அவர் வசித்து வந்தார். தாழ்த்தப்பட்ட மக்களின் முன்னேற்றத்திற்காக ஆழ்ந்த அக்கறை காட்டிய அவர், அய்யன்காளியின் உற்ற நண்பராக இருந்தார்.

பள்ளிக் கூடங்களுக்காகப் பல பாடப்புத்தகங்களை இயற்றியுள்ளார். சீதாதேவி, மதுரானனன், ராஜபக்தி, ராதாமதுரம், பாலோபதேசம், சுகுமாரன் ஆகிய கவிதை நூல்களையும் இரண்டு கதைகளையும், சரீரசுகம் ஆகிய உரைநடை நூல்களையும் எழுதியுள்ளார். என்.ஜி. கோபாலன் நாயர், பி. ராஜம்மா ஆகியோர் அவரது குழந்தைகள். 1949இல் தைக்காடு என்னுமிடத்தில் பி.கே. கோவிந்தப்பிள்ளை இயற்கை எய்தினார்.[1]

பி.கே. கோவிந்தப்பிள்ளை பிப்ரவரி 17இல் ஸ்ரீமூலம் மக்கள் சபையில் புலையர் மக்கள் நலனுக்காக இவ்வாறு பேசினார்: "புலையர்கள் பலவிதமான இன்னல்களை அனுபவித்து வருகிறார்கள். மற்ற வகுப்பைச் சேர்ந்தவர்கள் அனுபவித்துக் கொண்டிருக்கும் சுதந்திரங்களிலும் உரிமைகளிலும் ஒரு சிறு அளவு கூட அவர்களுக்கு அனுமதிக்கப்படவில்லை. குறிப்பாக கல்வி விஷயங்களில். அவர்களின் நிலைமையை உயர்த்துவதற்காக இதுவரை தரப்பட்டுள்ள சலுகைகளுக்காகவும், அவர்களின் பொது நலனில் அரசாங்கம் எடுத்து வரும் அக்கறைக்காகவும் அவர்கள் மிக்க நன்றியுடையவர்களாக உள்ளனர். அரசாங்கம் தனது மனப்பூர்வமான கொள்கையைத் தொடர்ந்து பின்பற்றினால், சில ஆண்டுகளில் அந்த இனத்தினரின் துயரங்கள் வெறும் பழங்கதைகளாகி விடும் என்பதில் உறுதியாக உள்ளேன்.

கல்வியறிவைப் பொருத்தவரை புலையர்கள் மிகவும் பின்தங்கிய நிலையிலேயே உள்ளனர். குறிப்பிட்ட அரசாங்கப் பள்ளிக்கூடங்களில் புலையர்களைச் சேர்க்க வேண்டுமென ஒரு செயல்முறை ஆணையை அரசாங்கம் பிறப்பித்துள்ளது. அவ்வாணை அவ்வகுப்பினரிடம் உற்சாகத்தை உண்டாக்கும். அத்தகைய ஆணைகள் நடப்பில் இருந்தபோதிலும் அவர்களுக்காக ஒதுக்கப்பட்ட சில பள்ளிக்கூடங்களில் புலையர்களுக்கு அனுமதி தரப்படுவதில்லை. இச்செய்தி வருத்தமளிக்கும் விஷயமாகும்.

அவ்வகுப்பினர் பரம ஏழைகளாகவும், பலவீனர்களாகவும் இருப்பதால் தங்கள் உரிமையைக் கோரிப் பெறுவதற்கும், அனுமதியைப் பெறுவதற்குமான ஆற்றலைக் கொண்டவர்கள் அல்லர். அத்தகைய பள்ளிக்கூடங்களில் அவர்களைச் சேர்க்க வேண்டுமென்று அரசாங்கம் வலியுறுத்த வேண்டும். ஏதேனும் காரணங்களால் புலையர்களுக்கு அனுமதி மறுக்கப்படும் இடங்களில் அவர்களுக்கான தனிப்பட்ட பள்ளிக்கூடங்களை அரசாங்கம் அமைத்துத் தர வேண்டும்.

மற்ற நாடுகளில் இரவு வேளையில் நடைபெறும் பள்ளிக்கூடங்கள் உள்ளன. வழக்கமான பள்ளி நேரம் முடிந்ததும் அதே பள்ளிக்கூடங்களில் புலையர்களுக்குத் கைத்தொழில் தொடர்பான பாடங்களைக் கற்றுத் தரவேண்டும். வாய்ப்புள்ள இடங்களெங்கும் இத்தகைய இரவுப் பள்ளிக் கூடங்களை நிறுவ வேண்டும். புலையர்களுக்கான சிறப்புப் பள்ளிக்கூடங்களில் பணியாற்றும் ஆசிரியர்களின் சம்பளத்தை உயர்த்த வேண்டும். திரு. ஏ. கோவிந்தன் பிள்ளை, திரு. மார்த்தாண்டன் தம்பி போன்ற மக்களுக்குத் தொண்டாற்றும் மகான்கள் நிறுவிய, நிறுவப் போகும் புலையர் பள்ளிக் கூடங்களுக்கு கூடுதல் மானியத்தை வழங்க வேண்டியுள்ளது. உதவித்தொகையாகவும், பிற சலுகைகளாகவும் புலையர் மாணவர்களுக்குச் சிறப்பு ஊக்குவிப்புகளை வழங்க வேண்டும்.

புலையர்களில் சிலர் நடுநிலைப் பள்ளிப் படிப்பில் தேர்ச்சி பெற்றுள்ளார்கள். இரவுப்பள்ளிக் கூடங்களில் அவர்களை நியமிக்க வேண்டும். அரசுத் துறையின் மற்ற பிரிவுகளில் தக்க வேலைவாய்ப்புகளை வழங்கி அவர்களை ஊக்குவிக்க வேண்டும். புலையர்கள் சேரத் தகுதி வாய்ந்த ஆயத்துறை போன்ற சில துறைகள் உள்ளன. அத்துறைகளில் தற்போது இருப்பதைக் காட்டிலும் கூடுதலாகப் புலையர்களைப் பணி நியமனம் செய்ய வேண்டும். மருத்துவமனைகளிலுள்ள புலையர்களின் வார்டுகளில் பணியாளர்களுக்கான பணியிடங்களுக்குப் புலையர்களையே நியமிக்க வேண்டும். மற்ற சாதியைச் சேர்ந்த பணியாளர்களை விட புலையர் நோயாளிகளுக்குப் புலையர்கள் சிறந்த முறையில் பணிவிடை செய்யும் வாய்ப்பு உள்ளது.

இவ்விதமாகவும் வேறு வகைகளிலும் அவ்வகுப்பினருக்கு உதவுவது அவசியம். அரசாங்கம் இத்தகைய சிறப்புச் சலுகைகளையும், பலனளிக்கும் முயற்சிகளையும் மேற்கொள்ளாமல் இவர்கள் தாமாகவே நாகரிகத்திலும் கல்வியறிவிலும் முன்னேறி விடுவார்களென்று எதிர்பார்ப்பது தவறு. மாவேலிக்கரை, கார்த்திகப்பள்ளி போன்ற பகுதிகளில்

புலையர்கள் விரும்பியவண்ணம் சாலைகளில் நடமாடவோ, சந்தைக்குப் போகவோ அனுமதிக்கப்படுவதில்லை. பிராமணர்கள், சூத்திரர்கள் போன்ற மேல்சாதிக்காரர்கள் அவர்களைக் கொடுமைப்படுத்துவதில்லை.

புலையர்களின் அடுத்த சாதிப்படிநிலையில் இருக்கும் அதாவது இருபது அடி தூரம் தள்ளி நிற்க வேண்டும் என்று கூறப்படும் ஈழவச் சாதியினரே அவர்களைத் துன்புறுத்துகிறார்கள். சிலவிடங்களில் போலீஸ் துறையிலும், ஆயத்துறையிலும் பணியாற்றும் கீழ்நிலை ஊழியர்கள் அவர்களைக் கொடுமைப்படுத்துகிறார்கள். காடுகளிலுள்ள அவர்களின் மாடங்கள் தீயிட்டுக் கொளுத்தப்படுகின்றன. புகார் அளிப்பதற்கோ, குற்றத்தை நிரூபிப்பதற்கோ அவர்களால் இயலுவதில்லை. போலீஸ் சூப்பிரெண்டுக்கு உத்தரவுகள் அனுப்பப்படுமானால் இவ்விஷயத்தில் பலன்கள் உண்டாகுமென்று கருதுகிறேன். மருத்துவ வசதியைப் பெறுவதற்கும் அவர்கள் மிகுந்த துன்பங்களை அனுபவிக்கிறார்கள்.

புலையர்களுக்கான தனி அறைகள் ஒருசில மருத்துவமனை களில் தான் உள்ளன. எல்லா முக்கியமான மருத்துவமனைகளிலும் அத்தகைய வார்டுகள் இருக்க வேண்டும். மருத்துவமனை ஊழியர்கள் அவர்களிடம் கனிவுடன் நடந்து கொள்வதில்லை. மற்ற நோயாளிகளுக்கு மருந்து கொடுத்து முடிக்கும் வரை அவர்கள் காத்திருக்க வேண்டியுள்ளது. பின்னர் தூரத்தில் நின்று ஏதோவொரு மருந்தை வீசியெறிவார்கள். குறிப்பிட்டுச் சொல்ல வேண்டுமென்றால் திருவனந்தபுரம் பொது மருத்துவமனையில் இப்படித்தான் நடக்கிறது.

மனநல மருத்துவமனையில் மனநலம் பிறழ்ந்த இரண்டு புலையர்களுக்கு அனுமதி மறுக்கப்பட்டது. நீதிமன்றங்களில் அவர்களுக்குத் தக்க நீதி கிடைப்பதில்லை. அவர்களின் முறையீடுகள் சரியாக விசாரிக்கப்படாமல் தீர்ப்பளிக்கப்படு கின்றன. சில இடங்களில் நீதிமன்றங்களில் அவர்கள் நுழைய அனுமதி மறுக்கப்பட்டுள்ளது. அவர்கள் தூரத்தில் நிற்க வேண்டியுள்ளது. மூன்றாவது நபர் மூலமாக அவர்களின் வாக்குமூலத்தைப் பெறுவதோடு நிற்காமல், அவர்களின் வழக்கு மனுக்களை வெளியில் வீசியெறிந்து விடுகிறார்கள். சங்ஙனாச்சேரி குற்றவியல் நீதிமன்றத்திலும், சேர்த்தலா குற்றவியல் நீதிமன்றத்திலும் இவ்வாறு நடக்கிறது.

அலுவலக மேலதிகாரிகளுக்குப் புலையர்களின் நலன் மீதுள்ள அக்கறையில் பாதியாவது கீழ்நிலை ஊழியர்களிடம்

இருக்குமானால் புலையர்களின் முறையீடுகளுக்கு வாய்ப்பு இல்லாமலாகி விடும். அவர்களின் நிலைமையை அரசாங்கம் பரிவுடன் பரிசீலித்து, அவ்வகுப்பினருக்குத் தேவைப்படும் உதவிகளைக் கருத்தில் கொண்டு அவற்றை நடைமுறைப்படுத்துமாறு அரசாங்கத்திடம் கேட்டுக் கொள்கிறேன்."

அடிக்குறிப்புக்கள்

1. இந்தத் தகவல்கள் திரு. பி.கே. கோவிந்தப் பிள்ளையின் புதல்வி திருவனந்தபுரம் குன்னுகுழியில் வசிக்கும் திருமதி. பி. ராஜம்மா அவர்களிடமிருந்து திரட்டப்பட்டவை.

பின்னிணைப்பு 6

அய்யன்காளியின் சிலையைத் திறந்து வைத்து 1980 நவம்பர் 10ஆம் தேதி இந்தியப் பிரதமர் திருமதி. இந்திராகாந்தி ஆற்றிய உரை

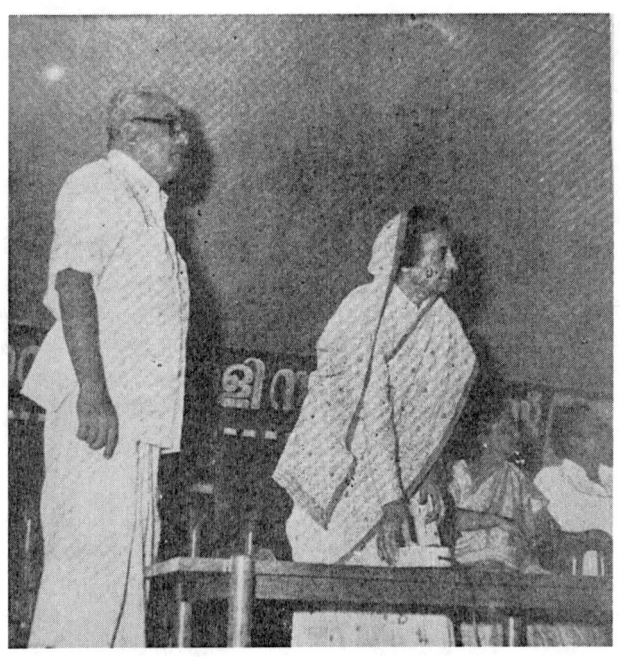

"ஒடுக்கப்பட்ட மக்களுடைய உணர்வின் ஊற்றுக்கண்ணாக விளங்கிய அய்யன்காளி, சமூகச் சமத்துவத்திற்கான எழுச்சியின் குறியீடு. தனது வாழ்நாளைச் சமூக நன்மைக்காக அர்ப்பணித்த இந்தியாவின் புதல்வன். கேரளம் ஒருபோதும் ஒதுக்கி வைக்க முடியாத மாமனிதர். அவரது கருத்துகளும், தொண்டுகளும் முந்தைய நாட்களைப் போலவே இன்றும் முக்கியத்துவம்

பெறுகின்றன. எனவே தான் இந்தச் சிலையைத் திறந்து வைக்க வந்தேன். அடிப்படையில் சிலைகளை நிறுவுவதற்கு எதிரானவள் நான். தேசிய முக்கியத்துவம் வாய்ந்த பல தலைவர்களின் சிலைகளைத் திறந்து வைக்க என்னை அழைப்பதுண்டு. ஆனால் நான் செல்வதில்லை.

இந்தியாவின் மீது ஆழமாகப் படிந்திருக்கும் ஒரு கருப்புக் கறை தான் தீண்டாமை. தீண்டாமை நடைமுறையில் இல்லாமல் இருந்திருந்தால் இந்தியா என்றோ மகத்துவம் வாய்ந்த நாடாக மாறியிருக்கும். தீண்டாமை கடுமையாகக் கடைப்பிடிக்கப்பட்ட மாநிலம் கேரளம். அதே வேளையில், முதன் முறையாகத் தாழ்த்தப்பட்டவர்களுக்கு கோவில் நுழைவு உரிமையை வழங்கிப் பெருமை பெற்றதும் கேரளம் தான்.

சுதந்திரமும் சமத்துவமும் பிரிக்க முடியாதவைகளாகும். சமத்துவம் இல்லையென்றால் உண்மையான சுதந்திரம் இல்லை. தீண்டாமை என்னும் தீமைக்கெதிராக நமது தலைவர்கள் தீரமுடன் போராடினார்கள். காந்தியடிகள் போன்ற தலைவர்களின் முயற்சியால் தீண்டாமைக்கெதிரான உறுதிமிக்கப் போராட்டம் நடத்தப்பட்டது. சமுதாயத்திற்குள்ளிருந்து தான் விடுதலைக்கான போராட்டம் தொடங்கப்பட வேண்டும். அய்யன்காளி அதைத்தான் செய்தார். காந்தியடிகளும், டாக்டர். அம்பேத்கரும், அய்யன்காளியும் நடத்திய இடையறாத போராட்டங்களின் விளைவாக நிலமற்ற, ஏழை தாழ்த்தப்பட்ட மக்கள் விடுதலையடைந்தார்கள். தீண்டாமையையும், சமத்துவ மின்மையையும் களைவதற்கான சட்டங்கள் நடைமுறையில் உள்ளன. ஆனால், சட்டங்களால் மட்டுமே ஏற்றத்தாழ்வுகளை முடிவுக்குக் கொண்டு வர முடியாது.

மேலோர் கீழோர் என்கிற எண்ணமும், பகைமையும் இன்றும் நிலை நிற்கின்றன. 1775இல் அமெரிக்க ஐக்கிய நாடுகளின் அரசியலமைப்பில் பின்வருமாறு எழுதிச் சேர்க்கப்பட்டது. "எல்லா மக்களும் சமமாகவே பிறக்கிறார்கள்." அது எழுதப்பட்டு இருநூறு ஆண்டுகள் கடந்த பின்பும் அங்கு நிறவேற்றுமை தொடர்கிறது. மகாத்மா காந்தியின் கொள்கைகளால் எழுச்சி பெற்ற மார்ட்டின் லூதர் கிங் அகிம்சை வழியில் பல்வேறு போராட்டங்களை நடத்திய போதிலும் நீக்ரோக்களுக்கு முழுமையான சுதந்திரம் கிடைக்கவில்லை. அங்கு நீக்ரோக்களின் வாழ்க்கை இன்றும் துன்பங்கள் நிறைந்ததாகவே உள்ளது.

நமது நாட்டில் தாழ்த்தப்பட்ட, பழங்குடியினரின் வாழ்க்கை கணிசமாக முன்னேறியுள்ளது. ஆனால், நமது சமுதாயப் புரட்சி முழுமையடையவில்லை. இன்றும் வேற்றுமையுணர்வு சமூக

உறவுகளில் குறிப்பிடும்படியாக ஆதிக்கம் செலுத்தி வருகிறது. அரிஜனங்கள் பெறும் முன்னேற்றம் சிலரை ஆத்திரமூட்டுகிறது. அவர்கள் அதைத் தடுக்க முனைகிறார்கள். அதுதான் அரிஜனங்களுக்கு எதிராக நடக்கும் தாக்குதல்களின் பின்னணி. அடுத்தது, நமது நாட்டில் நடப்பிலுள்ள சட்டக்குறைபாட்டின் தன்மை. அரிஜனங்களுக்கு மட்டுமல்ல சிறுபான்மையினரும், ஒடுக்கப்பட்ட பிரிவினரும், பெண்களும் இத்தகைய தாக்குதலுக்கு இரையாகிறார்கள். ஆகவே பொருளாதாரச் சுதந்திரத்தையும், சமூக நீதியையும் பெறுவதற்கான நமது போராட்டம் தொடர வேண்டும்.

நமது சுதந்திரப் போராட்டம் 1947 ஆகஸ்ட் 15ஆம் தேதியுடன் நிறைவடையவில்லை. அது இப்போதும் தொடர்கிறது. தேசிய ஒருமைப்பாட்டுக்கு வலுவான ஓர் அமைப்பு தேவை. வறுமைக்கெதிரான போராட்டமே அதனுடைய முதல் பகுதி. எல்லா பலவீனங்களையும் துடைத்தெறிவதும், வகுப்புவாதத்திற்கெதிராகப் போராடுவதும் அவசியம். அமைதியும், ஒற்றுமையும் முழுவதுமாக நடைமுறைக்கு வரவேண்டும். இத்தகையதொரு குறிக்கோளைச் செயல்படுத்த அய்யன்காளியின் தொண்டுகள் உந்துசக்தியாக விளங்கும் என்கிற கருத்தில் எந்த ஐயமும் இல்லை".[1]

அடிக்குறிப்புக்கள்

1. கேரள கௌமுதி நாளிதழ் 11-11-1980

படங்கள்

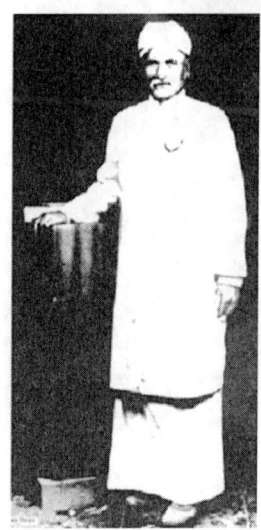

அய்யன்காளியின் வெவ்வேறு வயது புகைப்படங்கள்

அய்யன்காளியின் தம்பி பி.அய். வேலுக்குட்டி

வெங்ஙானூர் பெருங்காற்றுவிளை அருகிலுள்ள 'பிலாவறத்தல' வீடு. திருமணத்திற்கு பின்பு கட்டப்பட்ட இவ்வீட்டில்தான் அய்யன்காளி மறையும் வரை வசித்து வந்தார்.

அய்யன்காளியின் சகோதரி கண்ணாவின் மகள் நாராயணியும் இன்னொரு சகோதரி மாலா குஞ்ஞியும்

அய்யன்காளியின் மகள் தங்கம்மா.

அய்யன்காளியின் குடும்பம்: அமர்ந்திருப்பவர்கள் வலது பக்கத்திலிருந்து டி.டி. கேசவன் சாஸ்திரி, அய்யன்காளி, அய்யன்காளியின் துணைவியார் செல்லம்மா. (அவரது மடியிலிருக்கும் குழந்தை அய்யன்காளியின் மகன் பொன்னுவின் மூத்தமகன் பி. சசிதரன்.) பின்வரிசையில் வலது பக்கத்திலிருந்து அய்யன்காளியின் மூன்றாவது மகன் கே. கொச்சு குஞ்ஞி, பொன்னுவின் மனைவி கே. அம்முக்குட்டி, அய்யன்காளியின் மகள் தங்கம்மாவின் கையில் அவரது மகள் வத்சலா. அய்யன்காளியின் இளையமகன் ஏ.கே. சிவதாணு (பின்னால் நிற்பவர்கள் தாமஸ்வாரியாரின் மனைவியும் மகளுமாக இருக்கக்கூடும்

அய்யன்காளியின் இளையமகன் ஏ.கே. சிவதாணு

அய்யன்காளியின் மூத்த மகன் பொன்னுவின் மகன் வெங்ஙானூர் சுரேந்திரன்

திருவனந்தபுரம் விக்டோரியா ஜூபிலி டவுன் ஹாலில் நடைபெற்ற சாதுஜன பரிபாலின சங்கத்தின் ஆண்டுவிழா நிகழ்ச்சி. தரையில் அமர்ந்திருப்பவர்களின் பின்வரிசையில் அய்யன்காளி உள்ளார். அய்யன்காளியின் குடும்பத்தினரும் படத்தில் உள்ளனர்.

அய்யன்காளியின் வரலாற்று முக்கியத்துவம் வாய்ந்த போராட்டக் களம்: ஆராலும்மூடு சந்தை.

அய்யன்காளியின் வரலாற்று முக்கியத்துவம் வாய்ந்த
போராட்டக்களம்: பாலராமபுரம் சாலியத் தெரு.

வெங்ஙானூரில் அய்யன்காளி உருவாக்கிய பள்ளிக்கூடம்.

வெங்ஙானூரிலுள்ள அய்யன்காளியின் (புதுப்பிக்கப்படுவதற்கு முந்தைய) நினைவிடம்.

புதுப்பிக்கப்பட்ட தற்போதைய அய்யன்காளியின் நினைவிடம்

இந்திய தபால்துறை 12.09.2002இல் வெளியிட்ட அய்யன்காளி தபால் தலை.

திருவனந்தபுரம் வெள்ளயம்பலத்தில் அய்யன்காளியின் சிலை நிறுவப்படுவதற்கு முன்பு.
சிற்பி எஸ்ரா டேவிட்டின் இடதுபக்கம் பி. சசிதரன். வலது பக்கம் கே.கே. கோபாலகிருஷ்ணன்.

அய்யன்காளியின் மனைவி செல்லம்மா

கேசவன் சாஸ்திரியும், தங்கம்மாவும்